Văn học Việt Nam dưới chế độ Cộng sản
(1945-1990)

Cùng một tác giả:

1. *Tìm hiểu nghệ thuật thơ Việt Nam* (Quê Mẹ, 1988)
2. *Nghĩ về thơ* (Văn Nghệ, 1989)
3. *Văn học Việt Nam dưới chế độ cộng sản* (Văn Nghệ, 1991, in lại 1996; Người Việt tái bản 2014)
4. *Võ Phiến* (Văn Nghệ, 1996)
5. *Thơ, v.v.. và v.v..* (Văn Nghệ, 1996)
6. *Văn học Việt Nam, từ điểm nhìn h(ậu h)iện đại* (Văn Nghệ, 2000)
7. *Văn hoá văn chương Việt Nam* (Văn Mới, 2002)
8. *Sống với chữ* (Văn Mới, 2004 & in lại 2014)
9. *Thơ 'Con Cóc' và những vấn đề khác* (ấn bản mới của cuốn *Thơ, v.v... và v.v...* với một số sửa chữa và phần Phụ Lục trích từ hai cuốn *Tìm hiểu nghệ thuật thơ Việt Nam* và *Nghĩ về thơ* đã tuyệt bản, Văn Mới, 2006)
10. *Mấy vấn đề phê bình và lý thuyết văn học* (Văn Mới, 2007; Người Việt tái bản 2014)
11. *Socialist Realism in Vietnamese Literature: An Analysis of the Relationship Between Literature and Politics* (VDM Verlag, 2008)
12. *Văn học Việt Nam thời toàn cầu hoá* (Văn Mới, 2010)
13. *Phản tỉnh và phản biện* (Văn Mới, 2011, Người Việt tái bản 2013)
14. *Phương pháp dạy tiếng Việt như một ngôn ngữ thứ hai* (Tiền Vệ, 2012; Người Việt in lại 2014)
15. *Thơ Lê Văn Tài* (Nguyễn Hưng Quốc biên tập & giới thiệu, Văn Mới & Tiền Vệ, 2013; Người Việt in lại 2014)
16. *Văn học Việt Nam tại Úc, chính trị và thi pháp của lưu vong* (Văn Mới & Tiền Vệ, 2013 & Người Việt in lại 2014)

Một số tác phẩm của Nguyễn Hưng Quốc có thể xem trên http://tienve.org
    hoặc trên http://www.voatiengviet.com/section/blog/2648.html

Nguyễn Hưng Quốc

Văn học Việt Nam
dưới chế độ Cộng sản
(1945-1990)

Người Việt

Văn học Việt Nam dưới chế độ Cộng sản 1945-1990
(Vietnamese Literature under the Communist Regime, 1945-90)
First published by Văn Nghệ in 1991, reprinted in 1996
This edition published by Người Việt in 2014
 14771-14772 Moran Street
Westminster, CA 92683-USA
Phone: + (1) 714-892-9414
Homepage: http://www.nguoi-viet.com/

Photo and cover design by Trần Minh Triết

ISBN: 978-1-62988-386-1

MỤC LỤC

Lời nói đầu

1. Cho ấn bản lần thứ ba (2004)

Trong mấy thập niên vừa qua, trên báo chí cũng như trong nhật ký của Trần Dần (*Ghi,* 2001), hồi ký của Tô Hoài (*Cát bụi chân ai* 1992 và *Chiều chiều,* 1999), Nguyễn Khải (*Đi tìm cái tôi đã mất,* 2006) và Nguyễn Đăng Mạnh (*Hồi ký*; chỉ phổ biến trên internet), tự truyện của Vũ Thư Hiên (*Đêm giữa ban ngày,* 1997) và Bùi Ngọc Tấn (*Chuyện kể năm 2000,* 2000) cũng như nhiều bài viết rải rác về Trần Đức Thảo, Đặng Đình Hưng, Phùng Quán và Nguyễn Hữu Đang, người ta phanh phui ra rất nhiều chuyện thuộc loại thâm cung bí sử trong sinh hoạt văn học Việt Nam dưới chế độ cộng sản. Qua đó, chúng ta thấy rõ hơn bộ máy đàn áp thô bạo, thậm chí, dã man của chế độ cộng sản đối với văn nghệ sĩ cũng như những đau đớn ê chề mà nhiều cây bút thuộc loại tài hoa nhất nước, từ Nguyễn Bính đến Nguyên Hồng, từ Trần Dần đến Phùng Quán, từ Trần Đức Thảo đến Đặng Đình Hưng... phải gánh chịu. Đó là những nguồn tài liệu vô cùng phong phú và quý báu. Có thể nói chưa bao giờ chúng ta biết nhiều những sự thực đằng sau sinh hoạt văn học dưới chế độ cộng sản như vậy. Có điều, lạ, cho đến nay, giới nghiên cứu văn học trong nước vẫn chưa khai thác để viết lại lịch sử văn học trong 70 năm qua (kể từ sau năm 1945). Trong sự thiếu vắng ấy, quyển sách này, vốn được biên soạn tại Pháp từ năm 1990, dù còn khá nhiều hạn chế về tài liệu, có lẽ vẫn còn có ích cho những ai muốn tìm hiểu về thực trạng của cái gọi là nền văn học hiện thực xã hội chủ nghĩa tại Việt Nam. Nghĩ thế, tôi đồng ý cho in lại theo yêu cầu của nhiều bạn đọc.

Ở đây, có mấy điều tôi xin được nói thêm:

Thứ nhất, về thời gian, quyển sách này chấm dứt ở thời điểm 1990, lúc chính quyền Việt Nam đóng sầm cánh cửa đổi mới lại và cũng là lúc hệ thống cộng sản tại Nga và Đông Âu sụp đổ. Giai đoạn hậu-đổi mới ấy chắc chắn có nhiều vấn đề thú vị nhưng dù sao cũng nằm ngoài phạm vi quyển sách này.

Thứ hai, một số người, kể cả những người đang sống trong nước và là đảng viên đảng Cộng sản đề nghị tôi bỏ chữ "chế độ cộng sản" trong nhan đề và thay bằng một chữ khác, nhẹ nhàng hơn, ví dụ "dưới chế độ xã hội chủ nghĩa". Thú thật, đó là điều tôi cảm thấy khá khó hiểu. Tôi không hiểu tại sao ngay cả đảng viên đảng Cộng sản lại cũng thấy hai chữ "cộng sản" có cái gì như xấu xa? Không hiểu nên tôi vẫn giữ nguyên. Vả lại, đó là tên chính thức của đảng cầm quyền tại Việt Nam từ nhiều chục năm vừa qua. Và đến nay, tiếc thay, vẫn còn.

Thứ ba, trong quyển sách này, xuất phát từ ba góc độ: xã hội học văn học, lịch sử văn học và phê bình văn học, tôi phân tích, trước hết, các quan điểm, chính sách và hệ thống tổ chức cũng như kiểm duyệt văn học; sau đó, trình bày diễn tiến văn học qua từng giai đoạn, và cuối cùng, đánh giá các ưu khuyết điểm của chủ nghĩa hiện thực xã hội chủ nghĩa theo từng thể loại, từ thơ đến văn xuôi và phê bình nghiên cứu văn học. Tôi cố gắng khách quan đến tối đa dù, chắc chắn, không thể che giấu ít nhiều cảm giác buồn bã khi nhìn lại những bóng tối u uất đè nặng lên thân phận giới cầm bút dưới chế độ cộng sản từ năm 1945 đến 1990.

Thứ tư, như đã trình bày trong lời nói đầu của hai ấn bản trước, do được viết ở hải ngoại, trong điều kiện thiếu thốn tài liệu, quyển sách này không thể tránh được hạn chế. Tôi hoàn toàn chịu trách nhiệm về những hạn chế ấy, nhưng cũng mong quý bạn đọc thể tất.

Cuối cùng, thứ năm, trong ấn bản này tôi chỉ sửa lại vài chữ, đây đó. Đại thể, nó vẫn giống hai ấn bản đầu.

Melbourne 19/7/2014

2. Cho ấn bản lần thứ hai (1996)

'Lời nói đầu' trong ấn bản lần thứ nhất của quyển sách này, được viết tại Paris ngày 29.10.1990, kết thúc bằng mấy dòng:

> Tự thâm tâm, tôi thành thật coi quyển sách này chỉ là một phác thảo. Mong một ngày nào đó, không lâu nữa, nạn độc tài trở thành cơn ác mộng đã qua, đã thuộc về dĩ vãng, được về lại quê hương, gặp gỡ từng người cầm bút, lần mò từng trang sách cũ, với một tâm hồn yên ả, hay nói như Thanh Nam, trong một bài thơ nào đó, 'đã lắng niềm dông bão', tôi – hay bất cứ một người nào khác – sẽ viết lại một quyển sách đầy đủ hơn, thanh thản hơn, về cái thời kỳ văn học đầy máu và nước mắt này.

Trong kỳ tái bản này, có mấy điều tôi xin phép được nói thêm.

Thứ nhất, quyển sách này được hoàn thành vào năm 1990, tức năm năm sau ngày tôi rời khỏi Việt Nam. Với tôi, cái con số năm năm này rất có ý nghĩa: nó là một thời gian ngắn, quá ngắn, để tôi có thể quên được những gì mình nghe, mình thấy, mình đọc, mình học, mình nghĩ và mình cảm ở Việt Nam, đặc biệt trong đúng mười năm sống dưới chế độ cộng sản. Tất cả những hiểu biết, những kinh nghiệm và kỷ niệm của tôi về Việt Nam, do đó, vẫn còn tươi rói rói. Điều này, một mặt, giúp tôi hiểu khá đúng những ngóc ngách khúc khuất éo le phức tạp trong nền văn học hiện thực xã hội chủ nghĩa, điều những người không trực tiếp sống dưới chế độ cộng sản khó mà hình dung được; nhưng mặt khác, tôi lại chưa gột rửa hết những kiến thức xơ cứng mà mình thu nhận được trong mười năm học và giảng dạy văn học ở đại học tại Việt Nam; tôi chưa vượt lên cao hơn bao nhiêu cái nền văn học mà mình phê phán: cách nhìn, do đó, tuy – theo ý kiến chủ quan của tôi – khá chính xác song không tránh khỏi hạn chế; và giọng văn, do đó, dù cố khách quan, đôi khi vẫn không tránh khỏi chút chua chát hay hậm hực.

Từ ngày tôi chấm dấu chấm hết quyển sách này đến nay, thêm sáu năm nữa đã trôi qua. Sáu năm: bao nhiêu là thay đổi. Nếu năm năm đầu ở hải ngoại, với tôi, là năm năm hồi cố, năm năm hoài niệm thì sáu năm kế tiếp là thời gian của một nỗ lực cùng cực để thoát khỏi bóng ma của quá khứ, để quên đi những gì mình đã học, đã đọc, đã nhớ, đã ngốn ngấu và đã nghiền ngẫm trong suốt một phần ba đời người tại Việt Nam. Quên. Như dòng sông cố trút hết nước của mình ra biển để được trong trẻo. Nếu bây giờ mà có thì giờ hoặc đủ hứng thú để viết lại quyển sách này, chắc chắn tôi sẽ viết khác đi rất nhiều.

Thế nhưng có nên viết lại chăng? Nhớ câu thơ của Hàn Mặc Tử: "Thơ có tuổi và chiêm bao có tích". Huống hồ gì là nguyên một quyển sách. Quyển sách nào cũng là quyển sách của một thời điểm nhất định. Được ấp ủ và hoàn thành vào buổi giao thừa của thập niên 1980 và 1990, quyển sách này có diện mạo riêng của nó. Bây giờ mà viết lại là viết một quyển sách khác. Khác nhưng chưa chắc đã hay hơn. Lại ngao ngán nữa: nó đã là một đề tài quá quen thuộc.

Thứ hai, trong những điều tôi mơ ước khi kết thúc 'Lời nói đầu' của ấn bản thứ nhất, có một điều đã thành hiện thực: đầu năm 1996, tôi về thăm Việt Nam, lần đầu tiên, trong đúng một tháng, chủ yếu là ở Hà Nội, nơi tôi gặp gỡ và chuyện trò với khá nhiều văn nghệ sĩ. Điều tôi rất thú vị là phần lớn họ đều chân tình. Điều tôi rất ngạc nhiên là, không biết bằng cách nào, có khá nhiều người đã đọc quyển sách này. Điều tôi ngạc nhiên một cách thú vị là họ có vẻ thích. Điều tôi thấy thú vị nhưng không hề ngạc nhiên chút nào là khi nghe một số người cho biết là nhờ quyển sách này mà họ hiểu về họ hơn. Không ngạc nhiên vì tôi đã biết điều đó: tôi vẫn thường theo dõi khá đều đặn sách báo trong nước để biết rõ là, ít nhất là cho đến đầu năm 1996, vẫn chưa có một công trình nghiên cứu hay phê bình tổng quan nào về văn học hiện thực xã hội chủ nghĩa ra đời tại Việt Nam cả. Một số cuốn tổng quan về văn học sau năm 1945 đã được xuất bản tại Việt Nam đều được viết dưới dạng giáo trình, đúng nghĩa giáo trình ở Việt Nam: đơn sơ và ngây thơ. Tôi hiểu lý do: trong thời gian sống ở Việt Nam, tôi ngửi được cái mùi mốc, cái mùi oi trong không khí trí thức và văn nghệ. Đất nước đã đổi thay nhiều nhưng cơn ác mộng vẫn còn đó, lửng lơ đâu đó.

Đó cũng là lý do khiến tôi đồng ý với đề nghị của nhà xuất bản Văn Nghệ cho in lại quyển sách này. Tôi nghĩ là nó vẫn còn cần. Và tôi cũng chưa phát hiện được sự sai lầm nào đáng kể. Chỉ có điều một số thiếu sót như tôi đã đoán trước trong 'Lời nói đầu' trong bản in lần thứ nhất. Có một thiếu sót tôi rất tiếc chưa thể bổ sung kịp cho dịp tái bản này là: mình chưa nói được nhiều đến những cuộc tranh đấu âm thầm nhưng cực kỳ gay go, quyết liệt của một số khá đông người cầm bút trong việc bảo vệ tài năng và khí phách của họ.

Cuối cùng, tôi có một ước mơ: phải chi mình có thể, trong khi vì chưa thể thêm thắt hay sửa đổi được gì, phải giữ nguyên nội dung của quyển sách này, được phép thay cái tựa lại thành, chẳng hạn, 'Bối cảnh nền văn học hiện thực xã hội chủ nghĩa' theo kiểu sách tiếng Anh hay viết, đại loại 'Backgrounds of…' hay 'The social context of…'. Bối cảnh. Đại loại thế. Tôi phân vân: có muộn quá chăng?

Melbourne ngày 15.9.1996

3. Cho ấn bản lần thứ nhất (1991)

Kể từ năm 1945, sau cách mạng tháng Tám, đặc biệt, kể từ năm 1954, sau Hiệp định Genève, đảng Cộng sản Việt Nam cố sức tạo nên một nền văn học riêng của họ, nền văn học hiện thực xã hội chủ nghĩa, tồn tại độc lập, hơn nữa, đối lập với nền văn học tự do ở miền Nam trước đây và ở hải ngoại hiện nay.

Việc tìm hiểu, đánh giá chính xác nền văn học này là điều cần thiết. Nó không những có ý nghĩa về phương diện học thuật mà còn có ý nghĩa về phương diện chính trị nữa. Chúng ta không thuyết phục được ai hết với những lời chửi bới không khống, hoặc những sự phủ nhận dễ dãi, hồ đồ, xuất phát từ những thành kiến chính trị chứ không phải từ công phu nghiên cứu và thẩm định công bằng.

Cái công việc cần thiết và quan trọng như thế, tiếc, ở miền Nam lúc trước cũng như ở hải ngoại bây giờ, chưa có ai thực hiện, trừ một số nỗ lực rời rạc và ngắn hơi, với một số bài viết ghi nhận sự việc được đăng tải rải rác trên báo chí. Nguyên nhân, rất dễ hiểu, đó là tình trạng thiếu thốn tài liệu.

Ở miền Bắc trước đây cũng như ở trong nước hiện nay, tình hình cũng không khá hơn. Vẫn chưa hề có một công trình nghiên cứu nào có hệ thống về nền văn học của họ cả. Năm 1987, trong lời nói đầu tập *Văn học Việt Nam 1930-1945*, Phan Cự Đệ cho biết, một nhóm cán bộ giảng dạy trường Đại học Tổng hợp và Đại học Sư phạm Hà Nội sẽ biên soạn và xuất bản bộ Văn học Việt Nam 1945-1985 gồm ba tập, tuy nhiên, đến nay, cuối năm 1990, chưa có tập nào được ra mắt. Trong tình hình đầy biến động và giao động, nhiều quan điểm về văn học nghệ thuật cũng như về chính trị đang thay đổi tại Việt Nam bây giờ, tôi nghĩ, dự án này rất có nguy cơ bị bỏ dở dang.

Thiếu hằn một công trình nghiên cứu hoàn chỉnh, giới cầm bút cộng sản thường chỉ đề cập đến một số vấn đề, một số khía cạnh trong sinh hoạt văn học của họ, phần nhiều để đăng báo hoặc để in chung trong các tuyển tập chào mừng các ngày lễ lớn.[1] Mục đích nhắm vào việc tuyên truyền.

---

[1] Trong những năm gần đây, có ba tuyển tập đã được xuất bản:

40 năm văn học của các tác giả: Hà Xuân Trường, Hà Minh Đức, Xuân Diệu, Phong Lê, Hữu Mai, Bùi Hiển, Phan Cự Đệ, Hồ Ngọc, Bành Bảo, Nguyễn Xuân Sanh do Tác Phẩm Mới xuất bản tại Hà Nội năm 1986.

Giá trị văn học và khoa học rất mỏng manh. Ở đây, những người cầm bút không thiếu tài liệu. Họ chỉ thiếu tự do. Ngay cả việc đánh giá và phân định ngôi thứ của các tác giả cũng không tuỳ thuộc vào họ: điều này tuỳ thuộc vào những yếu tố hoàn toàn nằm ngoài văn học, chủ yếu là tuỳ thuộc vào chức vụ của người ấy trong hệ thống đảng và nhà nước. Nguyễn Ái Quốc nhất định phải là người khai sáng nền văn học hiện thực xã hội chủ nghĩa. Tố Hữu nhất định phải là ngọn cờ đầu trong nền thi ca cách mạng. Sóng Hồng (tức Trường Chinh), Phạm Văn Đồng, Lê Đức Thọ, Xuân Thuỷ, Hà Xuân Trường… nhất định là những bậc đại gia. Ai nói khác những định đề trên đều bị coi là có tội, tội giao động trong tư tưởng chính trị, tội ngả nghiêng trong lập trường giai cấp. Cho nên, cuối cùng, viết về cái gì, mọi luận điểm của giới nghiên cứu và phê bình văn học

---

Một thời đại văn học mới của các tác giả: Nguyễn Đăng Mạnh, Lại Nguyên Ân, Trần Đình Sử, Ngô Thảo, Vương Trí Nhàn do Văn Học xuất bản năm 1987.

Về lý luận và phê bình văn học của các tác giả: Hoàng Tùng, Hà Xuân Trường, Phan Cự Đệ, Hà Minh Đức, Nguyễn Văn Hạnh, Hoàng Trung Thông, Tô Hoài, Đình Quang, Phạm Ngọc Trương do Sự Thật xuất bản năm 1984.

Ngoài ra có thể kể thêm một số công trình phê bình như:

Nhà văn Việt Nam, tập 1 và 2, của Phan Cự Đệ và Hà Minh Đức, do nhà xuất bản Đại học và Trung học chuyên nghiệp xuất bản năm 1979 và 1983.

Các nhà thơ Việt Nam hiện đại do Viện Văn học biên soạn, nhà xuất bản Khoa học Xã hội, Hà Nội, 1984.

Tác gia lý luận, phê bình nghiên cứu văn học (1945-1975) do Viện Văn học biên soạn, nhà xuất bản Khoa học Xã hội, Hà Nội, 1979.

Văn học Việt Nam chống Mỹ cứu nước, Viện Văn học biên soạn, nxb Khoa học Xã hội, Hà Nội, 1979.

Văn học giải phóng miền Nam của Phạm Văn Sỹ, nxb Đoại học và Trung học chuyên nghiệp, Hà Nội, 1975.

cộng sản đều giống nhau: mượn chuyện văn học để tuyên truyền ầm ĩ về tài năng và công ơn của đảng, của những người lãnh đạo đảng. Thế thôi.

Quyển sách này ra đời, trong điều kiện như thế, sẽ đối diện với vô số những thử thách. Có những thử thách biến thành nguy cơ. Nguy cơ thiếu sót và sai lầm. Trong mười năm sống ở Việt Nam, dưới chế độ cộng sản, từ năm 1975 đến năm 1985, tôi đã cố gắng đọc thật nhiều, hầu như toàn bộ những tác phẩm chính đã được xuất bản của họ trong gần nửa thế kỷ nay. Sau khi vượt biển và định cư tại Pháp, qua báo chí cũng như thư từ của bạn bè từ trong nước, tôi vẫn tiếp tục theo dõi đều đặn mọi biến động lớn nhỏ trong sinh hoạt văn học cộng sản. Tuy thế, tôi cũng không dám mong hạn chế được sự thiếu sót. Tôi chỉ hy vọng hạn chế ít nhiều sự sai lầm.

Có một thiếu sót lớn, tôi cần nhìn nhận ngay để cầu sự thể tất của bạn đọc. Đó là, trong quyển sách này sẽ không có chương nào viết về kịch. Lý do là tôi không tìm ra đủ số kịch bản cần thiết. Ở miền Bắc cũng như ở trong nước hiện nay, giống như tình trạng ở miền Nam trước đây, người ta rất ít in kịch bản. Đành chịu.

Tự thâm tâm, tôi thành thực coi quyển sách này chỉ là một phác thảo. Mong một ngày nào đó, không lâu nữa, nạn độc tài trở thành một cơn ác mộng đã qua, đã thuộc về dĩ vãng, được về lại quê hương, gặp gỡ từng người cầm bút, lần mò từng trang sách cũ, với một tâm hồn yên ả, hay nói như Thanh Nam, đã "lắng niềm dông bão", tôi – hay bất cứ một người nào khác – sẽ viết lại một cuốn sách đầy đủ hơn, thanh thản hơn, về cái thời kỳ văn học đầy máu và nước mắt này.

Paris ngày 29.10.1990

PHẦN MỘT

Mấy vấn đề thuộc lãnh vực sinh hoạt văn học

Chương 1
Các tổ chức văn học

Chính thức thành lập ngày 3.2.1930, thời gian đầu, phải dồn hết tâm sức vào cuộc tranh đấu gay gắt để tồn tại, đảng Cộng sản hoàn toàn không có một chính sách nào về văn học, hoặc văn hoá nói chung. Nghị quyết của Hội nghị Trung ương đảng lần thứ nhất vào tháng 10.1930 chỉ đặt nặng vấn đề tuyên truyền: *"Đảng phải mở rộng việc tuyên truyền ra (báo, sách, truyền đơn, diễn thuyết...). Tài liệu huấn luyện phải rõ ràng, dễ hiểu, và in cho sạch sẽ".*[2]

Chỉ từ năm 1936, lợi dụng sự rộng rãi của chế độ kiểm duyệt do Mặt trận Bình dân tại Pháp mang lại, một số cán bộ cộng sản len lỏi vào hàng ngũ cầm bút, dấy lên cuộc tranh luận khá ồn ào và cũng khá ấu trĩ về vấn đề "duy tâm và duy vật", vấn đề "nghệ thuật vị nghệ thuật hay nghệ thuật vị nhân sinh". Chưa đạt được thành quả gì cụ thể, tình hình chính trị đã thay đổi càng ngày càng bất lợi, đảng Cộng sản lại phải rút vào hoạt động bí mật. Lãnh vực văn học, một lần nữa, lại bị bỏ quên.

Tại cuộc Hội nghị Trung ương đảng lần thứ 8 họp giữa năm 1941, để dễ tập hợp lực lượng, cộng sản quyết định tạm gác vấn đề đấu tranh giai cấp, chỉ nêu cao chiêu bài giải phóng dân tộc. Thực hiện chủ trương ấy, đảng Cộng

---

[2] Dẫn theo Đặng Thai Mai, *Trên đường học tập và nghiên cứu,* tập 2, nxb Văn Học, HN, 1969, tr. 12.

sản thành lập tổ chức Việt Nam Độc lập Đồng minh hội, gọi tắt là Việt Minh, trong đó bao gồm nhiều tổ chức xã hội khác nhau tuỳ theo nghề nghiệp, giới tính và tuổi tác: Hội Nông dân Cứu quốc, Hội Công nhân Cứu quốc, Hội Phụ nữ Cứu quốc, Hội Thanh niên Cứu quốc... Vấn đề một tổ chức riêng cho văn nghệ sĩ và trí thức cũng được đặt ra, tuy nhiên, thời gian này, họ chưa thực hiện được.

Mãi đến năm 1943, trong Hội nghị thường vụ Trung ương đảng vào ngày 25 tháng 2, cộng sản mới ghi vào Nghị quyết: *"Đảng cần phải phái cán bộ chuyên hoạt động về văn hoá, đặng gây ra một phong trào văn hoá tiến bộ, văn hoá cứu quốc chống lại văn hoá phát xít, thụt lùi. Ở những đô thị văn hoá như Hà Nội, Sài Gòn, Huế... phải gây ra những tổ chức văn hoá cứu quốc và phải dùng những hình thức công khai hoặc bán công khai đặng đoàn kết các nhà văn và trí thức".* Mấy tháng sau, cộng sản tung ra bản *Đề cương văn hoá* để làm cơ sở lý luận cho mọi hoạt động. Dựa theo bản Đề cương này, một số cán bộ cộng sản như Lê Quang Đạo, Trần Độ, Vũ Quốc Uy..., dưới sự chỉ đạo của Trường Chinh, bắt đầu liên lạc với giới cầm bút để đưa đến sự ra đời của Hội Văn hoá Cứu quốc.

Trong nội bộ đảng Cộng sản, mãi đến tháng 10.1947, người ta mới thực sự cắt cử ra một số cán bộ chuyên trách về công tác văn hoá, văn nghệ do Tố Hữu đứng đầu, trực thuộc vào Tiểu ban Tuyên truyền do Trường Chinh nắm giữ. Sự kiện này có hai ý nghĩa: một là, trước đó, việc lãnh đạo văn hoá văn nghệ của cộng sản được thực hiện một cách tuỳ tiện, ngẫu nhiên, không có một người nào phụ trách chính thức; hai là, ngay từ lúc mới khai sinh, văn hoá văn nghệ đã bị coi như là một công cụ của việc tuyên truyền. Sau này, chúng ta sẽ thấy, cộng sản nhiều lần thay đổi về tổ chức cũng như danh xưng, tuy nhiên, quan điểm trên vẫn kéo dài mãi.

Để thấy rõ quá trình tập hợp rồi sau đó câu thúc giới văn nghệ sĩ của cộng sản, có lẽ nên theo dõi các lời phát biểu chính thức của Hồ Chí Minh. Trong lá thư gửi giới trí thức và văn nghệ sĩ Nam bộ ngày 25.5.1947, Hồ Chí Minh chỉ kêu gọi mọi người hãy sử dụng ngòi bút như *"những vũ khí sắc bén trong sự nghiệp phò chính trừ tà"*. Một năm sau, ngày 15.7.1948, trong lá thư gửi cho Hội nghị văn hoá toàn quốc lần thứ hai do Mặt trận Việt Minh triệu tập và chủ trì, Hồ Chí Minh tiến xa hơn một bước, yêu cầu *"các nhà văn hoá cần tổ chức chặt chẽ"*. Ba năm sau, trong lá thư gửi các hoạ sĩ ngày 10.12.1951, Hồ Chí Minh công khai bày tỏ lập trường của mình:

Văn hoá nghệ thuật cũng là một mặt trận.

Anh chị em là chiến sĩ trên mặt trận ấy. Cũng như các chiến sĩ khác, chiến sĩ nghệ thuật có nhiệm vụ nhất định, tức là: phụng sự kháng chiến, phụng sự tổ quốc, phụng sự nhân dân, trước hết là công, nông, binh.

Để làm tròn nhiệm vụ, chiến sĩ nghệ thuật cần có lập trường vững, tư tưởng đúng, nói tóm lại là phải đặt lợi ích của kháng chiến, của tổ quốc, của nhân dân lên trên hết, trước hết.[3]

Từ năm 1954, đặc biệt, từ năm 1958, sau vụ Nhân Văn - Giai Phẩm, cộng sản càng lúc càng chỉ đạo và kiểm soát giới văn nghệ một cách cực kỳ gắt gao. Năm 1962, tại Đại hội văn nghệ toàn quốc lần thứ ba, thay mặt Trung ương đảng và Bộ Chính trị, Trường Chinh đọc bản báo cáo

---

[3] Cả ba lá thư này đều được đăng lại trong quyển *Cách mạng kháng chiến và đời sống văn học*, tập 1, nxb Tác Phẩm Mới, HN, 1985, từ trang 6 đến trang 8.

"Tăng cường tính đảng, đi sâu vào cuộc sống mới để phục vụ nhân dân, phục vụ cách mạng tốt hơn nữa", trong đó, lần đầu tiên, đảng Cộng sản công khai và chính thức đặt ra vấn đề "tính đảng" với bốn nội dung chính:

1. – Văn nghệ sĩ phải thừa nhận rằng văn nghệ phục tùng chính trị, phục vụ đường lối chính sách của Đảng. Văn nghệ sĩ phải trung thành với lý tưởng cộng sản, và đấu tranh không mệt mỏi cho sự thắng lợi của chủ nghĩa xã hội.

2. – Văn nghệ sĩ bằng hoạt động văn nghệ và hoạt động xã hội của mình cần luôn luôn phấn đấu để tăng cường sự lãnh đạo của Đảng, củng cố lòng tin của quần chúng đối với Đảng, bảo vệ sự trong sáng của chủ nghĩa Mác-Lênin…

3. – Văn nghệ sĩ bao giờ cũng giữ thế tiến công, chống những tư tưởng phản động và đồi bại của bọn đế quốc và phong kiến, chống tư tưởng tư sản và tiểu tư sản.

4. – Văn nghệ sĩ cộng sản, như mọi người đảng viên cộng sản khác, phải phục tùng tổ chức của Đảng (người nào chưa phải đảng viên thì phục tùng tổ chức nghề nghiệp của mình do Đảng lãnh đạo), phải hoàn toàn chịu trách nhiệm trước Đảng và trước nhân dân về toàn bộ công tác của mình.[4]

Về phương diện tổ chức, từ những năm cuối cuộc kháng chiến chống Pháp, cộng sản đã biến Tiểu ban Tuyên truyền thành Ban Tuyên huấn trung ương, giao cho Tố Hữu nắm giữ, có nhiệm vụ trực tiếp lãnh đạo cũng như kiểm soát giới văn nghệ sĩ và mọi hoạt động sáng tạo của họ. Sau này, cộng sản thành lập Ban Văn hoá Văn nghệ Trung ương để chuyên trách về các vấn đề văn hoá văn

---

[4] Trích lại từ *Văn học, cuộc sống, nhà văn*, nhiều tác giả, nxb Văn Học, HN, 1978, tr. 303-304.

nghệ. Cả Ban Tuyên huấn lẫn Ban Văn hoá Văn nghệ đều trực thuộc Trung ương đảng Cộng sản, tuy nhiên vị trí của Ban Tuyên huấn bao giờ cũng lớn hơn Ban Văn hoá Văn nghệ. Lớn hơn ở phạm vi hoạt động và do đó, ở quyền hạn: Ban Tuyên huấn lo về vấn đề tư tưởng và vấn đề giáo dục tư tưởng chính trị nói chung. Ban Văn hoá Văn nghệ chỉ lo về vấn đề sinh hoạt nghệ thuật. Sinh hoạt nghệ thuật bao gồm sáng tác và biểu diễn nghệ thuật, theo quan điểm của cộng sản, chỉ là một trong những phương thức để giáo dục tư tưởng chính trị. Trong quyển *Đổi mới và chính sách văn hoá xã hội* do nhà xuất bản thành phố Hồ Chí Minh xuất bản năm 1988, Trần Độ, nguyên là trưởng Ban Văn hoá Văn nghệ Trung ương, xác định: *"Bộ phận văn hoá văn nghệ nằm trong Ban Tuyên huấn vì nó cũng là một thành phần của mặt trận tư tưởng"*. (tr. 202-203)

Ban Văn hoá Văn nghệ ra đời một cách muộn màng sau năm 1975. Trước kia, một thời gian rất dài, trong giai đoạn kháng chiến chống Pháp cũng như trong giai đoạn "xây dựng chủ nghĩa xã hội" ở miền Bắc, nó chỉ là một tiểu ban, một bộ phận của Ban Tuyên huấn: Tiểu ban Văn hoá Văn nghệ. Ngay cả khi Ban Văn hoá Văn nghệ Trung ương đã được thành lập, ở các địa phương, trừ Hà Nội và thành phố Hồ Chí Minh, công việc lãnh đạo và kiểm soát văn hoá văn nghệ vẫn nằm trong tay Ban Tuyên huấn. Trần Độ, trong quyển sách dẫn trên cho biết:

> Tổ chức Đảng có quyết định từ lâu, từ 1981 ở Hà Nội có Ban Văn hoá Văn nghệ của thành ủy, thành phố Hồ Chí Minh có Ban Văn hoá Văn nghệ của thành ủy thành phố Hồ Chí Minh, các tỉnh, thành khác có bộ phận văn hoá văn nghệ nằm trong Ban Tuyên huấn, có một phó Ban Tuyên huấn chuyên trách. Hiện nay Ban Bí thư cũng đồng ý tiếp tục như vậy. (tr. 202)

Trong cơ chế tổ chức như vậy, Ban Văn hoá Văn nghệ Trung ương, dù trên danh nghĩa là một ban, cũng giống như Ban Tuyên huấn, nhưng trên thực tế nó vẫn là một bộ phận của Ban Tuyên huấn, nó lệ thuộc Ban Tuyên huấn về quan điểm chỉ đạo công tác tư tưởng; nhân viên, cán bộ ở cấp địa phương của nó lại nằm trong biên chế của Ban Tuyên huấn.

Từ tháng 5.1989, trong chiến dịch cải tổ guồng máy tổ chức của đảng, cộng sản gộp chung Ban Tuyên huấn và Ban Văn hoá Văn nghệ Trung ương vào thành một tổ chức mới, gọi là Ban Tư tưởng - Văn hoá Trung ương. Trưởng Ban Tư tưởng - Văn hoá Trung ương là Trần Trọng Tân, nguyên là trưởng Ban Tuyên huấn cũ.

Cả Ban Tuyên huấn lẫn Ban Văn hoá Văn nghệ trước đây cũng như Ban Tư tưởng - Văn hoá hiện nay đều không có chức năng quản lý văn nghệ sĩ. Công việc quản lý văn nghệ sĩ thuộc một tổ chức chuyên môn khác: Ủy ban Trung ương Liên hiệp Văn học Nghệ thuật Việt Nam.

Ủy ban Trung ương Liên hiệp Văn học Nghệ thuật Việt Nam

Tên cũ của Ủy ban Trung ương Liên hiệp Văn học Nghệ thuật là Hội Liên hiệp Văn học Nghệ thuật Việt Nam. Tiền thân của Hội Liên hiệp Văn học Nghệ thuật Việt Nam là Hội Văn hoá Cứu quốc.

Hội Văn hoá Cứu quốc là một thành viên của Mặt trận Việt Minh và là tổ chức văn nghệ đầu tiên của cộng sản tại Việt Nam. Hội Văn hoá Cứu quốc chỉ khác các tổ chức xã hội khác của Việt Minh ở hai điểm: một là, không có quan hệ hàng ngang với các tổ chức đảng hoặc đoàn thể tại địa phương mà phải chịu sự lãnh đạo trực tiếp của Trung ương đảng; hai là, tuy bí mật về phương diện tổ chức nhưng lại cố gắng tranh thủ mọi điều kiện hợp pháp để hoạt động công khai.

Trên danh nghĩa, Hội Văn hoá Cứu quốc ra đời từ tháng 4 năm 1943, tuy nhiên, lúc ấy hội viên của Hội chỉ có mấy người: Như Phong, Nguyễn Huy Tưởng, Nguyễn Đình Thi, Tô Hoài... Đầu năm 1944, một số người bị bắt. Hội Văn hoá Cứu quốc chỉ thực sự bắt đầu hoạt động mấy tháng trước Cách mạng tháng Tám.

Chủ trương của Hội Văn hoá Cứu quốc rộng rãi: tập họp tất cả những văn nghệ sĩ có lập trường dân tộc nhưng không nhất thiết phải đồng nhất với nhau về quan điểm chính trị hay văn hoá. Mỗi người được tự do sáng tác theo phương pháp và sở thích của mình. Hội chỉ đòi hỏi một điều rất dễ được chấp nhận lúc ấy: mọi người, bằng những cách thức khác nhau, góp phần tranh đấu giành lại độc lập cho tổ quốc từ trong tay thực dân Pháp.

Sau Cách mạng tháng Tám, Hội Văn hoá Cứu quốc ra hoạt động công khai. Chủ tịch đầu tiên là Nguyễn Đình Thi. Tại cuộc Hội nghị mở rộng của Ban chấp hành Hội Văn hoá Cứu quốc vào ngày 28.3.1946, Trần Huy Liệu được bầu làm chủ tịch. Đến tháng 10.1946, trong cuộc Đại hội văn hoá toàn quốc, Ban chấp hành mới có nhiệm kỳ hai năm 1946-1947 gồm: chủ tịch: Đặng Thai Mai; tổng thư ký: Hoài Thanh; phó thư ký: Tố Hữu và Nguyễn Huy Tưởng; các ủy viên: Văn Cao, Nguyễn Quang Châu, Nguyễn Đỗ Cung, Xuân Diệu, Nguyễn Đình Thi, Nguyễn Văn Tỵ và Chế Lan Viên.

Hội Văn hoá Cứu quốc có cơ quan ngôn luận là tạp chí *Tiên Phong* và nhà xuất bản Văn hoá Cứu quốc.

Tạp chí *Tiên Phong* được chuẩn bị từ trước Cách mạng tháng Tám, tuy nhiên, chưa ra đời, cách mạng đã bùng nổ. Các hội viên bận bịu với các cuộc vận động chính trị và xã hội có nhiều khó khăn nên mãi đến tháng 11-1945, tạp chí mới thực sự phát hành. Thư ký toà soạn đầu tiên là Nam Cao.

Hội Văn hoá Cứu quốc phát triển thành nhiều cơ sở nhỏ ở các địa phương. Những cơ sở nhỏ này hoặc mang tên Chi Hội Văn hoá Cứu quốc hoặc mang tên Liên đoàn Văn hoá Cứu quốc. Địa phương thành lập Chi hội Văn hoá sớm nhất là Huế: ngày 19.9.1945, Trần Hữu Dực làm chủ tịch, Nguyễn Duy Trinh làm phó chủ tịch. Sau đó ít lâu, chức chủ tịch chuyển qua tay Hoài Thanh. Sau Huế là Quảng Nam (20.9.45), Quảng Trị (26.9.45), Nghệ An (8.10.45).

Ở Sài Gòn, từ tháng 9, 1945, có một nhóm người họp bàn thành lập Hội Văn hoá Cứu quốc nhưng không thành công do những mâu thuẫn trong nội bộ quá gay gắt. Cho đến ngày bị giải thể, Hội Văn hoá Cứu quốc cũng không hề có được một cơ sở nào ở Nam bộ.

Nền tảng tư tưởng chỉ đạo hoạt động của Hội Văn hoá Cứu quốc là bản *Đề cương văn hoá* do đảng Cộng sản Đông Dương công bố năm 1943. Trong bản Đề cương này, cộng sản chưa đề cập đến vấn đề xã hội chủ nghĩa mà chỉ dùng khái niệm *"nền văn hoá mới"*, *"có tính chất dân tộc về hình thức và tân dân chủ về nội dung"*. Ba nguyên tắc của "nền văn hoá mới" này là: Dân tộc hoá, Đại chúng hoá và Khoa học hoá.

Trong cuộc Đại hội văn nghệ toàn quốc lần thứ nhất do Việt Minh tổ chức tại Phú Thọ từ ngày 23 đến 25 tháng 7, 1948, Hội Văn hoá Cứu quốc bị giải thể và một tổ chức mới ra đời: Hội Văn nghệ Việt Nam. So với Hội Văn hoá Cứu quốc, Hội Văn nghệ được tổ chức chặt chẽ hơn, ngoài bộ phận trung ương, nó còn có bộ phận chuyên ngành như Đoàn nhạc sĩ, Đoàn sân khấu, Đoàn nhà văn... và các chi hội văn nghệ của các liên khu, các khu và các tỉnh.

Chỉ có mấy Chi hội văn nghệ địa phương thực sự có hoạt động. Chi hội văn nghệ Liên khu Ba, được thành lập vào tháng 10.1948, do Lương Xuân Nhị làm tổng thư ký; Chi hội văn nghệ Liên khu Bốn cũng được thành lập trong năm 1948 do Lưu Trọng Lư làm chi hội trưởng; Chi hội văn nghệ Liên khu Năm được thành lập năm 1950 do Nam Trân làm chi hội trưởng; Chi hội văn nghệ Nam bộ được thành lập ngày 3.1.1950 do Lưu Quý Kỳ làm chi hội trưởng.

Ban chấp hành đầu tiên của Hội Văn nghệ Việt Nam gồm có mười bảy người, do nhà văn Nguyễn Tuân làm tổng thư ký, Tố Hữu làm phó tổng thư ký. Không nên nhầm lẫn cho là lúc này quyền hạn của Nguyễn Tuân lớn hơn Tố Hữu. Thực quyền vẫn nằm gọn trong tay Tố Hữu, lúc ấy là một cán bộ chuyên trách về văn nghệ của đảng. Nguyễn Tuân chỉ là kẻ cho mượn cái tên, cái uy tín của ông để Hội Văn nghệ dễ tập họp giới cầm bút lớn tuổi, đã có nhiều danh vọng trong quá khứ, trước năm 1945.

Sau này, Nguyễn Tuân kể lại:

> Cái đại hội ở Việt Bắc năm bốn tám là vui nhất. Khổ mà vui, nghèo mà lành, các nhà văn ta lúc đó đói rách lắm mà đẹp lắm, thương nhau lắm. Toàn tâm toàn ý vì sự nghiệp đấu tranh giải phóng, vì độc lập và tự do của dân tộc, trong

đó có bản thân mình... Cái kỳ đó tôi có đọc tham luận. Đang đọc dở thì tôi dừng lại, xin phép đại hội cho tôi kể một chuyện tiếu lâm. Chuyện "cái rắm thơm, cái rắm thối" ấy mà. Sau đó tôi đọc tham luận tiếp. Lúc xuống bục diễn đàn về ngồi ghế chủ tịch, một người... bỏ nhỏ vào tai tôi: Ông to gan thật. Cái câu chuyện ông kể là có vấn đề đấy.

Rồi Nguyễn Tuân kể tiếp:

Lúc đó, tôi nào để tâm cái vấn đề đó là sao. Và quả là sau đó cũng chả có vấn đề gì cả. Tôi vẫn trúng cử với phiếu cao. Cái đại hội năm năm tám mà nói năng kiểu đó nữa thì bỏ mẹ chứ chả chơi, thì dứt khoát là có vấn đề ngay. Đến bây giờ thì lại càng có vấn đề.[5]

Thật ra, cái không khí cởi mở, thoải mái ấy không phải đợi đến năm 1958 mới bị khai tử. Nó bị khai tử sớm hơn nhiều, từ cuộc tranh luận văn nghệ tại Việt Bắc năm 1949, đặc biệt từ năm 1951, lúc cộng sản phát động các chiến dịch chỉnh quân, chỉnh huấn, rồi tiếp theo đó, cuộc cải cách ruộng đất đẫm máu kéo dài mãi đến năm 1956.

Cơ sở tư tưởng của Hội Văn nghệ là bản báo cáo *Chủ nghĩa Mác và văn hoá Việt Nam* do Trường Chinh trình bày trong Đại hội văn hoá toàn quốc lần thứ hai được tổ chức trước Đại hội văn nghệ mấy ngày (16-20.7.1948). Trong bản báo cáo, Trường Chinh xác định lập trường văn học nghệ thuật của cộng sản: *"Về xã hội, lấy giai cấp công nhân làm gốc. Về chính trị, lấy độc lập dân tộc, dân chủ nhân dân và chủ nghĩa xã hội làm gốc. Về tư tưởng, lấy học thuyết duy vật biện chứng và duy vật lịch sử làm gốc. Về sáng tác văn nghệ lấy chủ nghĩa hiện thực xã hội chủ nghĩa làm gốc"*. Phương châm xây dựng văn hoá được lấy

---

[5] Tuần báo Văn Nghệ, HN, số 35 ra ngày 29-8-1987.

lại nguyên dạng trong bản *Đề cương văn hoá* năm 1943: Dân tộc hoá, Khoa học hoá và Đại chúng hoá.

Cơ quan ngôn luận của Hội Văn nghệ thời gian chống Pháp là tạp chí *Văn nghệ*. Ban biên tập đầu tiên của tạp chí gồm: Tố Hữu, Nguyễn Huy Tưởng, Nguyễn Đình Thi, Nguyên Hồng và Kim Lân. Văn Cao và Trần Văn Cẩn phụ trách mỹ thuật. Theo hồi ức của Vũ Đức Phúc, tạp chí *Văn Nghệ* thời gian này bán rất ế ẩm, *"cả tỉnh chỉ được gửi về độ dăm bảy quyển mỗi kỳ, nhưng ngoài một số người như chúng tôi, còn thì không ai để ý mua những sách báo ấy cả".*[6]

Tại Đại hội văn nghệ toàn quốc lần thứ hai được tổ chức vào tháng 2,1957 tại Hà Nội, Hội Văn nghệ Việt Nam đổi tên thành Hội Liên hiệp Văn học Nghệ thuật Việt Nam bao gồm bảy hội chuyên môn:

Hội Nhà văn

Hội nghệ sĩ tạo hình

Hội nhạc sĩ

Hội nghệ sĩ sân khấu

Hội điện ảnh

Hội kiến trúc sư

Hội nghệ sĩ nhiếp ảnh

Và các Hội văn nghệ ở các địa phương.[7]

---

[6] *Cách mạng kháng chiến và đời sống văn học*, tập 1, sđd, tr. 115.

[7] Theo tạp chí Văn Học tại Hà Nội số 1-1985, vào năm 1983, cộng sản đã thành lập được 26 Hội văn nghệ ở các địa phương, có chín Hội nữa đang thời kỳ vận động thành lập.

Cơ quan ngôn luận của Hội Liên hiệp Văn học Nghệ thuật Việt Nam vẫn là tạp chí *Văn Nghệ*, sau đổi thành tuần báo *Văn Nghệ*. Từ năm 1977, tuần báo *Văn Nghệ* trở thành cơ quan ngôn luận của Hội Nhà văn.

Chủ tịch Hội Liên hiệp Văn học Nghệ thuật Việt Nam từ lúc thành lập đến năm 1984 là Đặng Thai Mai.

Trong cuộc Hội nghị đại biểu các Hội Văn học nghệ thuật toàn quốc được tổ chức tại Hà Nội từ ngày 26 đến 27.4.1984, Hội Liên hiệp Văn học Nghệ thuật Việt Nam được đổi tên thành Ủy ban Trung ương Liên hiệp Văn học Nghệ thuật Việt Nam. Ban chấp hành gồm: chủ tịch Cù Huy Cận; các phó chủ tịch: Nguyễn Đình Thi, Trần Văn Cẩn, Lưu Hữu Phước; các ủy viên: Tô Hoài, Bảo Định Giang, Lý Thái Bảo, Dương Ngọc Đức, Nguyễn Trực Luyện, Hoàng Lư Trai và Dương Viên.

Trên danh nghĩa, Ủy ban Trung ương Liên hiệp Văn học Nghệ thuật Việt Nam là một bộ phận của Mặt trận Tổ quốc Việt Nam,[8] nhưng Ủy ban lại chịu sự lãnh đạo trực tiếp của Ban Văn hoá Văn nghệ Trung ương (hiện nay là

---

[8] Trong quyển *Đổi mới và chính sách xã hội, văn hoá*, nxb thành phố Hồ Chí Minh, 1988, Trần Độ, viết: *"Ở trung ương có Ủy ban Trung ương Liên hiệp Văn học Nghệ thuật. Đây không phải là một hội đoàn mà là một ủy ban. Ủy ban này có chức năng "liên hiệp" các hội đoàn chuyên ngành và một số hội đoàn địa phương, thực hiện chức năng "mặt trận", là thành viên của Mặt trận Tổ quốc, làm những nhiệm vụ vận động chính trị, chính sách đối ngoại mà từng hội, từng ngành không có điều kiện làm riêng hoặc không nên làm riêng"* (tr. 204).

Xin nhắc lại: Mặt trận Tổ quốc được thành lập tại Hà Nội tháng 9-1955, vốn là hậu thân của Mặt trận Liên Việt được thành lập năm 1951, do sự hợp nhất giữa Mặt trận Việt Minh (thành lập năm 1941) và Mặt trận Liên Việt (thành lập năm 1945). Mặt trận tổ quốc có cơ quan ngôn luận riêng, trước là báo Cứu quốc, sau, từ tháng 3-1977, đổi tên là báo Đại đoàn kết.

Ban Tư tưởng - Văn hoá Trung ương). Giữa Ủy ban Trung ương Liên hiệp Văn học Nghệ thuật Việt Nam và Bộ Văn hoá chỉ có quan hệ về hành chánh và tài chánh: Bộ Văn hoá có trách nhiệm bảo trợ và tạo điều kiện thuận lợi về vật chất và tinh thần cho các Hội văn nghệ hoạt động như xây dựng nhà sáng tác, nhà an dưỡng, phương tiện ấn loát và phát hành…

Cơ cấu tổ chức của Ủy ban Trung ương Liên hiệp Văn học Nghệ thuật Việt Nam vẫn bao gồm bảy Hội chuyên ngành và các Hội văn nghệ địa phương như Hội Liên hiệp Văn học Nghệ thuật Việt Nam trước đây. Từ ngày 15.10.1986, cộng sản thành lập thêm một tổ chức mới cũng trực thuộc Ủy ban Trung ương Liên hiệp Văn học Nghệ thuật Việt Nam: Hội Liên hiệp Văn học Nghệ thuật phát thanh và truyền hình do Hoàng Ngọc Anh làm tổng thư ký.

Như vậy, Hội Nhà văn Việt Nam chỉ là một tổ chức bộ phận của Ủy ban Trung ương Liên hiệp Văn học Nghệ thuật Việt Nam.

Hội Nhà văn Việt Nam:

Hội Nhà văn Việt Nam chính thức được thành lập tại Hà Nội vào tháng 4.1957, thoạt đầu có 60 hội viên, đến năm 1983, tăng lên 317 hội viên chính thức và 53 hội viên dự bị.[9] Trong danh sách hội viên ấy, có hai người trước đây vốn cầm bút và nổi tiếng tại Sài Gòn, nhờ những hoạt

---

[9] Tạp chí Văn Học, HN, số 1-1985.

động nằm vùng cho cộng sản, được kết nạp rất sớm sau năm 1975: Vũ Hạnh và Sơn Nam. Đầu năm 1985, thêm một người nữa cũng từng hoạt động cho cộng sản trước đây, được kết nạp: Đông Trình (tên thật là Nguyễn Đình Trọng, giáo sư Việt văn tại trường trung học Phan Châu Trinh, Đà Nẵng, tác giả tập thơ *Rừng dậy men mùa,* 1972).

Giữa năm 1989, theo bản Dự thảo báo cáo (lưu hành nội bộ) của Ban chấp hành Hội Nhà văn tại đại hội lần thứ tư, con số hội viên chính thức đã lên tới 477 người, trong đó, theo thể loại: về thơ có 138 người, về văn có 234 người, về kịch bản có 12 người, về lý luận phê bình có 36 người, về dịch thuật có 20 người; theo giới tính: nam có 445 người, nữ có 32 người; theo dân tộc: bảy người thuộc dân tộc thiểu số còn lại đều là người kinh; theo tuổi tác: dưới 40 tuổi: 45 người; từ 41 đến 50 tuổi: 138 người; từ 51 đến 60: 140 người; trên 60 tuổi: 124 người. Người ít tuổi nhất là Hồ Anh Thái (28 tuổi), bốn người lớn tuổi nhất là Phạm Khắc Hoè, Khương Hữu Dụng, Tống Phước Phó và Lê Đại Thanh (trên 80).

Về cơ cấu tổ chức: tổ chức cao nhất là Ban chấp hành được bầu ra trong các dịp Đại hội toàn quốc. Ban chấp hành lại cử ra một tổ chức về đảng gọi là Đảng đoàn và một tổ chức về chính quyền gọi là Ban thư ký. Quyền lực chủ yếu nằm trong tay Đảng đoàn. Bí thư Đảng đoàn được bầu lại hằng năm và thay đổi luôn luôn tuỳ theo thế lực của từng người và từng lúc.

Trong nhiệm kỳ thứ nhất, từ năm 1957 đến năm 1958, đứng đầu Ban chấp hành là Nguyễn Công Hoan (chủ tịch), Tú Mỡ (phó chủ tịch), Tô Hoài (tổng thư ký) và ba ủy viên thường vụ: Nguyễn Đình Thi, Tế Hanh, Đoàn Giỏi. Trong cuộc đấu tranh chống lại nhóm Nhân Văn - Giai Phẩm, tinh thần của Nguyễn Công Hoan cũng như một số ủy viên trong Ban chấp hành Hội Nhà văn bị giao động mạnh khiến giới lãnh đạo miền Bắc nổi giận ra lệnh triệu tập Hội nghị Ban chấp hành Hội Nhà văn vào ngày 2.7.1958 để cách chức Tô Hoài, đưa Nguyễn Đình Thi lên nắm chức tổng thư ký và trên thực tế, hoàn toàn vô hiệu hoá chức chủ tịch và phó chủ tịch của Nguyễn Công Hoan và của Tú Mỡ.

Đến Đại hội Hội Nhà văn lần thứ hai, được tổ chức tại Hà Nội từ ngày 10 đến ngày 12.1.1963, chức danh chủ tịch và phó chủ tịch dành cho người đứng đầu Hội Nhà văn bị bỏ hẳn. Thế vào đó là danh hiệu tổng thư ký. Chức tổng thư ký lọt vào tay Nguyễn Đình Thi.

Đến Đại hội lần thứ ba được tổ chức tại Hà Nội từ ngày 26 đến 29 tháng 9 năm 1983, Nguyễn Đình Thi vẫn tiếp tục nắm giữ chức tổng thư ký. Chức phó tổng thư ký, thoạt đầu, chỉ có một mình Chính Hữu, sau, tại Hội nghị Ban chấp hành họp và các ngày 27, 28 và 29 tháng 4 năm 1987, Nguyễn Khải được bầu bổ sung để cùng với Chính Hữu, chia sẻ trách vụ này. Trước khi Nguyễn Khải được bầu bổ sung, Ban thư ký Hội Nhà văn chỉ có 9 người, không kể Nguyễn Đình Thi và Chính Hữu, những người còn lại là Nguyễn Khoa Điềm, Anh Đức, Hữu Mai, Hữu Thỉnh, Nguyễn Thị Ngọc Tú, Phan Tứ và Chế Lan Viên (đã mất ngày 19.6.1989).

Ngoài Ban thư ký, Đại Hội Nhà văn còn bầu một Ban chấp hành 44 người, gồm:

Vương Anh, Nguyễn Văn Bổng, Huy Cận, Nông Quốc Chấn, Nguyễn Minh Châu (đã mất ngày 23.1.89), Lê Chí, Lâm Thị Mỹ Dạ, Xuân Diệu (đã mất ngày 18.12.85), Phan

Cự Đệ, Nguyễn Khoa Điềm, Y Điêng, Anh Đức, Hà Minh Đức, Đoàn Giỏi (đã mất ngày 2.4.89), Tế Hanh, Tô Ngọc Hiến, Bùi Hiển, Tô Hoài, Chính Hữu, Nguyễn Khải, Nguyễn Kiên, Hữu Mai, Thép Mới, Giang Nam, Vũ Tú Nam, Nguyên Ngọc, Lương Qui Nhân, Hồ Phương, Viễn Phương, Xuân Quỳnh (đã mất ngày 19.8.88), Nguyễn Quang Sáng, Nguyễn Xuân Sanh, Lý Văn Sâm, Nguyễn Đình Thi, Hữu Thỉnh, Hoàng Trung Thông, Vũ Thị Thường, Hà Xuân Trường, Nguyễn Thị Ngọc Tú, Phan Tứ, Chu Văn, Chế Lan Viên (đã mất), Bằng Việt, Đào Vũ.

Đại hội lần thứ tư được tổ chức tại Hà Nội từ ngày 28 đến ngày 31 tháng 10, 1989 (không kể ba ngày đầu học tập Nghị quyết số 7 của Ban chấp hành Trung ương đảng). Đại hội lần này có ba đặc điểm nổi bật, khác hẳn các kỳ Đại hội trước: thứ nhất, đây là Đại hội toàn thể hội viên chứ không phải là Đại hội đại biểu; thứ hai, việc quyết định các chức vị lãnh đạo Hội là do Đại hội bầu trực tiếp chứ không do Ban chấp hành hội đảm nhận; thứ ba, Ban chấp hành rất ít, chỉ có chín người: Nguyễn Quang Sáng, Xuân Cang, Nguyên Ngọc, Vũ Tú Nam, Hữu Thỉnh, Chính Hữu, Hữu Mai, Nguyễn Khải và Nguyễn Thị Ngọc Tú. Vũ Tú Nam làm tổng thư ký; Nguyễn Quang Sáng làm phó tổng thư ký.

Trực thuộc Ban chấp hành và dưới quyền Ban thư ký có các Ban công tác và các Hội đồng bộ môn. Các Ban công tác đã có từ lâu, riêng các Hội đồng bộ môn thì chỉ mới xuất hiện từ năm 1983 theo sáng kiến của Ban chấp hành Hội Nhà văn khoá ba.

Có ba Ban công tác: Ban công tác hội viên, Ban công tác đối ngoại và Ban công tác nhà văn trẻ.

Có chín Hội đồng bộ môn: Hội đồng văn xuôi, Hội đồng thơ, Hội đồng lý luận phê bình, Hội đồng sáng tác về đề tài chiến tranh cách mạng và lực lượng vũ trang, Hội đồng dịch thuật, Hội đồng kịch bản sân khấu, Hội đồng kịch bản điện ảnh, Hội đồng văn học các dân tộc miền núi và Hội đồng văn học thiếu nhi.

Hội Nhà văn còn lập ra một Ban cố vấn đặc biệt coi như cách an ủi tinh thần của những nhà văn cao tuổi. Ban cố vấn trước đây có: Vũ Ngọc Phan, Nguyễn Tuân, Như Phong, Thanh Tịnh và Lưu Trọng Lư. Bốn người đầu đã mất, chỉ còn Lưu Trọng Lư.

Hội Nhà văn, cách đây mấy năm, cố gắng kiện toàn Quỹ văn học do Nguyễn Văn Mãi làm giám đốc. Chức năng của Quỹ văn học là nghiên cứu và thực hiện các chế độ trợ cấp: trợ cấp sáng tác, trợ cấp đi thực tế, trợ cấp những nhà văn gặp khó khăn và những nhà văn cao tuổi.

Lúc mới thành lập, năm 1957, Hội Nhà văn có một cơ quan ngôn luận riêng: báo *Văn*; một nhà xuất bản riêng: nhà xuất bản Hội Nhà văn.

Báo *Văn* do Nguyễn Công Hoan là chủ bút, Nguyễn Tuân làm phó chủ bút, Nguyên Hồng làm tổng thư ký. Ra được mấy số, báo *Văn* bắt tay ngay với nhóm Nhân Văn - Giai Phẩm, đăng thơ của Trần Dần, Phùng Quán, truyện của Phan Khôi, kịch thơ của Hoàng Cầm. Báo *Học Tập*, cơ quan ngôn luận của đảng phê bình, Ban biên tập của báo *Văn* đả kích lại. Hậu quả: Nguyễn Công Hoan mất chức chủ tịch Hội Nhà văn, báo *Văn* và nhà xuất bản Hội Nhà văn bị đóng cửa. Hội Nhà văn mất cơ quan ngôn luận. Sau này Hội Nhà văn ta tạp chí *Tác Phẩm Mới* nhưng không đều, có thời gian mỗi tháng ra một lần, lại có thời gian hai tháng mới ra một lần. Đến đầu năm 1976, *Tác Phẩm Mới* bị đình bản hẳn.

Từ năm 1976, Hội Nhà văn thành lập nhà xuất bản Tác Phẩm Mới và từ năm 1977, tiếp nhận báo *Văn Nghệ* từ Hội Liên hiệp Văn học Nghệ thuật Việt Nam.

Báo *Văn Nghệ* lúc mới thành lập năm 1948, vốn là tạp chí, mỗi tháng ra một lần; từ năm 1955, biến thành tuần báo; từ năm 1957 lại biến thành tạp chí và từ năm 1963 đến nay, cố định trong hình thức một tuần báo.

Báo *Văn Nghệ* trước dày 12 trang, từ tháng 10.1984, tăng lên 16 trang, khổ 29x42, gồm rất nhiều mục: thời sự chính trị trong và ngoài nước, thời sự văn nghệ trong và ngoài nước, trang lý luận, phê bình, nghiên cứu văn học, trang văn học nước ngoài, một trang dành cho các ngành nghệ thuật khác ngoài văn học như sân khấu, điện ảnh, kiến trúc, điêu khắc, hội hoạ. Trang sáng tác, do đó rất ít. Mỗi số báo chỉ đăng tối đa được ba truyện ngắn, thường chỉ có hai truyện. Nhân cho 52 số báo, mỗi năm báo *Văn Nghệ* đăng được khoảng hơn 100 truyện ngắn. Trong Hội Nhà văn hiện nay có khoảng hơn 200 người viết truyện, một nửa trong họ sẽ không bao giờ có cơ hội đăng tải sáng tác của mình suốt cả năm. Nửa kia may mắn lắm thì mỗi người được đăng tải một lần, trừ một số ngoại lệ thật đặc biệt. Và ngoại lệ luôn luôn là hoạ hoằn.

Tổng biên tập báo *Văn Nghệ* thay đổi hoài. Từ năm 1978 là Giang Nam, từ 1980 là Nguyễn Văn Bổng, từ 1983 là Đào Vũ, từ 1987 là Nguyên Ngọc. Sau khi Nguyên Ngọc bị cách chức vào tháng 12.1988, Hữu Thỉnh thay thế.

Nhà xuất bản Tác Phẩm Mới được thành lập năm 1976, do Vũ Tú Nam làm giám đốc, Nguyễn Văn Mãi và Nguyễn

Kiên làm phó giám đốc. Trực thuộc Hội Nhà văn, nhà xuất bản Tác Phẩm Mới có chức năng chủ yếu là in các tác phẩm văn học Việt Nam đương đại, nói cách khác, tác phẩm của các hội viên.

Từ tháng 7.1987, Hội Nhà văn ra mắt tạp chí *Tác phẩm văn học,* hai tháng ra một lần, do Nguyễn Đình Thi làm tổng biên tập, Nguyễn Thị Ngọc Tú làm phó tổng biên tập.

Đầu năm 1990, Ban chấp hành Hội Nhà văn khoá IV quyết định đổi tên tạp chí *Tác phẩm văn học* thành tạp chí *Tác phẩm mới* và đổi tên nhà xuất bản Tác Phẩm Mới thành nhà xuất bản Hội Nhà văn.

Ngoài các ban công tác, các hội đồng bộ môn, các cơ quan ngôn luận gồm tạp chí, tuần báo và nhà xuất bản, Hội Nhà văn Việt Nam còn có các tổ chức vệ tinh khác ở các địa phương. Sự thực, trực thuộc Hội Nhà văn, đến nay, chỉ có hai tổ chức: Hội Nhà văn Bình Trị Thiên do Nguyễn Khoa Điềm làm tổng thư ký và Hội Nhà văn thành phố Hồ Chí Minh do Nguyễn Quang Sáng làm tổng thư ký (trước có tên là Ban liên lạc các nhà văn tại thành phố Hồ Chí Minh, từ năm 1987, đổi lại là Hội những người viết văn thành phố). Ở các địa phương khác, ngay cả tại Hà Nội, cũng chưa có Hội Nhà văn. Chỉ có Hội Văn Nghệ, tức là tổ chức bao gồm các văn nghệ sĩ thuộc nhiều lãnh vực khác nhau, là một bộ phận cơ sở của Ủy ban Trung ương Liên hiệp Văn học Nghệ thuật Việt Nam.

Hội Nhà văn, từ năm 1983 đến nay, cứ mỗi năm hoặc hai năm, phát tặng thưởng cho một số tác phẩm xuất sắc theo từng thể loại. Việc đánh giá và quyết định tặng thưởng do các Hội đồng bộ môn thực hiện. Về văn xuôi, các tác phẩm sau đây đã được tặng thưởng: *Gặp gỡ cuối năm* của

Nguyễn Khải, *Đứng trước biển* của Nguyễn Mạnh Tuấn, *Hồi ký* của Đặng Thai Mai, *Thời xa vắng* của Lê Lựu, *Đất trắng* của Nguyễn Trọng Oánh, *Hạt mùa sau* của Nguyễn Thị Ngọc Tú, *Cuộc đời bên ngoài* của Vũ Huy Anh, *Mùa lá rụng trong vườn* của Ma Văn Kháng, *Một chiều xa thành phố* của Lê Minh Khuê, *Họ cùng thời với những ai* của Thái Bá Lợi, *Gió từ miền cát* của Xuân Thiều, *Chim én bay* của Nguyễn Trí Huân, *Cỏ lau* của Nguyễn Minh Châu, *Cuốn gia phả để lại* của Đoàn Lê, *Lời nguyền hai trăm năm* của Khôi Vũ, *Ông cố vấn* của Hữu Mai.

Về thơ: *Bài thơ không năm tháng* của Lâm Thị Mỹ Dạ, *Trăng phù sa* của Võ Văn Trực, *Những điều cùng đến* của Vũ Quần Phương, *Ánh trăng* của Nguyễn Duy, *Hoa trên đá* của Chế Lan Viên, *Người đàn bà ngồi đan* của Ý Nhi, *Ngôi nhà có ngọn lửa ấm* của Nguyễn Khoa Điềm, *Tiếng hát tháng giêng* của Y Phương, *Thơ Xuân Quỳnh* của Xuân Quỳnh.

Ngoài việc đánh giá và tặng thưởng cho một số tác phẩm văn học trong một năm hoặc trong hai năm như trên, Hội Nhà văn còn tổ chức được một số trại sáng tác và các cuộc hội nghị về văn học. So với cái hệ thống tổ chức cồng kềnh như vậy, những thành tích đạt được quả là khiêm tốn. Trong chiều hướng nói thẳng, nói thật để phê bình và tự phê bình sau Đại hội đảng lần thứ 6, nhà phê bình văn học Nguyễn Đăng Mạnh phát biểu:

> Lâu nay Hội có đấy mà cũng như không. Chẳng có mấy ai có ý thức về sự tồn tại của nó trong đời sống xã hội… Hội không có bất kỳ một tí quyền hành nào. Sách, báo, bài vở của hội viên do những nơi nào duyệt kia, chứ Hội không được "ý kiến" vào đấy. Ngay cả công việc tổ chức của Hội, hội viên cũng không được quyền quyết định. Phải một thời

gian dài, hai mươi năm liền (từ 1962 đến 1982) mới họp được Đại hội lần thứ ba, nhưng lại mất dân chủ trầm trọng.[10]

Trên báo *Văn Nghệ* số ra ngày 16.7.1988, trong một bài phát biểu góp ý chuẩn bị tổ chức Đại hội lần thứ tư của Hội Nhà văn, nhà thơ Diệp Minh Tuyền viết:

> Đảng lãnh đạo Hội Nhà văn thông qua các ban chuyên môn của mình.[11] Các ban này nên lãnh đạo Hội bằng đường lối, phương hướng, chủ trương, chỉ thị. Cần tránh làm thay, cần tránh tự biến mình thành một cơ quan "siêu Hội" lãnh đạo bằng mệnh lệnh hành chánh, cầm tay chỉ việc một cách độc đoán. Nhà văn phục tùng sự lãnh đạo của đường lối Đảng, khác với kiểu "gọi dạ, bảo vâng" đối với cá nhân người phụ trách.

Đoạn văn trên nằm dưới một cái tiêu đề nhỏ: *"Đổi mới cơ chế ngoại biên... Quan hệ giữa Hội và Ban Tuyên huấn, Ban Văn hoá Văn nghệ của Đảng"*. Đổi mới. Nên. Cần tránh. Có nghĩa là, trên thực tế, cho đến lúc này, Hội Nhà văn Việt Nam, theo ý Diệp Minh Tuyền, chỉ là những kẻ "gọi dạ, bảo vâng", được Ban Tuyên huấn và Ban Văn hoá Văn nghệ "cầm tay chỉ việc một cách độc đoán". Chính vì cái thực tế đau xót, nhục nhằn ấy mà nhà thơ mới đề nghị "đổi mới", "nên" như thế này, "cần tránh" những chuyện như thế kia.

Cuối cùng, ý của Diệp Minh Tuyền và Nguyễn Đăng Mạnh giống nhau: *"Lâu nay Hội có đấy mà như không"*.

---

[10] Văn Nghệ, HN, số 10 ra ngày 5-3-1987.

[11] Tức Ban Tuyên huấn trung ương và Ban Văn hoá Văn nghệ Trung ương.

Nói cách khác, Hội Nhà văn, dưới chế độ cộng sản, chỉ là một tổ chức hành chánh chứ không phải là một tổ chức chuyên môn, thuần tuý chuyên môn: nó được hình thành để lãnh đạo, kiểm soát, kiểm chế các văn nghệ sĩ hơn là thúc đẩy nhiệt tình và năng lực sáng tạo của mỗi người.

Như thế, không nên lầm lẫn một cách nguy hiểm là tưởng Hội Nhà văn dưới chế độ cộng sản cũng là một hình thức tương tự các Hội Nhà văn hoặc các Trung tâm Văn bút vốn hoàn toàn độc lập với chính quyền và xa lạ với mọi ý đồ chính trị ở các quốc gia tự do.

Chương 2
Chế độ kiểm duyệt

Bất cứ người cầm bút nào dưới chế độ cộng sản cũng đều lệ thuộc vào ba tổ chức: một tổ chức đảng, một tổ chức nhà nước và một tổ chức quần chúng.

Tổ chức đảng có nhiệm vụ lãnh đạo. Đó là Ban Tuyên huấn và Ban Văn hoá Văn nghệ Trung ương trước đây, Ban Tư tưởng - Văn hoá hiện nay. Lãnh đạo ở ba phương diện: tư tưởng, nghệ thuật và sinh hoạt.

Tổ chức nhà nước có nhiệm vụ quản lý. Đó là Bộ Văn hoá đối với các ngành nghệ thuật tạo hình (hội hoạ, điêu khắc, kiến trúc), nghệ thuật biểu diễn (ca, nhạc, kịch, điện ảnh) và Bộ Thông tin đối với văn học và báo chí. Có ba lãnh vực được quản lý: ngân sách, nhân sự và cơ sở. Có ba loại cơ sở: nhà xuất bản, nhà in, công ty phát hành.

Tổ chức quần chúng của giới cầm bút là Hội Nhà văn và rộng hơn Hội Nhà văn là Ủy ban Trung ương Liên hiệp Văn học Nghệ thuật.

Vấn đề là: tổ chức nào có quyền hạn kiểm duyệt văn nghệ?

Dĩ nhiên không phải là Hội Nhà văn hay Ủy ban Trung ương Liên hiệp Văn học Nghệ thuật Việt Nam. Đó chỉ là những tổ chức có tính chất "mặt trận", chức năng chủ yếu là tập họp lực lượng để nhà nước dễ quản lý và đảng dễ lãnh đạo. Thế thôi. Ngay cả Nguyễn Đình Thi, tổng thư ký

Hội Nhà văn, đến đầu năm 1989, cũng có đến sáu vở kịch bị cấm xuất bản.[12]

Không phải Bộ Thông tin. Trong Bộ Thông tin có Cục xuất bản, nhưng La Thăng, Cục trưởng Cục xuất bản lại xác định nhiệm vụ của Cục chỉ là *"tổng hợp, cân đối, kiểm tra các kế hoạch, đề tài hàng năm và ký xác nhận vào các bản kế hoạch (kể cả các kế hoạch bổ sung), đồng thời theo dõi, kiểm tra việc thực hiện kế hoạch của từng nhà xuất bản"*.

La Thăng lại nhấn mạnh: *"Cục xuất bản không có chức năng xét duyệt nội dung từng tên sách"*.[13]

La Thăng không nói dối. Trong Bộ Thông tin hoặc trong Cục xuất bản không có một cơ quan nào chuyên trách về vấn đề kiểm duyệt nội dung sách báo, dù ẩn nấp dưới bất cứ hình thức hay danh nghĩa gì. Và Bộ Thông tin cộng sản, từ xưa đến nay, chưa bao giờ lệnh cấm hay thu hồi một tác phẩm nào cả;[14] cũng chưa bao giờ truy tố hay trừng phạt một tác giả nào cả (trừ trường hợp sách, báo xuất bản "chui"). Trước đây, cộng sản đã không ngừng khai thác tính chất "hiền lành" và "vô hại" ấy của Bộ Thông tin để tuyên truyền cho sự tự do sáng tác và tự do sáng tạo dưới chế độ của mình.

Theo dõi tất cả những vụ án văn nghệ dưới chế độ cộng sản, người ta luôn luôn bắt gặp một thủ phạm duy nhất:

---

[12] Văn Nghệ, Hà Nội, 11.3.1989.

[13] Nhân Dân, Hà Nội, 24.4.1989.

[14] Sau này thì có. Nhưng điều đó vượt ra ngoài thời gian nghiên cứu của cuốn sách này vốn dừng lại ở năm 1990.

đảng. Luôn luôn là đảng. Không phải Ban Tuyên huấn thì là Ban Văn hoá Văn nghệ Trung ương của đảng. Không có ai khác. Người tự nhận nắm vai trò lãnh đạo văn nghệ cũng đồng thời là người thực hiện việc kiểm duyệt văn nghệ.

Cũng La Thăng, Cục trưởng Cục xuất bản thuộc Bộ Thông tin cho biết:

> Các sách của các nhà xuất bản chuyên nghiệp, theo nguyên tắc, phải được ghi trong kế hoạch hằng năm của nhà xuất bản, được cấp lãnh đạo các bộ, các ngành, các đoàn thể xét duyệt (đối với các nhà xuất bản ở trung ương), hoặc được hội đồng xuất bản xem xét, và Ban Tuyên huấn tỉnh, thành xét duyệt (đối với các nhà xuất bản địa phương).[15]

Đối với các nhà xuất bản địa phương, ý của La Thăng đã rõ: nhiệm vụ kiểm duyệt (ông gọi là xét duyệt) nằm trong tay Ban Tuyên huấn thuộc tỉnh ủy hoặc thành ủy. Nhưng đối với các nhà xuất bản ở trung ương, cách diễn tả ở trên có phần hơi mơ hồ. Cơ quan chủ quản của nhà xuất bản là ai? Ví dụ, cơ quan chủ quản của nhà xuất bản Tác Phẩm Mới là Hội Nhà văn. Nhưng Hội Nhà văn lại không có quyền hạn kiểm duyệt các ấn phẩm của nhà xuất bản Tác Phẩm Mới. Nhớ lại lời phát biểu của nhà phê bình văn học Nguyễn Đăng Mạnh: *"Sách, báo, bài vở của hội viên do những nơi nào duyệt kia, chứ Hội không được 'ý kiến' vào đấy".*[16]

Vậy ở đây phải hiểu là cơ quan chủ quản cao nhất chứ không phải là cơ quan chủ quản trực tiếp. Cơ quan chủ

---

[15] Văn Nghệ, Hà Nội, 24.9.1989.

[16] Văn Nghệ, 5.9.1987.

quản trực tiếp của nhà xuất bản Tác Phẩm Mới là Hội Nhà văn. Cơ quan chủ quản cao nhất của nó lại là Ban Tuyên huấn và Ban Văn hoá Văn nghệ.

Trong Lời giới thiệu quyển *Từ điển Việt Anh* của Bùi Phụng, do trường Đại học Tổng hợp Hà Nội tái bản năm 1986, Phan Hữu Dật viết:

> ... cuốn *Từ điển Việt Anh* của đồng chí Bùi Phụng sau khi được xuất bản, đã được đông đảo người đọc trong và ngoài nước, nhất là các nhà khoa học, sinh viên và học sinh sử dụng rộng rãi và hoan nghênh... Trong tám năm qua, kể từ khi cuốn Từ điển được xuất bản, trường chúng tôi đã nhận được yêu cầu của nhiều cơ quan và cá nhân trong và ngoài nước đặt mua, nhưng chúng tôi không thể đáp ứng được vì sách đã bán hết.
>
> Lần này, được phép của Ban Tuyên huấn trung ương đảng, Bộ Văn hoá và Thông tin, trường Đại học Tổng hợp Hà Nội tái bản cuốn *Từ điển Việt Anh* của đồng chí Bùi Phụng.

Hai cơ quan cấp giấy phép để tái bản quyển *Từ điển Việt Anh,* theo lời Phan Hữu Dật, hiệu trưởng trường Đại học Tổng hợp Hà Nội là Ban Tuyên huấn và Bộ Văn hoá và Thông tin (sau này tách đôi thành Bộ Văn hoá và Bộ Thông tin).

Cũng cùng một vấn đề như vậy, nhưng Thuận Trung, trên tạp chí *Cộng sản* tháng 6-1989 viết rõ hơn, chi tiết hơn:

> ... Nhà xuất bản Đại học được Vụ xuất bản Ban tuyên huấn trung ương và Cục xuất bản Bộ Thông tin cho phép in lại một số tác phẩm của Tự Lực văn đoàn (có kèm theo lời giới thiệu, đánh giá và hướng dẫn nghiên cứu) trong "Tủ sách nhà trường" dành cho sinh viên (trang 62).

Như vậy, hai cơ quan trực tiếp đảm nhận việc kiểm duyệt là Vụ xuất bản thuộc Ban Tuyên huấn Trung ương và Cục xuất bản thuộc Bộ Thông tin. Ở trên, La Thăng, Cục trưởng Cục xuất bản đã cho biết là Cục này chỉ có nhiệm vụ *"tổng hợp, cân đối, kiểm tra kế hoạch đề tài hằng năm"* chứ *"không có chức năng xét duyệt nội dung từng tên sách"*. Dùng phép loại trừ, chúng ta có thể kết luận: đảm nhận việc kiểm duyệt sách dưới chế độ cộng sản là Vụ xuất bản trực thuộc Ban Tuyên huấn Trung ương.

Kiểm duyệt báo lại có một cơ quan khác cũng trực thuộc Ban Tuyên huấn Trung ương: Vụ báo chí.

Có thể nêu lên một đặc điểm lớn đầu tiên của hệ thống kiểm duyệt văn nghệ dưới chế độ cộng sản: hệ thống kiểm duyệt ấy nằm trong tay đảng chứ không phải nằm trong tay nhà nước. Tổ chức đảng đặc trách vấn đề kiểm duyệt là Ban Tuyên huấn, hoặc nói cụ thể hơn, là Vụ xuất bản và Vụ báo chí thuộc Ban Tuyên huấn.

Đặc điểm thứ hai: Vụ xuất bản và Vụ báo chí thuộc Ban Tuyên huấn không có văn phòng cố định để mọi người có thể đến đó nộp bản thảo chờ kiểm duyệt. Phương thức làm việc của Vụ xuất bản và Vụ báo chí là phân tán nhân sự và quyền hành xuống các cơ sở. Ban Tuyên huấn chỉ là kẻ quyết định cuối cùng trước khi in. Với phương thức tổ chức như thế, hệ thống kiểm duyệt dưới chế độ cộng sản được phân chia thành nhiều đợt qua nhiều cấp khác nhau:

Đối với báo chí, có ba cấp:

    1. Ban biên tập

    2. Ban giám đốc

3. Ban tuyên huấn (nếu là báo chuyên về văn nghệ thì có sự cộng tác của Ban Văn hoá Văn nghệ).

Đối với sách cũng có ba cấp:

1. Ban biên tập

2. Hội đồng nghệ thuật của nhà xuất bản

3. Hội đồng xuất bản trung ương hoặc địa phương (do Ban Tuyên huấn chủ trì).

Trên báo *Văn Nghệ* số ra ngày 29-4-1989, Phạm Đức tóm lược những "con đường đau khổ" mà một tác phẩm văn học phải trải qua để đến được với quần chúng: *"Trong cách thức xuất bản hiện nay... mỗi quyển sách được ra đời đều đã qua khá nhiều 'cửa ải' (Người biên tập các cấp, tổng biên tập và giám đốc Cục, Vụ duyệt đề tài)."*

*
* *

Bất cứ tờ báo hay tạp chí nào tại Việt Nam cũng đều có một ban lãnh đạo do tổng biên tập và các phó tổng biên tập cầm đầu. Trực thuộc ban lãnh đạo có hai bộ phận: bộ phận quản lý và bộ phận biên tập, thực chất là bộ phận kiểm duyệt cơ sở. Bộ phận quản lý gồm các phòng: tổ chức, hành chánh, kỹ thuật và tài vụ. Bộ phận biên tập, tuỳ theo từng loại báo hay tạp chí, có những cơ cấu khác nhau. Báo chuyên về chính trị như tạp chí *Cộng sản* chẳng hạn, có năm Vụ biên tập: Vụ biên tập về kinh tế, Vụ biên tập về chính trị, Vụ biên tập về văn hoá, Vụ biên tập về các vấn đề xây dựng đảng và Vụ biên tập về các vấn đề quốc tế.

Báo văn nghệ cũng có năm bộ phận biên tập khác nhau, gọi là Ban: Ban văn, Ban thơ, Ban lý luận phê bình, Ban văn học nước ngoài và Ban thời sự văn học.

Mỗi loại hình văn học đều có ít nhất hai biên tập viên. Bài lai cảo gửi tới người này đọc rồi chuyển qua người kia đọc tiếp. Quyết định chọn đăng, cả hai người cùng ký tên trên bản thảo. Rồi chuyển lên cho tổng biên tập hoặc phó tổng biên tập. Tổng biên tập hoặc phó tổng biên tập đọc lại và nếu đồng ý với đề nghị của biên tập viên, lại phải ký tên vào bản thảo. Những chữ ký ấy xác nhận sự liên đới trách nhiệm giữa Ban lãnh đạo, các biên tập viên và tác giả nếu sau này người ta phát hiện trong bài viết ấy có "vấn đề" gì về tư tưởng.

Trước khi đưa sang nhà in, tất cả các bài vở đều phải được Ban Tuyên huấn trung ương hoặc địa phương kiểm duyệt lần cuối cùng: *"Cho đến bây giờ nhiều tỉnh phía Nam (ngoài Bắc tôi không rõ), Tuyên huấn vẫn còn duyệt bản thảo báo Văn Nghệ trước khi in"*, theo lời tiết lộ của nhà văn Mai Văn Tạo trên báo *Văn Nghệ* số ra ngày 11.6.1988.

Nói tóm, để xuất hiện trên mặt báo, bất cứ bài viết nào cũng trải qua ba lần bị kiểm duyệt: các biên tập viên, tổng biên tập hoặc phó tổng biên tập của Ban Tuyên huấn.

Trọng tâm của sự kiểm duyệt không phải chỉ là tư tưởng chung chung thể hiện qua chủ đề của tác phẩm mà còn đi sâu vào từng chi tiết, từng câu, từng chữ. Trên báo *Văn Nghệ* số Tết 1987, nhà văn Nguyễn Tuân kể:

... Nhân dịp Tết Trung thu vừa qua, tôi có đưa đăng báo một truyện ngắn viết cho thiếu nhi nói về sự tích trái bưởi đào, trong đó có mấy chữ 'Đại hội các loài chim', một cán bộ biên tập đã yêu cầu tôi bỏ mấy chữ Đại hội đi vì sợ người ta liên hệ đến đại hội đảng.

Nhà văn không chịu sửa chữa theo những đề nghị quái gở của các cán bộ biên tập ư? Thì không sao cả. Chỉ có điều tác phẩm ấy sẽ mãi mãi nằm yên trong ngăn kéo, không bao giờ xuất hiện với đời. Sỹ Ngọc viết về Nguyễn Tuân:

> Người ta vẫn sợ anh, và bài báo nào anh viết, quyển sách nào của anh cũng bị coi từng chữ, từng câu, vì họ rất sợ cái nói toạc sự thật, lối nói riêng của anh không khuôn theo một lối nói có sẵn của xã hội. Vì vậy, quãng sau này anh ít được in sách, tuy có túng bấn, anh vẫn không chịu sửa theo ý người khác.[17]

Trong một bài viết đăng trên báo *Sài Gòn Giải phóng* ngày 2.9.1988, Đoàn Giỏi kể có lần Nguyễn Tuân gửi bài đến báo *Cứu Quốc* ở Hà Nội. Các biên tập viên tự ý chữa bài của ông đến nát bét cả. Lại chữa bậy. Và không hỏi ý kiến nhà văn đến một lời. Lần ấy, cầm tờ báo đọc, không nén được sự phẫn nộ, Nguyễn Tuân đã cầm ba-toong rượt đánh các biên tập viên báo *Cứu Quốc*. Rồi ông nghẹn ngào than: *"Của người ta trau chuốt, cân nhắc, nâng niu từng chữ mà mấy ông nội cứ a-lê-hấp, phạt y như phạt cỏ"*.

*

* *

---

[17] Dẫn theo Thi Vũ, *Hoài niệm Nguyễn Tuân*, Quê Mẹ số 86.

Mô hình tổ chức ở các nhà xuất bản cũng giống nhau như ở các toà báo, có điều quy mô lớn hơn, do đó, cồng kềnh hơn.

Đứng đầu nhà xuất bản là Ban giám đốc. Thuộc quyền Ban giám đốc cũng có hai bộ phận: bộ phận quản lý và bộ phận biên tập. Bộ phận quản lý gồm: Phòng chính trị, Phòng kinh tế, Phòng khoa học kỹ thuật, Phòng văn hoá, Phòng hành chánh trị sự và Phòng tài vụ. Bộ phận biên tập, tuỳ nhà xuất bản, được tổ chức khác nhau. Riêng các nhà xuất bản thuần tuý văn nghệ thì gồm: Phòng biên tập thơ, Phòng biên tập văn xuôi, Phòng biên tập nghiên cứu lý luận phê bình, Phòng biên tập văn học nước ngoài.

Quá trình kiểm duyệt ở nhà xuất bản, trong giai đoạn đầu, cũng giống như ở các báo và các tạp chí. Luôn luôn có hai biên tập viên cùng đọc, cùng nhận xét và cùng quyết định việc đề nghị chọn in hay không. Tất cả những nhận xét và đề nghị ấy đều được ghi vào biên bản cụ thể.

Hoàng Minh Châu kể về việc kiểm duyệt tập thơ *Cửa mở* của Việt Phương năm 1969 như sau:

> … Xét bản thảo có thể in, tôi bèn chuyển anh Yến Lan đọc tiếp. Yến Lan cũng đồng tình với tôi, nhận định đây là cây bút có tìm tòi, là một 'sự kiện văn học', tuy cũng thấy vài chỗ cần bàn bạc thêm. Chúng tôi thống nhất ý kiến, chọn chặt lại cùng nhau đặt tên tập thơ là *Cửa Mở* và chuyển lên giám đốc.[18]

Lời kể của Hoàng Minh Châu có hai chi tiết khá rõ: một, có hai biên tập viên cùng kiểm duyệt một tác phẩm trước khi đưa lên giám đốc; hai, hai biên tập viên ấy có quyền

---

[18] Văn Nghệ, Hà Nội, 17.12.1988.

"chọn chặt lại", nghĩa là, nói cách khác, có quyền loại bỏ những bài họ thấy không hợp ý.

Có một chi tiết khá mơ hồ: *"bàn bạc thêm"*. Là sao? Nguyễn Khải sẽ trả lời trong bài *Người viết với sách in* đăng trên báo *Văn Nghệ* số Tết 1988: bản thảo

> gửi tới một nhà xuất bản nào đó. Bắt đầu sống những ngày căng thẳng trong chờ đợi. Một tuần hy vọng rồi lại một tuần thất vọng. Một tháng hy vọng rồi lại một tháng thất vọng. Nhiều khi đã thất vọng đến hoàn toàn mới nhận được giấy mời tới bàn bạc để đưa vào kế hoạch in. Bàn bạc nghĩa là yêu cầu tác giả nên sửa chữa, không nhiều, chỉ xem lại một chút cái phần mở đầu, cái phần kết thúc và một vài chi tiết ở chương này, một vài chi tiết ở chương kia và… và… Nghe mà ớn lạnh, nhưng không thể trả lời là tôi không sửa, là tôi sẽ lấy lại bản thảo đem về, mà vẫn phải chăm chú, vẫn phải tươi cười, vẫn phải lễ độ mà rằng: tôi xin tiếp thụ, tôi xin sửa chữa lại tất cả, tôi xin… tôi xin…"

Tế Hanh cũng kể một trường hợp tương tự trên báo *Văn Nghệ* số ra ngày 17.12.1988:

> Tôi nhớ nhất là khi cho xuất bản tập *Gió Lào cát trắng* của Xuân Quỳnh. Lúc ấy, Xuân Quỳnh gặp khó khăn trong đời riêng, anh Như Phong, giám đốc nhà xuất bản tỏ ý ngần ngại, anh Hoàng Minh Châu và tôi đồng ý in vì đó là tập thơ có nhiều chất trữ tình. Tôi bàn bỏ qua một vài bài quá riêng tây và cho in. Trong những bài bỏ tôi tiếc nhất là bài *Cỏ dại*. Về sau, khoảng 1980, có nhà văn Pháp là bà Cô-re-zơ sang Việt Nam và nhờ tôi tổ chức gặp các nhà thơ nữ, bà rất khen thơ Xuân Quỳnh, trong đó có bàn *Cỏ dại*, tôi nói lại với Xuân Quỳnh và Xuân Quỳnh nửa đùa nửa trách: "Thế mà hồi đó, anh lại bỏ bài ấy của em", tôi cười: "Khi mình đọc thích một bài thơ, nhưng khi làm người phụ trách duyệt thơ thì lại khác…"

Giám đốc nhà xuất bản không phải là người quyết định cuối cùng. Nhà xuất bản nào cũng có một tổ chức gọi là Hội đồng nghệ thuật bao gồm giám đốc, phó giám đốc, các trưởng phòng, ban và một số nhà chuyên môn do giám đốc làm chủ tịch. Hội đồng nghệ thuật có nhiệm vụ duyệt lại từng tác phẩm trong số những tác phẩm được các cán bộ biên tập đề nghị in.

Khi Hội đồng nghệ thuật duyệt xong, các tác giả có tên trong bản danh mục được chọn phải cấp tốc nộp một bản lý lịch có cơ quan chủ quản, nơi mình đang công tác xác nhận. Thủ tục này được đặt ra để ngăn chận hiện tượng những tên "biệt kích văn hoá" nguỵ trang với những bút hiệu khác thâm nhập vào hàng ngũ cầm bút xã hội chủ nghĩa.

Mỗi năm, có một cuộc họp khoáng đại của một tổ chức gọi là Hội đồng xuất bản trung ương hoặc địa phương để kiểm duyệt lần cuối, quyết định "bản kế hoạch", tức là bản danh mục sách sẽ in cho cả năm sau. Tham gia Hội đồng xuất bản gồm có: giám đốc nhà xuất bản, đại diện Ban Tuyên huấn, đại diện Ban Văn hoá văn nghệ, đại diện Bộ Thông tin và một số nhà chuyên môn.

Trong phiên họp của Hội đồng xuất bản, người ta sẽ xét duyệt trên cơ sở bản danh mục nhà xuất bản đề nghị. Mỗi thành phần tham dự góp ý từ góc độ chuyên môn của mình. Bộ Thông tin xuất phát từ khả năng ấn loát (giấy mực, nhà in, thợ in...), quyết định số lượng đầu sách và số lượng ấn bản cho mỗi đầu sách, tỉ lệ giữa sách sáng tác trong nước và sách dịch từ nước ngoài. Bộ Văn hoá văn nghệ góp ý về vấn đề chất lượng. Các nhà chuyên môn bổ sung ý kiến của Ban Văn hoá Văn nghệ. Kẻ quyết định cuối cùng là Ban Tuyên huấn. Căn cứ vào nhu cầu tuyên truyền, Ban Tuyên huấn cho phép những sách nào được in, sách nào không được in; sẽ sắp xếp thứ tự ưu tiên cho một số tác phẩm được in sớm để phục vụ kịp thời một chiến dịch, một phong trào.

Đối với các nhà xuất bản thuộc cấp tỉnh hoặc thành phố, Hội đồng xuất bản cũng giữ nguyên cơ cấu như vậy, chỉ thay đổi cấp bậc: Sở Văn hoá thông tin thay cho Bộ Thông tin, Ban Tuyên huấn thành ủy hoặc tỉnh ủy thay cho Ban Tuyên huấn Trung ương…

Để được xuất bản, như vậy, mỗi cuốn sách phải đi qua ba tầng kiểm duyệt: cán bộ biên tập, Hội đồng nghệ thuật của nhà xuất bản và cuối cùng Hội đồng xuất bản của trung ương hoặc của địa phương.

Trương Văn Khuê, giám đốc nhà xuất bản *Trẻ* tại thành phố Hồ Chí Minh, trên báo *Sài Gòn Giải phóng* ngày 5.7.1987, cho biết, trước khi chuyển qua bộ phận ấn loát, bản thảo nào cũng có một tập hồ sơ dày cộm và đỏ lòm bốn con dấu: con dấu của cơ quan chủ quản của tác giả, con dấu của nhà xuất bản, con dấu của Ban Tuyên huấn và con dấu của Bộ Thông tin hoặc của Sở Văn hoá Thông tin.

Theo lời tiết lộ của Trương Văn Khuê, người ta thấy ngay, trong Hội đồng xuất bản, vai trò của Ban Văn hoá Văn nghệ và của những người được coi là chuyên gia về văn học rất mờ nhạt: họ không có con dấu nào riêng, nghĩa là họ chỉ góp ý kiến chứ không có quyền quyết định.

Cũng theo Trương Văn Khuê, trên số báo vừa dẫn, để thành lập chỉ tiêu xuất bản cho cả năm, Hội đồng xuất bản chỉ nhóm họp một lần. Đối với những quyển sách tái bản, nếu không có gì sửa chữa hay thêm bớt, nhà xuất bản có thể tự quyền quyết định. Trường hợp quyển sách ấy có sự thay đổi nhỏ, dù chỉ là thay đổi cái tựa, nó phải chờ "thông qua" trong cuộc họp thường niên của Hội đồng xuất bản vào năm tới.

Đối với kịch bản sân khấu, việc kiểm duyệt có khác chút ít nhưng mức độ khắc nghiệt thì vẫn như vậy. Trước hết, kịch bản phải được Ban lãnh đạo đoàn kịch hoặc đoàn hát xét duyệt. Đồng ý? Thì lại tiếp tục trình lên Sở Văn hoá Thông tin. Cán bộ Phòng văn nghệ của Sở Văn hoá Thông tin sẽ vầy vò tác phẩm đến độ không còn một tì vết nào có thể gây tác hại về tư tưởng chính trị cho quần chúng, sau đó mới cấp giấy phép tạm thời. Với giấy phép tạm thời ấy, đạo diễn đoàn kịch hoặc đoàn hát có thể bắt tay vào việc tập dượt. Khi các diễn viên đã thành thục, Ban lãnh đạo đoàn phải tổ chức một buổi diễn tập với sự tham dự để kiểm duyệt lần cuối của đại diện Ban Tuyên huấn.

Trong mục Diễn đàn văn hoá trên báo *Hà Nội Mới* số ra ngày 27.12.1987, một người ký tên là X.B. mô tả không khí buổi diễn tập để kiểm duyệt như sau:

> Từ tác giả, đạo diễn, diễn viên, người quản lý, từ khi mở màn cho đến lúc kết thúc, đều phải chăm chú theo dõi thái độ của người kiểm duyệt. Vì thực chất số phận của một công trình sáng tạo nhiều khi chỉ tuỳ thuộc vào ý kiến của người đến duyệt.

Câu chuyện do nhà văn Mai Văn Tạo kể trên báo *Văn Nghệ* số ra ngày 11.6.1988 lại còn chi tiết và bi hài hơn nữa:

> Có lần tôi và anh Bảo Định Giang được mời xem vở cải lương Đồ Chiểu. Hôm ấy là ngày xét duyệt. Tác giả mời chúng tôi có ý đồ rõ rệt. Anh Giang là nhà nghiên cứu lâu dài về Đồ Chiểu. Còn tôi là bạn của tác giả từng động viên khuyến khích anh khi anh còn trăn trở với đề tài. Cách xét

duyệt thật bi hài. Vở diễn, nhân vật hát hai câu: "Bến Nghé
cửa tiền tan bọt nước. Đồng Nai tranh ngói nhuốm màu
mây". "Không được! Không được!" – Ông trưởng ban
Tuyên huấn phán ngay – "Thơ Đồ Chiểu không phải vậy,
thơ Đồ Chiểu sao ủy mị thế? Không xốc tới, xông lên?".
Tác giả: "Thưa anh, thơ Đồ Chiểu thật ạ! Có anh Bảo Định
Giang nhà nghiên cứu Đồ Chiểu đây". Anh Giang gật đầu
xác nhận. Ông trưởng ban nọ: "Ờ, ờ… tôi cũng không rõ
thơ Đồ Chiểu, nhưng dù câu này thật đúng là của ông cũng
bỏ, vì yếu quá!". Đến đoạn khác, nhân vật Đồ Chiểu nói:
"Phan, Lâm mãi quốc, triều đình khí dân". Ông trưởng ban:
"Không được! Không được! Câu này còn quan trọng hơn
nữa, Nói "triều đình" là muốn nói Trung ương (đảng) sao?

*

* *

Đừng tưởng sau khi một tờ báo đã ấn hành, một quyển
sách đã xuất bản, một kịch bản đã được dàn dựng trên sân
khấu hoặc quay thành phim, ám ảnh về kiểm duyệt coi
như đã kết thúc. Không phải. Sau kiểm duyệt còn tái kiểm
duyệt.

Tái kiểm duyệt được thực hiện sau khi tác phẩm đã ra đời,
đã xuất hiện trước công chúng. Dưới chế độ cộng sản, từ
trước đến nay, có rất nhiều tác phẩm bị kết tội, bị đày đoạ
trong cái giai đoạn tái kiểm duyệt này. Không kể vụ Nhân
Văn - Giai Phẩm, theo Từ Sơn, trên tạp chí *Cộng Sản* số
tháng 5-1988, từ năm 1960 đến năm 1988, có cả thảy 73
vụ án văn nghệ lớn nhỏ. Ở hải ngoại không thể có đủ tài
liệu để kiểm tra mức độ chính xác của con số này. Tuy
nhiên, dù sao, nó cũng đã khá nhiều: bình quân mỗi năm

có bốn vụ. Không phải vụ nào cũng là "phản động". Phần lớn, các vụ án nổ ra vì những lý do... lãng nhách. Trên tạp chí *Văn Nghệ Quân Đội* số tháng 7.1988, nhà văn Mai Ngữ kể:

> Vào đầu năm 1974, một anh thương binh trẻ tự dưng lao đầu vào cuộc bằng cái truyện ngắn rất chi hiền lành 'Cây táo ông Lành'. Tội chính của anh là đã 'phạm huý' khi đặt tên cái truyện bé bỏng ấy, đến nỗi một nhà phê bình văn học có tầm cỡ hồi đó, khi nhắc đến nó để phê phán nó, cũng chỉ dám gọi tắt là 'Cây táo', không dám gọi đủ tên, sợ chính mình cũng mắc tội phạm thượng!

Tại sao cái tựa đề như thế lại "phạm huý" và "phạm thượng"? Tội nghiệp, anh nhà văn trẻ vốn là thương binh ấy không biết Lành là bí danh của Tố Hữu, rồi trước nhà Tố Hữu lại có một cây táo: *"Cành táo đầu hè rung rinh quả ngọt"*. Một cách vô tình, anh bị coi là kẻ xỏ xiên, châm biếm lãnh đạo, một cái tội tày đình.

Các nhà văn rất hãi hiện tượng tái kiểm duyệt này. Chẳng thà tác phẩm bị vất bỏ trong các toà soạn, các nhà xuất bản , tuy cũng bị coi là có "tội", song dù sao, cái tội ấy còn nhẹ, ít người biết, chưa gây ồn ào trong dư luận; nhà văn còn có thể vớt vát bằng cách sửa chữa lại hoặc viết một cái gì khác. Trường hợp tác phẩm đã ra mắt mà bị lên án, dù một cách oan uổng,

> tác giả của nó chỉ biết cúi đầu nhận tội, chẳng hề dám cãi lại hoặc thanh minh" và "ngoài những bài phê phán công khai trên báo chí, có tác giả còn bị xử lý về mặt tổ chức và suốt đời đeo cái "án văn chương", án không thành văn nhưng lại rất nặng nề.[19]

---

[19]Tạp chí Văn nghệ quân đội số 7.1988.

Trong một cuộc họp tại Hà Nội vào tháng 10.1987, Nguyễn Khắc Viện nhận xét:

> Sự lãnh đạo văn nghệ trong mấy năm qua nhiều lúc còn thô sơ, tỉa cành bắt sâu trong một vườn hoa quý lại dùng dao búa làm rừng khai hoang… Những người làm báo, viết văn, làm phim thường được nhắc nhở, phải làm thế này, không được làm như thế kia!... Lâu lâu lại nổ ra một vụ án: bài báo này, quyển sách kia, cuốn phim nọ bị kết án là "xét lại", là "chống đảng", là "có tính kích động"… Mà thông thường, bản án nào cũng có kỳ hạn, mãn hạn ra tù, còn bản án văn học thì cứ mãi mãi treo lơ lửng trên đầu… một bản án chung thân, có khi còn hại đến cả con cháu.[20]

Lời nhận xét của Nguyễn Khắc Viện có một điểm không chính xác: *"trong mấy năm qua"*. Đúng ra là trong mấy chục năm qua. Theo nhà văn Mai Ngữ, thái độ "tỉa cành bắt sâu" của đảng trong lãnh vực văn nghệ bắt đầu từ năm 1963,

> thời kỳ mỗi buổi tối về nhà ta thường phải nhức đầu về tiếng loa từ hàng xóm vọng sang của đài Bắc kinh được tiếp âm qua đài Hà Nội đang nguyền rủa bọn xét lại hiện đại, bọn đế quốc xã hội và những kẻ theo đuôi chúng; thời kỳ mà trên các báo chí Hà Nội đang dấy lên cơn lốc phê phán không thương xót một cuốn tiểu thuyết vừa ra đời.[21] Chưa bao giờ trong lịch sử văn học Việt Nam, một cuốn sách văn chương làng nhàng lại được nhiều người, nhất là giới phê bình văn học, quan tâm đến như vậy. Cuốn sách đã chiếm kỷ lục về tổng số những bài phê phán nó (khoảng gần sáu chục bài) và nếu đem in tất cả thì sẽ dày hơn cả bản thân nó. Giai đoạn cũ chấm dứt và cuộc phê phán cuốn tiểu thuyết

---

[20] Văn Nghệ, Hà Nội, số 17.10.1987.

[21] Tức quyển tiểu thuyết *Vào đời* của Hà Minh Tuân.

của Hà Minh Tuân mở đầu cho một giai đoạn mới đầy khắc nghiệt kéo dài suốt thời gian chống Mỹ và nhiều năm sau hoà bình.[22]

Cái mốc 1963 nhà văn Mai Ngữ nêu ra cũng không phải hoàn toàn chính xác: có lẽ vì ngại, ông không muốn kéo dài thời điểm ấy về trước để khỏi phải nhắc đến vụ án Nhân Văn - Giai Phẩm, lúc mà *"có tác giả viết là mùa hè nhìn thấy cây phượng già cô độc, thì có người lại bảo đó là ám chỉ bác Hồ"*.[23]

Nguyễn Khắc Viện nói đúng khi dùng chữ "bản án chung thân". Điểm qua danh sách những người cầm bút từng bị kết tội, người ta dễ dàng nhận thấy một điều: phần lớn đều bị biến mất, bị tước hẳn quyền sáng tác: Hà Minh Tuân, Hoàng Tiến, Vũ Bão, Việt Phương, Lý Phương Liên…

Trong bài dẫn trên, Mai Ngữ kể về

anh thương binh Hoàng Cát, tác giả của cái cây táo kia, gần đây tình cờ tôi gặp lại, tóc anh đã bạc trắng. Hồi đó cơ quan tổ chức của xí nghiệp đã từ chối không cấp giấy để anh thi vào đại học và sau này anh về hưu non. Một bên chân anh bị đạn của đế quốc và trái tim thành thương tật vì các nhà phê bình văn học quá sốt sắng và mẫn cán.

Ai có quyền tiến hành tái kiểm duyệt?

Hầu như là tất cả mọi người! Từ trung ương đảng trở xuống đảng viên lãnh đạo các cấp, đến giới phê bình và cả giới sáng tác nữa, ai cũng có thể nhân danh quan điểm của đảng, lập trường của giai cấp để tái kiểm duyệt một tác

---

[22] Tạp chí Văn nghệ quân đội 7.1988.

[23] Tạp chí Cộng sản số 5.1988.

phẩm nào đó. Dĩ nhiên, chức vị càng lớn, tiếng nói "tái kiểm duyệt" càng có âm hưởng, càng mạnh mẽ.

Hoàng Minh Châu kể về trường hợp tập thơ *Cửa mở* của Việt Phương bị thu hồi:

> Sách in xong, chỉ mới nộp lưu chiểu, bỗng nghe tiếng xì xầm '*Cửa mở* có vấn đề'. Thời ấy ba chữ 'có vấn đề' thường được hiểu là có việc gì ghê gớm. Nhưng nếu có ai hỏi lại rằng 'Vấn đề gì vậy?' thì người đưa tin cũng chỉ đáp được chung chung là 'Trên có ý kiến'. Còn 'Trên là ai?' thì kẻ nói ông A, người bảo ông B. Cũng có người dẫn ra chữ này 'sái', câu kia thường, hoặc thắc mắc hỏi là 'Ý này là sao nhỉ?'.[24]

Chỉ nghe xì xầm một cách bâng quơ vậy thôi, không có nghị quyết, không có bản án nào cả, *Cửa mở* đã bị thu hồi tức khắc và tác giả của nó, dù là một cán bộ khá cao – thư ký của Phạm Văn Đồng – vẫn bị xoá tên trong danh sách các nhà thơ miền Bắc suốt gần hai mươi năm nay.

Kiểm duyệt. Rồi tái kiểm duyệt. Đó là lý do tại sao lại có "*tâm trạng dè dặt, tình trạng run tay trong số đông các nhà văn, nếu không nói là tất cả các nhà văn*" tại Việt Nam hiện nay.[25] Không phải tình cờ mà các nhà văn, nhà thơ cộng sản, trong những phút nói thật hiếm hoi, đều cảm thấy thẹn thùng với chính mình.

Nguyễn Minh Châu tự nhận là mình nhát.[26] Lê Lựu cũng tự nhận là mình nhát.[27] Ngay cả những người cầm bút a

---

[24] Văn Nghệ, Hà Nội, 17.12.1988.

[25] Văn Nghệ, Hà Nội, 2.3.1985.

[26] Văn Nghệ, Hà Nội, 3.12.1988.

[27] Văn Nghệ, Hà Nội, 27.12.1986.

dua với cộng sản ở hải ngoại, xa ngoài mọi đe dọa, cũng thấy mình *"thiếu dũng khí"*.[28] *"Có một nhà văn đàn anh nâng chén rượu lên giữa đám đàn em: 'Tao còn sống, còn cầm bút được đến bây giờ là nhờ biết sợ',* lời kể của Nguyễn Minh Châu.[29]

Hậu quả của cái sợ là cái hèn. Vẫn lời của nhà văn Nguyễn Minh Châu: *"Văn chương gì mà muốn viết một câu trung thì phải viết một câu nịnh? Hèn, hèn chứ? Nhà văn nước mình tận trong tâm can ai mà chẳng thấy mình hèn? Cái sợ nó làm mình hèn".*[30]

Cái sợ thuộc phạm trù tâm lý. Cài hèn thuộc phạm trù đạo đức. Đáng nói nhất là cái sợ ấy, cài hèn ấy đã tác hại nghiêm trọng đến giá trị văn học: một phạm trù thẩm mỹ. Để tránh những nguy hiểm không đâu có thể ập xuống bất ngờ, hầu hết những người cầm bút dưới chế độ cộng sản đã tự chọn một con đường an toàn nhất là viết dối, viết theo kiểu mà Hoàng Ngọc Hiến gọi là *"chủ nghĩa hiện thực phải đạo".*[31]

Nhà văn Nguyễn Thị Ngọc Tú tâm sự trên báo *Văn Nghệ* số Tết 1987:

> Trước trang giấy, người viết nhiều khi băn khoăn: 'Viết gì bây giờ?' và 'Viết như thế này có được không? Có làm sao không?'. Một ít lo âu và ngần ngại. Người viết nhiều khi phải nhảy ra làm trọng tài và tự phán xét mình một cách nghiêm khắc. Và thế là, bỏ bớt đi vấn đề phức tạp, làm dịu

---

[28] Đoàn Kết, Paris, số 385.

[29] Văn Nghệ, Hà Nội, 5.12.1987.

[30] Văn Nghệ, Hà Nội, 5.12.1987.

[31] Văn Nghệ, Hà Nội, 9.6.1979.

gai góc. Cuối cùng, thường thấy một chút buồn phiền mất mát xen trong niềm vui thắng lợi. Và tất nhiên, sau cái tắc lưỡi: 'Thôi, thế cũng được!'. Rồi, tác giả (có khi là một người tài hoa sâu sắc) cũng đành bằng lòng khi sản phẩm tinh thần của mình xếp vào trong loại sản phẩm chung bằng phẳng vô thưởng vô phạt. 'Thôi, thế cũng còn hơn'.

Lời tâm sự buồn bã của nhà văn Nguyễn Thị Ngọc Tú hé mở cho chúng ta một sự thực khác. Là, dưới chế độ cộng sản, hệ thống kiểm duyệt không phải chỉ bao gồm hai giai đoạn: kiểm duyệt và tái kiểm duyệt, với bốn cấp: Ban biên tập, Hội đồng nghệ thuật, Hội đồng xuất bản (với sự chủ trì của Ban Tuyên huấn và Ban Văn hoá Văn nghệ), và Trung ương đảng nói chung. Không phải chỉ có thế. Chưa đủ. Còn một cấp kiểm duyệt khác nữa, kín đáo hơn nhưng cũng không kém phần khắc nghiệt. Đó là cái ý thức lúc nào cũng nơm nớp, thấp thỏm lo âu của người viết.

Trên báo *Văn Nghệ* số ra ngày 15.11.1986, nhà thơ Diệp Minh Tuyền viết, xót xa:

… nhà biên tập trong mỗi chúng ta sợ nhà biên tập của các toà soạn, nhà xuất bản… đã khiến ngòi bút của mình gọt dũa sự thực tròn vo!

Cũng cái ý ấy, nhà văn Nguyễn Minh Châu viết, nhức nhối hơn:

Cũng trong một người cầm bút, cái phần bất tài nhảy lên bục tao đàn để múa may, còn cái phần tài năng thì trùm chăn chờ ngày xuống mồ! Con đường của một cây bút trẻ hăm hở phấn đấu để trở thành nhà văn cũng là con đường phải giết đi cái phần nhà văn trong con người mình, con đường tự mài mòn đi mọi cá tính và tính trung thực trong ngòi bút.[32]

---

[32] Văn Nghệ, Hà Nội, 5.12.1987.

Chương 3
Trường Đại học viết văn
và các trại sáng tác

Ở Việt Nam hiện nay có hai trường đại học vô cùng đặc biệt: Trường Đại học công an và Trường Đại học viết văn.

Trường Đại học công an thì hình như nước cộng sản nào cũng có. Còn Trường Đại học viết văn thì đến nay trên thế giới chỉ mới có bốn: một ở Liên xô, một ở Đông Đức, một ở Trung Quốc và một ở Việt Nam.

Kể ra cộng sản nâng việc đào tạo công an thành hệ thống đại học cũng phải: hiện nay, đặc biệt ở các nước cộng sản, việc theo dõi, bắt bớ, khủng bố và tra tấn đã phát triển đến trình độ cực kỳ tinh vi, nó đã biến thành một "khoa học" nên cần có một chương trình huấn luyện dài hạn và có hệ thống. Nhưng còn Trường Đại học viết văn? Cộng sản tin là bằng những biện pháp nhân tạo, qua con đường giáo dục, có thể tạo nên những nhà văn, nhà thơ kiệt xuất chăng? Có lẽ không. Mục tiêu của Trường Đại học viết văn không phải là tạo ra những Shakespeare, những Victor Hugo, những Nguyễn Du... mà là, thật ra, để biến những Shakespeare, những Victor Hugo, những Nguyễn Du ấy, nếu có, trở thành *"một bánh xe nhỏ, một đinh ốc nhỏ trong bộ máy xã hội"* như lời Lénine nói, *"một kỹ sư tâm hồn"* như lời Staline nói, hay *"một chiến sĩ trên mặt trận văn hoá"* như Hồ Chí Minh nói.

Trong những lần nói chuyện với các văn nghệ sĩ, Phạm Văn Đồng thường nhấn mạnh: văn nghệ sĩ cần phải trang bị cho mình ba nguồn vốn, một là vốn chính trị, hai là vốn văn hoá và ba là vốn sống, trong đó vốn chính trị là quan trọng nhất, có ý nghĩa quyết định nhất. *"Trong chế độ ta, vốn chính trị là linh hồn của người nghệ sĩ".*[33]

Trong quyển *"Văn học, cuộc sống, nhà văn"* do Viện Văn học Hà Nội biên soạn, xuất bản vào năm 1979 có đoạn viết:

> Ngày nay, đối với chúng ta, mối quan hệ giữa văn học và chính trị đã được cụ thể hoá thành nguyên tắc: văn học phải phục vụ chính trị, được sự lãnh đạo của chính trị. Nhà văn không có ý thức vận dụng quy luật trên thì chẳng những khó sáng tác được tác phẩm có giá trị mà có khi còn có thể phạm sai lầm lớn. Để vận dụng quy luật trên, lý tưởng chính trị, tư tưởng chính trị của nhà văn là nhân tố quan trọng: một nhà văn tốt, một tác phẩm tốt, trước hết phải là tốt về mặt tư tưởng chính trị, về mặt phản ánh đúng những tư tưởng của Đảng và của các tầng lớp nhân dân cách mạng... Bởi vì chính trị là linh hồn, là nền tảng của văn học... Văn học là nghệ thuật truyền bá chính trị. (tr. 115-116)

Nắm vững quan điểm văn học của cộng sản, người ta hiểu được tại sao, từ lúc cướp được chính quyền đến nay, cộng sản lại đặc biệt quan tâm đến vấn đề huấn luyện văn nghệ sĩ và người ta cũng đoán được ít nhiều nội dung các chương trình huấn luyện ấy ra sao, nhắm tới mục đích gì.

---

[33] Phạm Văn Đồng, *Xây dựng nền văn hoá văn nghệ ngang tầm vóc dân tộc ta, thời đại ta*, nxb Sự Thật, HN, 1976, tr. 70.

Hình thức huấn luyện văn nghệ đầu tiên tại Việt Nam là *Trường Văn hoá kháng chiến* được tổ chức tại Liên khu 4 vào những năm 1947, 1948 và 1949. Nhà trường, thoạt đầu, đặt tại làng Bôn, huyện Thọ Xuân, tỉnh Thanh Hoá, sau, dời về làng Quần Tín, cách làng Bôn hơn mười cây số. Trường Văn hoá kháng chiến do Đặng Thai Mai làm hiệu trưởng, Nguyễn Xuân Sanh làm giáo vụ. Lực lượng giảng dạy gồm một số những tên tuổi khá có tiếng tăm lúc bấy giờ: Đào Duy Anh, Nguyễn Đình Lạp, Sỹ Ngọc, Vũ Ngọc Phan, Lưu Trọng Lư... Thỉnh thoảng có Nguyễn Tuân, Hoài Thanh, Xuân Diệu, Chế Lan Viên, hoặc hoạ hoằn hơn, Nguyễn Đình Thi đến nói chuyện thơ văn. Chưa có chương trình giảng dạy ổn định. Các giáo sư, tuy đã nổi tiếng, vẫn rất ngỡ ngàng trong thế giới văn học Mác-xít lúc ấy. Người ta vừa tìm tòi vừa ấp úng "lên lớp", cứ thấp thỏm lo lắng bị quy tội sai quan điểm. Cho nên ai tâm đắc điều gì thì cứ giảng dạy điều ấy. Một chút quan điểm văn học cộng sản cộng với một chút văn thơ cổ Việt Nam cộng với một chút kinh nghiệm sáng tác.

Trường Văn hoá kháng chiến tổ chức được tổng cộng ba khoá: khoá 1 khai giảng vào tháng 7 năm 1947; khoá 2 khai giảng vào tháng 4 năm 1948 và khoá 3 khai giảng vào tháng 2 năm 1949. Mỗi khoá kéo dài từ ba đến sáu tháng. Học viên cả ba khoá cộng lại khoảng hơn 100. Trong số học viên khoá 2 có một người sau này vào Nam và đang sáng tác dồi dào tại hải ngoại: nhà văn nữ Minh Đức Hoài Trinh.

Tất cả học viên đều là những người yêu văn nghệ. Họ được tập trung từ năm tỉnh của Liên khu 4. Mọi chi phí đều tự túc. Việc ăn ở thì phân bố xen kẽ trong nhà dân.

Học viên chia thành từng tổ nhỏ để sinh hoạt chung với nhau: đàn hát, thảo luận, ngâm thơ, đọc sách, sáng tác.

Sau khoá học, các học viên đều phải làm bài "tốt nghiệp": có thể là một truyện ngắn, một bút ký, một bài thơ, nhưng phổ biến nhất là một bài vè hay một bài ca dao ca ngợi kháng chiến, vuốt râu ông Hồ, vận động dân quân. Thời ấy rất hiếm người viết được truyện ngắn.

Kết quả của Trường văn hoá kháng chiến có lẽ không có gì khích lệ cho lắm. Phần lớn học viên ra trường, trở về đơn vị cũ, lại rời bỏ vĩnh viễn giấc mộng văn chương nghệ thuật. Số người tiếp tục cầm bút thật ra không bao nhiêu. Tuy nhiên, dù vậy, Trường văn hoá kháng chiến cũng được coi là Trường huấn luyện văn nghệ thành công nhất của cộng sản. Nguyên nhân có lẽ không phải là những kiến thức chắp vá ấu trĩ họ thu nhận được mà chủ yếu là ở cái không khí học tập và sinh hoạt, một không khí vừa lãng mạn lại vừa hào hùng của những năm đầu kháng chiến: từ thành phố bỗng dưng được về một miền núi xa xăm heo hút, ở đó, thầy giáo vừa nằm võng đung đưa vừa giảng *Chinh Phụ Ngâm,* bạn bè kẻ ngồi kẻ đứng, ở xa xa là tiếng súng đấu tranh giành độc lập cứ nổ vang, nổ vang, giòn giã, ánh lên bao nhiêu hào quang thần thánh.

Cuối năm 1948, Trường Văn hoá kháng chiến đóng cửa. Cái không khí rạo rực hân hoan và hăm hở bừng bừng cũng lịm tắt. Đến năm 1950, cộng sản mở *Trường Văn nghệ nhân dân* ở Thái Nguyên do Nguyên Hồng, Nguyễn Xuân Sanh, Nguyễn Huy Tưởng phụ trách. Nhà trường khang trang hơn, học viên không còn ở rải rác trong nhà dân nữa, mà được tập trung trong "khuôn viên" của trường gồm có mười chín căn nhà mái tranh vách nứa do kiến trúc sư Võ Đức Diên xây dựng. Chương trình giảng dạy được chính quy hoá, tương đối có hệ thống hơn. Học viên cũng đông đảo hơn: gần 100 người từ khắp nơi tụ về. Thế nhưng ảnh hưởng cũng như hiệu quả của nó rất yếu. Quan điểm hẹp hòi từ cuộc Hội nghị văn nghệ Việt Bắc năm 1949, thái độ cứng rắn sắt máu của đảng Cộng sản trong cuộc chỉnh huấn đầu tiên năm 1950 và đặc biệt ảnh hưởng của tư tưởng Mao Trạch Đông trong bài nói chuyện tại Diên An đã lan đến và đè lên nhà trường một không khí hắc ám, ngột ngạt, nặng nề, rất phi văn nghệ. Trong số gần 100 học viên, sau này tiếp tục viết lách chỉ có hai người và không có ai xuất sắc: Bàn Tài Đoàn và Nguyễn Kiên.

Sau năm 1954, công việc huấn luyện văn nghệ được giao cho Hội Nhà văn. Từ năm 1962 đến năm 1975, Hội Nhà văn tổ chức được bảy khoá *"bồi dưỡng những người viết văn trẻ"* với tổng số 337 người, gồm 178 người viết văn xuôi và 159 người làm thơ. Mỗi khoá kéo dài từ sáu đến mười bốn tháng. Chưa có ai kể lại kỷ niệm gì hơi hơi đằm thắm về những khoá "bồi dưỡng" ấy. Nó chỉ là những khoá học thuần tuý chính trị, khô khan và vô bổ.

Đến năm 1979, cộng sản chính quy hoá hệ đào tạo nhà văn nhà thơ bằng quyết định thành lập *Trường Đại học viết văn Nguyễn Du* tại Hà Nội. Trường Đại học viết văn thật ra chỉ là một phân khoa của Trường Đại học Văn hoá thuộc Bộ Văn hoá được thành lập từ năm 1959 với nhiều tên gọi khác nhau: Trường cán bộ văn hoá, Trường Lý luận nghiệp vụ, Trường Cao đẳng nghiệp vụ và cuối cùng, từ năm 1979, là Trường Đại học văn hoá.

Điều kiện nhập học của Trường Đại học viết văn Nguyễn Du như sau: Về phương diện văn hoá, phải có bằng tốt nghiệp cấp 3. Về phương diện chính trị, nếu không là đảng viên, ít nhất phải là đoàn viên Đoàn thanh niên cộng sản

Hồ Chí Minh. Về phương diện công tác, nói theo ngôn ngữ của cộng sản, "phải kinh qua kinh nghiệm chiến đấu và lao động" một thời gian nào đó: hầu hết các học viên đều là bộ đội, hoặc công an, hoặc cán bộ trong các cơ quan nhà nước, đặc biệt, nhiều nhất là cơ quan thông tin văn hoá. Học viên phải được cơ quan nơi mình đang phục vụ chứng nhận lý lịch, bảo đảm tư cách chính trị và đồng ý giới thiệu đi học.

Những học viên đầy đủ các điều kiện ở trên còn phải qua một kỳ thi tuyển: mỗi người, nếu làm thơ, phải nộp năm bài: nếu viết văn, phải nộp ba truyện ngắn, hoặc ba chương trích trong một quyển tiểu thuyết. Mỗi khoá học tại Trường Đại học viết văn Nguyễn Du kéo dài ba năm.

Chương trình học chia làm ba phần: học lý thuyết, đi thực tế và thực tập sáng tác.

Hai phần ba thời gian học lý thuyết là tập trung học về chủ nghĩa Mác-Lênin và các đường lối chính sách của đảng. 'Trong chương trình đại học của Trường viết văn Nguyễn Du, học tập chủ nghĩa Mác-Lênin được xem là cơ sở, là trọng tâm."[34] "Trang bị nghề viết nhưng phải mở đầu và song song trang bị triết học Mác-Lênin, đường lối chính sách, đường lối văn học nghệ thuật của đảng, trang bị nghiêm túc tư tưởng và trình độ chính trị, phẩm chất đạo đức người viết văn xã hội chủ nghĩa kèm với kiến thức tương đối toàn diện về văn học."[35]

---

[34] Tạp chí Sông Hương, Huế, số 24.

[35] Nhân Dân, 17-8-1985.

Giải thích tầm quan trọng của chủ nghĩa Mác-Lênin đối với công việc sáng tác, trong bản báo cáo *"Tăng cường tính Đảng, đi sâu vào cuộc sống mới để phục vụ nhân dân, phục vụ cách mạng tốt hơn nữa"*, Trường Chinh viết:

> Tại sao phải học chủ nghĩa Mác-Lênin? Chủ nghĩa đó có liên quan gì với sáng tác nghệ thuật? Chủ nghĩa Mác-Lênin vũ trang cho ta thế giới quan cách mạng, làm cho ta 'sáng mắt sáng lòng', giúp ta tìm ra lý tưởng của đời mình, mục đích của cuộc sống. Nó giúp ta nắm được quy luật phát triển của tự nhiên, của xã hội và của tư duy. Nó đặt ta vào trung tâm của cuộc đấu tranh giữa các mặt đối lập của những mâu thuẫn để ta nhìn thấy mọi khía cạnh của sự vật, nhìn thấy chân lý. Nó giúp ta nắm được những cái bản chất nhất, quan trọng nhất và nổi bật nhất trong cuộc sống muôn màu muôn vẻ. Do đó nó giúp ta sáng tạo tốt những điển hình trong nghệ thuật. Nó giúp ta không những hiểu rõ hiện tại mà nhìn thấy tương lai, làm cho ta có ý thức và trách nhiệm của mình đối với cuộc sống.[36]

Thực hiện nghiêm túc quan điểm của đảng, Trường Đại học viết văn Nguyễn Du sắp xếp nội dung chương trình giảng dạy trong ba năm gồm các bộ môn chính sau đây:

1. Triết học Mác-Lênin

2. Kinh tế chính trị Mác-Lênin

3. Chủ nghĩa cộng sản khoa học

4. Lịch sử đảng Cộng sản Việt Nam

5. Các chính sách văn hoá văn nghệ của đản.

---

[36] Trường Chinh, *Tăng cường tính Đảng, đi sâu vào cuộc sống mới để phục vụ nhân dân, phục vụ cách mạng tốt hơn nữa*, nxb Sự Thật, 1963, tr. 57-58.

6. Đại cương lịch sử thế giới và lịch sử Việt Nam

7. Lịch sử văn học Việt Nam và đại cương lịch sử văn học một số nước trên thế giới, đặc biệt văn học cổ điển Trung Quốc và văn học hiện đại Liên xô

8. Lý luận văn học (từ những khái niệm văn học đến những nguyên lý văn học, từ các thể tài, các loại hình văn học đến các trào lưu và các phương pháp sáng tác văn học, cuối cùng dừng lại kỹ nhất ở phương pháp sáng tác hiện thực xã hội chủ nghĩa)

9. Một số vấn đề mỹ học và tâm lý học sáng tác

10. Ngoại ngữ: tiếng Nga

Ngoài ra, còn hai chương trình "ngoại khoá" đặc biệt được tổ chức rải rác trong suốt ba năm học: một, những vấn đề thời sự chính trị và thời sự văn học do các cán bộ tuyên huấn của đảng đến trình bày; hai, các kinh nghiệm sáng tác cụ thể do các nhà văn, nhà thơ nổi tiếng đến trình bày.

Tất cả các trường đại học tại Việt Nam hiện nay, bất kể ngành nào, cũng phải giảng dạy về chủ nghĩa Mác-Lênin với bốn phân môn kể trên (1, 2, 3, 4), tuy nhiên, riêng Trường Đại học viết văn Nguyễn Du, việc giảng dạy bộ môn này có hai đặc điểm nổi bật: thứ nhất, chương trình nặng và sâu hơn; thứ hai, cán bộ giảng dạy được điều thẳng từ Trường Đảng cao cấp Nguyễn Ái Quốc sang. Điều này khiến cho những người phụ trách nhà trường, trước khi tự hào đã đào tào được một số cây viết chuyên nghiệp, đã tự hào đây là một "trường đảng', nghĩa là nơi sản xuất ra những cán bộ tuyên huấn nòng cốt nhất của đảng.[37]

Có lẽ sự nhìn nhận trên khá thành thật: chủ tâm của cộng sản khi thành lập Trường Đại học viết văn Nguyễn Du là để tạo nên những cán bộ minh hoạ trung thành các đường lối chính sách của đảng bằng phương tiện văn học nghệ thuật hơn là tạo nên những nhà văn nhà thơ thực sự.

Bên cạnh việc học tập chủ nghĩa Mác-Lê, các học viên Trường Đại học viết văn Nguyễn Du còn được nhà trường tổ chức cho *"đi thực tế"* mỗi năm khoảng từ một đến hai tháng. *"Có thể nói vấn đề rèn luyện thế giới quan mác xít và vốn sống thực tế là vấn đề "nghề nghiệp" nhất của người viết tiểu thuyết".*[38]

"Đi thực tế" có nghĩa là đi vào dân chúng, tham gia một số sinh hoạt với dân chúng. Các học viên Trường Đại học viết văn Nguyễn Du có thể được đưa đến các nông trường, công trường hoặc các xí nghiệp quốc doanh của nhà nước, thỉnh thoảng, cũng có thể được đưa đến các doanh trại bộ đội hay các chiến trường vừa ngớt tiếng súng ở biên giới Việt – Hoa. Thường nhất, là đi về nông thôn, ăn ở rải rác trong nhà dân và hàng ngày đi đào kinh đắp đập, làm Thuỷ lợi, gặt hái, gieo trồng.

Việc "đi thực tế" như vậy có hai mục đích chủ yếu: tích luỹ vốn sống và bồi dưỡng "quan điểm giai cấp" của các học viên. Về mục đích thứ nhất, không ai có thể hoài nghi

---

[37] Sông Hương, số 24.

[38] Phan Cự Đệ, *Tiểu thuyết Việt Nam hiện đại*, tập 2, nxb Đại học và Trung học chuyên nghiệp, HN. 1975, tr. 207-208.

hay phủ nhận được. Là người cầm bút, bên cạnh năng khiếu, điều quan trọng hàng đầu là phải có vốn sống thật dồi dào. Không phải ngẫu nhiên mà hầu hết những nhà văn lớn, nhà thơ lớn đều là những người nhiều từng trải, nhiều kinh lịch, những triệu phú của những cảnh đời và tình đời. Cũng không phải ngẫu nhiên mà các nhà văn lớn, nhà thơ lớn đều hay khuyên nhủ những người tập tành đi vào con đường văn học là phải biết quan sát, ghi nhớ hoặc ghi chú tất cả những gì mình nghe, thấy trong cuộc sống hàng ngày, từ một câu nói hay, một dáng vẻ lạ, một mẫu người có cá tính rõ rệt: tất cả đều là những nguyên liệu hàng đầu của sáng tác. Trước, Lê Quý Đôn từng viết: *"Muốn văn hay phải hiểu biết và từng trải nhiều. Văn chương chữ nghĩa không phải là lời nói suông. Trong bụng không có ba vạn quyển sách, trong mắt không có núi sông kỳ lạ của thiên hạ thì không thể nào làm văn được"*. Phan Huy Vịnh cũng từng viết: *"Văn chương của người xưa phần nhiều nhờ có sự giúp đỡ của non sông... Không ai là không nhờ du lịch muôn dặm mà sau đó mới tới được cõi thần diệu cả"*. Tóm tắt công việc của người nghệ sĩ, nhà văn Nguyễn Tuân đưa ra "công thức": đi – đọc – viết.

Thơ chữ Hán của Nguyễn Du có một câu cực kỳ ý nghĩa: *Thôn ca sơ học tang ma ngữ*. Qua những câu hát dân dã, nhà thơ học được bao nhiêu lời ăn tiếng nói gân guốc, sinh động, lấp lánh màu sắc và xôn xao âm điệu của những người trồng dâu, trồng gai, nghĩa là của cuộc đời.

Điều làm hạn chế hiệu quả của những đợt "đi thực tế" của các học viên Trường Đại học viết văn Nguyễn Du cũng như tất cả những văn nghệ sĩ nói chung, chính là cái mục đích thứ hai kể trên: "bồi dưỡng quan điểm giai cấp và tinh thần cách mạng". Mọi người, khi "đi thực tế" cũng như khi sáng tác, đều phải chấp nhận tuyệt đối cái "chân lý" tiên thiên này: tất cả những gì thuộc về đảng, thuộc về nhân dân đều là chân lý và hoàn hảo, ngược lại, tất cả những gì thuộc về phía đối lập đều là xấu xa và nhất định sẽ bị tiêu diệt. Cái xấu ở bên này, dù trầm trọng đến mấy, cũng chỉ là *"hiện tượng"* nhất thời và cá biệt. Cái xấu ở bên kia, dù nhỏ nhặt đến mấy, cũng là một *"bản chất"* cố hữu và nặng nề. Nhiệm vụ của người cầm bút có thể được quy gọn vào một điểm: phải tìm tòi mọi chứng cứ để minh hoạ cái "chân lý" cứng nhắc ấy.

Thời kháng chiến chống Pháp, nhà văn Nguyên Hồng được lệnh đi vào các vùng nông thôn để viết về đề tài nông nghiệp, ca ngợi những người nông dân mới đã được "cách mạng" giác ngộ, nhưng đi, đi mãi, ngòi bút của ông cũng cảm thấy ngắc ngứ, bế tắc. Ông hay than với bạn bè: *"Người ta bảo tao phải viết là nhân dân anh hùng, nhân dân giác ngộ, nhưng đi đâu, tao cũng gặp toàn là bọn buôn lậu"*.

Cuối mỗi chuyến "đi thực tế", các học viên Trường Đại học viết văn Nguyễn Du, phải cố viết nên một cái gì: một truyện ngắn, một bút ký, một bài thơ, hay, ít nhất, một bản thu hoạch. Viết xong, đọc lên trong tổ để bạn bè góp ý, nhận xét, thảo luận và cuối cùng, cán bộ giảng dạy nhận xét.

Sau ba năm học, các học viên phải thi tốt nghiệp gồm hai phần: thi kiểm tra các môn lý thuyết và thi sáng tác.

Các học viên tốt nghiệp được phân công công tác trong các đơn vị thuộc Hội Nhà văn hoặc Bộ văn hoá. Họ có thể làm việc trong các tờ báo, các nhà xuất bản, các đài phát thanh và nhiều nhất là các phòng văn hoá thông tin ở các địa phương.

Đến nay, Trường Đại học viết văn Nguyễn Du đã hoàn tất ba khoá học. Khoá 1, từ năm 1979 đến năm 1982 với 42 học viên. Khoá 2, từ năm 1982 đến năm 1985 với 30 học viên. Khoá 3 từ năm 1986 đến đầu năm 1989 với 27 học viên.

Chưa thấy ai thật tình ca ngợi hiệu quả đào tạo của Trường Đại học viết văn Nguyễn Du. Từ khi thành lập đến nay, chưa bao giờ nhà trường giới thiệu được một tài năng nào mới. Mà tuổi đời bình quân của các học viên không phải nhỏ: từ 30 đến 45 tuổi.

Nhà trường thường hãnh diện "hôi" một số tên tuổi đã có tiếng vang từ trước, thí dụ như Lâm Thị Mỹ Dạ và Trần Đăng Khoa. Cả hai đều có tác phẩm và nổi tiếng trước khi vào học. Với bốn bài thơ *Khoảng trời hố bom, Gặt đêm, Tin ở bàn tay, Đường ở thủ đô,* Lâm Thị Mỹ Dạ đã đoạt giải nhất cuộc thi thơ do báo *Văn Nghệ* (Hà Nội) tổ chức trong hai năm 1972 – 1973. Riêng Trần Đăng Khoa đã có hai tập thơ *Góc sân và khoảng trời* được xuất bản từ năm 1973 và tập thơ *Khúc hát người anh hùng* được xuất bản từ năm 1974. Sau khi học xong ở Trường Đại học viết văn Nguyễn Du, tài năng của họ coi bộ còn thui chột đi nhiều, sức sáng tác yếu hẳn, không có bài thơ nào còn để lại dư âm.

Dĩ nhiên, dưới cái nhìn của cộng sản, Trường Đại học viết văn Nguyễn Du không hề là cái gì vô ích. Quả thật, nhà trường đã tạo nên được một số những người cán bộ thành tín với chủ nghĩa xã hội. Họ có thể viết văn lủng củng, có thể làm thơ thô tháp, nhưng quan trọng nhất, họ rất "phải đạo" với người trên.

*

*   *

Dường như cộng sản chưa an tâm với những cán bộ viết văn, làm thơ do họ đào tạo được nên thỉnh thoảng, không định kỳ, cộng sản còn tập trung các người cầm bút lại trong một địa điểm nhất định, cho họ ăn và ở suốt một quãng thời gian nào đó để họ viết lách: hình thức tập trung này gọi là *trại sáng tác văn học.*

Từ năm 1963 đến năm 1975, Hội Nhà văn Việt Nam tổ chức cả thảy sáu trại sáng tác như thế với tổng số 103 người tham dự.

Từ năm 1976 đến năm 1982, Hội Nhà văn Việt Nam lại tổ chức được hai trại ở miền Bắc và ba trại ở miền Nam: một trại ở Huế, một trại ở Cần thơ và một trại ở Vũng Tàu.

Riêng Hội Nhà văn thành phố Hồ Chí Minh thì tổ chức được ba trại sáng tác vào các năm 1983, 1984 và 1985.

Để hình dung khung cảnh các trại sáng tác văn học do cộng sản tổ chức, hay nhất là đọc đoạn kể này của Từ Bích Hoàng trong quyển *Cách mạng kháng chiến và đời sống văn học,* tập 1, trang 182:

> Khoảng 1955-1956, Tổng cục chính trị tổ chức mở một trại viết truyện anh hùng, giao cho Phòng văn nghệ chịu trách nhiệm mà chủ yếu là Ban văn. Tôi được giao phụ trách trại viết đó. Trại tập hợp khá đông, khoảng 20 người và phân công mỗi người một điển hình như: Nguyễn Khải – Mạc Thị Bưởi, Nguyên Ngọc – Đinh Núp... Điều kiện ăn ở

trong trại lúc này còn rất kham khổ. Kỷ luật trại rất nghiêm, toàn trại chỉ được cấp bốn, năm thẻ ra vào Thành. Người viết phải thông qua đề cương trước tập thể, thu góp ý kiến mọi người, sau đó mới viết. Ai xong thì lại đọc cho anh em nghe, góp ý bổ sung. Không phải ai cũng viết được.

Sau năm 1975, không rõ các trại sáng tác văn học ở miền Bắc ra sao chứ ở miền Nam, đặc biệt tại Sài Gòn, không khí các trại sáng tác tương đối thoải mái và cởi mở hơn những gì Từ Bích Hoàng kể lại ở trên.

Tham gia trại sáng tác là các hội viên Hội văn nghệ hay Hội Nhà văn trung ương hoặc địa phương. Không giới hạn tuổi tác, đã nổi tiếng hay chưa nổi tiếng. Chỉ cần tóm tắt đề cương – nói một cách dễ hiểu hơn: dàn bài – tác phẩm mình định viết và nộp lên ban tổ chức. Thường thì đơn xin được chấp nhận. Số người tham dự trại không bao giờ quá đông.

Thời gian của một trại sáng tác trung bình từ hai tháng đến một năm. Trại viên được cho ở và nuôi ăn tập thể. Ngoài thời gian viết, các trại viên thỉnh thoảng được dẫn đi "tham quan" một số nơi gần và nghe một số cán bộ đến nói chuyện gợi "hứng" và gợi "ý". Không còn quy chế "nội bất xuất, ngoại bất nhập" như thời kỳ trước 1960.

Tham gia các trại sáng tác, các trại viên được hưởng một số quyền lợi như: một số giấy trắng để viết, trung bình từ 200 đến 300 trang và 50 đồng dằn túi vào năm 1983. Số tiền cho các trại viên trong các năm sau là bao nhiêu, tôi không rõ.

Ban tổ chức khuyến khích các trại viên cố gắng hoàn thành tác phẩm mình "đăng ký" , tuy nhiên, không có luật lệ nào nhằm chế tài những người cứ loay hoay mãi ở những trang đầu. Do đó, số tác phẩm hoàn chỉnh thường ít và chất lượng không cao.

Từ năm 1984, người ta có sáng kiến mở ra các trại sáng tác "tại gia": người viết được trợ cấp để sáng tác tại nhà trong một khoảng thời gian nhất định. *"Các cán bộ biên tập trực tiếp trao đổi với từng nhà văn về các điểm cụ thể ngay trong từng tác phẩm để họ có thể viết đến đâu có thể hoàn chỉnh ngay đến đó".*[39]

Song song với hình thức các "trại sáng tác văn học", cộng sản thường vận động những *đợt sáng tác theo chủ đề và có bồi dưỡng*. Những người tham gia không phải tập trung vào một nơi nào nhất định. Không cần phải nộp trước đề cương mà chỉ cần thông báo đề tài mình định viết. Hình thức này được tổ chức để mừng một ngày lễ nào đó: 600 năm ngày sinh nhật Nguyễn Trãi, 30 năm ngày thành lập báo *Văn Nghệ,* 90 năm ngày sinh Hồ Chí Minh, 10 năm giải phóng miền Nam, vân vân và vân vân.

Một ví dụ: từ cuối năm 1979 đến đầu năm 1980, cộng sản tổ chức cuộc vận động viết về Nguyễn Trãi khá ồn ào trong cả nước. Tại thành phố Hồ Chí Minh, cơ quan đứng ra tổ chức là Viện Khoa học Xã hội do Nguyễn Công Bình làm viện trưởng. Đây là cuộc vận động thu hút được nhiều người cầm bút cũ của Sài Gòn nhất. Trong số những người tham dự, có Thích Minh Châu, Lê Mạnh Thát, Nguyễn Đăng Thục, Sơn Nam, Nguyễn Nguyên (nhà báo), Vũ Văn Kính, Đoàn Khoách (giáo sư Hán Nôm)... "Tiêu chuẩn bồi dưỡng" của mỗi người tham dự là một hộp sữa bò, 100 trang giấy trắng và 50 đồng.

---

[39] Văn Nghệ, HN, 7-1-1984.

Sau năm 1985, cộng sản càng lúc càng ngắc ngoải trong cơn khủng hoảng triền miên về kinh tế, các trại sáng tác và các cuộc vận động sáng tác có "bồi dưỡng" như thế cũng thưa thớt dần.

Nhìn lại, các nỗ lực thúc đẩy sáng tác văn học của cộng sản chỉ thành công ở một điểm duy nhất: rất ít người đi ra ngoài quỹ đạo văn nghệ Mác xít: Nhưng họ lại thất bại hoàn toàn ở điểm khác, quan trọng hơn: không phát huy được tài năng, và không tạo ra được những tác phẩm lớn tương xứng với vốn sống cực kỳ giàu có của những người cầm bút tại Việt Nam. Đó là chưa nói đến hiện tượng hầu hết những tài năng đã được khẳng định trước đây bị cộng sản làm thui chột đi: Nguyễn Công Hoan, Nguyên Hồng, Nguyễn Tuân... trong văn xuôi; Vũ Ngọc Phan, Hoài Thanh trong phê bình; Xuân Diệu, Thế Lữ, Lưu Trọng Lư, Quang Dũng... trong thơ. Đó là chưa nói đến 100 văn nghệ sĩ các ngành bị cộng sản tước đoạt quyền sáng tạo từ mấy chục năm nay: những người bị kết tội là "phản động" trong phong trào Nhân Văn - Giai Phẩm.

Tất cả những sự thực trên không lạ: văn học là tâm hồn, là con người. Trói buộc con người, làm xơ cứng tâm hồn con người, văn học có sống thì cũng sống èo uột lay lắt như những loài hoa trồng trong chậu kiểng. Thế thôi. Không thể khác.

Chương 4
Mức thu nhập
của những người cầm bút

Lương của những người cầm bút

Ở miền Nam trước đây hay ở hải ngoại hiện nay, nhiều người nói, hơn nữa, viết trên sách báo là, dưới chế độ cộng sản, các nhà văn nhà thơ được nhà nước trả lương hàng tháng chỉ để viết lách.

Thật ra, không phải. Lời nhận định trên chỉ đúng có một nửa: hầu hết những người cầm bút tại Việt Nam hiện nay hàng tháng đều ngửa tay nhận lương của nhà nước. Nhưng nửa kia sai: họ không hề nhận lương của nhà nước chỉ để viết lách.

Trong số gần 500 hội viên Hội Nhà văn Việt Nam hiện nay, chỉ có vài chục người thuộc Ban thường vụ là có tên trong biên chế của Hội và lãnh lương của Hội. Lương phát cho họ không phải với tư cách những người sáng tác mà với tư cách những người làm công tác quản lý.

Ngoài những người trong Ban thường vụ, tất cả những người cầm bút khác đều làm việc và lãnh lương ở nhiều cơ quan khác nhau, ở đó, họ có thể làm những nhiệm vụ hoàn toàn không dính líu gì đến việc sáng tạo. Phần lớn tập trung trong bốn nghề chính: nghiên cứu trong các Viện;

giảng dạy ở các trường trung học hoặc đại học; làm biên tập viên cho các nhà xuất bản và làm phóng viên cho các tờ báo. Ở hai nghề trên, người ta thường gặp những người nghiên cứu và phê bình: Đinh Gia Khánh, Hoàng Xuân Nhị, Nguyễn Lộc, Hà Minh Đức, Phan Cự Đệ... (Trường Đại học Tổng hợp Hà Nội); Trương Chính, Bùi Văn Nguyên, Nguyễn Đăng Mạnh, Đặng Thanh Lê, Phương Lựu... (Trường Đại học Sư phạm Hà Nội); Lê Trí Viễn, Mai Quốc Liên... (Trường Đại học Sư phạm thành phố Hồ Chí Minh); Hoàng Trinh, Vũ Đức Phúc, Bùi Công Hùng, Phong Lê... (Viện Văn học). Ở hai nghề dưới, biên tập viên các nhà xuất bản và phóng viên các tờ báo, người ta thường gặp các nhà văn, nhà thơ và một ít người làm công tác phê bình: Vương Trí Nhàn, Lại Nguyên Ân, Ngô Văn Phú, Vũ Quần Phương, Ý Nhi... (nhà xuất bản Văn Học và Tác Phẩm Mới); Xuân Sách, Ngô Thảo... (tạp chí *Văn Nghệ Quân Đội); Phạm Tiến Duật, Từ Sơn, Nguyên Ngọc, Nguyễn Văn Bổng, Bế Kiến Quốc, Thiếu Mai, Lê Lựu... (báo *Văn Nghệ* của Hội Nhà văn); Anh Đức, Hoài Anh, Trần Nhật Thu, Chim Trắng... (báo *Văn Nghệ thành phố Hồ Chí Minh)*. Có một số người cầm bút sống bằng nghề làm quan: Huy Cận, trước là thứ trưởng Bộ Văn hoá sau là bộ trưởng đặc trách văn hoá thuộc Hội đồng bộ trưởng; Lưu Trọng Lư trước là vụ trưởng Vụ nghệ thuật thuộc Bộ Văn hoá, sau là tổng thư ký Hội nghệ sĩ sân khấu; Giang Nam và Chế Lan Viên là đại biểu Quốc Hội; Nguyễn Khoa Điềm trước làm chủ tịch Hội văn nghệ Bình Trị Thiên sau trở thành trưởng ban tuyên huấn trong tỉnh ủy; Chính Hữu là cục phó Cục quân huấn; Thanh Tịnh, Nguyễn Minh Châu, Vũ Cao và Nguyễn Khải đều là bộ đội với hàm đại tá; Hoàng Trung Thông trước làm vụ trưởng Vụ văn nghệ thuộc ban Tuyên huấn trung ương đảng, sau chuyển qua làm viện trưởng Viện Văn học (nay đã về hưu).

Có một số văn nghệ sĩ khác được cử làm chủ tịch, tổng thư ký hay thư ký các Hội Nhà văn hoặc Hội văn nghệ địa phương như Tô Hoài, Bằng Việt (Hà Nội), Chu Văn (Hà Nam Ninh), Xuân Hoài (Nghệ Tĩnh), Tô Nhuận Vỹ, Hoàng Phủ Ngọc Tường (Bình Trị Thiên), Phan Tứ, Nguyễn Thành Long, Lưu Trùng Dương (Quảng Nam – Đà Nẵng), Yến Lan (Bình Định), Lý Văn Sâm (Đồng Nai), Viễn Phương, Nguyễn Quang Sáng, Trần Thanh Giao (thành phố Hồ Chí Minh)...

Một số khác làm biên kịch trong các xí nghiệp phim truyện: Hoàng Phủ Ngọc Phan, Dương Thu Hương, Hoàng Nhuận Cầm...

Lương của các nhà văn nhà thơ, do đó, nằm trong khung lương chung của nhà nước đối với tất cả những cán bộ trí thức. Có hai loại. Đầu tiên là cán sự, gồm năm bậc. Bậc 1: 64 đồng, bậc 2: 74 đồng, bậc 3: 85 đồng, bậc 4: 95 đồng, bậc 5: 105 đồng. Bậc 1 là lương khởi điểm của những người mới tốt nghiệp đại học. Bậc 2 là lương khởi điểm của phó tiến sĩ. Bậc 3 là lương khởi điểm của tiến sĩ. Trung bình khoảng 30 năm sau khi tốt nghiệp đại học, 25 năm sau khi có bằng phó tiến sĩ, 20 năm sau khi có bằng tiến sĩ với điều kiện mỗi năm đều được bình bầu lao động tiên tiến, người cán bộ được nâng cấp từ cán bộ thành chuyên viên. Lương chuyên viên chia làm bảy bậc. Bậc 1: 115 đồng, bậc 2: 125 đồng, bậc 3: 135 đồng, bậc 4: 145 đồng, bậc 5: 155 đồng, bậc 6: 165 đồng, bậc 7: 175 đồng. Lương chuyên viên bậc 7 tương đương với lương của thứ trưởng, là mức cao nhất mà cán bộ trí thức được lãnh.

Khoảng cách giữa hai bậc lương thường là 10 đồng. Để được hưởng thêm 10 đồng ấy, người cán bộ phải có thêm một bằng cấp khác, hoặc một chức vụ mới cao hơn, hoặc có thêm năm năm lao động tiên tiến. Dù thâm niên đến mấy nhưng nếu không là lao động tiên tiến hàng năm, mức lương vẫn không nhúc nhích.

Ở trên là mức lương cơ bản. Thực tế, thu nhập của người cán bộ cao hơn do các khoản trợ cấp khác nhau. Từ năm 1978, ở các thành phố lớn, nhà nước cộng thêm 12% trên số lương cơ bản gọi là "phụ cấp khu vực" hoặc "phụ cấp đắt đỏ". Từ năm 1982, để tăng theo mức nhảy vọt của vật giá, nhà nước lại tăng mức lương cơ bản ấy lên gấp năm lần, lương cán sự bậc 1 thành ra 300 đồng. Năm 1987, nhà nước lại tăng mười lần mức lương cơ bản hồi năm 1982, lương cán sự bậc 1 thành ra 3000 đồng.

Giữa cán sự và chuyên viên không những khác nhau về tiền lương mà còn khác nhau về các chế độ cung cấp và bồi dưỡng. Từ chuyên viên, cán bộ được cấp sổ đặc biệt để có thể mua được với giá rẻ nhiều mặt hàng "cao cấp" mà cán sự không thể với tới. Ở thành phố Hồ Chí Minh, nếu bị bệnh nặng, cán bộ cấp chuyên viên được nằm điều trị ở bệnh viện Thống Nhất (Vì Dân cũ), cán bộ cán sự thì nằm điều trị ở bệnh viện Nguyễn Trãi (quận 5).

Ở Việt Nam, tuổi về hưu đối với nam là 60, đối với nữ là 55. Lương hưu bằng 75% mức lương cuối cùng lúc còn làm việc.

Nhuận bút

Trước hết, xin nói về nhuận bút đối với ngành âm nhạc. Theo nhạc sĩ Xuân Hồng trên báo *Sài Gòn Giải phóng,* số ra ngày 22.2.1987, tiền nhuận bút cho một bản nhạc khi được in tối đa là 480 đồng. Nhạc sĩ thì đông, khả năng xuất bản lại có hạn nên mỗi nhạc sĩ trung bình chỉ được một bản nhạc mỗi năm.

Trên báo *Sài Gòn Giải phóng* ngày 14.5.1987, nhạc sĩ Phan Huỳnh Điểu cho biết chi tiết hơn:

> Trong năm qua (1986) nhà xuất bản Văn Nghệ thành phố đã xuất bản khoảng 82 khúc nhạc mới và 40 bài dân ca (con số có thể chưa đầy đủ). So với số nhạc sĩ sáng tác hiện có mặt ở thành phố, kể cả già, trẻ, cũ, mới cũng đến số trăm, thì công việc của bộ phận âm nhạc của nhà xuất bản Văn Nghệ và các nhạc sĩ sáng tác 'nhàn rỗi' quá. Trung bình, mỗi nhạc sĩ, ba năm mới in được hai bài. Ngay như bản thân tôi, trong năm 1986, chưa được in bài nào.

Nếu bản nhạc ấy được thu thanh hay thu hình thì tác giả được hưởng thêm 100 đồng bản quyền nữa. Cũng rất hãn hữu. Mỗi năm tác giả chỉ thu được một hai bài.

Nếu bản nhạc ấy được biểu diễn trên sân khấu thì cứ mỗi lần biểu diễn, tác giả được trả một đồng bản quyền.

Cũng theo Xuân Hồng trong bài báo dẫn trên, *"vì thấy quá tệ nên Sở Văn hoá thông tin cho tăng thêm một đồng để đủ tiền gửi xe đạp khi tác giả đi xem ca nhạc!"*

Giả dụ trong một năm, người nhạc sĩ nào đó may mắn có một bản nhạc được xuất bản, có hai bản nhạc được thu thanh, thu hình và 100 lần được trình diễn trên sân khấu thì thu nhập tối đa của người ấy trong năm chỉ mới tới khoảng 880 đồng.

Cùng thời điểm với bài báo dẫn trên của Xuân Hồng, báo *Sài Gòn Giải phóng* số ra ngày 8.2.1987 ghi một số giá cả như sau: một ly cà phê đen: 5 đồng, vá một lỗ thủng xe gắn máy: 50 đồng, bơm một bánh xe đạp: 10 đồng, rửa một chiếc xe Honda: 100 đồng. Mấy tháng sau, báo *Sài Gòn Giải phóng* số ra ngày 13.6.1987 cho biết giá một chai bia 50 do Việt Nam sản xuất: 300 đồng. Trong những tháng cuối năm 1986 và đầu năm 1987, giá thịt heo ngoài thị trường tự do đã lên đến 300 đồng.

So sánh mức thu nhập – không kể lương – với vật giá, người ta thấy, trong một năm, người nhạc sĩ may mắn nhất có thể mua được hai chai bia nội địa hoặc hai ký thịt heo hoặc trả đủ cho 17 lần vá lỗ thủng bánh xe gắn máy!

Nhuận bút báo chí cũng không khá hơn. Năm 1980, nhuận bút trung bình cho một truyện ngắn, một bài tiểu luận hay phê bình là 50 đồng, nhuận bút của một bài thơ là 20 đồng. Đầu năm 1985, để theo kịp vật giá, nhuận bút cũng được tăng lên: một bài nghiên cứu, chính luận, điều tra là 250 đồng, một bài tiểu phẩm là 160 đồng, một bản tin ngắn là 40 đồng, một bức ảnh đen trắng là 80 đồng.

Theo Nguyễn Văn Nghi trên báo *Nhân Dân,* số ra ngày 27.2.1988, kể từ năm 1974 đến nay, chế độ nhuận bút tăng lên gấp 507 lần! So với năm 1974, mức nhuận bút năm 1981 tăng gấp 0.50 lần. So với năm 1981, mức nhuận bút năm 1983 tăng gấp 3 lần. So với năm 1983, mức nhuận bút năm 1986 tăng gấp 13 lần, rồi đầu năm 1987 lại tăng lên 2.5 lần, rồi giữa năm 1987 lại tăng lên gấp 13 lần.

Chế độ nhuận bút hiện hành được Bộ Thông tin công bố trong quyết định số 302 ký ngày 29.10.1987 và đăng tải trên báo *Quân Đội Nhân Dân* ngày 18.11.1987 như sau:

1. Bài chính luận, nghiên cứu, điều tra, phản ảnh và sáng tác mang tính chất văn học, nghệ thuật, khoa học, kỹ thuật: từ 510 đến 2.300 đồng.

2. Bài thuộc tư liệu báo chí, trả lời phỏng vấn, tin tổng hợp có hệ thống: từ 260 đến 760 đồng.

3. Thơ, tiểu phẩm, ca dao, gương người tốt việc tốt, viết lời cho điệu dân ca: từ 410 đến 1.220 đồng.

4. Tin ngắn, câu đối: từ 100 đồng đến 310 đồng.

5. Tin có giá trị phát hiện điển hình, mở đầu cho một phong trào (đã qua kiểm nghiệm thực tế), ngoài số tiền nhuận bút cơ bản, có thể hưởng thêm mức nhuận bút cao nhất là 2.300 đồng.

6. Tranh ảnh đen trắng đăng báo: từ 210 đến 610 đồng.

7. Tranh ảnh có giá trị về tư tưởng, về nghệ thuật đã được chọn lọc: từ 510 đến 1.520 đồng.

8. Bộ tranh truyện, ảnh truyện (từ 6 đến 22 chiếc): từ 610 đến 3.650 đồng.

9. Bài hát sáng tác: từ 760 đến 2.300 đồng."

Bản quyết định trên có chi tiết mơ hồ: người ta chỉ ghi số tiền nhuận bút thấp nhất và cao nhất. Thật ra, dưới chế độ cộng sản, nhuận bút báo chí được chia làm năm bậc. Tiêu chuẩn phân bậc dựa vào các yếu tố: chiều dài của bài viết, mức độ công phu của lao động, giá trị nghệ thuật và giá trị khoa học của tác phẩm, nhưng quan trọng nhất là yếu tố tuổi nghề của tác giả. Nói chung, bài viết của những tác giả trẻ hoặc chưa có tiếng tăm gì lắm thường được xếp vào bậc 3. Chỉ có những cây bút đầu đàn trong văn nghệ và trong báo giới mới được xếp vào bậc 4 hay 5. Tất cả những bài viết của những người lãnh đạo trong đảng và nhà nước đều được xếp vào bậc 5.

Biểu nhuận bút trên tuy thay đổi nhiều lần nhưng vẫn không nâng đời sống nhà văn, nhà thơ, nhà báo lên cao hơn. Mức tăng của nó chỉ song song với mức tăng của vật giá. Năm 1980, nhuận bút trung bình của một bài tiểu luận, tuỳ bút, truyện ngắn là 50 đồng, bằng ba tô phở. Năm 1986, nhà văn Phạm Tường Hạnh cho biết tiền nhuận bút một truyện ngắn, một bài ký chỉ vừa đủ mua hai tô hủ tiếu.[40]

Năm 1989, nhuận bút bậc 3 cho các bài báo thuộc thể loại trên là 1.000 đồng thì giá tô phở, giá hủ tiếu đã là hơn 400 đồng một tô!

Trên báo *Nhân Dân* số ra ngày 8.8.1987, Phan Quang, vụ trưởng Vụ báo chí thuộc Ban Tuyên huấn trung ương đảng, chiết tính chi phí dành cho nhuận bút trong tất cả các loại báo và tạp chí tại Việt Nam hiện nay như sau:

Nhật báo: từ 0,3 đến 1,4%. Tuần báo: từ 0,6 đến 1,3%. Nguyệt san: 1%.

Phan Quang kết luận:

> Trong các yếu tố cấu thành tổng chi phí để sản xuất một tờ báo, giá giấy chiếm tỉ lệ cao nhất, khoảng 50 – 60%, kế đó là công in từ 15 đến 25%. Phí phát hành chiếm 22% (báo phát hành cả nước), hoặc 18% (báo phát hành trong một số địa phương) tính trên giá bán lẻ. Phần nhuận bút và tiền lương cán bộ, nhân viên toà báo chiếm tỉ lệ rất nhỏ.

Ngoài tiền nhuận bút, ở Việt Nam, các báo có lệ hay tặng thêm một số tiền thưởng đối với những bài báo có chất

---

[40] Sài Gòn Giải phóng 28-9-1986.

lượng cao hoặc về nghệ thuật, hoặc về tư tưởng, hoặc về tác động của nó đối với một phong trào xã hội, sản xuất, tranh đấu. Không có văn bản nào cụ thể quy định mức thưởng này. Tất cả đều tuỳ thuộc vào sự hảo tâm của những người lãnh đạo tờ báo. Năm 1984, nhà văn Nguyễn Tuân có lần kể về số tiền nhuận bút và số tiền thưởng cho một bài báo ông đăng trên *Nhân Dân* như sau:

> ... nhuận bút được 400 đồng với hai chai rượu. Loại rượu chanh ngọt ngọt mình không thích, đưa cho bà xã bán được mỗi chai 50 đồng, vị chi được 500 đồng. Một tuần sau, họ lại đưa đến cái phiếu 100 đồng thưởng cho những bài có chất lượng. Tổng cộng nhuận bút bài ấy được 600 đồng. Bà xã phấn khởi lắm, bảo mình: Sao ông không viết nữa đi (cười). Khốn nạn, có phải cái gì cũng viết được đâu![41]

Một vài số liệu để so sánh: trên báo *Văn Nghệ* số ra ngày 11.7.1987, Tô Hoài kể, thời tiền chiến, gửi đăng truyện ngắn *Nước lên* trên báo *Hà Nội Tân văn*, ông được Vũ Ngọc Phan trả 5 đồng nhuận bút. Ông cũng cho biết thêm, trước đó, ông đi bán giày, lương tháng chỉ có 6 đồng. Thành ra, tiền nhuận bút một truyện ngắn gần bằng cả một tháng lương. Mà không phải chỉ có truyện. Ngay thơ cũng được hưởng tiền nhuận bút tương tự. Vũ Ngọc Phan kể trong tập hồi ký: *Những năm tháng ấy* xuất bản tại Hà Nội năm 1987, năm 1940, khi đăng một bài thơ của Tế Hanh trên *Hà Nội Tân văn*, ông đã trả cho tác giả 5 đồng nhuận bút (tr. 170). Cũng theo Vũ Ngọc Phan, thời gian này, giá gạo chỉ khoảng từ 12 đến 16 đồng một tạ (tr. 180). Trên tạp chí *Sông Hương* xuất bản tại Huế số 18 ra tháng 3 và

---

[41] Dẫn theo Thi Vũ, Quê Mẹ số 86.

tháng 4 năm 1986, nhà văn Nguyễn Tuân kể, vào khoảng 1941, 1942, ông viết tin cho *Trung Bắc Tân văn*, nếu đăng ở trang nhất thì được trả hai xu một dòng; nếu đăng ở các trang sau thì được trả hai dòng một xu. Truyện ngắn đầu tiên của Nguyễn Tuân đăng trên báo *Đông Tây* của Hoàng Tích Chu được trả ba mươi đồng nhuận bút. Nhà văn Nguyễn Tuân cho biết thêm, thời đó, giá một tô phở chỉ có hai xu, giá cơm tháng thật sang chỉ có ba đồng rưỡi một tháng, tiền sắm một bộ complet bình thường chỉ có hai mươi lăm đồng.

Trên tạp chí *Văn học* số 5 (6-1986) xuất bản tại Hoa kỳ, nhà văn Tuý Hồng kể:

> Trong một bài bình luận xã hội, Hoàng Hải Thuỷ viết: 'Khoảng thập niên 60, một nhà văn có thể kiếm tiền gấp năm lần một công chức'. Thanh Nam hồi đó viết feuilleton cho ba nhật báo, phụ trách hai chương trình văn nghệ trên đài phát thanh, lợi tức hàng tháng của chàng gấp bốn lần số lương đi dạy học của tôi. Khi một feuilleton nào đó sắp chấm dứt, chàng lại có được ba mươi nghìn đồng nhà xuất bản hỏi mua để in sách. (tr. 10).

Liên quan đến vấn đề nhuận bút báo chí tại Việt Nam hiện nay, có hai vấn đề cần chú ý:

Một là, do những ràng buộc khắt khe về chuyện lập trường, chuyện quan điểm, nhà văn, nhà thơ, nhà báo nào lúc cầm bút cũng phập phồng lo lắng, thấp thỏm ngại ngùng mình bị hớ hênh có thể dẫn đến những lời buộc tội là "phản động", là "hữu khuynh" hay "tả khuynh"… do đó, sức sáng tác của họ thường khá ì ạch. Dưới chế độ cộng sản, ít có người nào hoàn thành tác phẩm của mình trong thời gian kỷ lục như ngày xưa Nguyễn Công Hoan viết *Bước đường cùng:* mười sáu ngày.[42]

Trên báo *Sài Gòn Giải phóng* đã dẫn, nhà văn Phạm Tường Hạnh viết: *"Viết ngắn cho dù một bài ký, truyện ngắn, có khi phải làm việc từ một tháng đến nửa năm".* Đó là chưa kể đến trường hợp, nói như Nguyễn Tuân: *"Khốn nạn, có phải cái gì cũng viết được đâu".*

Hai là, số lượng những người cầm bút chuyên nghiệp tại Việt Nam hiện nay khá đông, gần 500 người, chưa kể những người thuộc các viện nghiên cứu cũng thỉnh thoảng viết lách và cũng không kể khoảng hơn 4.000 người làm báo, thế nhưng, số lượng báo chí văn học lại cực kỳ ít ỏi. Cả nước chỉ có hai tuần báo *(Văn Nghệ* của Hội Nhà văn Việt Nam và *Văn Nghệ thành phố Hồ Chí Minh)* và một nguyệt san duy nhất *(Văn Nghệ Quân Đội).* Cả ba đều là báo văn nghệ, trong đó phần văn học được coi trọng hơn, chứ không phải là những tờ báo thuần tuý văn học. Sau này xuất hiện thêm một tạp chí mới: tạp chí *Sông Hương* của Hội Nhà văn Bình Trị Thiên, hai tháng ra một lần, trước tổng biên tập là Nguyễn Khoa Điềm, sau là Tô Nhuận Vỹ. Về nghiên cứu văn học, cả nước chỉ có một tờ: tạp chí *Văn Học* tại Hà Nội, hai tháng ra một lần, tổng biên tập: Đặng Thai Mai (1959-1976), rồi Hoàng Trung Thông (1976-1986), rồi Hoàng Trinh (1986-1988) và từ tháng 4-1988 là Phong Lê. Về sáng tác văn học thì mãi đến giữa năm 1987 mới bắt đầu xuất hiện tạp chí *Tác Phẩm Văn Học,* do Nguyễn Đình Thi làm tổng biên tập và từ giữa năm 1988, lại xuất hiện thêm tạp chí *Văn* của Hội

---

[42] Nguyễn Công Hoan, tuyển tập 3, nxb Văn Học, HN, 1986, tr. 19.

Nhà văn thành phố Hồ Chí Minh do Anh Đức làm tổng biên tập, cả hai đều hai tháng ra một số. Tóm lại, riêng trong lãnh vực văn học, tại Việt Nam hiện nay chỉ có hai tuần báo, một tạp chí ra hàng tháng và bốn tạp chí ra hàng hai tháng. Quá ít.

Các nhật báo và cách nhật báo ở Việt Nam cũng chỉ dành cho văn nghệ một khoảnh đất cực kỳ khiêm tốn: mỗi tuần một hoặc hai trang vào ngày thứ bảy hoặc chủ nhật. Mà đó lại là trang văn nghệ chứ không hẳn là trang văn học. Dưới cái tên "văn nghệ" chung chung này, người ta thường tập trung khai thác lãnh vực sân khấu và phim ảnh hơn là thơ văn. Hơn nữa, số lượng báo chí và cách nhật báo cũng không nhiều. Cả nước chỉ có hai tờ nhật báo có tầm vóc quốc gia: *Nhân Dân* và *Quân Đội Nhân Dân;* hai tờ nhật báo địa phương: *Hà Nội Mới* ở Hà Nội và *Sài Gòn Giải phóng* ở thành phố Hồ Chí Minh. Từ cuối năm 1988 có thêm hai tờ nhật báo địa phương: *Quảng Nam Đà Nẵng* và *Hải Phòng.* Chỉ có một tờ cách nhật báo duy nhất: *Tuổi Trẻ.*

Cho nên, các nhà văn nhà thơ phải "xếp hàng" mà chờ đăng bài. Cơ hội để được ăn ba tô phở hay hai tô hủ tiếu coi bộ cũng hoạ hoằn.

Đối với sách, từ đầu năm 1989 trở về trước, chưa bao giờ Bộ Thông tin công bố một văn bản nào chính thức quy định phương cách tính nhuận bút. Các nhà xuất bản thường tính theo đơn vị chữ nhưng giá biểu mỗi nơi, mỗi lúc một khác. Nhà văn Mai Ngữ viết trên báo *Lao Động* số ra ngày 25.5.1989: *"Giữa nhà văn và nhà xuất bản bao giờ cũng có hợp đồng nhưng chưa bao giờ người ta ghi trong cái hợp đồng ấy về điều khoản nhuận bút. Cứ in xong, trả bao nhiêu là do quyền của nhà xuất bản".*

Có đôi khi người ta quên cả việc trả nhuận bút. Dịch giả Đắc Lê có lần viết thư khiếu nại đăng trên báo *Hà Nội Mới* số ra ngày 10.12.1987.

Tôi là người dịch ra cuốn tiểu thuyết *Hãy để cho ngày ấy lụi tàn*. Đầu năm 1987, tôi đến nhà xuất bản Tác Phẩm Mới thì được biết nhà xuất bản đã tái bản cuốn đó lần thứ ba (1982) và lần thứ tư (1986), nhưng không hỏi ý kiến tôi (như vậy đã vi phạm quyền tác giả).

Năm 1982, nhà xuất bản liên kết với tỉnh An Giang tái bản lần thứ ba, không trả tiền nhuận bút cho tôi. Khi tôi đến hỏi thì một cán bộ nhà xuất bản trả lời:

- Chúng tôi quên...

Sau này nhà xuất bản nhớ ra và trả cho tôi 500 đồng. Vì tiền lúc ấy đã mất giá, tôi yêu cầu nhà xuất bản tính lại. Ông phó giám đốc cũng công nhận việc phải tính lại là đúng. Nhưng từ đó đến nay nhà xuất bản vẫn im lặng.

Dù tính nhuận bút theo cách nào thì so với giá sách bán lẻ, tỉ lệ dành cho tác giả cũng cực kỳ ít ỏi. Mỗi người cho một tỉ lệ khác nhau. Theo nhà văn Mai Ngữ, tỉ lệ đó là 0,5%;[43] theo Trần Độ, nguyên Trưởng Ban Văn hoá Văn nghệ Trung ương: 0,9%;[44] theo nhà văn Nguyễn Quang Sáng: 2,5%.[45] Cái tỉ lệ nhuận bút trên giá sách mà nhà văn Nguyễn Quang Sáng tiết lộ, cho đến nay, được coi là cao nhất.

---

[43] Báo Lao Động 25-5-1987.

[44] Trần Độ, *Đổi mới và chính sách xã hội văn hoá,* sđd, tr. 145.

[45] Sài Gòn Giải phóng 9-11-1986.

Thử so sánh: theo nhà văn Võ Phiến, ở miền Nam trước năm 1975, nhuận bút trung bình là 10% trên giá bán.[46] Đó là tỉ lệ trung bình. Theo nhà văn Linh Bảo, khi nhà xuất bản Đời Nay in sách của bà, dù là tác phẩm đầu tay, đã trả nhuận bút đến 15% trên giá bán.[47] Trong quyển *Đời viết văn của tôi* do nhà xuất bản Văn Nghệ xuất bản năm 1986, học giả Nguyễn Hiến Lê kể lại, có lần người ta trả nhuận bút cho ông đến 20% trên giá bán (tr. 98).

Trên báo *Sài Gòn Giải phóng* ngày 9.11.1986, Nguyễn Quang Sáng viết:

Nếu ta lấy một quyển sách văn học để chiết tính thì:

- Công in giá từ 20 đến 25%. Phát hành lấy lời của trung ương từ 20 đến 22%. - Phát hành địa phương thì lấy lời từ 15 đến 18%.

Tiền nhuận bút của tác giả là 2.5%. Phần còn lại là tiền giấy và mọi chi phí khác.

Qua đó, ta thấy tiền nhuận bút cho tác giả là phần thấp nhất. Vừa không công bằng vừa mang ý nghĩa bất công đối với người làm ra sản phẩm. Chế độ nhuận bút cần phải đổi mới.

Có lẽ Nguyễn Quang Sáng bị cám dỗ ít nhiều trước chiêu bài "đổi mới" trước kỳ Đại hội đảng lần thứ 6 vào cuối năm 1986 nên ông mới yêu cầu một cách hăm hở thế. Nhưng rồi Đại hội qua, lời hứa hẹn "đổi mới" cũng tiêu trầm. Trong cuộc Hội nghị văn nghệ được tiến hành vào

---

[46] Võ Phiến, *Tổng quan văn học miền Nam*, nxb Văn Nghệ, Hoa kỳ, 1986, tr. 48.

[47] Tạp chí Văn học nghệ thuật, Hoa kỳ, số 7-1985.

ngày 6 và 7 tháng 10 năm 1987, trước mặt Nguyễn Văn Linh, tổng bí thư đảng, Nguyễn Quang Sáng lại bặm môi nhắc lại quan điểm của mình đã nêu ra gần một năm về trước.

Muốn có tác phẩm hay, phải có ba điều kiện... gọi đùa là ba chữ T:

Tài năng.

Tiền (tức là những điều kiện sống và làm việc tối thiểu trong đó có vấn đề nhuận bút hiện nay đang thấp đến kỳ quặc, vô lý).

Và Tự do.[48]

Mà không phải chỉ một mình Nguyễn Quang Sáng lên tiếng than thở. Trên báo *Sài Gòn Giải phóng* ngày 11.1.1987, nhà văn Đinh Quang Nhã cũng kêu là họ bị bóc lột thậm tệ, nhà báo Hà Kiều thì cho chế độ nhuận bút ấy cực kỳ bất công. Trên báo *Văn Nghệ* số ra ngày 22.11.1986, nhà văn Anh Đức cũng viết: *"Chế độ nhuận bút không đúng với giá trị lao động đã bỏ ra"*. Rồi trên báo *Sài Gòn Giải phóng* ngày 14.5.1987, nhạc sĩ Phan Huỳnh Điểu viết một cách gay gắt: *"Chế độ nhuận bút của ta từ trước đến nay vừa lạc hậu, phản khoa học, vừa không nhân đạo, bóc lột chất xám của anh em văn nghệ sĩ"*.

Để dễ hình dung, tôi thử lấy một vài thí dụ rút ra ngay từ những quyển sách tôi hiện có:

Tập thơ *Ngôi nhà có ngọn lửa ấm* của Nguyễn Khoa Điềm do Tác Phẩm Mới xuất bản năm 1986, 3.100 ấn bản, giá 4

---

48 Văn Nghệ, HN, 17-10-1987.

đồng. Tổng cộng: 12.400 đồ ng. Nhuận bút 2.5%: 310 đồng.

Quyển tiểu luận phê bình *Bước đầu đến với văn học* của Vương Trí Nhàn cũng do Tác Phẩm Mới xuất bản năm 1986, dày 170 trang, 4.100 ấn bản, giá 9 đồng. Tổng cộng: 36.900 đồng. Nhuận bút 2,5%: 922,50 đồng.

So với thời giá, quyển sách trên tương đương với một ký thịt, quyển sách dưới tương đương với ba ký thịt. Nếu các tác giả chơi sang, hút thuốc lá ngoại quốc (như 555, Capstan, Marlboro) khi sáng tác thì, với số tiền nhuận bút nhận được, Nguyễn Khoa Điềm mua đư ợc khoảng bảy điếu, Vương Trí Nhàn mua được gần một gói.

Từ năm 1987 lại đây, giá sách tăng lên gấp 30, 40 lần, cho nên tiền nhuận bút cũng cao hơn, song dù cao hơn, nó cũng chỉ chạy mấp mé sau lưng vật giá. Khi được một nhà báo hỏi về số tiền nhuận bút của quyển *Bên kia bờ ảo vọng,* nhà văn Dương Thu Hương kể:

> Chẵn một trăm nghìn. Trong đó có hai mươi nhăm nghìn tiền thưởng vì sách bán chạy và trượt giá. Hương viết quyển này trong hai năm trời (1984-1985). Trong thời gian viết phải vay dần nhà xuất bản để sống giữa thời buổi "gạo châu củi quê" này. Do đó, khi sách in ra, mình còn cầm được sáu nghìn đồ ng chẵn. Sáu nghìn đồng đủ để làm một bữa bún chả liên hoan với gia đình, bè bạn là xong![49]

Điều cần lưu ý là, chế độ nhuận bút không áp dụng cho nhà xuất bản Giáo Dục. Đối với sách giáo khoa, Bộ Giáo dục tập trung một số cán bộ giảng dạy lại một địa điểm

---

[49] Báo Hà Nội Mới, 20-10-1987.

trong một thời gian nhất định để chuyên tâm biên soạn. Thời gian ấy, họ được trả lương. Khi sách hoàn tất, nó trở thành tài sản của "nhân dân": bản quyền không có. Đối với tài liệu tham khảo trong nhà trường, Bộ Giáo Dục coi như một việc làm đương nhiên của một nhà giáo dục và thù lao cho lao động ấy đã được nhà nước thanh toán bằng tiền lương hàng tháng. Không có nhuận bút chính thức. Chỉ có ít tiền thưởng èo uột. Chính vì lý do đó mà, mặc dù số lượng ấn bản mỗi quyển sách của nhà xuất bản Giáo Dục rất cao, thường thường là trên 20.000 cuốn, song ở Việt Nam, không có mấy người tha thiết với nó. Khi tất cả các nhà xuất bản khác từ chối, người ta mới đưa sách cho nhà xuất bản Giáo Dục in. Báo *Hà Nội Mới* số ra ngày 21.5.1987 thuật: *"Một học giả trong ngành giáo dục nói: 'Là người của ngành mà tôi cũng ngại viết sách cho ngành'."*

Điều cần lưu ý thứ hai: chế độ nhuận bút trên chỉ áp dụng cho lần xuất bản thứ nhất. Cộng sản quan niệm, với nhuận bút của lần ấn hành ấy, thù lao của tác giả đã được thanh toán. Kể từ đó, quyển sách trở thành tài sản của "nhà nước": khi tái bản, tác giả chỉ được hưởng một số tiền tượng trưng, hết sức còm cõi, có khi chỉ đủ mua lại một số ít sách của chính mình để tặng bạn bè. Trên báo *Văn Nghệ* số ra ngày 13.3.88, một người ký tên là P.Q. kể, năm 1987, ông có một tác phẩm được nhà xuất bản Kim Đồng in lại với số lượng cực lớn: 31.000 cuốn. Giá bán mỗi cuốn là 320 đồng. Tính nhẩm: nếu sách bán hết, tổng số thu là 9.920.000 đồng (gần 10 triệu). Nhà xuất bản trả cho tác giả: 10.140 đồng (hơn 10 ngàn). Tỉ lệ: hơn 0,01% một chút. P.Q. kể tiếp, vì bận, ông sai con ông đến nhà xuất bản để nhận nhuận bút. Khi về, người con ghé chợ mua được đúng mười lăm ký gạo!

Cũng năm 1987, cộng sản cho phép in lại – lần đầu tiên – tập *Vang bóng một thời*, vì lượng in ít, nhà văn Nguyễn Tuân chỉ nhận được có 1.000 đồng bản quyền. 500 đồng nhận trước, 500 đồng nhận sau. Lần sau, cầm 500 đồng, Nguyễn Tuân ngán ngẩm nghĩ:

> Cái khoản năm trăm này là năm đơn vị phở mình tự mừng cho ngày mai lên lão bảy mươi tuổi... Này, nghĩ mà giật mình: năm trăm này bằng đúng một đồng bạc ngân hàng cái thời mình viết tuỳ bút Phở... Ờ, ờ, sau cái đận ấy, thôi thì đủ thứ phở cua, phở hến, phở đậu phụ, phở không người lái, bao nhiêu thứ phở quái dị ra đời... Chỉ cái anh phở bò chín chính hiệu là thành hiếm hoi... hiếm hoi y như mọi thứ văn chương đích thực trên đời.⁵⁰

Đọc đoạn văn trên, cần đọc thêm đoạn văn dưới đây, người ta càng hiểu thêm lý do tại sao, đang nói chuyện văn chương, Nguyễn Tuân bỗng nhiên lại liên tưởng đến chuyện phở và qua đó, càng hiểu hơn dụng ý châm chích, xỏ xiên, đay nghiến một cách bóng bẩy, xa xôi rất nổi tiếng của Nguyễn Tuân – một cái tài từng khiến ông lao đao lận đận không ít suốt mấy chục năm đi theo cộng sản:

> Báo cáo với nhà văn Ngô Tất Tố là năm 1962, tôi có viết một số trang giới thiệu *Tắt Đèn* tái bản. Tiền nhuận bút được trả với năm trăm đồng, giới xuất bản nói đó là cái trần tuyệt cao của loại văn đề tựa đó. Mà cao thật, bác Tố giai ạ. Năm 1972, phở chỉ có ba hào một bát, năm hào thì đã tươm quá... Về phở, nhớ xưa bác cũng như tôi lấy nó làm một thứ bản vị để tính toán, như kiểu các nhà văn thế giới lấy vàng làm kim bản vị.⁵¹

---

⁵⁰ Dẫn theo Thi Vũ, Quê Mẹ số 86.

⁵¹ Nguyễn Tuân, *Chuyện nghề*, nxb Tác Phẩm Mới, HN, 1986, tr. 80.

Ở đoạn văn trên, có hai thời điểm khác nhau: 1962 và 1972. Thợ xếp chữ có nhầm chăng? Theo văn cảnh, tôi đoán có lẽ chỉ là một: 1962. Bài tựa của Nguyễn Tuân in lần đầu tiên trong quyển *Tắt đèn* do nhà xuất bản Văn hoá phát hành tại Hà Nội lần thứ 5 năm 1962.

Một bài tựa dài chưa tới 20 trang mà năm 1962 nhà văn có thể mua được 1.000 tô phở. Hai mươi lăm năm sau, cuối 1987, tiền nhuận bút cho một quyển sách dày và tuyệt hay *"Vang bóng một thời"* lại chỉ tương đương với… mười tô phở!

Hơn 40 năm kể từ sau Cách mạng tháng Tám, giới cầm bút cộng sản được tự do… sống trong luật rừng. Chỉ từ năm 1986, cộng sản mới công bố nghị định số 142/HĐBT ký ngày 14.11.1986 về vấn đề quyền tác giả. Dựa theo nghị định này, Bộ Văn hoá Hà Nội đã thành lập *"Hãng bảo hộ quyền tác giả"* gọi tắt là Vinaauteur, đồng thời xuất bản quyển *"Luật lệ về quyền tác giả"* để hướng dẫn cách thức "đăng ký" bản quyền, các thủ tục khiếu nại đòi hỏi tiền bản quyền. Những kết quả đầu tiên của việc làm muộn màng này khiến người ta có cảm giác ngậm ngùi. Trên báo *Hà Nội Mới* số ra ngày 28.4.1987, ở trang 4, gần góc cuối, thuộc phần rao vặt và nhắn tin tìm trẻ lạc, tìm lại giấy tờ đánh rơi… tôi tìm thấy mẩu tin ngắn ngủi và kín đáo này:

Bổ sung tên dịch giả

Cuốn sách song ngữ Anh-Việt Tình yêu cuộc sống do chúng tôi tái bản năm 1976 thiếu tên dịch giả là Đắc Lê. Chúng tôi xin bổ sung cho đầy đủ.

Nhà xuất bản Ngoại Văn.

Xin chú ý: quyển *Tình yêu cuộc sống* được in lại từ năm 1976, nghĩa là mười một năm trước cái lời bổ sung lạ lùng trên. Chỉ bổ sung mà không cần xin lỗi tác giả bản dịch. Nên biết thêm: giám đốc nhà xuất bản Ngoại Văn thời ấy là Nguyễn Khắc Viện, hiện nay là Hữu Ngọc.

Ngày 5.6.1989, Hội đồng Bộ trưởng Hà Nội ra nghị định quy định chế độ nhuận bút cho các ấn phẩm văn hoá:

Nguyên tắc tính nhuận bút là: *"căn cứ vào chất lượng, khối lượng hiệu quả kinh tế, xã hội của tác phẩm"* (điều 2).

Nhuận bút được chia làm ba loại:

"Nhuận bút cơ bản trả công lao động sáng tạo ra tác phẩm, tương xứng với chất lượng, khối lượng của tác phẩm đó". Cách tính nhuận bút cơ bản là: *"tính theo tỉ lệ phần trăm (%) của giá bán lẻ nhân với số lượng chuẩn".*

"Nhuận bút số lượng trả thêm cho những tác phẩm được sử dụng vượt quá số lượng chuẩn". Cách tính nhuận bút số lượng là: *"tính theo tỉ lệ phần trăm (%) của nhuận bút cơ bản".*

"Nhuận bút tái bản trả cho những tác phẩm có giá trị được tái bản. Cách tính nhuận bút tái bản: "tính theo tỉ lệ phần trăm (%) của nhuận bút cơ bản."[52]

Bản nghị định trên có nhiều điểm mơ hồ. Thứ nhất, mơ hồ ngay trong cái nguyên tắc tính nhuận bút được đề ra.

---

[52] Quân đội nhân dân ngày 12-6-1989.

"Chất lượng, khối lượng hiệu quả kinh tế, xã hội" là gì? Dựa vào tiêu chuẩn nào để quyết định? Thứ hai, bản nghị định chỉ viết một cách bâng quơ là nhuận bút cơ bản được tính theo tỉ lệ phầm trăm (%) so với giá bán lẻ nhân với số lượng chuẩn, nhưng lại không cho biết hai yếu tố cực kỳ quan trọng là: tỉ lệ phần trăm ấy là bao nhiêu và số lượng chuẩn nữa, là bao nhiêu? Bản nghị định ấy hoàn toàn né tránh. Vì đó là "bí mật quốc gia" hay để cho các nhà xuất bản tự quyền quyết định? Không biết.

Các khoản trợ cấp khác

Trên nguyên tắc và thực chất là trên lý thuyết, quỹ văn học của Hội Nhà văn Việt Nam có chức năng thực hiện các khoản trợ cấp: trợ cấp sáng tác, trợ cấp đi thực tế, trợ cấp những nhà văn gặp khó khăn và những nhà văn cao tuổi. Tuy nhiên, trên thực tế, số tiền trợ cấp ấy hiếm hoi và ít ỏi đến độ người ta cứ tưởng như là không có gì.

Quỹ văn học được hình thành từ hai nguồn: sự tài trợ của Bộ Văn hoá và tiền lời của nhà xuất bản Tác Phẩm Mới. Chưa bao giờ Hội Nhà văn công khai hoá số tiền hiện có trong cái Quỹ ấy. Và cũng không nhiều người nhận được trợ cấp.

Nhà văn Đinh Quang Nhã kể trên báo *Sài Gòn Giải phóng* ngày 11.1.1987:

> Một chính sách, chế độ cho những cây bút chuyên nghiệp là điều chưa ai nhìn thấy. Những năm gần đây, tôi có nhận được đôi lần một, hai trăm đồng gì đó một cách khá ngại ngùng vì nửa kín đáo, nửa công khai, nửa như quyền lợi

chính đáng, nửa như sự ban phát hào hiệp của ai đó. Tôi ký nhận mà tự hỏi: "Chẳng hiểu có nhiều người nhận như mình?" Anh chị em không ai đòi hỏi phải có sự bình quân. Nhưng nhất thiết phải rõ ràng.

Báo *Sài Gòn Giải phóng* ngày 28.9.1986 cho biết chi tiết hơn:

> Từ năm 1978... đến nay đã tám năm trôi qua, vấn đề này không được quan tâm mấy. Số tiền đầu tư cho sáng tác thật quá ít ỏi. Cụ thể, Hội Nhà văn trong năm 1985 được cấp 200.000 đồng (tiền cũ), (tức là 20.000 đồng tiền mới sau đợt đổi tiền vào tháng 9-85 – NHQ chú) để làm quỹ sáng tác. Với số tiền này, chỉ có thể cấp cho anh chị có đề cương, có kế hoạch sáng tác mỗi người không quá 300 đồng (tiền cũ) (tức 30 đồng tiền mới, giá một tô phở vào năm 1985 – NHQ chú). Quả là một trợ cấp khá khiêm nhường.

Nguyễn Duy, một nhà thơ trẻ thuộc loại xuất sắc nhất ở Việt Nam hiện nay, năm 1981, có bài thơ tựa đề *"Bán vàng"*, trong đó, có mấy câu cảm động:

> *Lương tháng thoảng qua như chút hương trời*
> *Đồng nhuận bút hiếm hoi như gió lọt vào nhà trống*
> *Vợ chồng ngủ với nhau đắn đo như vụng trộm*
> *Không có cái sợ nào bằng cái sợ sinh con...*

Trong lịch sử văn học Việt Nam, số lượng những nhà văn nhà thơ giàu có không nhiều. Phần lớn đều sống một cách gieo neo, vất vả *"sớm đón nước sông, chiều gạo chợ"* (Trần Huyền Trân); *"cơm áo không đùa với khách thơ"* (Xuân Diệu); *"Văn chương rút ruột kiếm xu tiêu. Nghề nghiệp làm ăn khó đủ điều* (Tản Đà)... Tuy nhiên, trong lịch sử văn học Việt Nam, chưa bao giờ mà giới cầm bút cùng quẫn như dưới chế độ cộng sản. Sự cùng quẫn như thế là một sự bất bình thường: mỗi người cầm bút đều có trước mặt mình một khối lượng độc giả cực lớn, lớn hơn bất cứ một giai đoạn nào khác trong quá khứ, đó là hơn 60 triệu đồng bào.

Báo *Quân Đội Nhân Dân* số ra ngày 3.7.1988 ghi nhận: hiện nay, tại Việt Nam, không có nhà văn nhà thơ nào có thể sống được thuần bằng ngòi bút của mình.

Trong một bài tham luận đọc trước Đại hội Hội Nhà văn lần thứ 4 vào tháng 10.1989, sau đăng trên tạp chí *Đất Quảng* số tháng 12.1989, nhà thơ Thu Bồn cho biết:

Số nhà văn ở thành phố Hồ Chí Minh và các tỉnh đồng bằng sông Cửu Long, 20% suy dinh dưỡng. Ở Hà Nội, Hải Phòng 30%, các tỉnh Bình Trị Thiên, khu Tư, Thanh Hoá: 50%.

Số bệnh tật do nghề nghiệp gây ra như đau thần kinh, dây chằng, vôi hoá cột sống, huyết áp cao hoặc thấp, còng lưng sớm, đãng trí... lên đến 98%...

Nhà văn Nguyên Hồng, tác giả *Bỉ Vỏ* khi chết trong túi còn hơn 20 đồng bạc. Nhà văn Võ Huy Tâm, ở trong một cái chòi, nhiều năm ăn cơm với rau má để viết về một vùng mỏ đẹp nhất của tổ quốc...

Nhà thơ Lưu Quang Vũ, Xuân Quỳnh, và cháu Lưu Quỳnh Thơ, ba người ở trong một căn phòng vỏn vẹn sáu mét vuông. Khi chết cũng chiếm sáu mét đất. Trong túi hai vợ chồng và đứa con vỏn vẹn 5.000 đồng.

PHẦN HAI
Các giai đoạn phát triển

Chương 1
Thời kỳ 1945-1954

Cách mạng tháng Tám

Trong 80 năm bị đô hộ, khát vọng độc lập, tự do không ngừng nung nấu trong đáy sâu tâm khảm của từng người Việt Nam. Chính sách cai trị hà khắc của Pháp, rồi của Pháp và của Nhật, đã gây ra nhiều hậu quả khốc liệt mà hậu quả khốc liệt nhất là cái chết tức tưởi của khoảng trên một triệu đồng bào trong trận đói vô tiền khoáng hậu năm 1945. Những ai may mắn sống sót đều sôi sục căm giận. Biện pháp thoả hiệp với ngoại nhân để tập trung phát triển đất nước về phương diện văn hoá và xã hội từng được nhiều người đồng tình trong hai thập kỷ trước đã bị sụp đổ. Nó chỉ là một ảo vọng. Ai nấy đều thấy cần phải vùng lên tranh đấu. Thời cơ đã đến: tháng tám năm 1945, thế chiến thứ hai kết thúc, Nhật đầu hàng đồng minh. Tại Việt Nam, đang là kẻ thống trị hùng hổ, tha hồ tác oai tác quái, quân đội Nhật, trong cái thế của một nước bại trận, đâm ra tiu nghỉu, ngơ ngác đứng chờ bị giải giới. Trong khi đó, quân đội Pháp, từ ngày 9.3.1945 đã đầu hàng quân đội Nhật, đang khép nép ê chề, chưa kịp lấy lại tinh thần và phục hồi lực lượng. Lịch sử dân tộc Việt Nam, do đó, bỗng dưng có một khoảng trống ngắn ngủi: không có một lực lượng ngoại quốc nào thực sự nắm quyền cả. Vấn đề cấp bách là: ai là kẻ đầu tiên lợi dụng cái khoảnh khắc trống trải do sự chuyển tiếp giữa các quyền lực quốc tế ấy để công bố nền độc lập của đất nước?

Câu trả lời: Việt Minh!

Lúc bấy giờ, những đảng phái cách mạng quốc gia, sau những đợt khủng bố tàn khốc của thực dân, đang rất yếu. Lãnh tụ của họ phần lớn đang lưu lạc ở nước ngoài. Từ Nguyễn Hải Thần đến Vũ Hồng Khanh, Nguyễn Tường Tam, Nghiêm Kế Tố… đều ở Trung Hoa, khi họ về, thành những kẻ muộn màng: ngày 2 tháng 9, Hồ Chí Minh đọc bản Tuyên ngôn Độc lập tại công trường Ba Đình!

Thật ra, ngay chính Việt Minh nữa, họ cũng là những kẻ đến muộn. Lúc ấy, hàng ngũ đảng viên cộng sản còn ít, rất ít, chưa tới 5.000 người, hoàn toàn không đủ khả năng để tự họ cướp chính quyền. Kẻ đến trước là dân chúng. Một cách tự phát, ngay khi chính phủ Nhật tuyên bố đầu hàng vô điều kiện, ở các thành phố, dân chúng đã đổ xô xuống đường, gậy gộc và giáo mác trong tay, biểu dương lực lượng, đòi lại độc lập. Không khí những ngày ấy như một trận bão lửa. Bừng bừng. Hừng hực. Dữ dội. Ngay cả một người bệnh nặng, sắp mất như nhà thơ Bích Khê, đang nằm liệt trên giường, nghe tiếng reo hò khởi nghĩa của dân chúng vang dội khắp nơi, cũng mừng rỡ đòi người nhà đặt lên ghế bố khiêng ra đầu ngõ để được tận mắt chứng kiến khung cảnh cách mạng.[53]

Khi đứng ra đọc bản Tuyên ngôn Độc lập, Hồ Chí Minh đã thừa hưởng trọn vẹn những thành quả tốt đẹp nhất đến từ nhiệt tình yêu nước của mọi người.

---

[53] *Thơ Bích Khê*, sở văn hoá và thông tin Nghĩa Bình xb, tr. 100.

Tuy nhiên, Hồ Chí Minh và sau lưng Hồ Chí Minh là đảng Cộng sản Đông Dương và Mặt trận Việt Minh, không thể nào cướp nổi chính quyền nếu không có thêm cái thuận lợi thứ hai này: đó là khoảng trống trong ý thức chính trị của dân chúng. Ai cũng hân hoan chào đón cách mạng. Cách mạng đến đáp ứng niềm mong ước khắc khoải, nung nấu gần một thế kỷ. Sung sướng biết bao nhiêu. Cứ xuống đường biểu tình cho hả hê. Cứ giương cao biểu ngữ cho thích chí. Không có ai, trong những ngày ấy, với tâm trạng dào dạt niềm vui như thế, lại có đủ bình tâm xét đoán bản chất của kẻ vừa mới tự nhận là đại diện cho đất nước ra sao. Cái vấn đề căn bản nhất của cách mạng đã bị lãng quên. Hồ Chí Minh xuất hiện vào đúng cái thời điểm quên lãng đó. Không cần biết lý lịch của ông, người ta đã ùn ùn kéo đến hoan hô ông. May mắn thật.

Có thể dẫn ra trường hợp của Vũ Ngọc Phan và Hằng Phương làm ví dụ. Trong quyển *Một chặng đường văn hoá* xuất bản tại Hà Nội năm 1985, Vũ Quốc Uy kể lại, năm 1943, nhận chỉ thị của Trung ương đảng Cộng sản, ông đến thuyết phục vợ chồng Vũ Ngọc Phan và Hằng Phương tham gia vào Hội Văn hoá Cứu quốc vừa được hình thành một cách bí mật, nhưng cả hai người đều từ chối khi nghe nói đến hai chữ "Việt Minh" (tr. 54). Đọc sách nhiều, kiến thức rộng, dĩ nhiên Vũ Ngọc Phan và Hằng Phương thừa hiểu chủ nghĩa cộng sản là gì và Việt Minh là cái gì của cộng sản. Hiểu nên sợ. Thế nhưng, khi Cách mạng tháng Tám bùng nổ, vui quá, mừng quá, họ bỗng nhiên quên bằng cái hiểu và cái sợ của mình. Họ cũng xuống đường. Vũ Ngọc Phan nhận làm chủ tịch Ủy ban kháng chiến khu Đống Đa, Hà Nội; Hằng Phương gia nhập vào đội cứu thương trong khu phố. Chóng vánh. Không một chút phân vân. Mặc nhiên họ nhìn nhận Việt

Minh. Tính tình thận trọng cố hữu của Vũ Ngọc Phan biến mất. Ông cũng thành bồng bột như mọi người. Hằng Phương còn bồng bột hơn: bà đã mua một chục cam quí đem vào Bắc bộ phủ tặng Hồ Chí Minh. Hồ Chí Minh làm thơ trả lời:

Cảm ơn bà biếu gói cam
Nhận thì không đáng, từ làm sao đây!
Ăn quả nhớ kẻ trồng cây
Phải chăng khổ tận, đến ngày cam lai.

Những chi tiết trên, Vũ Ngọc Phan đều kể lại trong hồi ký của ông, quyển *Những ngày tháng ấy* xuất bản tại Hà Nội, năm 1987.

Sau Cách mạng tháng Tám, chỉ mấy ngày, cộng sản ra tay triệt hạ tất cả những đảng phái quốc gia. Ngày 5.9.1945, Hồ Chí Minh ký sắc lệnh giải tán Đại Việt Quốc gia Xã hội đảng, Đại Việt Quốc dân đảng. Ngày 12.9.1945, lại ký sắc lệnh giải tán Việt Nam Hưng quốc Thanh niên và Việt Nam Ái quốc hội. Ngày 13.9.1945, lại ký sắc lệnh thiết lập toà án quân sự để "trừng trị bọn phản động".[54]

Thực chất của các sắc lệnh trên là một âm mưu tranh giành quyền lực. Để đưa đảng Cộng sản lên vị trí thống trị độc tôn, Hồ Chí Minh không ngần ngại tiêu diệt tất cả những người yêu nước không chịu phục tùng mình. Bao nhiêu cuộc tàn sát đẫm máu đã diễn ra. Buồn thay, ngay sau ngày Độc lập, đã là một cảnh tương tàn.

Âm mưu của Hồ Chí Minh đã bị bẻ gãy. Sự chống trả quật cường của các đảng phái quốc gia, được sự hỗ trợ của chính phủ Tưởng Giới Thạch đ ã khiến ông chùn tay.

---

[54] *Lịch sử Việt Nam 1945-1975*, nxb Giáo Dục, HN, 1987, tr. 8.

Không những chùn tay, ông còn phải chịu nhượng bộ. Sự nhượng bộ thảm hại nhất là ngày 11.11.1945, Đảng Cộng sản Đông Dương phải tuyên bố "tự giải tán" để chỉ hoạt động dưới danh nghĩa "Hội nghiên cứu chủ nghĩa Mã Khắc Tư". Dĩ nhiên đó chỉ là một thủ đoạn giả vờ, chuyển đổi tên gọi, thực chất đảng Cộng sản vẫn tiếp tục hoạt động và càng ngày càng củng cố quyền hành. Ngày 1.1.1946, Việt Minh Cách mạng Đồng minh hội thành lập Chính phủ Liên hiệp lâm thời. Trong chính phủ nhà văn Nhất Linh giữ chức vụ bộ trưởng Ngoại giao. Chưa hết. Nhận thấy Mặt trận Việt Minh bị dân chúng bất mãn, ghét bỏ và chống đối, mỗi lúc một bị cô lập, cộng sản phải thành lập thêm một mặt trận quần chúng khác để dễ dàng tập họp lực lượng lấy tên là Liên hiệp Quốc dân Việt Nam, gọi tắt là Liên Việt.

Pháp trở lại. Súng nổ. Ngày 19.12.1946, Hồ Chí Minh đọc lời kêu gọi toàn dân kháng chiến. Lịch sử, một lần nữa, lại có một khoảng trống để cộng sản phát huy thanh thế: trong lúc các đảng phái quốc gia, từ năm 1945 đến năm 1946, chỉ chuẩn bị cho một cuộc tranh đấu hoà bình thì đảng Cộng sản đã có sẵn một căn cứ để có thể tiến hành cuộc tranh đấu bằng vũ trang, đó là căn cứ địa Việt Bắc. Tất cả những người yêu nước, để tránh Pháp, chỉ có hai con đường lựa chọn: hoặc đi qua Trung Hoa hoặc đi vào vùng kháng chiến. Phần lớn đi vào vùng kháng chiến. Lực lượng của Việt Minh, nhờ đó, đông đúc dần. Nhà văn Khái Hưng, suốt trong hai năm 1945 và 1946, không ngừng viết báo vạch trần bản chất dối trá và tàn bạo của cộng sản, cuối cùng, cũng đành chọn con đường thứ hai: ông về quê vợ ở Nam định ít ngày thì bị Việt Minh bắt và thủ tiêu.

Giai đoạn 1945-1946

Tình hình văn học trong hai năm 1945 và 1946 cũng phức tạp y như là tình hình chính trị. Mọi người đều có một tâm trạng giống nhau: sung sướng trước nền độc lập và khao khát góp phần vào công việc củng cố cái nền độc lập còn sơ sinh ấy. Nhưng quan điểm mỗi người một khác: người vừa muốn độc lập vừa muốn tự do; người chấp nhận hy sinh tự do sáng tác để đứng hẳn vào một hàng ngũ chính trị, chịu sự chỉ huy của lãnh đạo, bảo vệ nền độc lập của dân tộc trước. Một số người khác lại né tránh, đứng ra ngoài cái không khi tranh chấp xao xác của các thế lực chính trị.

Từ ngày 5.5.1945, nhóm Tự lực Văn đoàn tục bản tuần báo *Ngày Nay* để tiến hành cuộc tranh đấu. Nội dung tờ báo nghiêng nặng về khảo cứu, phân tích tình hình thời sự hơn là sáng tác văn học. Lúc ấy, Nhất Linh đang ở Trung Hoa. Chăm nom tờ báo có Hoàng Đạo, Khái Hưng và Nguyễn Tường Bách. Sau khi nắm chính quyền, Việt Minh đóng cửa tờ báo. Nhất Linh về nước, ra tờ nhật báo *Thiết Thực* để tiếp tục cuộc tranh đấu, đòi hỏi Việt Minh phải thành lập Chính phủ Liên hiệp.

Nhóm Hàn Thuyên ra tờ *Văn Mới* do Trương Tửu đứng đầu. Cũng theo tư tưởng Mác-xít, nhưng nhóm *Văn Mới* đả kích cộng sản kịch liệt. Cái câu nói *"được mùa cách mạng thì mất mùa văn chương sáng tác"* của Trương Tửu xuất hiện vào giai đoạn này, trên tờ *Văn Mới*.

Bên cạnh tờ báo *Văn Mới*, Trương Tửu thành lập nhóm Tân Văn Nghệ, xuất bản tập sách *Tương lai văn nghệ Việt Nam*, nhấn mạnh đến hai điều kiện để phát triển nền văn nghệ dân tộc: sự độc lập của đất nước và sự tự do của mỗi cá nhân. Điều kiện thứ hai nhắm đến việc phê phán nền văn nghệ của cộng sản mà nhóm Hàn Thuyên, trên một số *Văn Mới*, gọi là *"văn nghệ đồ hộp"*. Trương Tửu lại tung ra bản *"Tuyên ngôn độc lập của trí thức"* kêu gọi *"người trí thức muốn được độc lập suy nghĩ thì không nên làm chính trị"*.

Lúc mới giành chính quyền, đội ngũ những người cầm bút của cộng sản, thật ra, không nhiều. Đó là những người đã có mặt trong Hội Văn hoá Cứu quốc thời kỳ còn bí mật. Mà con số này thì ít ỏi vô cùng. Chỉ có mấy người: Nguyên Hồng, Nam Cao, Tô Hoài, Nguyễn Đình Thi, Nguyễn Huy Tưởng, Trần Huyền Trân, Học Phi, Kim Lân… Còn lại là những cán bộ tuyên truyền chứ không phải là văn nghệ sĩ thực sự.

Tổ chức lãnh đạo các hoạt động văn hoá văn nghệ sau Cách mạng tháng Tám vẫn là Hội Văn hoá Cứu quốc. Chủ tịch đầu tiên là Nguyễn Đình Thi; từ ngày 28.3.1946 là Trần Huy Liệu và từ tháng 10.1946 là Đặng Thai Mai.

Trong hai năm 1945-46, Hội Văn hoá Cứu quốc chỉ có hai tờ báo: tờ *Tiên Phong* tại Hà Nội và tờ *Đại Chúng* tại Huế. Mạnh nhất là tờ *Tiên Phong*, thuộc cấp trung ương, do Nam Cao làm thư ký toà soạn, thoạt đầu đặt tại trụ sở cũ của Hội Khai Trí Tiến Đức, sau dời về số 40 phố Quang Trung. Tham gia biên tập có Nguyễn Đình Thi, Nguyễn Huy Tưởng, Xuân Diệu, từ khoảng giữa năm 1946, thêm Nguyễn Tuân…

Hội Văn hoá Cứu quốc lập nhà xuất bản Văn hoá Cứu quốc. Hoạt động èo uột, dù trên danh nghĩa, đó là nhà xuất bản quốc gia. Theo tạp chí *Tiên Phong*, số đặc biệt 15-16-

17 ra ngày 19.8.1946 thì, ngoài một số sách phổ thông chính trị và tài liệu tuyên huấn, trong suốt một năm trời, từ tháng 8.1945 đến tháng 8.1946, nhà xuất bản Văn hoá Cứu quốc chỉ in được vỏn vẹn ba tập thơ, một kịch bản, năm cuốn truyện và ký.

Hoạt động chủ yếu của giới cầm bút theo cộng sản thời gian này tập trung vào phương diện tổ chức hơn là sáng tác. Tháng 9-1945, họ tổ chức cuộc triển lãm văn hoá của cộng sản thời kỳ hoạt động bí mật tại Hội Khai trí Tiến đức. Cuối năm 45, họ thành lập Đoàn văn nghệ sĩ Bắc bộ Việt Nam do Nguyễn Đình Thi làm chủ tịch, Vũ Ngọc Phan làm phó chủ tịch. Để chứng tỏ thiện chí "hoà hợp, hoà giải dân tộc", họ mời cả một số văn nghệ sĩ đối lập vào Ban chấp hành: Khái Hưng làm thư ký, Nguyễn Đức Quỳnh làm giám sát, Trương Tửu làm cố vấn. Tháng 10 năm 1945, cộng sản thành lập Ủy ban vận động Hội nghị văn hoá toàn quốc, trong đó, họ mời cả một số người rõ ràng là rất ít thân thiện với họ cốt để chứng tỏ tính chất dân chủ của nhà cầm quyền: Trần Trọng Kim, Phan Khôi, Trương Tửu, Hồ Hữu Tường. Ngày 24.11.1946, họ tổ chức Hội nghị văn hoá cứu quốc khá rầm rộ tại Nhà hát lớn Hà Nội, gồm khoảng 200 đại biểu. Hồ Chí Minh đến khai mạc. Chương trình dự định tổ chức tám ngày, tuy nhiên tình hình chính trị mỗi lúc một căng thẳng, phải rút gọn trong một ngày. Buổi tối, sau Hội nghị, các đại biểu họp bầu Ban chấp hành. Kết quả: Vũ Ngọc Phan, Hoàng Xuân Hãn, Đào Duy Anh, Nguyễn Đình Thi, Hồ Hữu Tường, Bùi Công Trừng, Nguyễn Mạnh Tường, Nguyễn Thiệu Lâu, Trương Tửu, Nguyễn Văn Tố, Khái Hưng, Thế

Lữ, Nguyễn Xuân Khoát, Nguyễn Văn Huyên… được nhiều phiếu nhất.[55]

Hội nghị quyết định tên gọi của tổ chức mới này là Hội Văn hoá Việt Nam.

Trên thực tế, Hội Văn hoá Việt Nam không bao giờ hoạt động. Lý do đầu tiên: đây chỉ là một tổ chức giả hình để cộng sản chứng tỏ thiện chí đoàn kết của họ đối với giới trí thức trong nước. Lý do thứ hai: chưa đầy một tháng sau Hội nghị thành lập Hội, cuộc kháng chiến toàn quốc bùng nổ. Ban chấp hành chưa kịp có thì giờ bầu các chức vụ cụ thể.

Bên cạnh các hoạt động mặt nổi để tuyên truyền này, cộng sản tiếp tục củng cố và hoàn thiện cơ cấu Hội Văn hoá Cứu quốc của riêng họ. Thành phần Ban chấp hành nhiệm kỳ 1946-1947 của Hội Văn hoá Cứu quốc được bầu vào tháng 10.1946 do Đặng Thai Mai làm chủ tịch, bao gồm toàn những người "trung kiên" với chế độ mới: Hoài Thanh (tổng thư ký), Tố Hữu và Nguyễn Huy Tưởng (phó thư ký), Văn Cao, Ngô Quang Châu, Nguyễn Đỗ Cung, Xuân Diệu, Nguyễn Đình Thi, Nguyễn Văn Tỵ, Chế Lan Viên (ủy viên).[56]

Mê mải tiến hành các âm mưu vận động tranh giành ảnh hưởng, công việc sáng tác của giới cầm bút theo cộng sản rất yếu. Về thơ, Nguyên Xuân Sanh, Đoàn Văn Cừ, Huy

---

[55] Vũ Ngọc Phan, *Những năm tháng ấy,* hồi ký, nxb Văn Học, HN, 1987, tr. 383-386.

[56] Tạp chí Tiền Phong, số 22-1946.

Cận, Tế Hanh… thỉnh thoảng sáng tác một đôi bài, nhưng không ai thành công. Họ muốn cười, muốn reo, muốn hét, muốn đứng vào hàng ngũ những người đang cầm súng lao vào trận địa mà ngôn ngữ, nhạc điệu thơ của họ vẫn như cũ, trầm trầm, nhè nhẹ, đìu hiu, xa vắng. Sự mâu thuẫn ấy khiến cho những tình cảm có thể rất thực của họ bỗng hoá thành ngượng ngập, khoa trương và giả tạo. Như một đoạn thơ của Nguyễn Xuân Sanh:

> *Ta khát vô biên ngọn sóng vang*
> *Ta mừng hội gió lúc lên đàng*
> *Ta hát vô biên trên sách mới*
> *Và trên thế giới đượm tràng giang.*

Bài thơ *Em đến Thiên nhiên* của Chế Lan Viên vẫn mang hơi hướm bút pháp siêu thực cũ, bị các cán bộ văn nghệ phê bình gay gắt:

> *Ta còn nắm nhành đan, sơn nếp áo*
> *Chút tên tuổi vẫn chói ngời diễm ảo*
> *Bạn phù hoa ta đứng với Thiên nhiên*
> *Sáng tươi vui lòng giữ vững hoa đèn*

Nhà thơ xuất hiện sớm nhất sau Cách mạng tháng Tám là Tố Hữu. Cũng dễ hiểu. Tố Hữu đã gia nhập đảng Cộng sản từ năm 1938, cách mạng bùng nổ, ông làm chủ tịch Ủy ban Khởi nghĩa Huế. Đối với ông, không có sự thay đổi nào trong tư tưởng, trong lập trường, do đó, không có những ngỡ ngàng, những hoang mang, những day dứt. Bài *Hồ Chí Minh* và *Huế tháng Tám* của ông là hai bài thơ đầu lòng của nước Việt Nam Dân chủ Cộng hoà do Hồ Chí Minh thành lập. Bài đầu nhắm mục tiêu tạc tượng lãnh tụ. Bài sau thể hiện niềm vui sướng mênh mông của cách mạng. Trong bài sau, có hai câu hay:

> *Ngực lép bốn ngàn năm, trưa nay cơn gió mạnh*

Thổi phồng lên. Tim bỗng hoá mặt trời.

Giữa năm 1946, Tố Hữu cho xuất bản tập *Thơ* bao gồm những sáng tác từ năm 1937 đến năm 1946. Tập thơ này, đến năm 1959 được tái bản tại Hà Nội sau khi sửa chữa và bổ sung, đổi tên thành *Từ ấy*. Về nghệ thuật, *Từ ấy* còn khá non nớt. Trong việc biểu hiện tình cảm, Tố Hữu còn bị ảnh hưởng nặng nề của Thơ Mới. Trong việc diễn tả không khí cách mạng, ông sa vào vè, vừa đơn giản vừa ồn ào. Tài năng làm thơ cổ động và tuyên truyền của Tố Hữu chỉ chín dần trong kháng chiến chống Pháp.

Nhà thơ biểu lộ nhiệt tình của mình đối với cộng sản sớm nhất, sôi nổi nhất là Xuân Diệu. Ngay từ cuối năm 1945, theo gợi ý của Nguyễn Huy Tưởng, Xuân Diệu hoàn thành bài thơ *Ngọn quốc kỳ* dài đến 203 câu và đầu năm 1946, nhân được cộng sản chỉ thị ra ứng cử Quốc hội tại Hải Dương, ông lại hoàn thành một bài thơ dài khác, dài hơn cả bài trước, dài đến những 231 câu: bài *Hội nghị non sông*. Cả hai bài đều thất bại: nhạt và sáo. Lổn nhổn những khẩu hiệu và những câu cảm thán ồn ào, dễ dãi. Sau này, trong quyển *Một thời đại văn học mới*, xuất bản tại Hà Nội năm 1987, Ngô Thảo đã coi hai bài "tráng ca" của Xuân Diệu thuở ấy chỉ là một cách *"nói năng lập bập, vụng về"*, *"như quên cả nghệ thuật thơ ca"* (tr. 213).

Một nhà thơ được khen ngợi nhiều trong giai đoạn này là Trần Mai Ninh, tên thật Nguyễn Thường Khanh, sinh năm 1917 tại Thanh Hoá. Trần Mai Ninh có hai bài thơ nổi tiếng: *Nhớ máu* và *Tình sông núi*. Thật ra, thơ Trần Mai Ninh không hay. Chỉ có thể đánh giá cao Trần Mai Ninh ở một khía cạnh: ông là người đầu tiên trong những người làm thơ theo quan điểm cộng sản thoát ly được ảnh hưởng của Thơ Mới, sử dụng một thứ ngôn ngữ gân guốc, giản dị, một giọng thơ nhanh và mạnh:

> *Ơ cái gió Tuy Hoà...*
> *Cái gió chuyên cần*
> *Và phóng túng.*
> *Gió đi ngang, đi dọc,*
> *Gió trẻ lại – lưng chừng*
> *Gió nghĩ*
> *Gió cười,*
> *Gió reo lồng lộn.*
>
> *Tôi đã thấy lòng tôi dậy*
> *Rồi đây*
> *- Còn mấy bước tới Nha Trang*
> *- A! Gần lắm!*
> *Ta gần máu*
> *Ta gần người*
> *Ta gần quyết liệt.*
> *Ơ hỡi, Nha Trang!*
> *Cái đô thành vĩ đại...*

Một người làm thơ khá nhất giai đoạn này, sau bị cộng sản vùi dập, không bao giờ nhắc tới: Hữu Loan. Nhân chuyến Nam tiến vào năm 1946, Hữu Loan sáng tác bài *Đèo Cả*, được in trong tập *Thơ văn các mạng và kháng chiến* năm 1949, nhưng lại thiếu mất mấy đoạn. Sau này, Hữu Loan giải thích: *"Mình gửi ra cả bài cho anh Xuân Diệu, song đi đường mưa ướt, các trang sau nát mất cả, chỉ còn độc một khúc đầu may còn đọc được, Xuân Diệu liền in luôn khúc ấy".*[57] Bài thơ, như vậy, sau khi ra đời ngót nửa thế kỷ, mới được công bố trọn vẹn:

---

[57] Văn Nghệ, HN, số Tết Mậu thìn, 1988.

Đèo Cả!
Đèo Cả!
Núi cao ngút!
Mây trời Ai Lao
sầu đại dương!
Dặm về heo hút
Đá bia mù sương
Bên quán "Hồng quân"
    người
      ngựa
          mỏi
    dốc
Ngồi nhìn than
    thương
      ai
        lên
          đường
Chầy ngày
    lạc giữa núi
Sau chân
    lối vàng
      xanh tuôn
Dưới cây
    bên suối độc
Cheo leo chòi canh
      như biên cương
Tóc râu
    trùm vai rộng
Không nhận ra
      người làng
Ngày thâu
    vượn hú
Đêm canh
    gặp hùm lang thang
Rau khe

cơm vắt
Áo phai
        màu chiến trường
Gian nguy
            lòng không nhụt

Căm thù
                    trăm năm xa
        Máu thiêng
                    sôi dào dạt
        Từ nguồn thiêng
    ông cha
            "Cần xây chiến luỹ ngắt
                    đây hình hài niên hoa
- Xâm lăng
Xâm lăng!
Súng thèm
                gươm khát..."
        Ai ngân lung lay
    đêm quê nhà!
        Nhớ lần thăm Đèo Cả
            Hậu phương từ rất xa
            Ăn với nhau bữa
            heo rừng
                    công thui
                chấm muối
        Trên sạp cây rừng
        ngủ chung
                    nửa tối
        Biệt nhau
            đèo heo
                    canh gà
        Râu ngược
            chào nhau
                bên dốc núi

Giặc từ Vũng Rô
                    bắn tới
Giặc từ trong
              tràn ra
Nhưng Đèo Cả
                vẫn đứng vững
Đèo Cả Nam
              máu giặc
                        mấy
                            lần
                                nắng
                                    khô

Sau mỗi lần thắng
Những người trấn Đèo Cả
Về bên suối đánh cờ
Người hái cam rừng
              ăn nheo mắt
Người vá áo
              thiếu kim
                        mài sắt
Người đập mảnh chai
                  vểnh cằm
                            cạo râu
Suối mang bóng người
                    soi
                    những
                          về đâu

Đèo Cả là nơi giáp giới giữa Phú Yên và Khánh Hoà. Bên kia đèo, thuộc địa phận Khánh Hoà, từ cuối năm 1945, giặc Pháp đã chiếm đóng. Những người bộ đội đóng trên Đèo Cả tự nhiên thành những kẻ "trấn ải". Trong thời gian tham gia chiến dịch Nam tiến, Hữu Loan có ghé lại đây. Đèo Cả thuở ấy còn hoang vu vô cùng. Dân cư xa xôi. Núi rừng trùng điệp. Đói. Sốt rét. Súng nổ ì ầm. Bao nhiêu hiểm nguy và gian khổ. Ở mỗi người, *"máu thiêng"* vẫn *"sôi dạt dào"*. Phía nam Đèo Cả, *"máu giặc mấy lần nắng khô"*. Phía bắc Đèo Cả, người đến người đi xôn xao. Cái tư thế của họ lúc chào nhau thật đẹp: *"Râu ngược chào nhau bên dốc núi"*. *"Râu ngược"* vì người đang ở phía dưới đèo phải ngửa mặt lên mới thấy được người đang đứng trên cao, tận cùng một con dốc hiểm.

Đẹp nhất trong bài thơ trên là câu cuối, âm vang cái giai điệu bâng khuâng nhẹ nhàng của những người, do chiến tranh, phải sống heo hút trong cái cõi "sơn cùng thuỷ tận", xa cách gia đình, làng xóm, người thương. Câu thơ cưu mang nhiều cảm xúc: một nỗi buồn, một nỗi nhớ, một giấc mộng và sau cùng, một chút gì nao nao vu vơ mơ hồ sau những giờ phút đánh trận cam go. *"Suối mang bóng người soi những về đâu?"*

Cái cảm xúc bâng khuâng, nhẹ nhàng ấy, mãi đến những năm 1948-49 mới xuất hiện lại trong một số bài thơ của Quang Dũng, của Nguyễn Đình Thi để rồi sau đó, bị khai tử hẳn khi cộng sản đòi hỏi thơ phải là, chỉ là một thời thép đen sì.

Về văn xuôi, tác phẩm cũng hiếm hoi như thơ. Phần lớn chỉ là những truyện ngắn, những thiên ký sự ngắn đăng trên tạp chí *Tiên Phong*, báo *Cờ Giải phóng*.

Nhà văn đến với cách mạng muộn màng nhưng say mê, say mê một cách nồng nhiệt và ngây thơ nhất là Nguyễn Tuân. Cái con người tự nhận *"vẫn vênh váo đi giữa cuộc đời như một viễn khách không có quê hương nhất định, cái gì cũng ngờ hết, duy chỉ có tin chắc ở cái kho vốn tình cảm và cảm giác của mình"* (Tóc chị Hoài), vào cuối năm

45, đã thay đổi hoàn toàn, bỗng đâm ra rạo rực muốn hoà mình vào đám đông để làm một cái gì lớn lao và mới mẻ:

Cái giờ quan trọng của đời mày đang điểm. Bây giờ hoặc là không có bao giờ nữa. Mày phải cương quyết. Không có thứ nhân đạo nào cấm mày không được tàn nhẫn ngay với mày. Mày hãy diệt hết những con người cũ trong mày đi – những con người mà mày mệnh danh là cố nhân, theo một cái cố tật ưa du dương với kỷ niệm. Đào thải, chưa đủ. Phải tàn sát. Giết, giết hết. Thò đứa nào ở dĩ vãng hiện về đòi hỏi bất cứ một tí gì của mày bây giờ, là mày phải giết ngay. Mày phải tự hoại nội tâm mày đi đã. Mày hãy lấy mày ra làm lửa mà đốt cháy hết những phong cảnh cũ của tâm tưởng mày.

Mấy câu trên trích từ báo *Văn Mới* vào cuối năm 1945, thoạt đầu có tựa *Vô Đề,* sau Nguyễn Tuân đổi lại thành *Lột xác.*

Trong một bài viết ngắn cho thiếu nhi năm 1946, tựa là *Cỏ độc lập,* Nguyễn Tuân vẫn sôi nổi: *"Cỏ này nhắm vào vị ngọt. Tính dược thì dùng chữa bệnh yếm thế. Đem giã ra lấy nước mà biên chép trên giấy thì không thứ gió mưa nào của cuộc đời làm phai lợt được. Thời nhân gọi là Độc lập thảo. Nhất danh nữa là Hy vọng thảo".* Nghĩa là, theo Nguyễn Tuân, độc lập và hy vọng là một, đều là con đẻ của cách mạng. Sau này, chúng ta sẽ thấy cái giá của sự ngây thơ trong cách nhìn như vậy đối với Nguyễn Tuân đau xót đến chừng nào.

Năm 1946, Nguyễn Tuân cho xuất bản tập *Chùa Đàn* bị ngay chính giới phê bình cộng sản đả kích kịch liệt, cho là tình cảm cường điệu, tư tưởng vá víu, quyển sách là một sự chắp nối giữa truyện, thuyết lý và những trang "yêu ngôn" mờ mịt.

Nam Cao, Tô Hoài, Nguyên Hồng, Nguyễn Huy Tưởng tham gia Hội Văn hoá cứu quốc từ sớm. Tư tưởng và phong cách văn chương của họ gần gũi với quan điểm của cộng sản. Tuy nhiên, trong hai năm 1945 và 1946, họ cũng không sáng tác được gì. Nam Cao chỉ có mấy truyện ngắn *Mò sâm banh, Nỗi truân chuyên của khách má hồng* và mấy bài ký sự: *Cách mạng, Đường vô Nam.* Truyện ngắn tập trung khai thác đề tài về sự bế tắc khốn cùng trong xã hội cũ. Ký sự thể hiện cái nôn nao của một người muốn hành động, thèm thuồng *"cầm súng đi ra trận"* với ý nghĩ *"sống đã rồi hãy viết".* Tô Hoài cũng vậy. Trong bài *Nước chảy,* năm 1946, ông viết: *"Này anh bạn đường đi không bao giờ biết mỏi của tôi. Ai đi phía đông, ai đi phía tây, ai đi ngả trước, ai đi ngả sau, lối nào cũng có tiếng súng nổ".*

Nguyên Hồng có tập *Địa ngục,* dựng lại những thảm cảnh trong trận đói năm 1945, một hành động quờ quạng tìm đường, chưa có gì đặc sắc.

Nguyễn Huy Tưởng không thành công trong thể truyện nhưng lại thành công trong thể kịch nói. Vở *Bắc Sơn* của ông được đánh giá cao, coi như một nền tảng đầu tiên của nền kịch bản văn học dưới chế độ cộng sản. Bối cảnh của vở kịch là cuộc khởi nghĩa tại Bắc Sơn (1940), qua đó, Nguyễn Huy Tưởng trình bày diễn tiến giác ngộ cách mạng của quần chúng cần lao. Có thể nói đây cũng là vở kịch khá nhất trong thời kỳ 1945-1954.

Có lẽ kịch là thể loại phát triển mạnh nhất trong giai đoạn 1945-46 cũng như trong những năm kháng chiến chống Pháp. Nguyên nhân dễ hiểu: nó cụ thể, hợp với thị hiếu của quần chúng, có khả năng kích động cao. Đó là lý do tại sao, ngay sau Cách mạng tháng Tám, cộng sản thành lập thật nhiều ban kịch ở cấp trung ương cũng như địa phương. Hầu như địa phương nào cũng có ban kịch. Có mấy ban kịch nổi tiếng thời ấy: Ban kịch tháng Tám do Trần Huyền Trân và Thâm Tâm phụ trách; Ban kịch Anh Vũ, hậu thân của Ban kịch Thế Lữ thời trước, do Thế Lữ lãnh đạo, tập trung nhiều tên tuổi lớn: Song Kim, Văn Chung, Đỗ Nhuận, Nguyễn Xuân Khoát; Ban kịch Độc Lập do Sĩ Tiến chủ trương, gồm: Hoàng Như Mai, Thu Hà, Bích Hợp, Tô Hải...; Ban kịch Đông Phương (còn có tên là Ban kịch Kinh Bắc) do Hoàng Tích Thu thành lập, có Hoàng Tích Linh, Kim Lân, Nguyễn Sỹ Ngọc...; Ban kịch Hoa Lan với Phạm Văn Đôn, Phạm Văn Khoa, Trúc Quỳnh...

Ban kịch nhiều nhưng kịch bản lại ít ỏi. Người ta không có thời gian để sáng tác. Thế Lữ phải có sáng kiến "sáng tác tập thể": mỗi người góp một ý, sắp xếp lại, viết phác thành bài bản để mang lên sân khấu một cách vội vã. Yêu cầu là tuyên truyền chứ không phải là nghệ thuật. Ngay một số kịch bản của những người nổi tiếng như Thâm Tâm *(Đầu quân, Lối sống)*, của Trần Huyền Trân *(Soi đường, Ra đi, Đêm trong tù)*, của Lưu Quang Thuận *(Quán Thăng Long, Người Hoa Lư, Cô Giang)*... cũng không hay. Kết cấu kịch thường đơn giản. Vở kịch thơ hai màn nhan đề *Soi đường* của Trần Huyền Trân là ví dụ: một nhà thơ về thăm nhà, bịn rịn trước sự níu kéo của vợ con, định bỏ công tác. Nhưng may mắn là mẹ anh dùng những lời lẽ đầy "tinh thần cách mạng" để thuyết phục, cuối cùng, nhà thơ ấy tỉnh ngộ, dứt khoát với tình cảm riêng tư, lại lên đường công tác tiếp. Vở kịch chấm dứt một cách rất "có hậu" như vậy.

Trong giai đoạn 1945-46, khu vực phê bình và nghiên cứu văn học hoàn toàn bị bỏ ngỏ. Chỉ có khu vực ký luận văn học là xôn xao. Không có một quyển sách hoàn chỉnh nào được xuất bản, tuy nhiên, những bài báo ngắn trong đó trình bày quan điểm văn học của cộng sản thì nhiều vô cùng. Trọng tâm của những bài lý luận văn học ấy là nhằm khai triển ba phương châm văn hoá được đề ra trong bản *Đề cương văn hoá* do đảng Cộng sản công bố năm 1943: tính chất dân tộc, tính chất khoa học và tính chất đại chúng, trong đó tính chất đại chúng có vẻ được quan tâm đến nhất. Một vấn đề khác cũng được nhấn mạnh: mối quan hệ giữa văn học và chính trị.

Viết nhiều nhất trong giai đoạn này là Đặng Thai Mai (thường ký dưới bút hiệu Thanh Bình): *Cần phải tu dưỡng nghệ thuật về phần chính trị (Tiên Phong số 8)*, *Vấn đề tu dưỡng nghệ thuật (Tiên Phong số 11)*, *Vấn đề lập trường trong văn nghệ (Tiên phong số 20)*; Nguyễn Đình Thi: *Văn nghệ với cuộc chiến đấu hiện thời của dân tộc (Tiên Phong số 1)*. *Dân tộc, chủng tộc, dân chúng (Tiên Phong số 14)*...; Nguyễn Huy Tưởng: *Vấn đề đại chúng hoá trong văn nghệ (Tiên Phong số 13)*, *Tiến tới mặt trận văn nghệ (Tiên Phong số 12)*...

Có hai khuynh hướng nổi bật trong lý luận văn học giai đoạn này là bài Pháp và sùng bái Liên Xô.

Đại diện của khuynh hướng bài Pháp, oái ăm thay, lại là Xuân Diệu, người trước đó chưa đầy mười năm, có lúc than *"nhớ Rimbaud với Verlaine"*. Trong bài *Văn hoá Việt Nam sẽ không đi theo với nấm mồ văn hoá Pháp* đăng trên tạp chí *Tiên Phong* số đặc biệt ra ngày 19.8.1946, Xuân Diệu viết:

> Văn hoá Pháp sang đến thế kỷ hai mươi đến nay đã vất vưởng như không có địa bàn… Những đỉnh chót của văn học Pháp phần nhiều là những gỗ mục mà ta không biết… Điểm qua các loại văn 'kim thời' của Pháp, ta thấy gì? Thơ của Pháp thì hết nhựa rồi, chẳng sinh được một đại thi hào chân chính nào khả dĩ tưới cho hồn nhân loại. Thơ của Pháp dần dần đi xa người đọc, đi cắm chòi riêng vài kẻ với nhau. Tiểu thuyết Pháp mới thật lèo tèo! Trong lúc người ta chung quanh đang mô tả sự sống mới dạt dào, kỳ lạ, đầy sức lực, thì các nhà văn Pháp viết những quyển tiểu thuyết ngăn ngắn, xinh xinh… tả cái cuộc sống ở tỉnh nhỏ, những chuyện tranh gia tài, những cảnh tủn mủn, những tâm lý vụn vặt, khéo thì có khéo thật, nhưng đều là cảnh non bộ cả, có phải đâu là bể, là rừng.

Từ chối ảnh hưởng của văn hoá Pháp, người ta đi đâu? Hải Triều, lúc ấy là cán bộ tuyên huấn tại Huế, trả lời trên tạp chí *Tiên Phong* số 2, ra ngày 1.12.1945 như sau:

> Gây dựng một nền văn hoá mới, một nền văn hoá đại chúng, chúng ta, một phương diện, lấy ngay những tài liệu trong quảng đại quần chúng Việt Nam, một phương diện lấy ngay những tài liệu trong kho tàng văn hoá thế giới. Mà trong cái kho tàng văn hoá ấy không đâu ồn ào, giàu có bằng nền văn hoá ở Liên xô bây giờ. Gần mấy thế kỷ nay, mỗi lần người ta nói đến văn hoá, người ta chỉ nhắm vào văn hoá Hy La. Ngày nay thì khác hẳn. Hàng trăm, hàng triệu người trên thế giới, nhất là trong các giai cấp cần lao, trong các dân tộc bị áp bức đều quay đầu nhìn về một nền văn hoá mới, một nền văn hoá vô cùng đẹp đẽ, nền văn hoá của Liên bang Xô viết.

Giai đoạn 1947-1949

Ngày 17.12.1946, Pháp nả súng vào trụ sở tự vệ Việt Minh tại phố Hàng bún. Ngày 18.12.1946, Pháp đánh chiếm Sở Tài chính Hà Nội. Ngày 19.12.1946, Hồ Chí Minh đọc "Lời kêu gọi toàn quốc kháng chiến".

Sáng chớm lạnh trong lòng Hà Nội
Những phố dài xao xác heo may
Người ra đi đầu không ngoảnh lại
Sau lưng thềm nắng lá rơi đầy.
(Nguyễn Đình Thi)

Cuộc tiêu thổ kháng chiến bắt đầu. Dân chúng đốt nhà, phá vườn, vứt bỏ tài sản, gánh gồng, bồng bế, dắt díu nhau lần lượt đi vào các vùng nông thôn hẻo lánh hoặc xa hơn nữa, các chiến khu mịt mùng.

Trong một bài hồi ký in trong tập *Cách mạng kháng chiến và đời sống văn học*, tập 1, nhà văn Tô Hoài kể: *"Tới khi kháng chiến toàn quốc, Trung ương đảng và chính phủ đã vận động hầu hết các văn nghệ sĩ đem gia đình rời khỏi vùng địch chiếm đóng, theo kháng chiến, ra khu Ba, khu Bốn, khu Mười Hai, khu Mười* (tr. 83.). Như vậy, việc ra đi của các văn nghệ sĩ không hoàn toàn tự phát, nó đã được tổ chức kỹ lưỡng, nằm trong một âm mưu chính trị lâu dài của cộng sản. Một trong những cán bộ được đảng cắt cử ra chuyên trách công việc vận động văn nghệ sĩ vào vùng kháng chiến lúc ấy là Nguyễn Văn Mãi, hiện là phó giám đốc nhà xuất bản Tác Phẩm Mới, giám đốc Quỹ Văn học của Hội Nhà văn.

Có năm điểm tập trung đông đảo các văn nghệ sĩ: Việt Bắc, khu Mười, khu Mười hai, khu Ba và khu Bốn.

Ở Việt Bắc, phần lớn các văn nghệ sĩ sinh hoạt trong các cơ quan trung ương như Xuân Diệu, Huy Cận, Hoài Thanh, Nguyễn Huy Tưởng, Nguyễn Đình Thi... Ở khu Mười và khu Mười hai, các văn nghệ sĩ cùng với gia đình cư ngụ tại hai "làng văn nghệ"; một ở ấp Đồi Cháy: Nguyên Hồng, Kim Lân, Ngô Tất Tố, Trần Văn Cẩn; một ở làng Xuân Áng thuộc Phú Thọ: Thế Lữ, Phan Khôi, Tô Ngọc Vân, Thanh Tịnh, Nguyễn Tư Nghiêm.

Ở khu Ba, tập trung đông đảo nhất tại Thái Bình, có Đoàn Văn Cừ, Huyền Kiêu, Vi Huyền Đắc, Vũ Hoàng Chương, Đinh Hùng, Hoàng Công Khanh, Quang Dũng, Trần Lê Văn, Bùi Huy Phồn... Sau, Pháp đánh chiếm Thái Bình, một số hồi cư về Hà Nội, một số khác chạy vào Thanh Hoá. Giữa năm 1952, Hội văn nghệ Liên khu Ba coi như bị tan rã, phải sáp nhập vào Hội văn nghệ Liên khu Bốn trong một cuộc Hội nghị liên tịch.

Sinh hoạt đông và vui nhất là ở Thanh Hoá. Thanh Hoá, không hiểu tại sao, suốt chín năm kháng chiến, im ắng tiếng súng, hoàn toàn bình yên. Ở đây, người ta gặp Đặng Thai Mai, Nguyễn Đức Quỳnh, Trương Tửu, Nguyễn Xuân Sanh, Lưu Trọng Lư, Chế Lan Viên, Hải Triều, Bùi Hiển, Hoàng Trung Thông, Trần Hữu Thung, Sỹ Ngọc, Mạnh Phú Tư, vợ chồng Vũ Ngọc Phan và Hằng Phương... Phần lớn tập trung ở làng Quần Tín, xã Thọ Cường, huyện Thọ Xuân. Thời gian đầu, các văn nghệ sĩ được chính phủ trợ cấp chi phí để sinh sống và hoạt động. Từ năm 1950, kinh tế khó khăn, mọi người phải tự túc. Một số đông phải dời về ấp Cầu Thiều thuộc huyện Đông Sơn thành lập "Nhóm văn nghệ canh tác": mỗi gia đình được cấp năm bảy sào ruộng, các dụng cụ nông nghiệp như cày, cuốc, liềm, bừa để làm lúa.

Lo ngại trước hiện tượng "dinh tê" mỗi lúc một nhiều, cộng sản chủ trương dần dần điều những người có khả năng ra Việt Bắc coi như một cách cầm chân họ: đường xá xa xôi, hiểm trở, bộ đội gác giữ nghiêm ngặt, mọi hy vọng trở về thành đều bị cắt đứt.

Các địa phương khác, từ Đà Nẵng vào Nam, số lượng người cầm bút thưa thớt, và do chiến sự, cứ di chuyển mãi. Ở khu Năm có Nam Trân, Tế Hanh, Nguyễn Văn Bổng, Phạm Hổ, Nguyễn Thành Long. Ở Nam bộ, chỉ có một cây bút nổi tiếng từ trước: Nguyễn Bính. Sơn Nam với tên Phạm Anh Tài, bắt đầu viết truyện ngắn. Anh Đức với tên thật Bùi Đức Ái, cho đăng những truyện ngắn đầu tay trên tờ *Lá lúa*.

Thời kháng chiến, có ba cơ quan quản lý giới văn nghệ sĩ: Hội văn nghệ ở trung ương và ở các địa phương; Tổng bộ Việt Minh và Ban văn nghệ quân đội.

Cơ quan ngôn luận của Hội văn nghệ là tạp chí *Văn Nghệ* quy tụ những Tố Hữu, Kim Lân, Nguyên Hồng, Nguyễn Huy Tưởng, Nguyễn Đình Thi...

Tổng bộ Việt Minh có tờ báo *Cứu Quốc*. Chủ nhiệm báo *Cứu Quốc* trung ương là Xuân Thuỷ. Chủ nhiệm báo *Cứu Quốc* Việt Bắc là Tô Hoài. Chủ nhiệm báo *Cứu Quốc* Khu 11 (Hà Nội): Thép Mới; ở Khu 12 (Bắc Giang, Bắc Ninh): Như Phong; ở Khu 10 (Vĩnh Phú): Như Phong; ở Khu 3: Lưu Quyên; ở Khu 4: Nguyễn Đức Mậu; Khu 5: Phan Thao; Nam Bộ: Lưu Quý Kỳ.

Bên quân độ i, trước có tờ *Giải phóng quân*, sau Cách mạng tháng Tám, đổi thành báo *Vệ quốc quân*. Chủ nhiệm *Vệ quốc quân* là Trần Độ. Toà soạn: Thâm Tâm, Thôi Hữu, Trần Đăng, Từ Bích Hoàng, Vũ Cao. Ở các khu cũng có báo. Việt Bắc: báo *Quyết Chiến*; khu 2: báo *Chiến Đấu*; Khu 3: báo *Quân Biệt Động*; Khu 4: báo *Chiến Sĩ*; Khu 10: báo *Vệ Quốc*; Khu 11: báo *Thủ Đô*; Khu 12: báo *Xông Pha*.

Nhà thơ Hoàng Cầm vốn là đoàn trưởng Đoàn văn công quân đội khu Việt Bắc.

Nhìn chung, các văn nghệ sĩ đều tham gia tính cực vào các hoạt động kháng chiến. Lưu Trọng Lư làm chi hội trưởng Chi hội văn nghệ Liên khu Bốn, chủ bút tờ *Thép Mới* ở Thanh Hoá, phó giám đốc Khu tuyên truyền văn nghệ, ủy viên Tiểu ban văn nghệ của Trung ương đảng. Tế Hanh nằm trong Ban phụ trách trường trung học bình dân của tờ báo *Quyết Thắng*, báo *Cứu Quốc* và báo *Kháng Chiến* thuộc khu Bốn. Nguyễn Xuân Sanh chủ trương tờ *Sáng Tạo* tại Thanh Hoá (ra được sáu số, số đầu tiên ra ngày 1-5-1948), từ năm 1949 được điều ra Việt Bắc làm phó Ban văn nghệ nhân dân, cùng với Nguyễn Huy Tưởng phụ trách thường trực Hội văn nghệ trung ương, cùng với Nguyên Hồng phụ trách Trường văn nghệ nhân dân ở Thái Nguyên. Anh Thơ làm báo *Phụ Nữ Việt Nam*, làm đội phó đội chèo trong Đoàn văn công nhân dân trung ương. Nguyễn Bính làm phó chủ tịch tỉnh bộ Việt Minh tỉnh Rạch Giá rồi về làm việc ở cơ quan văn nghệ Liên khu Tám. Nguyễn Công Hoan gia nhập bộ đội, làm biên tập viên báo *Vệ quốc quân*, giám đốc Trường Văn hoá quân nhân trung cấp ở Bộ Tổng tư lệnh, chủ nhiệm tờ *Quân nhân học báo*...

Điểm đặc biệt trong sinh hoạt của các văn nghệ sĩ thời kháng chiến là họ đi rất nhiều. Những thiên hồi ký sau này một số người có dịp ghi lại phần lớn là chuyện kể về các chuyến đi. Đi liên tỉ. Từ tỉnh này sang tỉnh khác. Từ Nam ra Bắc. Từ Bắc vào Nam. Toàn là đi bộ. Cuộc đời của họ gắn liền với những con đường. Nguyễn Tuân viết trong *Đường vui:* "*Sau toàn quốc kháng chiến, trong vô vàn hình ảnh quanh ta, thì hình ảnh con đường, những con đường đập mạnh vào mắt ta, tâm óc ta nhiều nhất... Hơn cả mái nhà, cả bếp lửa yên ấm của tiền chiến tranh, con đường bây giờ là trọng tâm của tính tình, của suy nghĩ chúng ta*".

"*Thu đông 47 ở Yên thế thượng, La hiên, mùa xuân 48 ở xung quanh Hà Nội, xuân 49 ở đường số bốn, men theo Lũng phầy... mùa hè 49 trên sông Thao, thu đông 49 lại ở đông bắc, vượt qua đường mười ba, tiến sâu vào những núi đá và đồi trọc hoang vu vùng địch hậu, Trần Đăng đi mải miết, không nghỉ, không mệt*", lời của Nguyễn Đình Thi trong lời giới thiệu quyển *Truyện và ký sự* của Trần Đăng xuất bản tại Hà Nội năm 1954.

Mà không phải chỉ có Trần Đăng. Dường như ai cũng đi ròng rã như vậy. Giữa năm 1954, Tô Hoài đang ở Hà Nội, thoắt một cái ông đã lên Vĩnh Yên, rồi Việt Trì, rồi vào Nam, tới tận Nha Trang, rồi quay ngược trở ra, tham gia chiến dịch Sông Thao, dự chiến dịch Biên giới, năm 1952, theo bộ đội tiến vào Tây Bắc. Ông ở Tây Bắc một thời gian dài, di chuyển từ bản làng này sang làng bản khác, sống chen chúc với những người dân tộc Thái, Mèo, Mường, Dao. Con số đường rừng khúc khuỷu: từ châu Mai, châu Mộc sang Sầm Nưa, ra Thanh Hoá, qua Lào rồi trở về Hoà Bình.

Gian khổ vô cùng. Thơ Quang Dũng: "*Anh bạn dãi dầu không bước nữa / Gục bên súng mũ bỏ quên đời*". Vô số người bị chết thảm thương, trong đó, có mấy nhà văn nhà thơ tuổi đời còn rất trẻ, tài hoa rất cao. Trần Mai Ninh, tác giả bài *Nhớ máu* và *Tình sông núi*, bị bắn chết lúc vượt ngục. Thôi Hữu, tác giả bài thơ *Lên Cấm sơn* bị máy bay bắn chết. Trần Đăng, cây viết ký sự xuất sắc nhất thời kháng chiến bị hy sinh trên chiến trường Việt Bắc, lúc mới 28 tuổi. Nam Cao, tác giả của *Chí Phèo*, một trong mấy truyện ngắn hay nhất Việt Nam, bị phục kích chết ở Ninh Bình tháng 11.1951. Thâm Tâm, người viết bài thơ *Tống biệt hành* tuyệt tác, thời kháng chiến, làm thư ký báo *Vệ quốc quân*, năm 1950, đi chiến dịch Biên giới, tới Quảng Uyên, bị bệnh sốt nặng, bị cả đoàn bỏ lại trong một căn nhà sàn tại bản Nà Pò với một người liên lạc. Không có thuốc men, Thâm Tâm từ trần. Thi thể ông được chôn ngay tại Nà Pò. Từ Bích Hoàng kể lại trong quyển *Cách mạng kháng chiến và đời sống văn học*, tập 1, sau khi Thâm Tâm mất, *"chú liên lạc... đã xin được ba con dân bản một mảnh vải trắng làm khăn tang và chỉ duy nhất đó là người để tang cho Thâm Tâm"* (tr. 140).

Gian khổ. Nguy hiểm. Cái chết rình rập khắp nơi và mọi lúc. Nhưng vui. Lý tưởng cứu nước lớn lao quá, đẹp đẽ quá khiến người ta ngây ngất. Những cuộc băng rừng, vượt suối, những đêm văn nghệ dưới trăng, những giấc mộng huy hoàng về ngày chiến thắng, tất cả tạo ra một không khí vừa hào hùng vừa lãng mạn, ít nhất là trong mấy năm đầu. Cứ tưởng tượng cái cảnh Phạm Duy đi từ Nam ra Bắc với một chiếc đàn guitar, một đêm, giữa núi rừng Yên thế, chung quanh một đám bạn bè văn nghệ sĩ, với những Nguyễn Huy Tưởng, Nguyên Hồng, Kim Lân, Nguyễn Tư Nghiêm, Bùi Xuân Phái... ông say sưa hát bài Trương Chi. Rồi ăn chè. Rồi ngày mai lại lên đường đi tiếp. Khung cảnh thơ mộng ấy cứ đọng lại hoài trong nhật ký của Nguyễn Huy Tưởng, ngày 20.10.1947. Lại tưởng tượng cái cảnh Nguyễn Tuân lên sân khấu cùng với Ban kịch Văn hoá kháng chiến. Nguyễn Tuân đóng vai *"ông già Tàu, với thân hình dài và thẳng đuỗn trong áo trường sam, hai tay mân mê hai mép tà áo"* (nhật ký Bùi Hiển ghi rõ ngày 1.3.1947). Rồi lại tưởng tượng cái cảnh Nguyễn Tuân, trong chiến dịch Sông Thao năm 1949, ôm một chiếc trống đánh vang lên giòn giã để thúc quân xông lên diệt địch. Đẹp lạ lùng.

Không những chỉ biết đi, mải miết đi, không những chỉ biết đánh trận, hăng hái đánh trận, những người cầm bút lúc ấy còn trĩu nặng trong lòng một nỗi bận tâm: sáng tác. Cuộc kháng chiến lớn lao, dữ dội, ai cũng hiểu, cần phải nổi lửa, phải thổi gió bão ngay trên trang giấy. Đọc lại những trang nhật ký của Nam Cao và của Nguyễn Huy Tưởng được đăng lại trong tập *Cách mạng kháng chiến và đời sống văn học,* tập 1 và tập 2, thấy bao nhiêu là hoài bão, bao nhiêu là trăn trở về chuyện viết lách:

Nhật ký Nam Cao:

> Viết gì? Sự nghiệp? Trăm mối ngổn ngang. Muốn không nghĩ mà không được. Ý nghĩ tự nhiên đến. Chất độc kích thích óc? Có những giấc ngủ tích tắc như đèn chực tắt lại sáng chong. Khổ quá. Gà gáy. Mắt vẫn chong chong. Càng gần sáng, trời càng lạnh. Không đắp không chịu được, nhưng mồ hôi cứ râm rấp người. Sốt. Mong sáng để dậy. Đêm hè mà sao dài thế? Gà gáy rồi lại im. Đêm vẫn kéo dài vô hạn. Lần đầu trong đời ánh trăng làm mình khó chịu quá.

Nhật ký của Nguyễn Huy Tưởng viết rõ hơn, nhiều lần. Ngày 24.10.1947:

> Trăng bị che mờ như không có. Chủ nhà đi vắng. Người ta đi ngủ sớm. Tuy mệt, nhưng rong đèn ngồi đọc lại những nhật ký hồi xưa. Chỉ toàn những ý kiến, những dự định và những uất ức vì chẳng một dự định nào thực hiện được. Có

lẽ mãi thế này hay sao? Có một sự lo sợ lạ lùng. Tô, Lành đi vắng từ chiều, sau cả một ngày thảo luận về kế hoạch hoạt động văn nghệ. Càng thấy hứng khởi muốn viết, nhưng viết gì?

Rồi lại viết, ngày 28.10.1947:

Phạm Duy đến chơi. Nói chuyện về âm nhạc… Nói chuyện về A. France về R. Roland. Sao mà tác phẩm của họ vĩ đại thế? Thấy bất lực quá chừng. Phải tu dưỡng để mà viết. Viết nhiều, viết khỏe.

Quyết định mỗi ngày dành hai giờ để sáng tác. Phải có giờ nhất định ngồi vào bàn giấy. Và chuyên về đầu đề.

Rồi lại viết, ngày 4.12.1947:

Một giờ đêm. Mưa thật. Làm lều. Đốt củi, hơ săn. Nói chuyện văn chương. Ngâm Chinh phụ, Tỳ bà v.v… Luận về Đỗ Phủ. Chỉ ngủ một giấc ngon. Lo cho thân thế, cho sự nghiệp văn chương. Nói với Phi: kháng chiến mười năm thì mình già, còn làm được gì? – Đáp: cho nên phải tính đến chuyện sáng tác trong kháng chiến. Thiu thiu ngủ, gối lên ba lô, trên củi. Tiếng suối reo. Gió ào ào.

Rồi lại viết nữa, ngày 6.12.1947, vẫn cái niềm trăn trở ấy: *"Đêm nằm trằn trọc: lo còn bao nhiêu tác phẩm. Mà mình đã già rồi! Những tác phẩm đồ sộ. Dày như Chiến tranh và Hoà bình".*

Nguyễn Huy Tưởng sinh năm 1912, lúc viết những dòng chữ trên, ông mới 35 tuổi. Cái câu than "Mà mình đã già rồi!", hơi cường điệu, thật ra, là biểu hiện của một tâm trạng bi quan, bế tắc.

Mà bi quan bế tắc cũng phải. Cứ lấy ngay Nguyễn Huy Tưởng làm ví dụ. Mặc dù nung nấu nhiều khát vọng như vậy, nhưng cuối cùng, suốt chín năm kháng chiến chống

Pháp, ông đã sáng tác được gì? Chỉ có một truyện ngắn: *Một phút yếu đuối* (1945), hai vở kịch vừa: *Bắc Sơn* (1946), *Những người ở lại* (1948) và một bài ký sự: *"Ký sự Cao Lạng"* (1951). Hết. Không có tác phẩm nào có giá trị thật cao. Buồn.

Tất cả những nhà văn khác đều ở hoàn cảnh tương tự. Thèm viết. Nhưng viết không nổi. Có rán viết thì cũng ì ạch, hay nói như Ngô Thảo khi bình luận về Xuân Diệu, *"lập bập và vụng về"*. Nguyễn Công Hoan, Nguyên Hồng, Bùi Hiển, Mạnh Phú Tư… đều viết ít và viết dở. Tô Hoài, sau này, kể lại: *"Về công việc sáng tác, đối với tôi, trong thời kỳ kháng chiến từ 1945 đến 1954, tôi sáng tác rất ít."*[58]

Lạ nhất là trường hợp Ngô Tất Tố. Trước, với quyển *Tắt đèn*, ông được đánh giá là nhà văn am hiểu tường tận những sinh hoạt và tâm lý của người dân quê. Thế nhưng, sau năm 1945, vào kháng chiến với tất cả nhiệt tình, được yêu cầu viết về nông thôn, ông lại hoá ra ngọng nghịu, viết không được. Mãi đến năm 1949, ông mới sáng tác được vài bài: *Quà tết bộ đội, Buổi chợ trung du*. Ai cũng thất vọng.

Về thơ, cũng có tình trạng bế tắc như thế. Thâm Tâm chỉ sáng tác được một bài thơ duy nhất, bài *Chiều mưa đường số 5*. Vũ Hoàng Chương có vài bài đăng trên báo *Công Dân* (thoạt đầu có tên là báo *Nam định kháng chiến*), trong đó, chỉ có bài *Nhớ Hà Nội vàng sao* là được nhắc nhở nhiều. Mà thật ra, người ta cũng chỉ nhắc đến có hai câu:

Chói lọi sao vàng hoa vĩ đại

---

[58] *Cách mạng kháng chiến và đời sống văn học*, tập 1, sđd, tr. 84.

Năm cánh xòe trên năm cửa ô.

Bài thơ cách mạng đầu tiên của Lưu Trọng Lư là bài *Lên đường*, đăng trên tờ *Giết giặc* tại chiến khu Thừa Thiên năm 1947. Không hay. Suốt cuộc kháng chiến, Lưu Trọng Lư chỉ có một bài thơ tương đối khá: bài *Ngò cải đơm hoa*.

Huy Cận tham gia phong trào Việt Minh khá sớm, từ năm 1942, tuy nhiên, sau Cách mạng tháng Tám, dù được cất nhắc giữ những chức vụ cao cấp, ngòi bút của ông vẫn cứ hờ hững với cuộc đấu tranh. Một trong những bài thơ đầu tiên của ông trong thời kỳ này là bài *Giữa lòng thế kỷ*, sáng tác năm 1946. Tầm thường. Sau đó, ông viết ít. Ít nhưng cũng không hay.

Sự chuyển mình của Chế Lan Viên càng chậm. Mấy năm đầu, đi theo kháng chiến, lòng ông cứ băn khoăn, không định:

Anh nằm ở giữa cân trời đất
Khối ngọc chưa nghiêng một hướng nào.

cứ u uẩn, buồn rầu:

Lửa dù tắt, bóng dù đi
Thiên thu tâm sự còn ghi sắc trời.

Một số bài thơ của ông, trong giai đoạn đầu, như *Em đến thiên nhiên* hay *Con kiến* đều sử dụng bút pháp siêu thực, mặc dù được nhiều người thích, nhưng lại bị các cán bộ văn nghệ cộng sản phê bình gay gắt. Ông sợ. Mãi đến năm 1950, ông mới có bài thơ cách mạng đầu lòng: bài *Chào mừng*. Thơ tự do. Nhạt nhẽo.

Hai người hăm hở, phấn khởi, nhiều nhiệt tình nhất trong những ngày đầu cách mạng là Xuân Diệu và Nguyễn

Tuân, đi vào kháng chiến, cũng ngắc ngứ, đuối sức. Từ năm 1945 đến năm 1954, Nguyễn Tuân in hai tập truyện: *Chùa Đàn* (1946) và *Thắng càn* (1953), hai tập tuỳ bút: *Đường vui* (1949) và *Tình chiến dịch* (1950) và một quyển sách dành cho thiếu nhi: *Chú Giao làng Seo* (1953). Ở cả năm quyển sách, vẫn là một Nguyễn Tuân chập chững tập đi trên con đường khổ hạnh của chủ nghĩa hiện thực xã hội chủ nghĩa. Xuân Diệu, sau hai tập *Ngọn quốc kỳ* (1945) và *Hội nghị non sông* (1946), ra tiếp: *Dưới sao vàng* (1949), *Sáng* (1953) và *Mẹ con* (1954), Trong *Tuyển tập thơ Xuân Diệu* xuất bản tại Hà Nội năm 1983 do Hữu Nhuận và Vũ Quần Phương tuyển chọn, số lượng những bài được trích từ *Thơ Thơ* là 34 bài; từ *Gửi hương cho gió* là 38 bài; từ *Dưới sao vang* chỉ có 7 bài; từ *Sáng* chỉ có một bài; từ *Mẹ con* chỉ có 2 bài. Số lượng những bài thơ được chọn như trên tưởng cũng đủ nói lên sự xuống dốc thảm hại trong tài thơ Xuân Diệu.

Trong bài tiểu luận *Nhận đường,* năm 1947, Nguyễn Đình Thi đã cảm nhận được, từ mình và từ bạn bè mình, sự bế tắc trong việc sáng tác:

> Không còn có thể lầm, không còn nghi ngờ, chúng ta mạnh bạo bước lên. Nhưng sao lắm khi chúng ta khổ sở ngập ngừng. Đặt bút nhìn lại những sáng tác đã xong, chúng ta mới thấy một nghệ thuật vụng về, yếu ớt, không thổi được gió bão của cuộc chiến đấu. Nhiều anh em chúng ta muốn vứt bút làm một công việc khác hiệu nghiệm". "Chung quanh, trong các bạn hữu chúng ta có một hay hai tiếng băn khoăn: có lẽ nào nghệ thuật đau lòng mà chỉ đưa được lên kháng chiến những sáng tác trình độ ấu trĩ. Sao lại thế?

Sau này, Chế Lan Viên hồi tưởng: *"Cái phần công dân trong con người họ rất tích cực, vào sinh ra tử cùng dân tộc, nhưng cái phần nghệ sĩ trong họ còn đứng tách ra, tụt lại sau, nghiền ngẫm, tìm tòi".* [59]

Cho nên, nếu cái đặc điểm thứ nhất của văn học kháng chiến là sự tham dự của đông đủ những nhà văn nhà thơ "tiền chiến", thì cái đặc điểm thứ hai của nó cũng cần được nhấn mạnh luôn là: không có người nào, trong giai đoạn này, giữ được phong độ của ngày xưa. Tất cả đều xuống dốc. Tuyệt đối không có ngoại lệ. Về thơ cũng như về văn.

Đặc điểm thứ ba của văn học kháng chiến là sự hình thành của một lớp các cây bút mới, phần lớn là những học sinh, sinh viên tại Hà Nội, cuối năm 1946, trở thành bộ đội. Họ không có sự nghiệp sáng tác gì trước năm 1945 để tiếc nuối, tạo thành những giằng xé, những bi kịch trong nội tâm, như đã là vậy, ở những lớp văn nghệ sĩ đàn anh của họ. Họ đi vào kháng chiến với một tâm hồn hồn nhiên, trong veo. Họ cầm súng trước khi cầm bút. Cả khi cầm súng lẫn khi cầm bút, họ vẫn giữ được một điều mà giới đàn anh của họ không giữ được: tác phong hào hoa của một nghệ sĩ, một trí thức. Lớp trước, đến với kháng chiến với một mặc cảm phạm tội, một thời hờ hững với cuộc đấu tranh, hợp tác với Pháp hoặc những thành phần "phản động", để chiếm sự tin cậy của lãnh đạo, thường sa vào hai thái độ cực đoan: hoặc tự hành hạ mình, tự sỉ vả mình một cách quá đáng, hoặc lên gân chứng tỏ quan niệm, lập trường kiên định của mình một cách quá đáng. Sau khi chiếm được niềm tin của lãnh đạo, với vốn liếng văn hoá, tuổi tác và kinh nghiệm có sẵn, họ nghiễm nhiên trở thành những cán bộ cấp trên, những ông quan cách mạng đầy

---

59 Chế Lan Viên, *Suy nghĩ và bình luận*, nxb Văn Học, HN, 1971, tr. 150.

quyền uy, khệnh khạng và hợm mình. Tính chất nghệ sĩ của họ bị biến mất. Đó là trường hợp của những người như Hoài Thanh, Xuân Diệu, Huy Cận, Chế Lan Viên, Lưu Trọng Lư, Nguyễn Công Hoan, Nguyễn Xuân Sanh...

Có thể coi những người cầm bút trưởng thành sau năm 1945 như Trần Đăng, Quang Dũng, Chính Hữu, Hoàng Cầm, Hồng Nguyên, Hoàng Lộc... là những nghệ sĩ đầu tiên của cuộc kháng chiến. Mãi rất lâu sau này, đến cuối thập niên 1960, ở miền Bắc, mới xuất hiện được một lớp người cầm bút có phong thái tương đối hào hoa giống họ: Phạm Tiến Duật, Nguyễn Duy, Vũ Quần Phương, Bằng Việt...

Sáng tác của lớp văn nghệ sĩ trẻ này có hai đặc điểm:

Thứ nhất, mọi người hầu như chỉ tập trung vào một đề tài: người bộ đội. Văn cũng thế mà thơ cũng thế. Người ta khai thác hình ảnh người bộ đội từ nhiều góc độ khác nhau: các nhà văn chủ yếu khai thác từ góc độ chiến đấu, trên đường hành quân hoặc ngoài trận địa (*Trận phố Ràng* và *Một cuộc chuẩn bị* của Trần Đăng; *Voi đi* của Siêu Hải; *Bên đường 12* của Vũ Tú Nam; *Xung kích* của Nguyễn Đình Thi...); các nhà thơ khai thác chủ yếu ở góc độ quan hệ xã hội, hoặc giữa những người bộ đội với nhau, hoặc giữa bộ đội với gia đình, người yêu, hoặc giữa bộ đội với dân chúng, với đồng bào.

Trong những năm đầu kháng chiến, những mối quan hệ ấy thật đẹp:

Các anh về
Mái ấm nhà vui,
Tiếng hát câu cười.
Rộn ràng xóm nhỏ.

Các anh về
Tưng bừng trước ngõ
Lớp lớp đàn em hớn hở chạy theo sau
Mẹ già bịn rịn áo nâu
Vui đàn con trẻ rừng sâu mới về.
(Hoàng Trung Thông)

Quan hệ đẹp là nhờ con người đẹp:

Có người đi lính, hiền như đất
Mùa hạ tưng bừng thương núi sông.
(Chính Hữu)

Mà họ hiền thật, những người lính làm thơ viết văn được coi là xuất thân từ thành phần học sinh tiểu tư sản lúc bấy giờ. Họ đi kháng chiến chỉ vì lòng yêu nước chứ không vì tính bạo tàn hoặc bất cứ tham vọng nào khác. Mũi súng của họ không phải lúc nào cũng đỏ rực, sẵn sàng nhả đạn, nhắm thẳng vào quân thù. Mũi súng ấy, rất nhiều lúc, *"kề bên nhành cúc dại"*, như trong thơ Quang Dũng, hay ngước lên một vầng trăng treo như trong thơ Chính Hữu.

Trong một bài hồi ký ngắn, *Cái thuở ban đầu*, viết năm 1986, nhà văn Nguyễn Khải tâm sự:

Trong những mộng mơ của tuổi trẻ, nghề viết văn và nghề dạy học có sức hấp dẫn lạ lùng... Lứa tuổi chúng tôi đã đến với cách mạng bằng những mộng mơ như vậy, để từ nay chỉ còn một mộng mơ duy nhất là làm một chiến sĩ. Một chiến sĩ vô danh chiến đấu cho độc lập và tự do. Một chiến sĩ không cầm súng mà cầm mã tấu vì không thể đủ súng cho cả một đại đội. Một thanh mã tấu gỉ lại buộc một sợi dây gai quàng qua người. Ít lâu sau lại vác thêm một quả mìn rùa nữa. Người thì cao và gầy, và ghẻ lở, mặc một cái quần Nhật thắt dải ngắn củn cỡn, lại đeo mã tấu, lại vác mìn rùa, đi sau rốt một đại đội trong các cuộc hành quân, cái hình ảnh ấy chẳng giống một tí nào với các danh nhân trong tưởng tượng. Nhưng vẫn rất vui vì đã là một chiến sĩ. Một chiến sĩ mỗi lần giáp trận lại vác mã tấu... chạy! Với con mã tấu ấy, với quả mìn rùa còn làm gì được hơn mà không chạy. Chỉ huy không trách, đồng đội cũng chẳng cười, vũ khí tôi mang chỉ có ý nghĩa tượng trưng còn việc chính là phụ giúp anh em nấu cơm, chạy công văn, canh gác, khi cần thì "tổng biên tập" cho tờ báo tường của trung đội rồi của đại đội.

Bài *Nhớ* của Hồng Nguyên được nhiều người yêu thích, có lẽ, trước hết, cũng vì cái hiền lành, tươi tắn, nghịch ngợm của một người lính chưa bị đầu độc bởi những giáo điều hung bạo:

Lũ chúng tôi
Bọn người tứ xứ
Gặp nhau hồi chưa biết chữ
Quen nhau từ buổi "một hai",
Súng bắn chưa quen
Quân sự mươi bài
Lòng vẫn cười vui kháng chiến.
Lột sắt đường tàu,
Rèn thêm dao kiếm,
Áo vải chân không.
Đi lùng giặc đánh.
Ba năm rồi gửi lại quê hương,
Mái lều gianh,
Tiếng mõ đêm trường,
Luống cày đất đỏ,
Ít nhiều người vợ trẻ,
Mòn chân bên cối gạo canh khuya.
Chúng tôi đi
Nắng mưa sờn mép ba lô
Tháng năm bạn cùng thôn xóm
Nghỉ lại lưng đèo
Nằm trên dốc nắng

Kỳ hộ lưng nhau ngang bờ cát trắng
Quờ chân tìm hơi ấm đêm mưa
– Đằng nớ vợ chưa?
– Đằng nớ?
– Tớ còn chờ độc lập
Cả lũ cười vang bên ruộng bắp
Nhìn o thôn nữ cuối nương dâu...

Cái nhìn hút mắt rồi cười vang của Hồng Nguyên, ở Nguyễn Đình Thi, biến thành một cái nhìn ngậm ngùi, rưng rưng trong bài *Không nói:*

Dừng chân trong mưa bay
Liếp nhà ai ánh lửa
Yên lặng đứng trước sau
Em em nhìn đi đâu
Em sao em không nói
Mưa rơi ướt mái đầu
Mỗi đứa một khăn gói
Ngày nào lần gặp sau
Ngập ngừng không dám hỏi
Chuyến này chắc lại lâu
Chiều mờ gió hút
Nào đồng chí – bắt tay
                Em
        Bóng nhỏ
        Đường lầy.

Bài thơ hay. Hay nhất là mấy câu cuối. *"Nào đồng chí – bắt tay"* là một lời nói. Có chút đùa để che giấu nỗi nghẹn ngào. Chữ "em" đứng một mình là một tiếng gọi, tiếng gọi thầm của cái người đứng lại ngẩn ngơ nhìn theo hình bóng người yêu cứ xa dần. Thương cái "bóng nhỏ". Và xót xa trước hình ảnh cái "bóng nhỏ" ấy bị nhòe nhoẹt dưới mưa, trên những quãng đường lầy. Bài thơ kết thúc như những giọt nước mắt.

Nguyễn Đình Thi dù sao cũng còn may mắn. Ít ra ông cũng có một người tình để gặp gỡ, để chia ly, để rồi lại hy vọng gặp gỡ. Thơ Quang Dũng đẹp hơn nhưng buồn hơn. Hình ảnh người yêu xa xôi trong cõi mù sương nào:

Khói thuốc chiều sông hỡi dáng người!
Phương nào đôi mắt ngó xa xôi.
    (Trắc ẩn)

Tình yêu dường như muốn xoá nhoà bao nhiêu khoảng cách:

Mắt trừng gửi mộng qua biên giới
    (Tây Tiến)

Cái nhìn của Quang Dũng là cái nhìn tâm tưởng, cái nhìn của kỷ niệm, của những giấc mơ:

Thoáng hiện em về trong đáy cốc.
Nói cười như chuyện một đêm mơ.
    (Đôi bờ)

Hình ảnh "đôi mắt" xuất hiện rất nhiều lần trong thơ Quang Dũng. Những đôi mắt đẹp và ngây thơ: *"Mắt non nhìn như sao"*. Những đôi mắt chứa đựng một trời thương nhớ: *"Đôi mắt người Sơn Tây! / U uẩn chiều lưu lạc"*, *'Mắt kia em có sầu cô quạnh! / Khi chớm heo về một sớm mai"*.

Nam Cao có một truyện ngắn, nhan đề là *Đôi mắt*, viết năm 1948, được giới nghiên cứu, phê bình văn học cộng sản đánh giá cao như một bản tuyên ngôn của một nền nghệ thuật mới. "Đôi mắt" của Nam Cao chỉ thuần tuý là đôi mắt chính trị, là một cách nhìn "tiến bộ" đối với vấn đề cách mạng, vấn đề kháng chiến và vấn đề giai cấp. Đôi mắt của lý trí, quá đỗi rạch ròi. Chính cái đôi mắt phân biệt bạn thù phân minh ấy khiến cho Nam Cao xa mất *Chí*

Phèo, không còn là cây bút của những chiều sâu thăm thẳm.

Tất cả tài hoa và hào hoa của lớp văn nghệ sĩ trẻ như Hồng Nguyên, như Quang Dũng, như Nguyễn Đình Thi, cuối cùng, ở chỗ: đi theo kháng chiến, họ vẫn giữ được, dù trong một thời gian không lâu, một đôi mắt của người, chan chứa nhân tình và ăm ắp mộng mơ. Những đôi mắt ấy khiến cho chiến tranh bớt đi sự tàn bạo, bên cạnh màu đỏ của lửa, của máu, của sự hãi hùng, người đọc vẫn nhận ra thấp thoáng một chút màu xanh của tình yêu:

> *Những đêm dài hành quân nung nấu*
> *Bỗng bồn chồn nhớ mắt người yêu*
> (Nguyễn Đình Thi)

Thơ cộng sản sau này mỗi ngày một trở nên sắt máu, cứng rắn, khô lạnh chính là vì họ đã đánh mất cái đôi mắt ấy, cái đôi mắt của lớp người nghệ sĩ – chiến sĩ lớp đầu.

Đặc điểm thứ hai trong sáng tác của những cây bút trẻ thời kỳ này, nói như Xuân Diệu, là *"hiện tượng một bài"*. Trừ Nguyễn Đình Thi và Quang Dũng, tất cả những người khác chỉ để lại một, hoặc nhiều lắm là hai bài xuất sắc. Hồ Phương chỉ có một truyện ngắn: *Thư nhà*. Siêu Hải chỉ có một truyện ngắn: *Voi đi*. Trần Đăng được hai truyện: *Một lần tới thủ đô* và *Trận phố Ràng*. Hồng Nguyên được một bài thơ: *Nhớ*. Hoàng Lộc được một bài thơ: *Viếng bạn*. Yên Thao được một bài thơ: *Nhà tôi*. Thôi Hữu được một bài: *Lên Cấm sơn*. Hữu Loan được hai bài: *Đèo Cả* và *Màu tím hoa sim*. Hoàng Trung Thông được hai bài: *Bài ca vỡ đất* và *Bao giờ trở lại* (Khi Lê Yên phổ nhạc, đổi tên là *Bộ đội về làng*).

Có thể giải thích hiện tượng trên bằng nhiều nguyên nhân. Có nguyên nhân từ ngoài: cái chết. Hoàng Lộc, Hồng Nguyên, Trần Đăng đều bị mất sớm. Có nguyên nhân từ bên trong: đó là sự ngẫu nhiên của cảm hứng, của cảm xúc làm bật dậy một tài năng mà bình thường họ không có. Nhưng nguyên nhân thứ ba này, tôi nghĩ, quan trọng hơn cả: khi tài năng của họ vừa chín để sáng tác thì cũng là lúc con đường văn học của cộng sản bị khép lại, thành một ngõ hẹp, lởm chởm gai góc. Đó là thời điểm tư tưởng văn nghệ của Mao Trạch Đông tràn vào Việt Nam bóp chết mọi cá tính và cùng với nó, mọi khả năng sáng tạo.

Trong những năm đầu của cuộc kháng chiến, sự lãnh đạo của cộng sản đối với văn nghệ còn rất lỏng lẻo. Người ta chỉ đòi hỏi một điều: dùng tác phẩm góp phần vào công cuộc tranh đấu, văn nghệ phải gắn bó với dân tộc, phải gần gũi với nhân dân. Những yêu cầu còn chung chung và dễ được chấp nhận.

Dần dần, cộng sản củng cố lại tổ chức và thắt chặt lại quan điểm. Từ năm 1947, Trung ương đảng thành lập Tiểu ban văn nghệ do Tố Hữu đứng đầu trực thuộc Ban Tuyên huấn. Năm 1948, tổ chức Đại hội văn hoá và Đại hội văn nghệ toàn quốc, thành lập Hội văn nghệ Việt Nam. Năm 1949, Hội nghị văn nghệ quân đội được tổ chức để thành lập Ban văn nghệ quân đội do Tố Hữu làm trưởng ban, Chính Hữu làm phó ban. Lần lượt các địa phương cũng tổ chức những chi hội văn nghệ để quản lý giới cầm bút.

Một quan điểm chính thức về vấn đề văn nghệ được hình thành những công thức, những nguyên tắc cứng nhắc và chật chội do Trường Chinh trình bày năm 1948, trong tác phẩm *Chủ nghĩa Mác và văn hoá Việt Nam*. Từ đây, người văn nghệ sĩ chỉ có một tư tưởng: tư tưởng Mác-Lênin; chỉ có một phương pháp sáng tác: phương pháp hiện thực xã hội chủ nghĩa; chỉ có một tự do: tự do chấp hành mệnh lệnh của trung ương.

Từ năm 1949 trở về sau, cộng sản tập trung thật nhiều công sức vào việc uốn nắn tư tưởng của giới văn nghệ sĩ. Trong Hội nghị văn nghệ quân đội vào tháng 4-1949, Nguyễn Đình Thi báo cáo về vấn đề chủ nghĩa hiện thực xã hội chủ nghĩa, Đào Phan báo cáo về vấn đề điển hình dân quân, Tân Sắc (Thôi Hữu) báo cáo về vấn đề điển hình bộ đội: cả ba người đều yêu sách người viết phải, một, tập trung vào đề tài người bộ đội; hai, nêu bật lên *"sự biến đổi của tất cả những con người khác nhau thành người lính Việt Nam điển hình".*[60]

Tháng 9-1949, cộng sản tổ chức nhiều cuộc tranh luận về văn nghệ tại Việt Bắc. Tranh luận về khái niệm nền văn nghệ nhân dân. Tranh luận về vấn đề tiếp thu các loại hình văn nghệ cổ truyền. Tranh luận về vấn đề thơ có vần hay không cần có vần.

Vấn đề thứ nhất, nói là tranh luận, nhưng thật ra, người ta chỉ bàn thảo để khai triển bản thuyết trình *Xây dựng văn nghệ nhân dân* của Tố Hữu. Một yêu cầu được đặt ra: văn nghệ sĩ phải tham gia tích cực hơn nữa vào cuộc kháng chiến. Không được phất phơ đàn hát, viết lách theo kiểu tham quan. Phải cùng ăn cùng ở cùng làm với nhân dân với bộ đội. Kết quả, sau cuộc Hội nghị là phong trào văn nghệ sĩ đầu quân được tổ chức ồn ã ở đèo Khế: Tố Hữu,

---

[60] Theo tường thuật của Nguyễn Huy Tưởng trên tạp chí Văn Nghệ số tháng 12-1949.

Nguyễn Đình Thi, Thế Lữ, Thanh Tịnh, Nguyễn Tuân, Nguyễn Xuân Khoát... đồng loạt gia nhập vào bộ đội.

Vấn đề thứ hai là xác định thái độ đối với các loại hình văn nghệ dân gian như chèo, vọng cổ, cải lương không dẫn đến kết quả cụ thể nào. Có người bênh vực. Có người phản đối với lý do các ngành nghệ thuật ấy nặng màu sắc phong kiến, lạc hậu và phản động.

Vấn đề thứ ba liên quan đến những nỗ lực tìm tòi của Nguyễn Đình Thi lúc ấy: ông thử nghiệm thể thơ tự do không có vần:

> *Chiều nhạt nhạt về nơi nào xa lắm*
> *Ngây ngất sương mây*
> *Lối mòn không dấu chân*
> *Ta nghe ta hát một mình...*
> (Đường núi, 1948)

Nguyễn Đình Thi không thành công trong việc bảo vệ sáng tạo của mình. Ông hoàn toàn cô đơn. Nhiều người kể lại, lúc ấy Trường Chinh quát lên: *"Thơ gì mà như sỏi xát vào tai"*. (Chi tiết này, vào tháng 9 tháng 10.1990, khi đến thăm Paris, Nguyễn Đình Thi cũng đã xác nhận với một số bạn bè.)

Điều đáng để ý nhất là, trong cuộc tranh luận này, bị sức ép của đảng, nhiều người tự kết tội mình một cách hết sức thảm thương. Nguyễn Tuân tự nhận trong những sáng tác trước đây của mình vừa có tính chất tiểu tư sản vừa có tính chất phong kiến. Ông tuyên bố "từ" ba đứa con tinh thần: *Vang bóng một thời, Nguyễn* và *Thiếu quê hương*. Ông thề sẽ bỏ thể tuỳ bút, không muốn viết *"tuỳ theo bút nữa... nên viết tiểu thuyết cho con người nói lên được"*, *"viết tiểu thuyết để có điều kiện khách quan hơn"*. Nguyên

Hồng tự nhận mình tuy đi với kháng chiến nhưng vẫn còn ít nhiều hờ hững với chung quanh, do đó, ngòi bút cứ ngập ngừng mãi: *"Cái chân thật của ta mà chưa tốt thì không để được con. Cái sinh khí để viết chưa đầy thì tác phẩm ra khó. Chúng ta sở dĩ chưa viết được gì vì ta thiếu cảm xúc. Ta thiếu một sự thúc đẩy nội tâm, thiếu sự cố kết với cuộc kháng chiến"*. Trần Đặng tự lên án cái "xác chủ quan" của mình, ao ước viết những tác phẩm hoàn toàn khách quan, chỉ phản ảnh hiện thực bên ngoài.[61]

Ngày 26.7.1950, cộng sản lại tổ chức "Cuộc họp mặt văn hoá Việt Nam" tại Việt Bắc với sự tham dự của 56 đại biểu từ các nơi tụ về. Từ khu Bốn có: Hải Triều, Lưu Trọng Lư, Đào Duy Anh, Trương Tửu, Hữu Loan... Từ khu Ba, có: Đặng Xuân Thiều, Hoàng Công Khanh, Đoàn Văn Cừ, Vũ Đình Liên... Tại Việt Bắc có: Tố Hữu, Trần Huy Liệu, Nguyễn Đình Thi, Nguyễn Xuân Sanh, Phan Khôi, Thế Lữ, Thanh Tịnh, Đoàn Phú Tứ, Văn Cao, Trần Huyền Trân...

Trần Huy Liệu khai mạc. Tố Hữu trình bày *Vài nhận định về tình hình trong nước và ngoài nước*. Hoài Thanh báo cáo về tình hình văn hoá. Đặng Xuân Thiều tổng kết tình hình văn hoá Khu Ba. Trương Tửu tổng kết tình hình văn hoá Khu Bốn.

Bản báo cáo của Trương Tửu tạo thành một cuộc tranh luận sôi nổi. Ông chia văn nghệ Khu Bốn thành hai dòng: dòng Bình Trị Thiên và dòng Thanh Nghệ Tĩnh. Theo Trương Tửu, dòng đầu là dòng của quần chúng, dòng sau

---

[61] Theo tài liệu trích dẫn của Phong Lê trong *Mấy vấn đề văn xuôi Việt Nam 1945-1970*, nxb Khoa học xã hội, HN, 1972, tr. 45-46.

là dòng của tầng lớp văn nghệ sĩ tiểu tư sản. Trong giai đoạn đầu (1945-49), hai dòng tách riêng; trong giai đoạn sau (từ 1950 trở đi), hai dòng nhập làm một; trong giai đoạn đầu, đại chúng chi phối; trong giai đoạn sau, tiểu tư sản chi phối.[62]

Từ năm 1951 đến 1954, năm nào cộng sản cũng tổ chức các lớp chỉnh huấn tại Việt Bắc dành riêng cho giới văn nghệ sĩ.

Nguyên nhân hình thành các cuộc Đại hội và Hội nghị ấy thực chất đến từ Trung Quốc. Do hoàn cảnh địa lý và văn hoá, đảng Cộng sản Việt Nam luôn luôn chịu ảnh hưởng nặng nề của đảng Cộng sản Trung Quốc. Trước, chỉ chịu ảnh hưởng về phương diện tư tưởng. Từ 1949, lúc Mao Trạch Đông hoàn toàn làm chủ Trung Hoa lục địa, biên giới liền sát nhau, mức độ ảnh hưởng càng thêm trầm trọng, không những chỉ giới hạn trong phạm vi tư tưởng mà cả trong phạm vi tổ chức.

Tư tưởng của Mao Trạch Đông về vấn đề văn nghệ được thể hiện tập trung trong bài nói chuyện tại Diên An vào tháng 5-1942. Theo Mao Trạch Đông, trong một tác phẩm văn học, tiêu chuẩn chính trị phải được đặt lên hàng đầu, tiêu chuẩn nghệ thuật chỉ là thứ yếu. Một tác phẩm văn học có giá trị không phải là vì nó có nghệ thuật độc đáo mà trước hết, là vì nó thể hiện đúng lập trường, đúng quan điểm của đảng, góp phần vào công cuộc tranh đấu do đảng lãnh đạo.

---

62 Theo Hồng Chương trong *Cách mạng kháng chiến và đời sống văn học,* tập 2, từ tr. 168 đến tr. 170.

Mao Trạch Đông công khai miệt thị giới trí thức. Trí thức không có giá trị bằng một cục phân. Đi vào cách mạng, công việc đầu tiên của người trí thức là phải "cách mạng hoá tư tưởng" và "quần chúng hoá sinh hoạt". Phải hoà mình vào cuộc sống chung, trực tiếp tham gia vào lao động và chiến đấu.

Sau này, quan hệ "hữu nghị" giữa Việt Nam và Trung Quốc bị rạn nứt, giới nghiên cứu cộng sản chối đây đẩy là họ vẫn độc lập với tư tưởng văn nghệ của Mao Trạch Đông. Sự thực thế nào? Trong bài *Mối quan hệ lâu đời và mật thiết giữa văn học Việt Nam và văn học Trung Quốc* đăng trên tập san *Nguyên cứu văn học* số 7-1971 tại Hà Nội, Đặng Thai Mai viết:

> Quan hệ văn học, theo đường lối của đảng lãnh đạo, có một cơ sở vững chắc, có một chủ trương khoa học: trao đổi văn hoá trên lập trường hữu ái quốc tế chủ nghĩa, có lợi cho cả đôi bên. Bản dịch tiếng Việt tập *Tân dân chủ nghĩa luận* của Chủ tịch Mao Trạch Đông xuất bản từ năm 1946. Trong thời kỳ kháng chiến, cơ quan xuất bản của đảng tiếp tục dịch và phổ biến rộng rãi bài nói chuyện của Mao Chủ tịch trong buổi tọa đàm về văn nghệ ở Diên An.

Chính vì sự bắt chước mù quáng đối với tư tưởng văn nghệ của Mao Trạch Đông, từ năm 1949 trở đi, đảng Cộng sản Việt Nam đối xử với văn nghệ sĩ tham gia kháng chiến bằng một thái độ cực kỳ khắc nghiệt. Mọi người đều phải thường xuyên học tập chính trị, tự xỉ vả bản chất tiểu tư sản của mình, công khai thú tội trước quần chúng. Nhật ký của Nam Cao viết ngày 15.1.1950: *"Không muốn cứ nghĩ đến cá nhân mình mãi thế... Phải nghĩ đến sự nghiệp chung – Hoàn toàn vì đảng"*. Cũng nhật ký Nam Cao trong năm 1950, không ghi ngày: *"Suốt đêm thao thức không ngủ được. Thân thể. Vợ con. Tự kiểm đ iểm tinh thần và tư cách mình. Cánh tay trắng nhễ nhãi của cô hàng xóm. Những lúc ân ái với Liên":* với Nam Cao, tất cả những hành độ ng, những ý nghĩ ấy đều là dấu hiệu của chủ nghĩa cá nhân, đều có "tội" đối với đảng. Mặc cảm có tội nặng nề đến nỗi, cuối năm 1950, lúc được chỉ định vào Tiểu ban văn nghệ nhân dân, ông hốt lên: *"Mình không muốn có một thằng không xứng đ áng như mình vào Tiểu ban... Tiểu ban là để hướng dẫn. Một người không gương mẫu như mình sao lại có quyền hướng dẫn?... Đợi bao giờ tự sửa được kha khá và trở nên xứng đáng hơn".*[63]

Tại Nam bộ, Lưu Quý Kỳ, chi hội trưởng Chi Hội văn nghệ Nam bộ, phó ban tuyên huấn của Xứ ủy Nam kỳ, đã ra lệnh: Về ca nhạc, *"cấm vọng cổ vì cho nó làm ủy mị, làm nhụt tinh thần, ý chí chiến đấ u của nhân dân".* Về thơ, *"chủ yếu phải làm thơ lục bát, thơ song thất lục bát. Thơ ngụ ngôn cũng có thể chấp nhận được. Còn thơ tự do thì phải hoàn toàn loại bỏ".* Về truyện, *"phải viết thật ngắn", "phải có đầu có đuôi, kết thúc phải có hậu, chính nghĩa phải thắng gian tà, người tối phải thắng kẻ xấu", "yêu cầu chỉ có cốt truyện, không cần tả cảnh, cảm xúc". "Các truyện cổ tích, thần thoại thì hoàn toàn bị bác bỏ vì cho là mê tín, dị đoan".*[64]

Các chỉ thị của Lưu Quý Kỳ được thực hiện một cách gắt gao. Hậu quả, về phương diện sinh hoạt, theo lời kể của Đoàn Giỏi, dân chúng Nam bộ, mỗi lần thèm "chơi" vọng cổ, họ phải *chèo xuồng ra tít ngoài đồng xa, giữa bốn bề trời nước chơi cho thoả, đến khuya rồi mới trở về, hoặc họ*

---

[63] *Cách mạng kháng chiến và đời sống văn học*, tập 2, sđd, tr. 61, 64 và 66.

[64] *Cách mạng kháng chiến và đời sống văn học*, tập 1, sđd, tr. 347-350.

cứ chơi trong xóm, khi gặp cán bộ dân quân đến kiểm tra thì họ chuyển sang nhạc mới, khi cán bộ đi rồi thì họ lại quay lại chơi vọng cổ".[65]

Về phương diện sáng tác, *"Hai năm nay trên văn đàn chỉ thấy thơ lục bát"*,[66] *"Tình trạng thơ lục bát trở thành thể thơ duy nhất độc tôn".*[67]

Quan điểm hẹp hòi cộng với thái độ thô bạo của cộng sản làm cho không khí văn học từ năm 1949, đặc biệt từ năm 1950 trở về sau, trở thành nặng nề, bức bối, nghẹt thở. Nhiều bài thơ hay, được nhiều người yêu mến, nhất loạt bị cộng sản phê phán kịch liệt. Bài *Ngò cải đơm hoa* của Lưu Trọng Lư kết thúc bằng mấy câu:

> *Bộ đội đã về làng*
> *Súng đạn đã âm vang*
> *Giặc tháo sau, tháo trước*
> *Tay cơi trầu, đợi nước*
> *Miệng gọi mẹ gọi thầy*
> *Chớ chi anh về đây*
> *Giữa đoàn quân chiến thắng.*

Trong quyển *Nói chuyện thơ kháng chiến* (1951), Hoài Thanh phê phán là Lưu Trọng Lư bi quan: *"giữa cảnh chiến thắng tưng bừng, chị vợ trong bài thơ vẫn không thấy hả hê vì trước kia chị đã không biết căm giận".* Lưu

---

[65] *Cách mạng kháng chiến và đời sống văn học*, tập 1, sđd, tr. 348-349.

[66] Tạp chí Văn nghệ kháng chiến Nam bộ số 3-1951.

[67] Lưu Quý Kỳ, *Qua thực tiễn văn nghệ kháng chiến Nam bộ*, nxb Sự thật, HN, 1957, tr. 38.

Trọng Lư không đồng ý. Nhưng sợ. Nên đành sửa lại hai câu cuối nghe tức anh ách:

Ôi anh đã về đây
Giữa đoàn quân chiến thắng.

Người chết không được yên mà chết. Người chết cũng bị bắt buộc sống dậy cho niềm vui cách mạng thêm trọn vẹn, sự lãnh đạo của đảng thêm tài tình. Sửa thì sửa, nhưng Lưu Trọng Lư vừa sửa vừa hậm hực. Rõ ràng là cái câu được sửa rất dở. Nó làm cho bài thơ đáng lẽ cảm động trở thành nhẹ thênh.

Rồi bài *Nhớ* của Hồng Nguyên cũng bị Hoài Thanh kết tội là *"yếu đuối, ủy mị"*, là có thái độ trịch thượng, xa cách đối với đồng bào, đối với nhân dân.[68]

Lưu Trọng Lư cũng không vừa gì. Ông đã từng lớn tiếng lên án bài thơ *Không nói* của Nguyễn Đình Thi, đòi đuổi bài thơ ấy ra khỏi vương quốc thi ca của nước Cộng Hoà Việt Nam. Tội danh chỉ vì bài thơ có giọng điệu hơi hơi hiu hắt.

Những bài thơ tuyệt tác của Quang Dũng, những bài thơ hay nhất trong thời kỳ kháng chiến chống Pháp, cũng bị lên án. Tố Hữu cho đó là *"tư tưởng sa đoạ"*, *"văn hoá suy đồi"*.[69]

Tâm trạng của phần đông văn nghệ sĩ lúc ấy là bẽ bàng, tuyệt vọng. Phan Khôi làm bài thơ *Hồng gai* mà theo Hoàng Văn Chí, trong tập *Trăm hoa đua nở trên đất Bắc*,

---

[68] Văn Nghệ, HN, 6-3-1976.

[69] Tố Hữu, *Xây dựng một nền văn nghệ lớn xứng đáng với nhân dân ta, với thời đại ta*, nxb Văn Học, HN, 1973, tr. 157.

"ví cuộc kháng chiến như hoa hồng và ví Việt Minh như gai".[70]

> *Hồng nào hồng chẳng có gai*
> *Miễn là đừng thứ hồng dài không hoa,*
> *Là hồng thì phải có hoa,*
> *Không hoa chỉ có gai mà ai chơi?*
> *Ta yêu hồng lắm hồng ơi*
> *Có gai mà cũng có mùi hương thơm.*
> (16-3-1951)

Năm 1952, Phan Khôi lại làm một bài thơ khác, thái độ rõ ràng và tâm sự não nề hơn:

> *Tuổi già thêm bệnh hoạn*
> *Kháng chiến thấy thừa ta.*
> *Mối sầu như tóc bạc*
> *Cứ cắt lại dài ra.*

Dễ hiểu tại sao, sau năm 1949, rất đông văn nghệ sĩ rời bỏ kháng chiến để về thành. Phạm Duy, Đinh Hùng, Vũ Hoàng Chương, Vi Huyền Đắc, Bàng Bá Lân.. lần lượt về thành. Nhà văn Mai Thảo và nhà văn Minh Đức Hoài Trinh, lúc ấy, còn rất trẻ, đang sinh hoạt văn nghệ tại Thanh Hoá, cũng bỏ về thành. Cuối năm 1946, họ náo nức ra đi để giành độc lập. Bây giờ, họ trở về để tìm kiếm tự do, sau khi đã hiểu rõ bản chất của Việt Minh, nói như Phan Khôi, chỉ là một thứ "hồng dài", không có hoa chỉ toàn gai sắc.

Tại sao Phan Khôi không về thành? Có lẽ lý do đơn giản: suốt cuộc kháng chiến, ông quanh quẩn ở Việt Bắc, xa xôi

---

[70] *Trăm hoa đua nở trên đất Bắc*, Quê Mẹ tái bản, 1983, tr. 55.

và hiểm trở vô cùng, tuổi lại già, sức lại yếu, con đường để trở về thành ra vô vọng.

Sau khi một loạt các văn nghệ sĩ bỏ đi, nền văn học kháng chiến vốn đã nghèo, càng nghèo hơn. Lại càng nghèo hơn nữa, khi những người ở lại, do khiếp hãi và tuyệt vọng, ngưng việc cầm bút. Tên tuổi của những Hoàng Cầm, những Quang Dũng, những Hữu Loan, những Yên Thao… bị chôn vào bóng tối. Những người khác, những người được đảng tin cậy, vừa sáng tác vừa ngập ngừng, e dè ngó quanh, sợ vi phạm lập trường, sợ sai quan điểm. Tác phẩm văn học mỗi ngày một hiếm hoi.

Một giai đoạn đẹp đẽ của cuộc kháng chiến đã đi qua. Qua hẳn. Bắt đầu từ năm 1950 là một giai đoạn khác. Khác hoàn toàn.

Giai đoạn 1950-1954

Nếu trong giai đoạn 1946-1949, cảm hứng chủ đạo trong văn học là lòng yêu nước thì trong giai đoạn 1950-1954 cũng như suốt thời kỳ 1954-1975, cảm hứng chủ đạo trong văn học cộng sản lại là ý thức giai cấp.

Sau các đợt chỉnh huấn, chỉnh quân liên miên trong các năm 1950, 1951, 1952 bắt đầu từ năm 1953, cộng sản phát động chiến dịch cải cách ruộng đất thoạt đầu ở hai thí điểm Thái Nguyên và Thanh Hoá, sau lan rộng khắp những vùng họ chiếm đóng. Chỉ trong tháng 4.1953, Hồ Chí Minh ký liên tiếp ba sắc lệnh, sắc lệnh thứ nhất quy định tịch thu ruộng đất của địa chủ và những người bị coi là Việt gian; sắc lệnh thứ hai quy định việc trừng trị những người không chấp nhận sắc lệnh thứ nhất; sắc lệnh thứ ba bổ sung sắc lệnh thứ hai bằng những quy định về toà án nhân dân xét xử địa chủ, cường hào và phản động. Ngày 19.12.1953, Hồ Chí Minh lại công bố luật cải cách ruộng đất, xoá bỏ chế độ tư hữu về ruộng đất.

Quan điểm nổi bật, quán xuyến toàn bộ các cuộc chỉnh huấn, chỉnh quân cũng như cải cách ruộng đất là đề cao vai trò của nhân dân lao động, coi họ là chủ thể của lịch sử, của văn học, của mọi sáng tạo văn hoá trong lịch sử.

Về văn học, thời gian này, người ta phủ nhận hầu hết những di sản văn học cổ điển, *"đồng nhất chân lý cuộc sống với chân lý nghệ thuật, điển hình xã hội với điển hình nghệ thuật, thủ tiêu vai trò chủ thể sáng tạo của nhà văn, coi nhẹ phẩm chất nghệ thuật của tác phẩm và phong cách riêng của người cầm bút v.v... Đây là thời kỳ các giáo viên văn học trích giảng cho học sinh những bài tường thuật về cải cách ruộng đất lấy luôn trên báo hằng ngày, thời kỳ coi những ghi chép người thật việc thật là nghệ thuật cao nhất, thời kỳ cải biên Tấm Cám thành chị Tấm, anh Điền..."*[71]

Tập thể là trên hết. Mỗi nhà văn, nhà thơ khi sáng tác xong phải đọc lại cho tập thể nghe để góp ý, bổ sung. Tập thể đồng ý: viết tiếp. Tập thể phản đối: bỏ. Thời ấy, Nam Cao đã viết được bảy, tám chương trong một truyện dài, đọc cho Tô Hoài, Nguyễn Huy Tưởng, Kim Lân... nghe, mọi người chê là chưa đạt. Thất vọng, ông xé luôn cả bản thảo.

---

[71] Theo Nguyễn Đăng Mạnh trong *Một thời đại văn học mới,* nxb Văn Học, HN, 1987, tr. 264.

Vũ Ngọc Phan kể:

> viết bài xong thì đem cho tập thể góp ý kiến, không cần
> thiết cái tập thể ấy có chuyên môn hay không. Do đó, về
> truyền thuyết Sơn Tinh, Thuỷ Tinh người ta góp ý kiến:
> phải tô vẽ cho bộ mặt Thuỷ Tinh thật hung dữ; về truyện
> Tấm Cám, người ta góp ý: quần chúng nhân dân, chủ yếu là
> nông dân, rất hiền từ nhân đức, không làm gì có chuyện con
> Tấm bị chết vì nước nóng, không có chuyện làm mắm ghê
> gớm ấy. Như vậy phải bỏ những đoạn ấy mới đúng "quan
> điểm quần chúng", mới đúng lập trường. Do đó, tập truyện
> cổ tích tôi viết ở Việt Bắc và đưa in lần đầu năm 1955 ở Hà
> Nội là một tập truyện viết rất máy móc, bây giờ đọc lại vẫn
> thấy đỏ tai.[72]

Lần khác, Vũ Ngọc Phan kể một câu chuyện hài hước
hơn: sau khi nghe dân chúng kể lại một chuyện cổ tích
trong đó nhân vật chính có đến ba vợ, một nhà nghiên cứu,
sưu tầm văn học dân gian, viết lại thành văn bản, ghi nhân
vật chính chỉ có một vợ. Hỏi: *"Nhân vật ấy mà một vợ thì
câu chuyện hơi khó hiểu"*. Đáp: *"Vừa mới học luật hôn
nhân xong, chẳng lẽ lại kể là anh ta có ba vợ!"*[73]

Sau này, nhớ lại, người ta thấy những câu chuyện trên là
hài hước, hài hước đến quái gở, tuy nhiên, lúc ấy và nhiều
năm sau nữa, ở miền Bắc, người ta vẫn coi đó là quan
điểm chính thống của đảng. Quan điểm này được Hà Xuân
Trường tóm tắt:

> 1. Quần chúng không cần phải chờ huấn luyện rồi mới có
> thể cảm thông được tâm tính của người nghệ sĩ.

---

[72] Vũ Ngọc Phan, *Những năm tháng ấy*, sđd, tr. 413.

[73] *Những ý kiến về văn học dân gian Việt Nam*, nhiều tác giả, nxb Khoa Học, HN, 1966, tr. 34.

2. Ý kiến phê bình của quần chúng là ý kiến quyết định.

3. Quần chúng không bắt buộc phải biết chuyên môn cũng có quyền phê bình.

4. Quan niệm văn nghệ phải do quần chúng mà có, quần chúng luôn học hỏi lẫn nhau, giáo dục lẫn nhau.[74]

Xuất phát từ quan điểm như vậy, cho nên trong lời tựa tập thơ *Chú Hai Neo* của Nguyễn Hải Trừng, Nguyễn Thượng Vũ, tên thật Nguyễn Văn Kỉnh, ủy viên Trung ương đảng, ủy viên Trung ương cục miền Nam, viết:

> Nhận được tập thơ 'Chú hai Neo' của bạn Nguyễn Hải Trừng, tôi đưa cho anh Tư Xuân, một anh bần nông có chân trong Ban chấp hành nông hội ở xã. Anh đọc cho vợ con anh nghe theo lối nói thơ Lục Vân Tiên. Cả nhà đều khen hay từng chặp. Chị Tư nằm lắng tai nghe từng câu. Nghe câu: "Sá chi heo củi vịt gà. Thân anh chẳng tiếc, tiếc gà vịt chi", chị nói lớn lên: Hay quá trời! Sau khi anh Tư đọc xong, em Nhã năm nay 12 tuổi, con của anh, nói với anh: Ba ơi, mai ba cho con mượn, con chép để dành đọc chơi nghe ba.

> Tôi xin lấy câu chuyện trên đây để thay lời giới thiệu tập thơ 'Chú Hai Neo' của bạn Nguyễn Hải Trừng.

Quần chúng là những người có thẩm quyền nhất trong việc đánh giá văn học nghệ thuật. Quần chúng còn là những kẻ sáng tạo xuất sắc nhất, lỗi lạc nhất. Cả tập *Nói chuyện thơ kháng chiến* của Hoài Thanh (1951) và *Tiếng thơ* (1951) của Xuân Diệu đều tập trung bình giảng, ca ngợi hết lời những bài thơ đăng trên báo tường của bộ đội

---

[74] Dẫn theo *Tác giả lý luận phê bình nghiên cứu văn học Việt Nam*, tập 1, nxb Khoa học xã hội, HN, 1986, tr. 93-94.

– thời ấy người ta gọi là thơ đội viên. Những cách diễn tả nôm na non nớt đều được đẩy lên thành một mẫu mực thẩm mỹ mới, nào là chân chất, nào là gân guốc, nào là sinh động.

Đoàn Giỏi kể trong quyển *Cách mạng kháng chiến và đời sống văn học*, tập 1, trong một cuộc thi văn thơ nhạc kịch do Viện Văn hoá kháng chiến tại Nam bộ tổ chức, giải nhất là bài thơ viết theo giọng:

> *Cá sặc mà vượt cá rô*
> *Ăn nói xô bồ chẳng biết trước sau*
> *Ai chê em dốt hồi nào...*

và một bài thơ khác cũng được giải nhất, từ đầu đến cuối, viết kiểu:

> *Trên trời sao mọc cùng*

Được ban giám khảo khen ngợi: *"Thật là tuyệt, đúng như lời ăn tiếng nói của quần chúng"* (tr. 343).

Bắc chước quần chúng, trong giai đoạn này, hầu hết các nhà thơ chuyên nghiệp đều phấn đấu làm vè và hầu hết các nhà văn chuyên nghiệp đều tập trung viết chuyện "người thật việc thật".

Thơ Thanh Tịnh: *Tăng gia sản xuất, Động viên đóng thuế nông nghiệp, Bài trừ hàng xa xí phẩm, Chống tư tưởng sợ Mỹ...* Thơ Huy Cận: *Giữ bí mật, Không dùng hàng địch, Không được bán hàng địch, Tăng gia sản xuất, Cướp súng giặc giết giặc...* Thơ Lưu Trọng Lư: *Tiếng hát gia tăng, Ông cụ Hồ Lô, Cái mũ nổi...*

Những bài viết trên cũng như hầu hết các bài viết khác trong giai đoạn sau năm 1950 là vè thật sự chứ không phải là một cách nói. Vè để đọc trước quần chúng, trong các buổi mít-tinh. Vè để vận động quần chúng tham gia cải cách ruộng đất, đóng thuế nông nghiệp, ủng hộ các chiến dịch quân sự. Có người, như Thanh Tịnh, sáng tác vè để độc tấu. Có người, như Tế Hanh, sáng tác vè để hò bài chòi.

Nguyễn Thành Long kể trong *Cách mạng kháng chiến và đời sống văn học* tập 1:

> Nhân anh Tế Hanh vừa làm xong bài thơ 'Bà mẹ Thanh Lương', trong đó anh làm một người con trai đi bộ đội gửi thư về cho mẹ kể chuyện dũng cảm và khó khăn nhiều mặt ở chiến trường, và kết thúc bằng một lời hỏi thăm, tôi không nhớ nguyên văn, đại khái: "Ở nhà nộp thuế chưa mẹ? Mẹ đừng tiếc nhé: đó là mẹ gửi cho con". Tôi bàn với anh Nguyễn Quang Thắng tối nay đem ra hò bài chòi xem sao... Không ngờ buổi tối mít-tinh, anh Thắng hò bài Bà mẹ Thanh Lương lên được bà con nhiệt liệt hưởng ứng và vỗ tay râm ran. Và thành công rất cụ thể: ban đầu, ví dụ số lượng thuế của các nhà địa chủ, phú nông tình nguyện nộp là 50 cân, sau khi nghe bài thơ thứ nhất, giơ tay xin nộp 100 cân, rồi con số đó bò lên 200 cân, có khi một tấn... Chúng tôi tìm được một phương thức công tác, riêng tôi tưởng tìm được một hướng đi cho thơ, tôi mừng quá, hôm sau loan báo ngay cho Tế Hanh biết. Tế Hanh, Khương Hữu Dụng, Nguyễn Đình, Trinh Đường, Nguyên Hồ... theo phương thức làm việc có kết quả. (tr. 323)

Những bài vè ấy, về phương diện nghệ thuật, dĩ nhiên chẳng có giá trị gì. Sau này, Lưu Trọng Lư cũng nhìn nhận: *"Làm thơ hồi đó, trước hết là tuyên truyền cho kháng chiến, không cần nghệ thuật lắm"*.[75] Phạm Hổ, trong một cuộc họp tại Hà Nội ngày 4.2.1987 được tường

---

[75] *Cách mạng kháng chiến và đời sống văn học*, tập 1, sđd, tr. 203.

thuật tóm tắt trên báo *Sài Gòn Giải phóng* ngày 3-1-1987, sau khi phê bình bệnh ấu trĩ đồng nhất nghệ thuật với tuyên truyền chính sách trong văn học, đã nhận định: *"Chín năm kháng chiến chống Pháp, với kiểu đó, Xuân Diệu, Tế Hanh có được mấy bài thơ hay đâu!"*

Trong lúc các nhà thơ thi đua làm vè thì các nhà văn thi đua viết truyện "người thật việc thật".

Năm 1952, cộng sản tổ chức Đại hội anh hùng chiến sĩ thi đua, Trường Chinh đọc bản báo cáo *Thi đua ái quốc và chủ nghĩa anh hùng mới*, Hồ Chí Minh đến dự khuyên răn các văn nghệ sĩ viết về những người được tặng danh hiệu anh hùng ấy. Đại hội chấm dứt mở ra một phong trào viết về "người thật việc thật" ở khắp nơi. Mỗi nhà văn được phân công viết về một người. Nguyễn Xuân Sanh viết về Trần Đại Nghĩa. Nguyễn Huy Tưởng viết về Ngô Gia Khảm. Vũ Cao viết về Nguyễn Thị Chiên, Tô Hoài viết về Kim Đồng, Vũ Tú Nam viết về La Văn Cầu, Từ Bích Hoàng viết về Nguyễn Phú Vy... Cuối năm 1952, cộng sản tổ chức giải thưởng văn học, tập truyện *Anh hùng chiến sĩ thi đua* do Nguyễn Đình Thi, Nguyễn Huy Tưởng, Xuân Diệu, Kim Lân, Nguyên Hồng, Nguyễn Xuân Sanh, Tô Hoài, Vũ Cao, Vũ Tú Nam ghi chép được xếp vào giải "ngoại hạng".

Những bài văn ghi chép chuyện "người thật việc thật" ấy, về nghệ thuật, tuy kém cỏi, nhưng vẫn được Hoài Thanh khen ngợi là chúng *"đã đặt cơ sở cho việc xây dựng điển hình người anh hùng mới trong văn nghệ".*[76] Tạp chí *Văn nghệ* số 39 ra tháng 2-1953 lại còn đề cao hơn: *"Loại*

---

[76] Văn Nghệ số 46 ra tháng 12-1953.

truyện ngắn mộc mạc, và khiêm tốn đó tuy mới kể chuyện một cách đơn giản, còn sơ lược, chưa đi sâu vào diễn tả những cảnh sống và phân tích những tư tưởng nhưng đã cho chúng ta thấy một hình ảnh về anh hùng công nông khác hẳn với nhiều hình ảnh thấp kém và lớt phớt về công nông trong các truyện từ trước đến nay".

Cùng lúc với khuynh hướng đề cao quần chúng, đề cao anh hùng là một khuynh hướng khác: đề cao lãnh tụ.

Tố Hữu, trong bài *Hồ Chí Minh,* năm 1948, chỉ coi Hồ Chí Minh là một "người lính già", một vị chỉ huy của cuộc cách mạng:

> *Người đã quyết*
> *Mặc phong ba giá tuyết*
> *Mặc gươm súng xiềng gông*
> *Làm tên quân cảm tử đi xung phong...*

Xuân Diệu, trong tập *Dưới sao vàng* xuất bản năm 1949, cũng chỉ nhắc đến Hồ Chí Minh như một lãnh tụ. Giọng điệu tự nhiên, thanh thản:

> *Gió sương bốn biển pha hơi ấm*
> *Trong máy truyền thanh tiếng Cụ Hồ.*

Bỗng dưng, sau năm 1950, theo chủ trương của cộng sản, người ta đua nhau thần thánh hoá Hồ Chí Minh, coi Hồ Chí Minh như một "vị Cha già" của cả dân tộc. Trước Hồ Chí Minh, mọi người đều biến thành con giun, con dế.

Thơ Xuân Diệu, bài *Thơ dâng Bác Hồ,* làm ngày 19.5.1953:

> *Mỗi lần tranh đấu gay go*
> *Chúng con đã được Bác Hồ đến thăm*
> *Chúng con dưới vực sai lầm*

Đang vươn mình được Bác cầm tay lên.
Lời Cha rất mực dịu hiền
Như là thấm nhẹ mà xuyên vào lòng.
Con ngồi trước Bác mênh mông
Tội nhiều chưa dám ngẩng trông Cha già...

Cũng ngày 19.5.1953, Nguyễn Bính từ Nam bộ, làm bài *Thư gửi về Cha:*

Cha già phương Bắc xa xôi
Lần tay tính đã tuổi ngoài sáu ba
Có ai về tới Cha già
Dừng chân tôi gửi kính Cha đôi lời
Một vùng nhật nguyệt sáng soi
Cứu dân thoát khỏi cuộc đời tối tăm
Trước con cơ cực nhọc nhằn
Nhờ Cha nay mới nên thân nên người..
Thương Cha thương mấy cho vừa
Ơn Cha tới chết con chưa đủ đền
Con lùi Cha dắt con lên
Con hư Cha dạy, con nên Cha mừng...
Con giờ gian khổ đến đâu
Vững tin vì biết trên đầu có Cha...
Còn trời, còn nước, còn non
Nước non còn đó con còn thờ Cha.

Việc thần thánh hoá lãnh tụ đi đôi với việc phá huỷ nhân cách. Ai cũng tự coi mình là tội lỗi, là hèn mọn. Người ta chỉ còn một tư thế để tồn tại: quỳ. Xuân Diệu: *Tội nhiều chưa dám ngẩng trông Cha già.* Nguyễn Bính: *Vững tin vì biết trên đầu có Cha.*

Trước, những người đi kháng chiến là vì lòng yêu nước. Đến nay, tiếp tục đi kháng chiến, tiếp tục chịu đựng gian khổ và chấp nhận hy sinh vì một lý do khác: trả ơn Hồ Chí

Minh. Cái tên Hồ Chí Minh thay thế cái tên tổ quốc trong mục tiêu tranh đấu.

Mục tiêu thay đổi, quan hệ giữa con người và kháng chiến cũng thay đổi. Trước là quan hệ tự nguyện và bình đẳng; sau là quan hệ cưỡng bức và lệ thuộc. Mỗi người trở thành một công cụ trong guồng máy chung. Quan hệ giữa những con người với nhau cũng khác đi, biến dạng hoàn toàn. Thơ văn thời này có vẻ gì tàn bạo, dã man trước kia không từng có. Cách mạng là trên hết. Giết người, ngay cả người bị giết là bố mẹ, là anh em của mình, nhưng nếu có lợi cho cách mạng thì người ta vẫn giết. Trong quyển tiểu thuyết *2747* của Trần Vạn An do Hội văn nghệ Nam bộ xuất bản năm 1950 kể chuyện một người lính quân báo vào thành hoạt động. Tổ chức bố trí cho anh làm rể tương lai của một tên "Việt gian". Nhiệm vụ của anh là phải chinh phục tình cảm của người bố vợ tương lai ấy để khai thác tin tức tình báo cần thiết cho kháng chiến. Anh làm ra vẻ "phản động". Tất cả những người thân thuộc, kể cả người vợ chưa cưới của anh ta đều rất mực khổ tâm về điều đó. Sau, nhờ "dũng cảm" và "mưu trí", anh giết được người bố vợ tương lai của mình. Người yêu của anh tuy buồn vì cha chết nhưng lại mừng rỡ vì người chồng chưa cưới của mình không phải là "Việt gian".

Câu chuyện kết thúc với sự vui sướng tàn nhẫn ấy.

Ngày xưa, trước 1945, Xuân Diệu từng viết:

> *Làm sao sống được mà không yêu*
> *Không nhớ, không thương một kẻ nào.*

Trong đợt cải cách ruộng đất, cũng Xuân Diệu, tác giả của những câu thơ sắt máu, hung bạo này:

> *Anh em ơi! quyết chung lưng*

> *Đấu tranh tiêu diệt tàn hung tử thù.*
> *Địa hào, đối lập ra tro*
> *Lưng chừng phản động đến giờ tan xương.*
> *Thắp đuốc cho sáng khắp đường*
> *Thắp đuốc cho sáng đình làng đêm nay.*
> *Lôi cổ bọn nó ra đây*
> *Bắt quỳ gục xuống, đoạ đày chết thôi...*

Địa hào, đối lập, phản động là tử thù. Thì cũng được. Đến cả "lưng chừng", không theo địch nhưng không theo "cách mạng" cũng bị coi là thù nghịch, cần *"lôi cổ"*, *"bắt quỳ gục xuống, đoạ đày chết thôi"*!

Thơ Tố Hữu cũng thời kỳ này:

> *Giết, giết nữa, bàn tay không phút nghỉ*
> *Cho ruộng đồng lúa tốt, thuế mau xong*
> *Cho đảng bền lâu, cùng rập bước chung lòng*
> *Thờ Mao chủ tịch, thờ Sít-ta-lin bất diệt.*

Bài *Những ngày xưa thân ái* sau đây được Phạm Hổ sáng tác năm 1950:

> *Những ngày xưa thân ái*
> *Không ngăn nổi tay tôi*
> *Chắc hắn quên rồi*
> *Riêng tôi, tôi nhớ:*
> *Đầu làng mênh mông biển lúa*
> *Sương mai đáp trắng cỏ đồng*
> *Hai đứa tôi*
> *Sách vở cắp chung*
> *Áo quần nhàu giấc ngủ*
> *Song song bước chân trần*
> *Gói cơm mo mẹ vắt xách tùng tơn*
> *Nón rộng thòng quai*
> *Trong túi hộp diêm nhốt dế*
> *Những ngày xưa đẹp thế*

Không đem chung hai đứa một ngày mai
Hắn bỏ làng theo giặc mấy năm nay
Tôi buồn tôi giận
Đêm nay gặp hắn
Tôi bắn hắn rồi
Những ngày xưa thân ái
Không ngăn nổi tay tôi.
Xác hắn nằm bờ ruộng
Không phải hắn thuở xưa!
Tôi cúi mặt nhìn hắn
Tiếc hắn thời ấu thơ.

Trong giai đoạn 1950-1954, cộng sản tổ chức một số giải thưởng văn học. Tại Liên khu 5, quyển *Con trâu* của Nguyễn Văn Bổng được giải Phạm Văn Đồng. Ở Việt Bắc, quyển *Xung kích* của Nguyễn Đình Thi, quyển *Vùng mỏ* của Võ Huy Tâm và *Chiến thắng Cao Lạng* của Nguyễn Huy Tưởng được giải. Chỉ có *Xung kích* là có ít nhiều tính chất văn chương, còn lại, tất cả đều vụng về. Riêng Võ Huy Tâm vốn là một người thợ, học chưa xong lớp một. Truyện của ông viết vụng về, lủng củng, văn bất thành cú. Theo lời kể của Nguyễn Xuân Sanh, nhà văn Nguyễn Huy Tưởng đã bỏ ra ba tháng ròng rã để sửa chữa *Vùng mỏ,* rồi đưa ra dự giải. Rồi đoạt giải nhất. Lý do đoạt giải: truyện viết về giai cấp công nhân![77]

---

[77] *Cách mạng kháng chiến và đời sống văn học.*

Chương 2
Thời kỳ 1954-1975

Giai đoạn 1954-1957

Về phương diện chính trị, giai đoạn 1954-1957 được gọi là giai đoạn chuyển tiếp từ cuộc cách mạng dân tộc dân chủ nhân dân tiến lên cuộc cách mạng xã hội chủ nghĩa. Thời gian này, ở miền Bắc, cộng sản theo đuổi hai chủ trương lớn: củng cố quyền lực và đẩy mạnh phong trào cải cách ruộng đất. Cả hai chủ trương đều sử dụng một biện pháp: bạo lực; đều có một tính chất: khủng bố; đều mang lại một hậu quả: vô số những đau thương đổ ập xuống đầu người dân vô tội.

Để củng cố quyền lực, cộng sản ra sức thiết lập và hoàn chỉnh hệ thống đảng và nhà nước ở các cấp, từ trung ương xuống địa phương. Chiến dịch "chỉnh đốn đảng" được phát động với mục đích chỉ giữ lại trong bộ máy cầm quyền những phần tử đáng tin cậy nhất, tuyệt đối trung thành với Trung ương. Chính sách quản lý dân chúng bằng hộ khẩu, bằng lý lịch được thực hiện một cách gắt gao.

Phong trào cải cách ruộng đất manh nha từ năm 1953 ở các chiến khu, đến cuối năm 1954, lúc cộng sản nắm chính quyền ở miền Bắc, được tiếp tục với một mức độ độc ác đến man rợ. Các đội giảm tô lùng sục vào từng làng, từng xã để vây bắt, để đấu tố những người bị liệt vào thành phần địa chủ. Nguyên tắc xếp loại địa chủ được hình thành theo lối bình quân, theo tỉ lệ dân số. Có nơi đất canh tác hiếm hoi, nhiều người chỉ có vài ba mẫu ruộng đã bị coi là địa chủ, là cường hào, ác bá. Nhiều hơn nữa là những trường hợp bị vu khống. Hình thức xét xử là các toà án nhân dân. Cho đến nay, người ta vẫn chưa thể nắm chắc con số những người bị giết chết một cách oan ức và thảm khốc trong các toà án nhân dân ấy. Chỉ phỏng định có ít nhất hàng chục ngàn người.

Tổ chức quản lý văn nghệ sĩ vẫn là Hội văn nghệ được thành lập từ năm 1948 do Nguyễn Tuân làm tổng thư ký. Đầu năm 1957, trong Đại hội văn nghệ lần thứ hai tại Hà Nội, Hội văn nghệ bị giải thể. Một tổ chức mới ra đời: Hội Liên hiệp Văn học Nghệ thuật Việt Nam. Lần lượt, trong năm 1957, nhiều Hội chuyên ngành được thành lập, trong đó có Hội Nhà văn với 60 hội viên hầu hết đều trở về từ các chiến khu.

Cộng sản có nhiều nỗ lực để phong trào văn nghệ có mặt nổi thật rầm rộ. Đại hội văn công toàn quốc được tổ chức tại Nhà hát lớn Hà Nội vào giữa tháng 12.1954, rồi giải thưởng văn nghệ 1954-1955 đều nằm trong mục đích ấy.

Giải thưởng văn nghệ 1954-1955 là giải thưởng quốc gia đầu tiên, và cho đến nay, là giải thưởng quốc gia duy nhất dưới chế độ cộng sản. Trước đó, thời kháng chiến chống Pháp, cộng sản chỉ tổ chức các giải thưởng trong nội bộ từng liên khu hoặc từng khu. Sau đó, các giải thưởng văn nghệ đều do các báo và các tạp chí đứng ra tổ chức. Từ năm 1983, Hội Nhà văn cứ mỗi hai năm hoặc mỗi ba năm phát tặng giải thưởng cho những tác phẩm "tốt" đã được xuất bản. Nhưng đây là tặng thưởng chứ không phải giải thưởng. Nó không phải là kết quả của một cuộc thi.

Trong giải thưởng văn nghệ 1954-1955, về truyện, có hai giải nhất: *Đất nước đứng lên* của Nguyên Ngọc và *Truyện Tây Bắc* của Tô Hoài; có hai giải nhì: *Truyện anh Lục* của Nguyễn Huy Tưởng và *Con trâu* của Nguyễn Văn Bổng; có bốn giải ba: *Vượt Côn đảo* của Phùng Quán, *Cái lu* của Trần Kim Trắc, *Lên nông trường* của Hồng Hà và *Nam bộ mến yêu* của Hoài Thanh. Về thơ, không có giải nhất. Tập *Ngôi sao* của Xuân Diệu được giải nhì.

Trong bài *Phê bình lãnh đạo văn nghệ* đăng trong *Giai Phẩm mùa thu*, tập 1, Phan Khôi cho biết *"sau khi giải thưởng này được công bố... ở Hà Nội, dư luận bàn tán xôn xao, nhiều người cho rằng có mấy tác phẩm trong đó không xứng đáng được giải"*. Theo Phan Khôi, trong những tác phẩm không xứng đáng ấy, có tập *Ngôi sao*, *Truyện anh Lục và Nam bộ mến yêu*. Điều oái oăm, cả ba tác giả được giải, Xuân Diệu, Nguyễn Huy Tưởng và Hoài Thành đều đồng thời là những giám khảo của cuộc thi từ sơ kết đến chung kết!

Tờ báo *Trăm hoa* do Nguyễn Bính làm chủ nhiệm đăng liên tiếp ba bài báo nêu bật những kém cỏi trong nghệ thuật của tập *Ngôi sao*. Báo *Nhân dân* chê tập *Đất nước đứng lên* là vụng về, chưa phải là tiểu thuyết.

Ngoài những tác phẩm được giải kể trên, giai đoạn này, có mấy tập thơ và mấy tập truyện được báo chí cộng sản nhắc nhở. Thơ: *Việt Bắc* (1954) của Tố Hữu; *Gửi các anh* (1955) của Chế Lan Viên; *Lòng miền Nam* (1955) của Tế Hanh; *Quê hương chiến đấu* (1955) của Hoàng Trung Thông; *Người Chiến sĩ* (1956) của Nguyễn Đình Thi...

Văn: *Thu đông năm nay* (1954) của Nguyễn Đình Thi; *Tuỳ bút kháng chiến* (1955) và *Tuỳ bút kháng chiến và hoà bình* (1956) của Nguyễn Tuân; *Tranh tối tranh sáng* (1957) của Nguyễn Công Hoan; *Người người lớp lớp*, ba tập (1955, 1956) của Trần Dần. Hầu như toàn bộ những tác phẩm được xuất bản trong giai đoạn này đều tập trung vào ba đề tài chính: kháng chiến chống Pháp, cải cách ruộng đất và cuộc sống mới ở miền Bắc. Ở cả ba loại đề tài, bị khống chế bởi vấn đề quan điểm và phương pháp sáng tác, tác giả nào cũng vấp phải một khuyết điểm trầm trọng: *"phần lớn nhân vật, cảnh ngộ được miêu tả trong các truyện dường như đều có chung một khuôn giống nhau"* (Phong Lê, *Mấy vấn đề văn xuôi Việt Nam,* tr. 65).

Thơ cũng như truyện viết về cuộc kháng chiến chống Pháp mất hẳn cái vẻ hào hùng, hồn nhiên và tươi tắn của những năm 1948, 1949. Theo yêu cầu của đảng, vấn đề kháng chiến không còn đơn giản là vấn đề mâu thuẫn giữa dân tộc và đế quốc, mà, bên cạnh đó, song song với mâu thuẫn trên, còn một mâu thuẫn khác: mâu thuẫn giữa nông dân và địa chủ. Địa chủ bao giờ cũng cấu kết với thực dân để bóc lột và để chà đạp nông dân. Kẻ thù, do đó, không phải chỉ là những kẻ bên ngoài vào mà còn là những kẻ sinh ra, lớn lên trên đất nước, cùng một màu da, một tiếng nói với mình.

Đều tay và vững vàng hơn cả, trong giai đoạn này, là tập thơ *Người chiến sĩ* của Nguyễn Đình Thi. Có điều, ở miền Bắc trước kia cũng như sau này, từ giới lãnh đạo đến giới phê bình văn học, do những quan điểm cứng nhắc và hẹp hòi, đánh giá tập thơ này rất thấp với lý do nó thiếu tính đại chúng và tính chiến đấu. Mà thật. Thơ Nguyễn Đình Thi phần nhiều hàm súc, nghiêng về nội tâm, phảng phất một vài yếu tố tượng trưng, hay xoáy sâu vào những đề tài chia ly, xa cách; giọng thơ ít nhiều hiu hắt và thường bâng khuâng, lặng lẽ: *"Bát ngát mưa bay, ướt cả áo chàng Vệ quốc"*, *"Cỏ mòn thơm mãi dấu chân em"*, *"Nắng soi ngõ phố / thềm cũ ta đi lá rụng đầy"*, *"Những lối dài xao xác heo may"*, *"Dây thép gai đâm nát trời chiều"*...

Tác phẩm làm ồn ào dư luận nhất, được báo chí miền Bắc đánh giá là một thành tựu vĩ đại của nền văn học hiện thực xã hội chủ nghĩa là tập thơ *Việt Bắc* của Tố Hữu.

Nếu thơ Nguyễn Đình Thi, thơ Quang Dũng chủ yếu là thơ tâm tình thì thơ Tố Hữu chủ yếu là thơ cổ động. Đặc điểm nổi bật của thơ cổ động là tính đơn nghĩa: nó phải có tư tưởng thật rõ ràng, dứt khoát, cảm xúc phải minh bạch, mạnh mẽ, ngôn ngữ phải giản dị, dễ hiểu, hình tượng phải thật thà, chân phương. Yêu cầu lớn nhất của thơ cổ động nằm ở khía cạnh nhạc điệu: nó phải hùng hồn, dồn dập, vang vang. Do đó, thơ cổ động thường có tính chất diễn xướng. Nó chỉ bộc lộ hết ưu thế khi đọc trước đám đông, tốt nhất là bên cạnh một ánh lửa bập bùng, trong một không khí chính trị sôi sục. Nhiều người tham gia kháng chiến, đến nay, vẫn còn nhớ mãi cái cảm giác bừng bừng say sưa những đêm đọc thơ Hoàng Cầm trong các chiến khu thăm thẳm giữa núi rừng Việt Bắc. Thơ Tố Hữu cũng như thế.

Do tính chất đơn nghĩa và tính chất diễn xướng, thơ cổ động là loại thơ để thưởng thức bằng tai. Không phải bằng mắt. Trần trụi trên trang giấy, chúng thường nhạt và sáo. Thơ cổ động cũng kỵ hình thức tuyển tập. Trong tuyển tập, khi những bài thơ cổ động đứng san sát bên nhau, người ta dễ dàng phát hiện ngay sự nghèo nàn, đơn điệu, như nghe hoài một điệp khúc.

Nhưng khuyết điểm lớn nhất của loại thơ cổ động là thiếu cảm xúc. Hầu hết các bài thơ cổ động đều có tính chất hướng ngoại, cốt mô tả một cảnh huống, một không khí chung mà lại không có cái tâm tình riêng tây của nhà thơ, cái đáng lẽ phải là điều kiện đầu tiên và căn bản nhất của thơ.

Tập *Việt Bắc* cũng như tất cả các tập thơ khác của Tố Hữu đều có những ưu điểm và những khuyết điểm nêu trên. Thử đọc mấy đoạn thơ được coi là nổi tiếng nhất của ông:

> *Chú bé loắt choắt*
> *Cái xắc xinh xinh*
> *Cái chân thoăn thoắt*
> *Cái đầu nghênh nghênh*
> *Ca-lô đội lệch*
> *Mồm huýt sáo vang*
> *Như con chim chích*
> *Nhảy trên đường vàng...*
> (Lượm)

> *Hì hà hì hục*
> *Lục cục lào cào*
> *Anh cuốc em cuốc*
> *Đá lở đất nhào*
> *Nào anh bên trai*
> *Nào em bên nữ*
> *Ta thi nhau thử*
> *Ai nào hơn ai!*
> *Anh tài thì em cũng tài*
> *Đường dài ta xẻ, sức dai ngại gì.*
> *Đường đi ngoắt ngoéo chữ chi,*
> *Hố ngang hố dọc, chữ i chữ tờ.*
> *Thằng Tây mà cứ vẩn vơ*
> *Cái hố này chờ chôn sống mày đây.*

Ở anh ở chị nhanh tay
Nhanh tay ta cuốc chôn thây quân thù!...
(Phá đường)

Trên báo *Văn Nghệ* số 67, Hoàng Cầm phê bình thơ Tố Hữu *"giống như một vại nước to, đầy tràn pha loãng một màu sữa. Loãng quá, tôi thèm một cốc dù nhỏ thôi nhưng chan chứa những chất nuôi sống tâm hồn"*. Trên báo *Văn Nghệ* số 68, Lê Đạt cũng phê bình tương tự: *"Thơ Tố Hữu đứng về một phương diện nào đó mà nói là thơ có ích. Tố Hữu có nhiều cố gắng phục vụ công tác chính trị... Thơ Tố Hữu là những bài học chính sách tốt. Nhưng là những bài học chính sách tốt chưa phải là đã hiện thực, đã công nông. Vấn đề nội dung, tôi nhắc lại, căn bản là cái điệu tâm hồn của tác giả"*. Nói cách khác, theo Hoàng Cầm và Lê Đạt, thơ Tố Hữu chỉ là một sự minh hoạ bằng văn vần một cách ồn ào, khoa trương các nghị quyết của Trung ương đảng.

Điều trớ trêu là, với tư cách trưởng ban Tuyên huấn Trung ương đảng, người có thẩm quyền nhất trong lãnh vực văn hoá văn nghệ dưới chế độ cộng sản, Tố Hữu lại biến cái khuyết điểm của mình thành một chính sách, cưỡng bức mọi người phải chấp nhận và bắt chước theo. Trong bài nói chuyện *Phấn đấu cho chủ nghĩa hiện thực, tiến tới những tác phẩm nghệ thuật biểu dương cuộc sống mới, con người mới, người anh hùng mới của dân tộc* trình bày trong Đại hội văn công toàn quốc, sau đó, đăng trên báo *Nhân Dân* từ ngày 13 đến 17-2-1955, Tố Hữu chỉ thị: *"Phải nâng cao trình độ tư tưởng của mình đến mức có thể hiểu được con người mới. Không thể đem con mắt cá nhân chủ nghĩa bạc nhược, hoài nghi mà nhìn con người mới dũng cảm và tin tưởng. Đó là vấn đề căn bản và cũng là vấn đề gian khổ rèn luyện mình".*

Theo quan điểm của Tố Hữu, nhiệm vụ của văn học là phải khắc hoạ hình tượng con người mới trong cuộc sống mới. Nhưng con người mới là gì? Cách giải thích của Tố Hữu cũng như các nhà lãnh đạo cộng sản rất mơ hồ và đầy mâu thuẫn. Con người mới ấy không phải là một cá nhân, hơn nữa, nó còn đối lập với từng cá nhân. Trong lúc cá nhân thì "bạc nhược, hoài nghi", con người mới, ngược lại, "dũng cảm và tin tưởng". Người ta không thể không thấy một con người mới ấy nếu không tự trang bị cho mình một quan điểm tiên tiến dưới ánh sáng của đảng, của chủ nghĩa Mác-Lênin. Con người mới ấy rõ ràng là một khái niệm trừu tượng và phi thực.

Một nền văn học chỉ được phép mô tả một khái niệm trừu tượng và phi thực tất yếu sẽ là một nền văn học sơ lược, giả tạo, èo uột, không thể có sức sống.

Đó là lý do giải thích tại sao nền văn học cộng sản trong giai đoạn 1954-1957 mặc dầu tập họp khá đông đảo những người cách đó mấy chục năm đã nổi tiếng lừng lẫy, vẫn bế tắc, nghèo nàn đến thảm hại.

Trong suốt giai đoạn này, khoảng bốn năm, chỉ có trên dưới mười truyện dài được xuất bản. Thơ, nhiều hơn một tí, khoảng hơn hai chục tập. Cả thơ lẫn văn đều không có tác phẩm nào thực sự có giá trị, có thể đứng vững được với thời gian. Về kịch bản sân khấu cũng vậy. Ít ỏi vô cùng. Công chúng hoàn toàn lơ là. Trong quyển *Bước đầu tìm hiểu lịch sử kịch nói Việt Nam 1954-1975*, Phan Kế Hoành và Vũ Quang Minh viết: *"Tình trạng trong nhiều buổi kịch nói, rạp hát chỉ có một nửa, thậm chí một phần ba khán giả là chuyện bình thường trong thời gian này"* (tr. 133).

Một số người có tài năng và tâm huyết, đối diện với hành động huỷ diệt văn nghệ của cộng sản, bất chấp nguy hiểm, đứng lên tranh đấu đòi hỏi tự do cho người sáng tác, coi đó là điều kiện tiên quyết để phát triển văn nghệ. Nòng cốt của lực lượng tranh đấu này là nhóm Nhân Văn – Giai Phẩm.

Gọi là nhóm Nhân Văn - Giai Phẩm thật ra chỉ là một cách nói cho tiện. Thực chất những người bị liệt vào Nhân Văn - Giai Phẩm đã tham gia tranh đấu chống độc tài không phải chỉ trên tạp chí *Nhân Văn* hoặc trên *Giai Phẩm*. Mầm mống của sự phản kháng xuất hiện rất sớm, ngay từ đầu năm 1955 và bài viết của họ được đăng tải trên nhiều cơ quan ngôn luận khác nhau, kể cả trên những tờ báo, những tạp chí nằm trong tay các tổ chức đảng.

Năm 1950, trong một cuộc Hội nghị văn công tổ chức tại Việt Bắc, Hoàng Cầm lúc ấy đang là đoàn trưởng Đoàn văn công quân đội khu Việt Bắc đã ngang nhiên tuyên bố: *"Đảng không nên nhúng tay vào chuyên môn của nghệ thuật"*. Sau năm 1954, về Hà Nội, Hoàng Cầm được cử làm đoàn trưởng đoàn kịch Tổng cục chính trị trong quân đội miền Bắc, vẫn tiếp tục tranh đấu đòi tự do cho văn nghệ sĩ. Thời gian này, bên cạnh ông xuất hiện một người nữa, cũng tài hoa và cũng quyết liệt như ông: Trần Dần. Cả hai người đều tâm đắc với nhau trong mục tiêu tranh đấu đòi đảng Cộng sản phải *"trả quyền lãnh đạo văn nghệ về tay văn nghệ sĩ. Thủ tiêu chế độ chính trị viên trong các đoàn văn công quân đội. Thủ tiêu mọi chế độ quân sự hiện hành trong văn nghệ quân đội. Thành lập trong quân đội một Chi hội văn nghệ trực thuộc Hội văn nghệ, không qua*

Cục Tuyên huấn và Tổng cục chính trị. Tóm lại là thủ tiêu sự lãnh đạo của Đảng và kỷ luật quân đội đối với họ".[78]

Yêu sách trên không được đáp ứng, Hoàng Cầm phản kháng bằng cách làm đơn xin ra khỏi quân đội, lột bỏ tất cả các chức vụ quan trọng và hứa hẹn nhiều vinh quang mà cộng sản dành cho ông.

Những biến động trong hệ thống các nước xã hội chủ nghĩa trên thế giới càng làm cho Hoàng Cầm, Trần Dần và bạn bè của ông tin tưởng hơn đối với lý tưởng tranh đấu đầy chính nghĩa của mình. Trong các biến động ấy, đáng kể nhất là sự kiện, ngày 24.2.1956, tại Đại hội lần thứ 20 của Đảng Cộng sản Liên Xô, Khrouchtchev đọc một bản báo cáo nẩy lửa vạch trần những tội ác tày trời của Staline, lên án cái bệnh sùng bái cá nhân rất mực nghiêm trọng và phổ biến trong các nước xã hội chủ nghĩa; sự kiện ngày 26.5.1956, Lục Định Nhất, trưởng ban Tuyên huấn Trung ương đảng Cộng sản Trung Quốc đọc báo cáo hô hào phát động chiến dịch "Trăm hoa đua nở" với khẩu hiệu "Bách hoa tề phóng, bách gia tranh minh"; sự kiện dân chúng nổi dậy chống chính quyền tại Ba Lan và tại Hung Gia Lợi...

Đầu năm 1956, lực lượng chống đối trong giới văn nghệ sĩ và trí thức miền Bắc phát triển mạnh, cực kỳ đông đảo, trong họ có nhiều người là những tài năng lỗi lạc. Về lý luận: Trương Tửu, Trần Đức Thảo, Phan Khôi, Nguyễn Hữu Đang... Về thơ: Hoàng Cầm, Trần Dần, Phùng Quán, Lê Đạt, Văn Cao... Về văn xuôi: Trần Duy, Thuy An, Như Mai, Hoàng Yến, Trần Dần... Về nhạc và hoạ:

---

[78] *Bọn Nhân Văn Giai Phẩm trước toà án dư luận,* nhiều tác giả, nxb Sự Thật, HN, 1959, tr. 24.

Nguyễn Văn Tý, Chu Ngọc, Sỹ Ngọc, Đặng Đình Hưng, Văn Cao, Nguyễn Sáng…

Những người trên tập trung trong hai cơ quan ngôn luận chính: một là *Giai Phẩm*, một loại tập san không định kỳ, hai là *Nhân Văn*, một tạp chí ra mỗi nửa tháng.

Số *Giai Phẩm* đầu tiên được gọi là *Giai Phẩm mùa xuân* phát hành đúng dịp Tết 1956 thực sự là một tiếng sét nổ trên vòm trời âm u tối sầm của Hà Nội. Hầu hết các bài viết đều tập trung phê phán gay gắt những sự khốn cùng trong xã hội, những hiện tượng mất dân chủ trầm trọng dưới chế độ cộng sản ở miền Bắc. Trong bài *Cái chổi quét rác rưởi*, Phùng Quán ví xã hội chủ nghĩa giống như một đống rác khổng lồ, và ông, với tư cách là một nhà văn, sẽ nhận trách nhiệm dùng ngòi bút quét sạch hết đi những rác rưởi đó để đem lại sự sạch sẽ, sự trong lành cho mặt đất.

Trong *Giai Phẩm mùa xuân*, bài viết làm cho cộng sản tức tối nhất là bài thơ *Nhất định thắng* của Trần Dần. Dài hơn 300 câu, bài thơ vẽ lại khung cảnh miền Bắc bị cộng sản tiếp quản mới có hơn một năm mà đã u uất, tối tăm, cùng quẫn vô hạn. Dân chúng lũ lượt di cư vào Nam. Những người ở lại chịu đựng biết bao đau thương:

Gặp em trong mưa
Em đi tìm việc
Mỗi ngày đi lại cúi đầu về
- Anh ạ !
     họ vẫn bảo chờ
Tôi không gặng hỏi, nói gì ư ?
Trời mưa, trời mưa
Ba tháng rồi
Em đợi
Sống bằng tương lai

Ngày và đêm như lũ trẻ mồ côi
Lũ lượt dắt nhau đi buồn bã
Em đi
    trong mưa
        cúi đầu
            nghiêng vai
Người con gái mới mười chín tuổi
Khổ thân em mưa nắng đi về lủi thủi
Bóng chúng
    đè lên
        số phận
            từng người
Em cúi đầu đi mưa rơi
Những ngày ấy bao nhiêu thương xót...

Bài thơ cứ lập đi lặp lại mãi một điệp khúc buồn rầu:

Tôi bước đi
    không thấy phố
        không thấy nhà
    Chỉ thấy mưa sa
        trên màu cờ đỏ

Giai Phẩm mùa xuân bị tịch thu. Trần Dần bị bắt giam. Phẫn uất, Trần Dần phản kháng một cách tuyệt vọng nhưng vô cùng quyết liệt: cứa cổ tự tử. May, bạn bè ông phát hiện kịp và cứu sống. Sau đó ông xin ra khỏi đảng.

Trong năm tháng cuối năm 1956, Trần Dần và các bạn hữu của ông tái bản *Giai Phẩm mùa xuân* và ra tiếp ba số *Giai Phẩm* nữa: *Giai Phẩm mùa xuân* tập 1 và 2, *Giai Phẩm mùa đông,* đồng thời xuất bản tạp chí *Nhân Văn* do Phan Khôi đứng tên làm chủ nhiệm, Trần Duy làm tổng thư ký. *Nhân Văn* số 1 ra ngày 15.9.1956, đến số 6 ra ngày 30.11.1956 thì bị thu hồi và đóng cửa hẳn.

Như vậy, toàn bộ hoạt động của tạp chí *Nhân Văn* cũng như các *Giai Phẩm* chỉ diễn ra trong năm 1956. Trong lịch sử văn học Việt Nam, cho đến nay, chưa bao giờ có một tạp chí hoặc một đặc san nào chỉ xuất hiện trong một thời gian ngắn ngủi mà lại khuấy động được dư luận, có ảnh hưởng mạnh mẽ và lâu dài như vậy.

Nhân Văn và *Giai Phẩm* bị đình bản, những người thuộc nhóm này, được sự đồng tình của Ban chấp hành Hội Nhà văn mới được thành lập đầu năm 1957, tiếp tục đăng bài trên báo *Văn* do Nguyễn Công Hoan, chủ tịch Hội Nhà văn làm chủ bút.

Tất cả những bài viết của nhóm Nhân Văn - Giai Phẩm dưới hình thức lý luận, đều nhắm tới hai mục đích: thứ nhất là vạch trần những mặt trái xấu xa, độc hại của chủ nghĩa xã hội; thứ hai đòi hỏi văn nghệ phải độc lập với chính trị.

Trọng tâm của việc phê phán xã hội chủ nghĩa là vấn đề nhân quyền. Hoàng Cầm có hai câu thơ được coi như là tuyên ngôn của cả nhóm:

> *Dù sợi tóc còn cứa vào nhân phẩm*
> *Tôi còn thét to dù khản tiếng khàn hơi.*

Trần Dần viết truyện *Lão rồng và Anh Cò Lấm* để tố cáo những tội ác dã man của cộng sản trong phong trào cải cách ruộng đất. Lê Đạt viết *Nhân câu chuyện mấy người tự tử* để lên án chế độ cộng sản đã:

> *Đem bục công an*
> > *máy móc*
> > > *đặt giữa tim người*
> *Bắt tình cảm ngược xuôi*
> > *theo đúng luật đi đường Nhà nước.*

Thanh Châu viết bài *Mua hàng mậu dịch* đăng trên tạp chí *Nhân Văn* số 4 để kết án phong cách quan liêu, cửa quyền, chà đạp lên dân chủ của bọn cán bộ cộng sản trong các hoạt động xã hội hàng ngày.

Chính tình trạng mất dân chủ nghiêm trọng trong một xã hội tự xưng là của công nhân, của nông dân đã làm cho những người thuộc nhóm Nhân Văn - Giai Phẩm căm hận và vùng dậy, bằng ngòi bút, đấu tranh. Trên báo *Văn Nghệ* số 10 ra tháng 3-1958, trong một bài báo buộc tội nhóm Nhân Văn – Giai Phẩm, Hồng Cương tóm lược nội dung những lời phê phán của nhóm Nhân Văn - Giai Phẩm như sau:

> Hoàng Cầm cho rằng trong chế độ ta con người bị chà đạp như con 'giun bị xéo quần lên'. Hoàng Cầm viết: 'Tôi đã khóc và suy nghĩ rất nhiều về giá trị con người'. Lê Đạt cũng nói chế độ ta 'ngang nhiên xúc phạm con người'… Những người trong nhóm Nhân Văn - Giai Phẩm không ngớt lời chửi rủa các chiến sĩ cách mạng, các đảng viên cách mạng là 'ốc sên', là 'dây leo', là 'nịnh hót', là 'tĩnh vật', là 'thiếu tim thiếu óc'. Trắng trợn hơn cả là Trần Duy, Trần Duy đã gọi cán bộ của Đảng, của chính quyền là 'sên óc không cánh mà bay cao'. Nhóm Nhân Văn - Giai Phẩm đua nhau đả kích chế độ ta. Họ vu chế độ ta là cái 'phủ chúa Trịnh' làm hư hỏng hết cả nhân tài (Xem bài Con ngựa già của chúa Trịnh của Phùng Cung). Họ bảo chế độ ta chỉ có thể chế tạo ra những loại 'thi sĩ máy' (Xem bài Thi sĩ máy của Châm Văn Biếm).

Đòi hỏi văn nghệ phải độc lập với chính trị, nhóm Nhân Văn - Giai Phẩm xuất phát từ một thực tế: chính sự can thiệp quá nặng nề của chính trị mà nền văn học kháng chiến cũng như nền văn học xã hội chủ nghĩa bị còi cọc, khô héo, không những không phát triển được tài năng mà còn khiến cho những tài năng có sẵn dần dần bị thui chột đi. Phê phán tập thơ *Việt Bắc* của Tố Hữu, tập thơ *Ngôi sao* của Xuân Diệu, quyển truyện vừa *Đất nước đứng lên* của Nguyên Ngọc cũng như cơ man những tác phẩm mà cộng sản tự hào huênh hoang chính là một nỗ lực vạch trần cái hiểm hoạ chính trị hoá văn nghệ của cộng sản. Học Phi, trên báo *Văn Nghệ* số 11 ra tháng 4-1958, dẫn lại sự đả kích của nhóm Nhân Văn - Giai Phẩm đối với nền kịch nói xã hội chủ nghĩa:

> Họ bảo kịch kháng chiến đều thẳng tuồn tuột như ruột ngựa, đều máy móc, công thức, giáo điều, đều là những sơ đồ chính trị dùng để minh hoạ chính sách hoặc những luận đề giai cấp đấu tranh. Họ chê bai sân khấu của chúng ta chưa có con người.

Trong bài *Phê bình lãnh đạo văn nghệ* đăng trên tạp chí *Giai Phẩm mùa thu* tập 1, Phan Khôi vạch trần chính sách độc tài thô bạo của cộng sản trong việc lãnh đạo văn nghệ. Ông dẫn ra thật nhiều ví dụ cụ thể, trong đó có mấy chuyện hài hước đến đau xót:

> Tôi nhớ có một vị bắt lỗi trong bài thơ Trần Dần có chữ 'Người' viết hoa. Lấy lẽ rằng chữ 'Người' viết hoa lâu nay chỉ dùng để xưng Hồ Chủ tịch thế mà Trần Dần lại viết hoa chữ 'Người' không phải để xưng Hồ Chủ tịch. Tôi ngồi nghe mà tưởng như trong chiêm bao: chiêm bao thấy mình đang đứng ở một sân rồng nọ, ông Lê Mỗ tố cáo ông Nguyễn Mỗ trước ngai vàng, trong phép viết, chỉ có chữ nào thuộc về Hoàng thượng mới phải dài, thế mà tên Nguyễn Mỗ viết thư cho bạn, dám xài những chữ không phải thuộc về Hoàng thượng. Nhưng may cho tôi, tôi tỉnh ra ngay là mình ngồi học trong phòng họp Hội văn nghệ.

> Sáng hôm mồng một Tết âm lịch năm nay, ông Tố Hữu đến chơi trụ sở Hội văn nghệ. Giữa anh em đông, ông hỏi ý kiến

tôi về tập Giai Phẩm mùa xuân. Tôi nói trong đó chỉ có bài thơ của Trần Dần nói lôi thôi, có hơi không lợi, còn của Phùng Quán, của Lê Đạt, tôi thấy nói đúng đấy. 'Chống công thức', 'Quét rác rưởi tư tưởng' là việc chúng ta cần phải làm, có điều cái gì là công thức, cái gì là rác rưởi chẳng những nên bảo họ nói rõ ra, mà còn nên bảo họ viết trên trang báo rõ ra. Ông Tố Hữu nói một câu có đông anh em cùng nghe: 'Giấy mực đâu mà phí để họ viết?'. Thế rồi tôi làm thinh. Tôi làm thinh nghĩa là tôi trả lời nhiều rồi, tôi tròn lắm rồi, tôi không dại dột đến nỗi đã thế rồi mà còn cứ nói nữa...

Từ những câu chuyện cụ thể như trên, Phan Khôi khái quát thành một hiện tượng: hiện tượng đối lập giữa một bên là lãnh đạo văn nghệ và một bên là quần chúng văn nghệ. Lãnh đạo văn nghệ, với quyền lực trong tay, chăm chăm rình rập, uốn nắn, trấn áp quần chúng văn nghệ trong từng lời nói, từng dòng chữ, từng hành vi.

Đi xa hơn nữa, Phan Khôi đặt ra vấn đề tương quan giữa chính trị và văn nghệ. Ông khôn khéo chấp nhận nguyên tắc chung là văn nghệ phải phục vụ chính trị, tuy nhiên, nó phục vụ theo cái cách riêng, phù hợp với đặc trưng thẩm mỹ của nó. Ông phản đối việc đồng nhất văn nghệ với tuyên truyền. Ông viết:

Đành rằng văn nghệ phục vụ chính trị, cho nên chính trị phải lãnh đạo văn nghệ. Nhưng phải hỏi: chính trị nếu muốn đạt đến cái mục đích của nó thì cứ dùng những khẩu hiệu, biểu ngữ thông tri, chỉ thị không được hay sao, mà phải cần dùng đến văn nghệ? Trả lời cho thành thật, e chính trị phải vỗ vai văn nghệ mà nói rằng: "Sở dĩ tao tha thiết đến mày là tao muốn lợi dụng cái nghệ thuật của mày". Đã cởi mở với nhau như thế rồi, văn nghệ đồng ý. Nhưng phần nghệ thuật này là phần của riêng văn nghệ, chính trị không bao biện được, nó phải đòi tự do trong phần ấy. Như thế, tưởng chính trị cũng không lấy lẽ gì mà không đồng ý. Hai bên đều có lợi, cái nguyên tắc ấy, ở ngày nay, nó thích dụng trong bất cứ một sự hợp tác nào".

Lời đề nghị của Phan Khôi không những không được chấp thuận mà còn bị giới lãnh đạo văn nghệ của cộng sản chống đối dữ dội. Phan Khôi viết tiếp bài *Ông Năm Chuột* đăng trên báo *Văn* số 36 ngày 10.1.1958 ví cán bộ cao cấp cộng sản như một anh thợ bạc lưu manh, gian xảo. Cuối truyện, mượn lời của Năm Chuột, Phan Khôi nhấn mạnh tính chất độc lập của văn nghệ: *"Người ta, cái gì biết ít thì chỉ nên nghe chứ không nên nói, tôi không nói chuyện văn chương chữ nghĩa với ông, cũng như ông không dạy nghề làm thợ bạc cho tôi".*

Cùng quan điểm với Phan Khôi, Nguyễn Hữu Đang cũng lên tiếng phê phán: *"Đường lối lãnh đạo văn nghệ của Trung ương Đảng hẹp hòi, gò bó. Cần phải sửa đổi đường lối ấy".* Trần Duy, trong bài *Phấn đấu cho trăm hoa đua nở* đăng trên tạp chí *Nhân Văn* số 2, viết: *"Sau khi gắn bó người nghệ sĩ chặt chẽ hơn với thực tế để lấy tài liệu xây dựng tác phẩm, giúp cho nghệ sĩ nắm được cái chủ yếu, giúp cho nghệ sĩ những cái bí quyết bắt được cái 'thần' của cuộc sống, lãnh đạo, sau khi đã làm xong công việc ấy rồi, thì nên dừng lại ở đấy".*

Trong bài viết *Bệnh sùng bái cá nhân trong giới lãnh đạo văn nghệ* đăng trên *Giai Phẩm mùa thu* tập 1 và bài *Văn nghệ và chính trị* đăng trên *Giai Phẩm mùa đông*, Trương Tửu một mặt, thừa nhận: *"Đảng lãnh đạo văn nghệ là một tất yếu lịch sử",* nhưng mặt khác, lại đòi hỏi, Đảng *"phải trả quyền điều khiển chuyên môn cho những người chuyên môn".*

Theo Trương Tửu, *"lãnh đạo tốt là tuyệt đối không ngăn cản văn nghệ sĩ phát hiện sự thật một cách hoàn toàn tự do"*. Văn nghệ sĩ phải *"hoàn toàn theo sự suy nghĩ riêng, sở nguyện riêng, lương tâm riêng của bản thân họ. Họ hoàn toàn độc lập tác chiến, độc lập sáng tạo"*, *"họ chỉ tuân theo kỷ luật và chỉ thị của trái tim họ, của khối óc họ, của hiện thực xã hội mà họ phản ánh tuỳ theo trình độ nhận thức cá nhân của họ"*.

Nghiên cứu lịch sử văn học trên thế giới, Trương Tửu rút ra kết luận: *"Văn nghệ sĩ chân chính xưa nay đều chống lại chính trị của giai cấp cầm quyền"*. Trương Tửu tuyên bố: *"Văn nghệ sĩ yêu Đảng nhưng họ yêu sự thực hơn Đảng"*. Rồi ông nhấn mạnh: *"Vận mạng của văn nghệ dài hơn vận mạng của Đảng, dài hơn vận mạng của chế độ"*.

Nói tóm lại, mục tiêu tranh đấu của nhóm Nhân Văn - Giai Phẩm không phải chỉ ở lý tưởng tranh đấu cao cả của họ cũng như không phải chỉ ở thái độ bất khuất và anh hùng của họ, trong hoàn cảnh thân cô thế cô, dám dùng ngòi bút chống lại cả một hệ thống quyền lực hung hãn, tàn bạo là chế độ cộng sản. Tầm vóc của nhóm Nhân Văn - Giai Phẩm còn được khẳng định ở khía cạnh thuần tuý văn chương. Không thể nghi ngờ được, vào khoảng thời gian từ năm 1954 đến hết năm 1957, họ, những người tham gia nhóm Nhân Văn - Giai Phẩm là những tài năng ưu tú nhất ở miền Bắc. Phá đổ mọi khuôn sáo, vượt qua những giáo điều cứng nhắc về tư tưởng chính trị, đề cao vai trò của cảm xúc, dũng cảm nói thật, nói thẳng những gì mình ấp ủ, thơ và văn của họ là dòng chảy tiếp nối cái thượng lưu hào hùng của buổi đầu kháng chiến. Đóng góp của họ lớn: về nghệ thuật, là một phong cách trần trụi, gân guốc, khỏe khoắn; về nội dung, là một bức tranh sắc nét và trung thực của xã hội miền Bắc nồng nã, oi oi sắt máu. Nhiều tác phẩm của họ, dù bị chính quyền vùi dập, suốt mấy chục năm trời, vẫn âm vang trong trí nhớ người đọc. Nhiều câu thơ của Hoàng Cầm, của Trần Dần, của Phùng Quán tồn tại mãi như một thứ châm ngôn của thời đại. Tư tưởng của họ, đến nay, vẫn còn mới. Tất cả những nỗ lực được gọi là "đổi mới" tại Việt Nam cũng như tại các nước xã hội chủ nghĩa trên thế giới từ mấy năm nay thật ra vẫn chưa vượt qua những yêu sách của nhóm Nhân Văn - Giai Phẩm vào giữa thập niên 1950. Cũng đòi hỏi dân chủ. Và cũng đòi hỏi văn nghệ phải thoát ly ra khỏi sự lãnh đạo độc tài, thô bạo của chính trị.

Vừa có lý, vừa có tâm, vừa có tài, những người thuộc nhóm Nhân Văn - Giai Phẩm đã tạo ra được một ảnh hưởng sâu rộng trong giới văn nghệ sĩ miền Bắc thời ấy. Hơn một năm sau khi Nhân Văn - Giai Phẩm bị đóng cửa, nhà cầm quyền Hà Nội mới khởi sự tấn công, đàn áp khốc liệt nhóm Nhân Văn – Giai Phẩm: điều này chứng tỏ cái mà cộng sản sợ hãi nhất không phải là bản thân các hoạt động của nhóm Nhân Văn - Giai Phẩm mà chính là những ảnh hưởng nhóm Nhân Văn - Giai Phẩm đã tạo được trong giới văn nghệ sĩ, trí thức và quần chúng miền Bắc. Trấn áp một cách muộn màng nhóm Nhân Văn – Giai Phẩm, thực chất ý đồ của cộng sản là qua đó, khủng bố tinh thần của những người có thiện cảm và đồng tình với lý tưởng tranh đấu của nhóm này.

Ảnh hưởng của nhóm Nhân Văn - Giai Phẩm thể hiện rõ rệt trong tờ báo *Văn* của Hội Nhà văn, một tổ chức chịu sự lãnh đạo trực tiếp của Trung ương đảng thông qua Ban Tuyên huấn do Tố Hữu đứng đầu.

Không những cho đăng tải nhiều bài viết của những người thuộc nhóm Nhân Văn – Giai Phẩm, ban biên tập của báo *Văn* còn trực tiếp viết hoặc tường thuật lại những lời phát biểu cùng một khuynh hướng với nhóm Nhân Văn – Giai Phẩm. Họ phản đối quan điểm mà Tố Hữu, đại diện cho Trung ương đảng Cộng sản, nêu ra trong cuộc Đại hội văn công vào cuối năm 1954: văn học có chức năng phải khắc họa hình tượng con người mới. Và con người mới ấy mang những phẩm chất mới của cách mạng: sự tuyệt mỹ. Họ viết: *"Nhà văn phải thấy hướng đi lên của người và việc trong xã hội, nhưng không thể nặn ra những nhân vật anh hùng lý tưởng, toàn thiện toàn mỹ không có hoặc chưa có trong thực tế. Vả chăng, tô vẽ theo kiểu ấy thì không phải là đề cao anh hùng, mà trái lại, làm giảm giá trị của anh hùng và biến anh hùng thành những người quái dị".* Khi dẫn lại đoạn văn trên, Phong Lê, trong quyển *Mấy vấn đề về văn xuôi Việt Nam 1945-1970*, trang 76 không ghi rõ là trích trong *Văn* số mấy. Đoạn văn dưới đây thì có xuất xứ: *Văn* số 15, 1957: *"Con người thời đại không phải là một hình ảnh khổng lồ vẽ ra. Phản ánh con người thời đại, xây dựng con người thành một trái tim khuôn sáo, dập xương thịt, tâm hồn và trí tuệ mọi người trong cái trống rỗng không thực, một chiều và máy móc. Con người thời đại mà văn học nhắm xây dựng phải là con người trải qua thật một quá trình đấu tranh lâu dài và gian khổ về tư tưởng, về tình cảm, về thói lề, giữa cái hay và cái dở, cái đẹp, cái xấu; con người được nhìn thấy thật đúng là nó với bước tiến của nó".*

Trong chiều hướng ấy, trên báo *Văn* số 31, 1957, Bùi Hiển đưa ra quan niệm bản chất con người có tính chất nhị nguyên:

E-ren-bua thuật lại trường hợp một người ở mặt trận thì chiến đấu dũng cảm, nhưng khi vào làm việc ở một cơ quan thì có thái độ quỳ luỵ đối với thủ trưởng. Đó là trường hợp khá tiêu biểu về cái tính "nhị nguyên" trong mỗi con người. Dựng một nhân vật, theo ý tôi, cần phải tả cả hai mặt tốt xấu và tất cả sự đấu tranh giữa hai mặt ấy vì đó là một hiện tượng rất thực và thông thường trong tâm lý con người.

Trong các buổi sinh hoạt tại Câu lạc bộ Hội Nhà văn năm 1957, Hoàng Yến đòi hỏi văn học phải mạnh dạn hơn nữa trong việc phản ánh những mặt trái xấu xa, dơ dáy của cuộc đời; Chu Ngọc quan niệm văn học phải góp phần chống lại các tệ lậu bằng cách can đảm vạch trần mọi tệ lậu ấy trong sáng tác; Ngô Thông cho là trong cuộc sống, ngay trong cuộc sống xã hội chủ nghĩa, cái xấu vẫn nhiều hơn cái đẹp, Nguyễn Tuân tuyên bố nhà văn chỉ có thể phê phán, nêu vấn đề mà không cần giải quyết vấn đề; Kim Lân bộc lộ những dằn vặt, đau khổ của mình khi, để cho đúng chính sách, phải viết ngược lại những ý nghĩ thực của mình; Tế Hanh chống lại quan niệm của con người mới chỉ thuộc thành phần công nhân, ông gọi đó là thứ "công nhân chủ nghĩa" què quặt. Can đảm nhất là Phùng Quán. Ông công khai phát biểu:

> Làm tất cả đề tài mà không nghĩ lập trường. Vì yêu con người không đặt lập trường vội. Có nhiều khi bị cách giáo dục giáo điều làm bớt tình cảm chân thật. Thí dụ: khi tôi được giáo dục căm thù địa chủ nên nhìn con địa chủ tôi cũng căm thù... (Anh Thơ tường thuật trên Văn số 33, 1957).

Tất cả những ý kiến trên đều nhắm tới mục đích trực tiếp đả kích quan điểm của Hoài Thanh cho rằng nhiệm vụ của nhà văn là phải nói cái tốt, nói mấy cũng không thừa. *"Thành quả của cách mạng là một chuyện luôn luôn phải được khẳng định để chúng ta có một chỗ dựa mà vượt khó".* Đồng thời, qua việc đả kích Hoài Thanh, người ta cũng phản đối các chủ trương văn nghệ của đảng khi giải thích cảm hứng chủ đạo của chủ nghĩa hiện thực xã hội chủ nghĩa là cảm hứng ca tụng; đối tượng được ca tụng là người anh hùng trong lao động và sản xuất; mục đích của việc ca tụng là nhằm giáo dục tư tưởng cách mạng cho mọi người.

Chống lại quan niệm hẹp hòi của đảng, chống lại thái độ thiển cận và thô bạo của các cán bộ lãnh đạo văn nghệ của đảng, báo *Văn* cổ vũ sự đa dạng trong sáng tác: *"Nhà văn này thiên về ca ngợi ư? Anh cứ làm việc của anh. Nhà văn sở trường mổ xẻ khuyết điểm ư? Đả kích ư? Anh cứ việc đi sâu. Rồi thì có bạn chuyên về những nhân vật trẻ tuổi, những vấn đề tình yêu, vấn đề đồng áng, nhà máy, quân đội, cả những chuyện đánh cá, vấn đề người sơn tràng và người làm công sở tư nữa. Mặc sức. Chỉ xin đừng cái gì cũng ngớp rồi không chuyên, không làm được cái gì ra hồn mà thôi".*[79]

Mục Tin Văn trên *Văn* số 7, 1957 ghi nhận một dấu hiệu đáng mừng trong những truyện ngắn độc giả và bạn hữu gửi tới toà soạn:

> Đề tài phong phú và nhiều mặt: anh cán bộ cơ quan bị quy oan trong chỉnh đốn tổ chức, vợ chưa cưới lại tuyên bố dứt khoát, anh cán bộ chuyên ngành thắc mắc, chị cán bộ có chồng chết gia đình giục tái giá còn phân vân... chỉ kể lướt thế đã đủ chứng tỏ số đông các bạn đã có ý thức tránh những đề tài công thức chung chung.

---

[79] Văn, HN, số 22-1957.

Mục Tin Thơ trên *Văn* số 7, 1957 cũng ghi nhận một tình trạng tương tự:

> Còn nhớ khi nào phần lớn thơ ta chỉ lấy chủ đề trong đánh giặc và sản xuất, tới lui mãi trong hai nhiệm vụ phản đế và phản phong mà chúng ta quan niệm một cách rất máy móc… Chỉ nhìn những đầu đề bài cũng thấy các bạn trẻ đã tìm hướng thơ trong muôn mặt cuộc sống. Những bài thơ muốn đi sâu vào tâm tình, nói đến một vấn đề rất cũ và rất mới là tình yêu. Những bài thơ muốn bày tỏ những suy nghĩ về cuộc đời, cái sống, cái chết, những vui sướng và đau khổ của con người… thấy rất nhiều những đầu đề tình cảm: Duyên ta tươi đẹp. Đợi gì chẳng nói, Nhớ, Gặp gỡ, Tình yêu ấp ủ trong lòng, Đợi anh em nhé, Hãy lắng nghe em…

Nhìn lại tình hình văn học trong giai đoạn này, trong quyển *Mấy vấn đề văn xuôi Việt Nam,* Phong Lê phê phán:

> Tình hình các ý kiến và quan điểm trên đây phản ánh sự xa rời đời sống và sự mơ hồ về lập trường ở không ít các nhà văn…
>
> Bọn Nhân Văn đã dựa vào đó để đưa vào tác phẩm của chúng nội dung phản cách mạng và chủ nghĩa cá nhân sa đoạ. Không ít nhà văn cũng đã dựa vào đó để miêu tả những đề tài vụn vặt, vô vị, hoặc thể hiện những tâm trạng buồn yếu bi quan trước nhiều vấn đề lớn và phức tạp của đời sống. (tr. 72)

Những cái mà Phong Lê gọi là *"những đề tài vụn vặt, vô vị"* và *"những tâm trạng buồn yếu bi quan"* ở trên, thật ra, là những nỗ lực vượt thoát giáo điều để tiến đến văn chương đích thực của giới cầm bút miền Bắc. Đó là những đề tài về tình yêu. Không phải tình yêu của những bậc anh hùng, những con người mới hoàn toàn vì giai cấp, vì cách mạng, mà là tình yêu trong đời sống bình thường, của những con người bình thường, thứ tình yêu hay vấp phải những trắc trở, những gập ghềnh do chiến tranh làm xa cách (*Mùa hoa dẻ* của Văn Linh, 1957), hoặc do cải cách ruộng đất đem lại (*Sắp cưới,* truyện ngắn của Vũ Bão, 1957). Đó cũng là những đề tài về cải cách ruộng đất, một tai hoạ khủng khiếp giáng xuống đầu nông dân gieo rắc bao nhiêu đau khổ: *Ông lão hàng xóm* của Kim Lân, *Những ngày bão táp* của Hữu Mai, *Thôn Bầu thắc mắc* của Sao Mai…

Nguyễn Thành Long trong hai truyện ngắn *Về nhà* và *Một trò chơi nguy hiểm* mô tả những người miền Nam, năm 1954, theo Hiệp định Genève, tập kết ra miền Bắc như một cuộc phiêu lưu, đi tìm cảm giác lạ, có tính cách hoàn toàn cá nhân chứ chẳng phải vì một lý tưởng gì cao cả mà báo chí thường tuyên truyền.

Đoàn Giỏi trong *Thao thức* nêu lên những băn khoăn của một người tập kết muốn trở về Nam nhưng con đường về càng lúc càng mịt mùng bế tắc.

Tạp chí *Văn Nghệ Quân Đội,* trong năm 1957 cũng đăng nhiều truyện ngắn khai thác các khía cạnh mất mát thương tâm trong cuộc sống mới hoặc trong kháng chiến chống Pháp vừa qua. Họ lên án chiến tranh, cho chiến tranh thật là tàn ác (*Sau hai chiến dịch* trên *Văn Nghệ Quân Đội* số 2-1957); chiến tranh cứ để lại hoài trong lòng mọi người một "vết thương" rớm máu không bao giờ lành hẳn (*Vết thương* trên *Văn Nghệ Quân Đội* 3-1957).

Ảnh hưởng của nhóm Nhân Văn - Giai Phẩm, như vậy, hết sức sâu rộng. Sâu. Và rộng. Họ lôi kéo được hầu hết những người trong Ban chấp hành Hội Nhà văn. Nhiều người nói báo *Văn* của Hội Nhà văn thực chất là tạp chí *Nhân Văn* hoá thân ra, giấu bớt chữ "Nhân" phía trước.

Họ lôi kéo được cả giới sinh viên Hà Nội: tờ *Đất Mới* của sinh viên chỉ ra được một số thì bị đóng cửa nhưng tinh thần phản kháng đã thể hiện rất rõ, vô cùng mãnh liệt, nổi bật nhất là cây bút trẻ tuổi nhưng hừng hực lửa: Bùi Quang Đoài. Nhiều văn nghệ sĩ muốn ẩn nhẫn qua ngày, cuối cùng, do ảnh hưởng của Nhân Văn - Giai Phẩm cũng nhảy vào trường văn trận bút để đả kích lại đảng, đó là trường hợp của Nguyễn Bính lúc ấy làm chủ nhiệm báo *Trăm hoa.*

Ngoài ra, hiện tượng phần lớn bản thảo gửi đến báo *Văn* đều cố đi tìm sự đa dạng, sự độc đáo, thoát ly công thức mà báo *Văn* ghi nhận trong hai số 7 và 8 đã dẫn ở trên cũng có thể coi là kết quả của cuộc vận động "đổi mới" văn học do nhóm Nhân Văn - Giai Phẩm tiến hành.

Nói cách khác, trừ một ít cán bộ lãnh đạo hoặc một số ít những người cầm bút xu thời, hầu hết giới văn nghệ sĩ ở miền Bắc, với những mức độ khác nhau, đều đồng tình với lý tưởng đấu tranh của nhóm Nhân Văn – Giai Phẩm. Giới lãnh đạo Hà Nội thừa thông minh để hiểu đó mới chính là một hiểm hoạ lớn nhất đối với họ, với tư cách là một lực lượng cầm quyền muốn mãi mãi độc tôn.

Giai đoạn 1958-1964

Giai đoạn 1958-1964 bắt đầu bằng một cuộc phản công mãnh liệt của nhà cầm quyền miền Bắc đối với nhóm Nhân Văn – Giai Phẩm, đồng thời cũng là một cuộc trấn áp tàn khốc đối với toàn bộ giới cầm bút cũng như các giới khác trong ngành nghệ thuật xã hội chủ nghĩa.

Thật ra, sự phản công của giới "lãnh đạo văn nghệ" cộng sản đã xuất hiện từ lâu, từ lúc tịch thu từng số *Giai Phẩm*, tịch thu từng số báo *Nhân Văn* rồi sau đó, đóng cửa vĩnh viễn hai cơ quan ngôn luận này; từ lúc giải thể Hội văn nghệ để thành lập Hội Liên hiệp Văn học Nghệ thuật Việt Nam; từ lúc đóng cửa tờ báo *Văn*, cơ quan ngôn luận của Hội Nhà văn; xa hơn nữa, từ lúc Trung ương đảng triệu tập Hội nghị đảng viên văn nghệ vào giữa tháng 12-1956 để "thống nhất nhận thức tư tưởng trong hàng ngũ Đảng về tình hình văn nghệ, phê phán báo *Nhân Văn*".

Tuy nhiên, từ năm 1957 trở về trước, một mặt, do lúng túng trước những sai lầm nghiêm trọng trong cải cách ruộng đất, mặt khác, do hoang mang trước những biến động bất ngờ của phong trào "xét lại" trong nội bộ các nước xã hội chủ nghĩa trên thế giới, sức phản công của nhà cầm quyền Hà Nội dù sao cũng có mức độ, chỉ cầm chừng.

Nhà cầm quyền Hà Nội chỉ thực sự huy động mọi lực lượng, mọi phương tiện để trấn áp nhóm Nhân Văn - Giai Phẩm một cách công khai và dữ dằn từ đầu năm 1958, khởi đầu bằng bản Nghị quyết của Bộ Chính trị ngày 6.1.1958, trong đó, ghi rõ:

Khuynh hướng phá hoại của nhóm Nhân Văn bị đánh lui; những người tham gia nhóm đó bị số đông văn nghệ sĩ phản đối. Tuy vậy, cuộc đấu tranh chống khuynh hướng Nhân Văn mới ở bước đầu; những hoạt động nguy hại và bộ mặt thực về chính trị của những phần tử xấu trong nhóm Nhân Văn chưa bị bóc trần trong giới văn nghệ. Nhiều quan điểm nghệ thuật sai lầm chịu ảnh hưởng tư tưởng tư sản chưa được phê phán sâu sắc.

Nhìn chung tình hình văn nghệ sĩ hiện nay, ta thấy một số đông, nhất là lớp văn nghệ sĩ trẻ, đang cố gắng sáng tác hoặc chăm lo học tập, nâng cao trình độ chính trị và nghệ thuật... Nhưng trong giới văn nghệ đã có nhiều biểu hiện lệch lạc về chính trị, tư tưởng và sinh hoạt. Số đông văn nghệ sĩ tập trung ở Hà Nội, mấy năm nay đã xa rời thực tế lao động và sinh hoạt của quần chúng công nông binh, lại rất ít học tập chính trị, không hiểu rõ tình hình và nhiệm vụ cách mạng trong giai đoạn mới, chưa được giáo dục về tư tưởng xã hội chủ nghĩa.

Do đó, lập trường chính trị rất mơ hồ, ý chí phấn đấu cách mạng bị giảm sút nghiêm trọng, trạng thái giao động, hoang mang còn nặng, ngay cả trong hàng ngũ đảng viên; ranh giới giữa địch và ta có lúc bị lu mờ, tình trạng mất cảnh giác là phổ biến. Đồng thời tư tưởng cá nhân chủ nghĩa, tự mãn, tự kiêu ngạo, hiếu danh, tham tiền, tư tưởng an nhàn hưởng lạc ngày càng nẩy nở. Tư tưởng tự do chủ nghĩa, vô tổ chức, vô kỷ luật, chia bè chia nhóm cũng đang trên đà phát triển.

Bản nghị quyết cũng nêu rõ:

cần có kế hoạch khuyến khích giúp đỡ các văn nghệ sĩ đi xuống các cơ sở sản xuất, đi vào công nông binh và nếu có thể thì tham gia lao động để thâm nhập thực tế và gần gũi quần chúng hơn. Mặt khác, cần có kế hoạch tổ chức cho văn nghệ sĩ học tập một cách thường xuyên những vấn đề thời sự và chính sách trong giai đoạn mới của cách mạng, tiến tới tổ chức học tập chủ nghĩa Mác-Lênin, cải tạo tư tưởng có hệ thống.

Thực hiện chỉ thị của Bộ Chính trị, giới lãnh đạo văn nghệ đã tổ chức liên tiếp hai cuộc Hội nghị văn nghệ: Hội nghị đầu tháng 2.1958 với 272 người tham dự; Hội nghị sau vào tháng 3.1958 với 304 người tham dự. Nội dung của cả hai cuộc Hội nghị này là phê phán nhóm Nhân Văn – Giai

Phẩm; cưỡng bức mỗi người tham gia nhóm Nhân Văn - Giai Phẩm phải lên diễn đàn công khai thú tội. Có bốn người cương quyết từ chối không tham dự Hội nghị: Phan Khôi, Thuỵ An, Trương Tửu và Nguyễn Hữu Đang.

Ngày 4 và 5 tháng 6 năm 1958, Hội Liên hiệp Văn học Nghệ thuật Việt Nam do Đặng Thai Mai làm chủ tịch tổ chức hội nghị mở rộng để tiếp tục lên án nhóm Nhân Văn – Giai Phẩm. Hội nghị kết thúc bằng hai bản nghị quyết: một nghị quyết của ban chấp hành Hội Liên hiệp Văn học Nghệ thuật Việt Nam và một nghị quyết của 800 văn nghệ sĩ hội viên Hội Liên hiệp Văn học Nghệ thuật Việt Nam. Cả hai bản nghị quyết đều có nội dung giống nhau: buộc tội nhóm Nhân Văn - Giai Phẩm là phản động, phá hoại chế độ, phải bị trừng trị nghiêm khắc; cuối cùng, biểu lộ thái độ ủng hộ hoàn toàn đối với các chủ trương, chính sách của đảng.

Từ ngày 21.6 đến 3.7.1958, Ban chấp hành Hội nhạc sĩ, Hội mỹ thuật và Hội Nhà văn đã nhóm họp để ra nghị quyết thi hành kỷ luật đối với những người tham gia nhóm Nhân Văn – Giai Phẩm. Theo các bản nghị quyết này, Hoàng Cầm và Hoàng Tích Linh bị khai trừ ra khỏi ban chấp hành Hội Nhà văn; Sỹ Ngọc và Nguyễn Sáng bị khai trừ ra khỏi ban chấp hành Hội mỹ thuật; Văn Cao và Nguyễn Văn Tý bị khai trừ ra khỏi ban chấp hành Hội nhạc sĩ. Phan Khôi, Trương Tửu và Thuỵ An bị khai trừ ra khỏi Hội Nhà văn. Trần Duy bị khai trừ ra khỏi Hội mỹ thuật. Hội Nhà văn và Hội nhạc sĩ khai trừ trong thời hạn ba năm bốn người: Trần Dần, Lê Đạt, Tử Phác và Đặng Đình Hưng (trên thực tế bốn người này bị khai trừ suốt cả 20 năm!).

Theo báo *Nhân Dân* số ra ngày 21.1.1960, toà án nhân dân tại Hà Nội, đầu năm 1960, đã tổ chức phiên toà xét xử một số thành viên thuộc phong trào Nhân Văn – Giai Phẩm: Nguyễn Hữu Đang và Thuỵ An (tên thật Lưu Thị Yến) bị kết án 15 năm tù giam; Trần Thiếu Bảo (tức Minh Đức) bị kết án 10 năm tù giam. Ngoài ra cả ba người đều bị tước quyền công dân năm năm sau khi đã mãn hạn tù.

Song song với các biện pháp hành chánh như trên, từ đầu năm 1958 trở đi, toàn bộ báo chí tại miền Bắc đều đổ xô vào việc lên án, buộc tội nhóm Nhân Văn – Giai Phẩm.

Nền văn học của cộng sản thực sự bước vào một gian đoạn mới, giai đoạn của sự khủng bố, của sự trấn áp khốc liệt. Lần lượt, mọi văn nghệ sĩ, có quan hệ với nhóm Nhân Văn - Giai Phẩm hay không, đều bị cưỡng bức "đi thực tế" vào các vùng sản xuất, có khi cực kỳ xa xôi, heo hút. Nguyễn Tuân, từ năm 1958 đi lên Điện Biên tham gia sinh hoạt với một đơn vị bộ đội chuyển sang làm đường. Bùi Hiển về hợp tác xã Đại Phong, rồi về nông trường chăn nuôi vịt, nông trường trồng cây ngăn cát vùng duyên hải; Nguyên Hồng về làm việc ở lò gạch, nhà máy xi măng và bến cảng Hải Phòng; Đào Vũ về hợp tác xã Vũ La ở Hải Dương; Nguyễn Khải lên nông trường Điện Biên; Huy Cận làm việc trong lò than, rồi sau đó, chuyển về bến cảng Hải Phòng; Tô hoài "thâm nhập" hợp tác xã Hải Phòng, sau đó lên Châu Mộc, Châu Thuận, Tuần Giáo thuộc Tây Bắc; Chu Văn cùng ăn cùng ở cùng làm với các hợp tác xã nông nghiệp ở thôn Sa Châu, xã Giao Châu, huyện Giao Thuỷ...

Biện pháp khủng bố này của nhà cầm quyền Hà Nội có hiệu quả tức khắc. Hầu hết những người cầm bút miền Bắc đều chịu cúi đầu, trở thành ngoan ngoãn rất mực. Ai nấy đều hãi hùng nên cố đè nén mọi bất mãn, tự dập tắt mọi ý đồ chống đối âm ỉ trong tâm hồn mình. Và phải chứng tỏ là mình đã hoàn tất quá trình tự cải tạo bằng một tác phẩm nào đó. Xuân Diệu có tập *Riêng chung* (1960), Huy Cận có *Trời mỗi ngày một sáng* (1958) và *Đất nở hoa* (1960), Chế Lan Viên có *Ánh sáng và phù sa* (1960), Lưu Trọng Lư có *Tỏa sáng đôi bờ* (1959), Tế Hanh có *Tiếng sóng* (1960)... Về văn, Nguyễn Huy Tưởng có *Bốn năm sau* (1959), *Luỹ hoa* (1960), Nguyên Hồng có *Trời xanh* (1960), Nguyễn Tuân có *Sông Đà* (1960), Nguyễn Khải có *Mùa lạc* (1960), Đào Vũ có *Cái sân gạch* (1959), Chu Văn có *Cô lái đò sông Ninh* (1960), Đoàn Giỏi có *Hoa hướng dương* (1960), Bùi Đức Ái có *Một chuyện chép ở bệnh viện* và *Con cá song* (1959)...

Hầu hết những tác phẩm xuất hiện trong giai đoạn này đều tập trung trong ba chủ đề chính: thương nhớ miền Nam, ca ngợi sự ưu việt của chế độ xã hội chủ nghĩa ở miền Bắc, và tỏ lòng biết ơn vô tận trước công ơn tái sinh của cách mạng.

Chủ đề thứ nhất, sự thương nhớ miền Nam, thật ra, một cách tự phát, đã xuất hiện từ những năm 1954, 55, lúc các nhà văn, nhà thơ miền Nam, miền Trung, theo Hiệp định Genève, tập kết ra Bắc. Trong nhiều truyện ngắn, nhiều bút ký của Đoàn Giỏi, của Hoàng Văn Bổn đã bàng bạc tâm trạng xót đau khi phải xa cách gia đình, xa cách quê hương. Niềm thương nhớ ấy càng đậm đà hơn, trong thơ. Không có nhà thơ nào sinh ra hoặc lớn lên trong Nam lại không có ít nhiều tác phẩm giải bày một tâm sự ngẩn ngơ hướng về miền đất mình mới rời bỏ. Chế Lan Viên nhớ mẹ:

Gốc nhãn vườn xưa cao khó hái

Tám mươi, nay mẹ hẳn còng lưng
Chắp đường Nam-Bắc con thăm mẹ
Hái một chùm ngon dâng mẹ ăn.

Xuân Diệu nhớ những dòng sông:

Trong khoảnh khắc, sông Hiền Lương đằng trước
Tôi nhìn như sông Hương
nước chảy qua
Sông Thu Bồn, sông Trà Khúc của ta
Tưởng sông Ba
Cửu Long giang sóng hoà ăm ắp.

Nhớ miền Nam tha thiết nhất, trong thơ, có lẽ là Tế Hanh. Bài *Nhớ con sông quê hương* của ông được nhiều người thích:

Quê hương tôi có con sông xanh biếc
Nước gương trong soi tóc những hàng tre
Tâm hồn tôi là một buổi trưa hè
Toả nắng xuống lòng sông lấp loáng...

Thành công hơn cả là bài *Chiêm bao*. Ngôn ngữ giản dị, tứ thơ hàm xúc, cảm xúc chân thành và mênh mang:

Chiêm bao bừng tỉnh giấc
Biết là em đã xa
Trên tường một tia nắng
Biết là đêm đã qua
Ban ngày công tác bận
Ban đêm dành nhớ em
Ban ngày ở miền Bắc
Ở miền Nam ban đêm
Dù anh đâu, em đâu
Hai ta vẫn gần nhau
Giấc chiêm bao đêm trước
Soi sáng cả ngày sau.

Nguyễn Bính không phải là người miền Nam. Quê ông ở Nam Định. Ông chỉ vào Nam từ năm 1953, thoạt đầu ở Sài Gòn, sau trôi dạt dần về hướng Tây. Một thời gian khá dài, ông sống ở Kiên Giang.

Từ độ về đây sống rất nghèo
Bạn bè chỉ có gió trăng theo.

Chín năm kháng chiến, lặn lội giữa những bưng, những biền, lênh đênh trên những kinh, những rạch, tấm lòng ông gắn bó thiết tha với miền đất mới. Tập kết ra Bắc, trở về quê cũ, ông làm khá nhiều thơ chỉ để nói lên một nỗi nhớ:

Xuân này trong ấy ra sao nhỉ
Ngõ cũ hoa mai nở mấy cành
...
Phải đâu gỗ đá mà khuây được
Anh nhớ em mà em nhớ anh.

Bài *Đêm sao sáng* của ông sáng tác năm 1957 là một bài thơ hay. Bốn câu cuối, ngay từ trước 1975, đã "vượt tuyến" vào Nam, được nhiều người yêu:

Sao đặc trời sao sáng suốt đêm
Sao đêm chung sáng chẳng chia miền
Trời còn có bữa sao quên mọc
Anh chẳng đêm nào chẳng nhớ em

Nỗi nhớ miền Nam, mấy năm đầu, tha thiết là thế, trong sáng là thế. Từ năm 1958 trở về sau, chớm có ý định dùng quân sự tấn công cưỡng chiếm miền Nam, cộng sản bắt đầu có chính sách khai thác cái tình cảm tự nhiên và cao đẹp ấy để kích động sự thù hận của cán bộ, đảng viên và nhân dân miền Bắc. Họ bịa đặt ra những tội ác dã man của chính quyền miền Nam. Năm 1960, báo *Thống Nhất* tổ chức cuộc thi viết về đề tài miền Nam gồm hai đợt. Cả hai đợt đều không có giải nhất. Giải nhì của đợt đầu gồm: *Câu chuyện một chiều thứ bảy* của Trần Thanh Giao, *Những bằng chứng không thể chối cãi* của Nhuận Vũ, *Ông Năm Hạng* của Nguyễn Quang Sáng. Giải nhì của đợt hai gồm: *Bức thư trong rừng* của Nguyễn Quang Thân, *Má Năm Cần Thơ* của Lâm Phương. Nhà văn Xuân Vũ với truyện ngắn *Chuyến dừa mọng* được giải ba trong đợt thi thứ hai. Những truyện được giải thưởng được tập hợp in trong hai quyển sách *Con đường phía trước* và *Má Năm Cần Thơ*.

Xuân Diệu làm nguyên tập thơ *Mũi Cà Mau – Cầm tay* (1960-1962) để biểu lộ niềm "thương xót" của mình đối với nhân dân miền Nam đang bị đoạ đày dưới đáy sâu những tầng địa ngục. Chế Lan Viên viết bài thơ dài *Ngô – thuốc độc ngợi ca máy chém* để tố cáo chính quyền miền Nam là một bọn "Việt gian" với những lời lẽ hằn học và tục tĩu. Tế Hanh, vốn hiền lành, cũng bắt đầu đổi giọng, gọi mọi nhân viên công lực miền Nam là *"bọn chó mặt người"* (bài *Em trả lời)*, gọi quốc kỳ Việt Nam Cộng Hoà là *"Cờ ba que hoen ố cả không gian"* (bài *Nói chuyện với Hiền Lương)*, tô vẽ xã hội miền Nam thành một thế giới tù ngục:

> *Những ngày máu. Trại giam thay lớp học*
> *Con mẹ đâu? – con mẹ chết lâu rồi!*
> *Nghe tên Diệm trẻ em không dám khóc.*
> *Bóng đen dài đe doạ những vành môi.*
> *(Bài thơ tháng bảy)*

Lưu Trọng Lư, trong bài *Tươi đẹp màu cờ*, tưởng tượng cuộc sống ở miền Nam:

> *Cái áo cái quần*
> *Nhớp để thối thân*
> *Cũng không cho giặt giạ*

Trong vò trong bể
Một giọt nước cũng không
Sông nó cấm sông
Giếng kia nó cấm giếng
Đi rừng nó cũng cấm
Đi chợ nó cũng xua
Ra bến đã không cho
Về nhà nó cũng đuổi...

Rồi lại lớn tiếng kêu gọi:

Đứa nào rẽ thuý chia uyên
Bắn cho nổ con ngươi, lòi con mắt
Đứa nào núi ngăn sông cắt
Chặn bàn tay, trói giật bàn tay
Nỗi uất hận chiều nay...

Trong bài *Lá thư Bến Tre* sáng tác năm 1962, Tố Hữu
viết:

Biết không anh? Giồng Keo, giồng Trôm
Thảm lắm anh à! Lũ ác ôn
Giết cả trăm người trong một sáng
Máu tươi lênh láng đỏ đường thôn
Có những ông già, nó khảo tra
Chẳng khai, nó chém giữa sân nhà
Có chị gần sinh, không chịu nhục
Lấy vồ nó đập, vọt thai ra...
Có em nhỏ nghịch, ra xem giặc
Nó bắt vô vườn, trói gốc cau
Nó đốt, nó cười... em nhỏ hét:
Má ơi, nóng quá, cứu con mau!

Những cảnh bịa đặt ấy chỉ là cái cớ hô hào chiến tranh:

Tất cả nói một lời: Giải phóng!
Cứu miền Nam! Cứu miền Nam!
Ôi cửa Phật cũng dầu sôi lửa bỏng

Dẫu thiêu mình làm đuốc, vẫn cam!
(Miền Nam)

Những lời hô hào đầy tính chất khích động như vậy xuất hiện ê hề trong thơ Tố Hữu từ năm 1962 trở về sau.

Cho ta lại trở về quê cũ
Bờ sông Hương hay bến sông Bồ
Cùng các mẹ, các o, các chú
Giành lại từng mảnh đất thành đô!
Cho ta được làm kho mìn nổ
Đèo Hải Vân, quật đổ quân thù
Cho ta được làm cây chông miệng hố
Đâm chết bầy giặc bố chiến khu!
(Có thể nào yên?)

Tất cả những tác phẩm trên thực chất là một sự chuẩn bị tinh thần cho phong trào "Nam tiến", cộng sản đã âm thầm chuẩn bị từ năm 1958 và bắt đầu thực hiện một cách liên tục từ năm 1960. Năm 1961, Lê Khâm với tên giả là Phan Bốn và bút danh mới là Phan Tứ lên đường vượt Trường Sơn vào Nam, làm huyện ủy viên Tam Kỳ. Năm 1962, Nguyễn Văn Bổng với bút danh Trần Hiếu Minh, Bùi Đức Ái với bút danh Anh Đức, Nguyên Ngọc với bút danh Nguyễn Trung Thành, Nguyễn Ngọc Tấn với bút danh Nguyễn Thi lần lượt vượt Trường Sơn vào các tỉnh cực nam: Bến Tre, Trà Vinh, Cà Mau… để sau đó ít lâu tạo ra cái gọi là "nền văn học giải phóng miền Nam" được báo chí Hà Nội thổi phồng lên một cách ầm ĩ.

Chủ đề ca ngợi cuộc sống mới dưới chế độ xã hội chủ nghĩa ở miền Bắc được cộng sản quan tâm khuyến khích một các đặc biệt. Nội dung của khái niệm ca ngợi chủ nghĩa xã hội là *"ca ngợi lao động, ca ngợi sản xuất, ca ngợi người lao động, người anh hùng của xã hội ngày*

nay, thời đại từ chủ nghĩa tư bản chuyển sang chủ nghĩa
xã hội" (Phạm Văn Đồng). Trong chiều hướng tư tưởng
ấy, Xuân Diệu viết:

Ngày xưa thi sĩ mơ công chúa
Mơ khói trầm lên quyện mỹ nhân
Thi sĩ ngày nay bên ruộng lúa
Muôn lần ca ngợi gái nhà dân

Có hai khía cạnh được nhiều người cầm bút khai thác
nhiều: khía cạnh hợp tác hoá trong nông nghiệp và khía
cạnh hiện đại hoá trong công nghiệp. Điểm chung cho cả
hai khía cạnh ấy là "con người mới xã hội chủ nghĩa". Để
làm nổi bật quá trình hình thành của "con người mới" ấy,
người ta thường tạo ra những mâu thuẫn hoặc là giữa cái
riêng và cái chung, hoặc là giữa cái mới và cái cũ, cái tiến
bộ và cái lạc hậu. Dĩ nhiên, cuối cùng, cái chung, cái mới,
cái tiến bộ bao giờ cũng chiến thắng cái riêng, cái cũ, cái
lạc hậu.

Truyện *Cái sân gạch, Vụ lúa chiêm* của Đào Vũ, *Trai làng
Quyền* của Nguyễn Địch Dũng, *Biển xa* của Bùi Đức Ái...
đều tập trung mô tả quá trình hình thành, tan vỡ rồi lại
hình thành của các hợp tác xã nông nghiệp. *Xung đột* của
Nguyễn Khải, *Trước giờ nổ súng* của Lê Khâm, *Cao điểm
cuối cùng* của Hữu Mai... tập trung ca ngợi chiến thắng
của tinh thần cách mạng trên những suy tính, so đo cá
nhân chủ nghĩa. *Mùa lạc, Đứa con nuôi* của Nguyễn Khải,
Đi bước nữa của Thế Phương, *Anh Keng* của Nguyễn
Kiên, *Ánh mắt* của Bùi Hiển, *Câu chuyện một nhà giữ trẻ*
của Mai Ngữ, *Đứa con* của Nguyên Ngọc, *Phù sa* và
Hương cỏ mật của Đỗ Chu lại tập trung ca ngợi cách
mạng đã đem lại hạnh phúc cho những người ngỡ đã vĩnh

viễn bị hạnh phúc bỏ rơi hoặc vì tình duyên lỡ làng, hoặc là vì tàn tật, hoặc là vì những mất mát trong chiến tranh.

Các nhà văn, nhà thơ bị thúc ép đi thực tế về các vùng lao động, sản xuất để có tác phẩm "phản ánh kịp thời" những "đổi thay vĩ đại" của cuộc sống mới. Nguyễn Huy Tưởng, trong *Bốn năm sau* (1959) vẽ lại quá trình xây dựng công trường Điện Biên. Nguyễn Tuân, trong *Sông Đà* (1960) ca ngợi vẻ đẹp hào hùng của con người trong nỗ lực chiến thắng thiên nhiên. Hồ Phương, trong *Cỏ non* (1960) viết về cuộc sống hăng say trong công trường bộ đội. Võ Huy Tâm, trong *Những người thợ mỏ* tập 1 (1961) vẽ lại bức tranh lao động "quang vinh" của những công nhân công nghiệp xã hội chủ nghĩa…

Các nhà thơ cũng cố phấn đấu "phản ánh hiện thực" nhằm mục đích ca ngợi cuộc sống mới đang được xây dựng ở miền Bắc. Tế Hanh viết về một nông trường cà phê:

Nông trường ta rộng mênh mông
Trăng lên trăng lặn vẫn không ra ngoài.

rồi viết về một nông trường gỗ:

Hoà bình ta kiến thiết
Xây dựng thêm cửa nhà
Từ rừng xanh núi biếc
Cây lại về với ta…

rồi viết về nông trường Châu Mộc:

Doanh trại gió lồng phơi ánh sáng
Có câu lạc bộ, có căng-tin
Đôi hàng đào mận vây sân biếc
Đón gió mùa xuân thổi Điện Biên.

Xuân Diệu ca ngợi cuộc sống mới giàu có của đồng bào miền Bắc qua hình ảnh những ngôi nhà ngói đua nhau mọc lên khắp nơi, từ thành thị đến thôn quê:

Giữa những khu phố cũ, hoặc ven hồ
Trên những vườn hoang, trên ngoại ô
        Ngói mới
Cất lên trên ruộng, chạy băng đồng
Chen với lùm cây, soi xuống sông
        Ngói mới
...
Tôi đi trên đất nước thân yêu
Không biết bao nhiêu, chỉ biết nhiều
        Ngói mới
Muốn trùm hạnh phúc dưới trời xanh
Có lẽ lòng tôi cũng hoá thành
        Ngói mới.

Nhà ngói, dù sao, cũng là chuyện bình thường. Để cuộc sống mới xã hội chủ nghĩa có vẻ hiện đại hơn, trong bài thơ *Cao* sáng tác năm 1959, Xuân Diệu vẽ lên những toà nhà lầu cao vút:

Cao, lên cao xây dựng
Từng bước ta lên cao
Đảo tròn xây ống khói
Giáo vút tựa tên lao
Ồ, trái tim ta vững!
Nhìn xuống mắt không chao.
Bốn mươi thước còn tiến
Gió bên tai rào rào
Chọn từng viên gạch một
Đặt ngang tầm mọc sao.

Nhìn chung, trong chủ đề ca ngợi cuộc sống mới xã hội chủ nghĩa ở miền Bắc, không có tác phẩm nào thực sự xuất sắc. Phần nhiều người ta phải bịa ra những đổi thay thật vĩ đại, thật hào hùng. Khuynh hướng "tô hồng" rất phổ biến. Khuyết điểm trầm trọng nhất trong thơ là chạy theo sự việc, theo hiện tượng. Người ta ham hố mở rộng đề tài, phải có một chút nông nghiệp, một chút công nghiệp mà quên bẵng đi yếu tố quan trọng nhất đối với thơ là cảm xúc. Văn xuôi lại mắc phải một khuyết điểm khác là đơn giản và đơn điệu. Cơ hồ có một cái khung chung nhà văn chỉ việc tìm kiếm một số nhân vật, một số biến cố rồi sắp đặt lại cho vừa vặn với cái khung chung ấy. Viết về nông nghiệp, thế nào cũng có những âm mưu phá hoại phong trào hợp tác hoá hoặc từ bên ngoài là thực dân, đế quốc, phản động, hoặc từ bên trong là thói quen làm ăn theo lối cá thể tủn mủn của nông dân. Viết về công nghiệp, thế nào cũng có một vài anh cán bộ cấp thấp hủ hoá, lười biếng, tham ô, phải trải qua những cuộc tranh đấu trong nội bộ khá gay go, cuối cùng, nhờ sự kiên trì và khôn khéo của chi bộ, công trình được giao đã hoàn thành đúng kế hoạch và đúng chỉ tiêu. Cứ thế. Không có tác phẩm nào thoát ra được cái khuôn mẫu cứng nhắc và nghèo nàn ấy.

Chủ đề thứ ba, ca ngợi công ơn "tái sinh" của cách mạng, không hiểu tại sao lại tập trung trong thơ nhiều hơn trong văn. Dường như không có nhà thơ nào không tự đấm ngực thú tội một thời vô tình hờ hững với cách mạng và bày tỏ sự biết ơn sâu sắc cách mạng đã cứu vớt mình ra khỏi chỗ tối tăm. Một biện pháp được sử dụng rất phổ biến trong chủ đề này là so sánh quá khứ với hiện tại. Quá khứ là đêm. Hiện tại là ngày. Quá khứ là nỗi đau. Hiện tại là niềm vui.

Thơ Lưu Trọng Lư, trong bài *Mẹ:*

Ngày em ra khỏi nôi
Bập bẹ đôi tiếng làm người
Anh đã sớm hái vần thơ tội lỗi
Quằn quại tuổi hai mươi
Đôi cánh phòng khuya không hé mở
Nằm nghe vọng lại tiếng thương đau...
Nửa đời áp mặt trong đen tối
Từ trên gác lạnh viết thơ sầu.

Thế rồi, nhờ có cách mạng:

Cửa bé cửa nhớn: mở tung ra
Đạp chiếu, đạp chăn: đứng dậy
Có tiếng chim kêu
Có tiếng suối chảy
Tiếng triệu con ong
Mật hoa thơm ngát cánh đồng
Hoa ơi! Hoa lại nở trên cành
Này mẹ! Đời con đã tái sinh.

Cũng một cách thức như vậy, Xuân Diệu nhớ lại ngày xưa:

Đi trong đời như một kẻ lột da
Rách đau thương ở giữa bọn gian tà
Nhìn dân chúng khổ vì đâu, chẳng biết!
Vũ trụ tưởng tàn, thế gian tưởng hết,
Không đấu tranh mà chỉ có thương tâm
Tôi thảm một mình, quần tháng quanh năm.

để nhận ra, rõ hơn, tất cả hiện tại là một ân huệ lớn lao của cách mạng:

Hãy cảm ơn đảng Cộng sản, lòng ta ơi!
Hãy cảm ơn những người dựng con người,
Hãy cảm ơn Hồ Chí Minh đồng chí
Đã rèn luyện một nửa già thế kỷ
...

Xưa lệ sa, ta oán hận đất trời
Nay lệ hoà, ta lại thấy đời tươi!

Làm thơ, chưa đủ, Xuân Diệu còn viết cả áng văn dài *Những bước đường tư tưởng của tôi* (1958) để kể lại những sự lỡ lầm của mình trong quá khứ, cuối cùng, dẫn đến kết luận: nhờ đảng, nhờ Hồ Chí Minh, ông tìm lại được con người đích thực của mình, đã thoát ra khỏi được nhà tù tư tưởng cũ để đến với chủ nghĩa cộng sản, mùa xuân của nhân loại. Vẫn chưa đủ. Năm 1960, Xuân Diệu lại viết bài đoản văn *Mười lăm năm sống trong chế độ*, để, một lần nữa, rưng rưng cám ơn cách mạng đã tái sinh mình: *"Trước kia, tôi đã cực nhục vô cùng với chế độ coi rẻ nhà thơ, thì bây giờ người thi sĩ trong tôi cảm kích vô hạn trước cái thái độ đại nghĩa của Đảng".*[80]

Người bày tỏ sự ăn năn đối với quá khứ và biết ơn đối với cách mạng một cách thống thiết nhất là Chế Lan Viên.

Trong bài *Người đi tìm hình của nước,* ông trách ông và bạn bè ông ngày trước:

Lũ chúng ta ngủ trong giường chiếu hẹp
Giấc mơ con đè nát cuộc đời con!
Hạnh phúc đựng trong một tà áo đẹp!
Một mái nhà yên rủ bóng xuống tâm hồn.
Trăm cơn mơ không chống nổi một đêm dày
Ta lại mặc cho mưa tuôn và gió thổi.
Lòng ta thành con rối
Cho cuộc đời giật dây!

Trong bài *Người thay đổi đời tôi – Người thay đổi thơ tôi,* Chế Lan Viên tự mang mình ra xỉ vả:

---

[80] *Tuyển tập Xuân Diệu,* tập 2, nxb Văn Học, HN, 1987, tr. 234.

Những năm ấy tôi đi giữa lòng Hà Nội
Không hay trong xà lim anh Hoàng Văn Thụ đang nằm,
Không biết anh Trần Đăng Ninh bị cùm tay mỗi tối,
Không hay trên biên thùy Bác đã dừng chân.
Tôi đến Nha Trang ngắm trời bể đẹp
Có hay đâu hang Pắc Bó gió lùa,
Giường lãnh tụ là hai hàng đá ghép,
Mảnh áo chàm Bác mặc quá đơn sơ.
Đất nước sắp đổi thay rồi mà tôi chẳng biết
Người thay đổi đời ta đã về kia, ta vẫn không hay!
Tôi vẫn khép phòng văn hì hục viết
Nắng trôi đi oan uổng biết bao ngày!
Chớ bao quên nỗi chua cay của một thời thơ ấy
Tổ quốc trong lòng ta mà có cũng như không!
Nhân dân ở quanh mà ta chẳng thấy!
Thơ xuôi tay như nước chảy xuôi dòng!
Ta làm con nai lạc giữa rừng thu
Làm hổ sa cơ giận vườn bách thảo
Làm bóng ma Hời sờ soạng đêm mơ,
Làm tất cả, chỉ trừ không đổ máu!...

Rồi Chế Lan Viên so sánh mình với Tố Hữu trong bài *Ngoảnh lại mười lăm năm:*

Một lòng nhưng hai ngả
Hai sóng thơ hai dòng
Anh sông Hồng sông Mã
Gầm reo trong đạn lửa
Biến thân mình màu mỡ
Thành cánh đồng nuôi dân.
Tôi như con sông Thương
Chảy lòng mình thương nhớ
Đánh đắm cả thuyền mình
Trong cuộc đời tại chỗ
Như Tô Lịch mỏi mòn
Thời gian muốn lấp bùn

Nơi thuyền xưa vua đậu
Giờ rũ lá môn con!

Trong quyển *Một thời đại văn học* xuất bản tại Hà Nội năm 1987, khi nhắc đến thái độ quỳ luỵ của Chế Lan Viên, Lại Nguyên Ân, một nhà phê bình trẻ, dường như không giấu được sự khinh bỉ:

> Thơ Chế Lan Viên có cả một loạt những bài thơ ăn năn sám hối cho sự lỡ lầm thuở trước, bày tỏ lòng biết ơn vô hạn của nhà thơ với chế độ mới, lý tưởng mới – cái lý tưởng mà nhà thơ có lúc như muốn quỳ xuống bái lạy cho tỏ sự biết ơn của một tín đồ đã bỏ "đạo" cũ để từ đây theo nó đến cuối đời. *'Ánh Sáng soi rọi tôi và Phù Sa bồi đắp tôi, Ánh Sáng tinh thần và Phù Sa vật chất của lý tưởng tôi. Nếu tập thơ có tựa, nó sẽ mở đầu như vậy để nói lên sự biết ơn của nhà thơ đối với đất nước và Đảng của mình'* – những lời này của Chế Lan Viên dự kiến đề tựa cho tập thơ *Ánh sáng và Phù sa* cũng có thể lấy làm lời tựa chung cho các tập thơ ra mắt hồi những năm 60 của Huy Cận, Xuân Diệu, Tế Hanh, Lưu Trọng Lư, Nguyễn Bính, Anh Thơ v.v…" (tr. 106).

Có lẽ đây là đặc điểm nổi bật nhất của nền văn học cộng sản giai đoạn 1958-1964: sự huỷ hoại nhân cách của những người cầm bút. Sau những đợt trấn áp tàn khốc của cộng sản đối với nhóm Nhân Văn – Giai Phẩm, dường như ai cũng thấp thỏm trong lòng một nỗi kinh khiếp, lo sợ. Họ thấy có nhu cầu luôn luôn phải tự chứng tỏ sự vững vàng trong tư tưởng của mình, bằng cách ra rả hoan hô cách mạng, nhất nhất đều tuân theo sự chỉ dạy của cán bộ cấp trên. Họ cố xoá bỏ cá tính của mình để biến văn chương thành một công trình minh hoạ các chủ trương, các nghị quyết của đảng. Cái yêu, cái ghét bị đè bẹp xuống để cho cái thực hiện ra ngổn ngang. Hẳn nhiên ngay cái "thực" ấy cũng là một cái thực được đảng thừa nhận. Nói là thực, nhưng thật ra, trong cuộc đời, nó chỉ là một cái ảo, chập chờn trong cõi ước mơ, cốt để lừa phỉnh mọi người.

Chính vì chủ trương xoá bỏ cá tính, đề cao hiện thực, cho nên, giai đoạn này, xuất hiện một quan điểm sai lầm gieo rắc thật nhiều tai hại về sau: hạ thấp thể truyện, hết lời suy tôn thể ký. Tạp chí *Văn Nghệ* số tháng 8-1962 là một số chuyên về thể ký. Tạp chí *Văn Nghệ* số tháng 8-1962 là một số chuyên đề về thể ký, khuyến khích các nhà văn tập trung vào thể tài này để có thể "phục vụ kịp thời" và hạn chế được tính chất chủ quan của mình. Lời phát biểu của Tô Hoài đăng trên số tạp chí trên:

> Nhà văn là người thư ký của thời đại. Ý vị và trách nhiệm biết bao câu định nghĩa mà cuộc sống đã dành cho những người cầm bút chân chính: Tôi nghĩ, danh hiệu cao quý ấy, cái mệnh lệnh chiến đấu ấy trước hết hãy trân trọng tặng cho những người viết bút ký (và các thể loại như bút ký) – đó là những tay súng trường, cũng như những người cầm cày cuốc, họ đông nhất – và bao giờ cũng đi hàng đầu, có mặt khắp nơi trên các trận tuyến văn hoá và đời sống.

Nội dung của ký là chuyện "người thật, việc thật". Nguyên tắc của ký là loại trừ đến mức tối đa tính chất chủ quan của người sáng tác. Phương châm của ký là nhanh, nhạy, kịp thời, bám sát vào những vấn đề nóng hổi của xã hội. Thực chất, ký gần với báo chí hơn là văn học.

Đề cao thể ký, âm mưu của cộng sản khá rõ: thứ nhất, biến văn học thành một công cụ thuần tuý của tuyên truyền; thứ hai, ngăn chặn sự xuất hiện của cá tính người cầm bút trong sáng tác. Họ thành công: văn học miền Bắc, như chính bản thân các nhà văn miền Bắc sau này nhìn nhận, đã thực sự là một nền văn học minh hoạ.

Song song với chủ trương đề cao thể ký, chủ trương bôi xoá cá tính người cầm bút, những năm 1963, 1964 giới lãnh đạo văn nghệ miền Bắc còn tung ra chiến dịch phê phán dữ dằn một số tác phẩm gọi là suy đồi, xa lạ với chủ nghĩa hiện thực xã hội chủ nghĩa. Chỉ trong năm 1963, danh sách những tác phẩm bị lên án đã dài thòng: *Mở hầm* của Nguyễn Dậu; *Một chuyện tình* của Hoài An; *Sương tan* của Hoàng Tiến; *Phá vây* của Phù Thăng; *Mùa mưa* và *Trên mảnh đất này* của Hoàng Văn Bổn; *Chị cả Phây* của Ngô Ngọc Bội; *Đống rác cũ* tập 1, của Nguyễn Công Hoan.. Tác phẩm bị lên án dữ dội nhất là quyển tiểu thuyết *Vào đời* của Hà Minh Tuân, nguyên là trung tá chuyển ngành được cử làm giám đốc nhà xuất bản Văn Học. Theo Mai Ngữ, trong bài *Một thời đã qua* đăng trên tạp chí *Văn Nghệ Quân Đội* số 7-1988, tổng cộng những bài báo đả kích, chửi rủa *Vào đời* lên đến khoảng 60 bài, nếu tập hợp lại và in hết, sẽ dày hơn gấp nhiều lần tác phẩm bị phê phán. Cái "tội" của Hà Minh Tuân là, trong *Vào đời*, ông đã lột trần những hiện tượng không lấy gì đẹp đẽ của những con người mới xã hội chủ nghĩa: một cô gái làm việc trong công trường, ngoài bãi chiếu bóng, buổi tối, hổn hển xin... được yêu trước anh chàng Trần Lưu; hiện tượng một phụ nữ có thai hoang đè vuốt bụng mình để tống cái thai ra ngoài... Như Thiết, trong quyển *Quán triệt tính đảng trong mỹ học và nghệ thuật* do nhà Khoa học Xã hội xuất bản tại Hà Nội năm 1973 kể tội Hà Minh Tuân: "*Việc tập hợp, nhặt nhạnh, bới móc cái xấu từ mọi xó xỉnh của cuộc đời để tọng vào cái bị* Vào đời *chứng tỏ Hà Minh Tuân đã quan niệm rằng trong xã hội chúng ta cái xấu là thống trị, là phổ biến*" (tr. 179), "*cuộc chuyển vị trí này chính là sự vi phạm thô bạo vào bản chất của văn học, vào mục đích của văn học hiện thực xã hội chủ nghĩa vốn đem cái đẹp để giáo dục con người"* (tr. 185).

Truyện *Phá vây* của Phù Thăng cũng bị lên án nặng nề chỉ vì trong đó có một câu nói than thở, chán chường chiến tranh, khao khát hoà bình: *"Chiến tranh đã gây nên và sẽ gây ra bao nhiêu đau khổ, vất vả, tủi nhục, căm giận khác nữa... Chiến tranh không có gì đáng ca ngợi cả và đời lính chỉ là một cuộc đời nhọc nhằn mà thôi. Nếu như trong chiến đấu có thu được cái vinh quang chân chính của nó thì cũng đã trả bằng một giá quá đắt. Phải sớm kết thúc cuộc đổ máu cùng những thảm hoạ của nó".*

Những cuộc phê phán, kết tội hằn học và hàm hồ xuất hiện nhan nhản trên sách báo vào những năm này khiến cho không khí văn học miền Bắc trở thành ngột ngạt đến nghẹt thở. Nói như nhà văn Mai Ngữ, trong bài báo *Một thời đã qua*, chúng mở đầu cho một thời kỳ *"đầy khắc nghiệt kéo dài suốt thời gian chống Mỹ và nhiều năm sau hoà bình".*

Giai đoạn 1965-1975

Đây là giai đoạn cao điểm của cuộc chiến tranh Nam Bắc. Cuộc chiến ấy do cộng sản phát động tại miền Nam từ năm 1960, đến tháng 8.1964, đặc biệt, từ đầu năm 1965 trở đi, lan ra tận miền Bắc. Để ngăn chặn sức tấn công của cộng sản, không quân Việt Nam Cộng Hoà và không quân Hoa kỳ chủ trương mở rộng phạm vi oanh tạc sang bên kia vĩ tuyến 17.

Ngày 17-7-1966, Hồ Chí Minh đọc lời kêu gọi toàn dân miền Bắc tích cực đẩy mạnh cuộc chiến tranh xâm chiếm miền Nam. Hồ Chí Minh tuyên bố sẵn sàng chấp nhận Hà Nội, Hải Phòng và một số thành phố khác bị huỷ diệt miễn là năm năm, mười năm, hai mươi năm sau hoặc lâu hơn nữa, đạt được thắng lợi hoàn toàn.

Khẩu hiệu chính trong giai đoạn này là "Nhắm thẳng quân thù mà bắn", "Tất cả cho tiền tuyến, tất cả để chiến thắng"... Toàn bộ mọi cuộc vận động chính trị, xã hội miền Bắc trong giai đoạn này đều tập trung vào mục đích phục vụ chiến tranh. Với trí thức, có phong trào "Ba quyết tâm". Với thanh niên, "Ba sẵn sàng". Với phụ nữ, "Ba đảm đang"...

Văn học nghệ thuật cũng bị cuốn hút vào bầu khí quyển sôi sục chiến tranh ấy. Trong bài nói chuyện *Hãy tạo cho dân tộc anh hùng một nền văn Nghệ Anh hùng* vào tháng 11.1965, Tố Hữu ra lệnh cho giới văn nghệ sĩ miền Bắc phải có những tác phẩm phục vụ chiến đấu kịp thời, phản ánh nhanh nhạy trước những biến chuyển nóng hổi của xã hội, truyền đạt mau mắn những chủ trương, những đường lối mới của đảng và nhà nước. Báo *Nhân Dân* số ra ngày 28.9.1966 đăng lại chỉ thị của Ban bí thư Trung ương đảng: *"Công tác văn hoá văn nghệ có một vai trò trọng yếu trong việc giáo dục lòng căm thù với bọn xâm lược Mỹ và bè lũ tay sai, cổ vũ tinh thần yêu nước và yêu chủ nghĩa xã hội"*.

Tháng 1.1968, dưới sự chỉ đạo trực tiếp của Bộ Chính trị, Đại hội văn nghệ lần thứ tư được tổ chức tại Hà Nội. Trường Chinh, Phạm Văn Đồng và Lê Đức Thọ đã đến tham dự và thuyết trình.

Trong lá thư của Ban chấp hành Trung ương đảng gửi Đại hội, có đoạn kêu gọi: *"Văn nghệ sĩ nước ta phải xứng đáng là những chiến sĩ anh dũng diệt Mỹ trên mặt trận văn nghệ*". Để làm được điều đó, trung ương đảng chỉ thị: "*Các đồng chí hãy mang tất cả nhiệt tình và quyết tâm của văn nghệ sĩ cách mạng, sống say mê, sống lâu dài ở cơ sở, chan hoà với quần chúng nhân dân đang sản xuất và chiến đấu, coi đó là yêu cầu quan trọng bậc nhất để sáng tạo nghệ thuật*".

Tuân theo mệnh lệnh của đảng, giới cầm bút miền Bắc ào ạt xông vào trận. Hoàng Trung Thông: *Ta lại viết bài thơ trên báng súng*. Tế Hanh: *Năm 65 chống Mỹ chúng ta đi*. Chế Lan Viên: *Vóc nhà thơ đứng ngang tầm chiến luỹ*.

Hầu như mọi hoạt động của giới văn học nghệ thuật đều tập trung vào nhiệm vụ chiến lược chống lại miền Nam, chiếm cho được miền Nam. Ngày 8.7.1965, Hội Liên hiệp Văn học Nghệ thuật gửi thư cho trí thức Mỹ kêu gọi sự ủng hộ của họ đối với cuộc chiến tranh mà họ gọi là "chống Mỹ cứu nước". Tháng 7 và tháng 8.1966, Hội Liên hiệp Văn học Nghệ thuật liên tiếp gửi hai quyết tâm thư lên Bộ Chính trị, tuyên bố tuyệt đối chấp hành mọi mệnh lệnh của đảng trong việc biến ngòi bút thành vũ khí. Ngày 4.2.1968, Hội Liên hiệp Văn học Nghệ thuật ra tuyên bố hoan hô cuộc tổng tấn công Mậu thân. Tháng 9.1969, Hội Liên hiệp Văn học Nghệ thuật tổ chức mít tinh chào mừng sự ra đời của Chính phủ lâm thời Cộng hoà miền Nam Việt Nam. Ngày 14.12.1970, Hội Liên hiệp Văn học Nghệ thuật lại tổ chức mít tinh, ra tuyên bố "*Toàn thể văn nghệ sĩ quyết tâm đem hết sức mình phục vụ sự nghiệp chống Mỹ cứu nước đến toàn thắng*".

Các cuộc vận động sáng tác giai đoạn này cũng không ra ngoài mục đích tuyên truyền chính trị cho một cuộc chiến tranh xâm chiếm miền Nam mỗi lúc một gay gắt. Tháng

4.1966, cuộc thi viết về "người thật, việc thật" chủ yếu là trong chiến đấu. Tháng 9.1966, cuộc thi viết về "Năm điều bác Hồ dạy". Tháng 3.1967, Hội Nhà văn phát động phong trào sáng tác "Hưởng ứng bức thư của Hồ chủ tịch trả lời Tổng thống Mỹ Giôn-xơn". Tháng 7.1967, cuộc thi kịch bản về "Ba xây, ba chống và thi đua đẩy mạnh sản xuất, chiến đấu chống Mỹ cứu nước". Tháng 11.1969, báo *Văn Nghệ* tổ chức vận động sáng tác về đề tài Hồ Chí Minh…

Có thể nói, nền văn học cộng sản trong giai đoạn 1965-1975 thuần tuý là một nền văn học chiến tranh. Trong mọi trang sách đều hằn lên hình ảnh của chiến tranh và đều nhằm mục đích phục vụ cho cuộc chiến tranh ấy. Người ta làm thơ, viết văn, soạn kịch với tâm trạng của những kẻ soạn hịch, soạn cáo: tố cáo tội ác của kẻ thù, khích động lòng thù hận của dân chúng, cổ vũ từng thắng lợi có khi rất nhỏ nhoi hoặc là không tưởng của phe mình.

Vang vang trong văn học những tiếng gào, tiếng thét đầy căm thù, đầy phẫn nộ:

> *Thơ không chỉ đưa ru mà còn thức tỉnh*
> *Không phải chỉ ơ hờ mà còn đập bàn, quát tháo, lo toan.*
> (Chế Lan Viên)

Dấu vết của chiến tranh hiện hình ngay trên những nhan đề sách. Thơ, nào là *Ra trận* (Tố Hữu), nào là *Gửi chiến tường chống Mỹ* (Hoàng Tố Nguyên), nào là *Những bài thơ đánh giặc* (Chế Lan Viên), nào là *Chiến trường gần đến chiến trường xa* (Huy Cận), nào là *Hoa dọc chiến hào* (Xuân Quỳnh), nào là *Trong gió lửa* (Hoàng Trung Thông)… Văn xuôi cũng thế. Cùng hừng hực không khí chiến tranh. Chế Lan Viên viết *Những ngày nổi giận* (1966), Nguyễn Đình Thi viết *Vào lửa* (1966), Hữu Mai viết *Phía trước là mặt trận* (1966), Hồ Phương viết *Nhắm thẳng quân thù mà bắn* (1968), Lê Văn Thảo viết *Ngoài mặt trận* (1969), Vũ Cao viết *Từ một trận địa* (1969), Nguyễn Khải viết *Họ sống và chiến đấu* (1966)...

Thật ra, văn học cộng sản, từ năm 1945 đến nay, lúc nào cũng là một nền văn học chiến tranh. Lúc nào trên trang sách cũng vang vang những tiếng súng nổ. *Nay ở trong thơ nên có thép / Nhà thơ cũng phải biết xung phong.* Hai câu thơ của Hồ Chí Minh đã được coi như một cương lĩnh sáng tác cho tất cả mọi người. Tuy nhiên, chưa có lúc nào dấu vết của chiến tranh lại rõ rệt, lại bao trùm trong toàn bộ nền văn học của cộng sản như trong giai đoạn 1965-1975. Viết về miền Nam, viết về vùng trời, vùng biển, viết về những nơi gọi là "tuyến lửa" như Quảng Bình, Nghệ An... người ta mô tả như là trung tâm của cơn bão. Ngay cả khi viết về các đề tài công nghiệp, nông nghiệp, người ta cũng coi chiến tranh như một cơn bão rớt: gió dữ vẫn lồng lộng thổi tới, len vào tận các ngõ ngách trong tâm trạng con người. Không có cảnh ngộ nào, kể cả lúc hai người con trai con gái đang tỏ tình với nhau, chiến tranh lại không là một ám ảnh.

Thái độ triệt để nghiêng về chiến tranh không phải là một phản ứng ngẫu nhiên hay tự phát của những người cầm bút. Nó là một chính sách. Trong bài nói chuyện tại Đại hội văn nghệ lần thứ 4, Trường Chinh nhắc nhở mọi người về bản chất của nền văn học cách mạng: *"Văn nghệ của ta là vũ khí sắc bén của giai cấp công nhân, của Đảng trong cuộc đấu tranh để hoàn thành nhiệm vụ cách mạng do Đảng đề ra".* Cũng tại cuộc Đại hội này, Lê Đức Thọ nhấn mạnh: *"Sự tồn tại của tác phẩm không phải là do ý muốn chủ quan của tác giả. Trong khi thanh niên cả nước nô nức tòng quân chống Mỹ, cứu nước, thì nhà thơ không thể thổ lộ tâm tình kiểu như "anh xa em như thuyền xa bến, như bão táp trong lòng".* [81]

Đặc điểm lớn đầu tiên của nền văn học chiến tranh trong giai đoạn 1965-1975 là sự hiện diện của hai khu vực: khu vực miền Bắc và khu vực "Giải phóng miền Nam". Những cán bộ văn nghệ được cộng sản cử vào Nam từ những năm 1961, 1962 như Lê Khâm, Nguyễn Văn Bổng, Nguyên Ngọc, Nguyễn Quang Sáng, Bùi Đức Ái... sau mấy năm chuẩn bị, đã có tác phẩm, gửi ra miền Bắc in dưới các bút hiệu mới là Phan Tứ, Trần Hiếu Minh, Nguyễn Trung Thành, Nguyễn Sáng, Anh Đức... để làm thành cái gọi là "nền văn học giải phóng miền Nam Việt Nam", tự xưng là nói lên tiếng nói của quần chúng nhân dân miền Nam.

Trong bài nói chuyện tại Đại hội văn nghệ lần thứ 4, Trường Chinh phân biệt hai khu vực này như sau: *"Chúng ta xây dựng nền văn nghệ xã hội chủ nghĩa ở miền Bắc, còn nền văn nghệ ở miền Nam hiện nay vẫn là văn nghệ dân tộc dân chủ. Nhưng văn nghệ ở cả hai miền đều là văn nghệ cách mạng. Tuỳ thuộc vào yêu cầu của cách mạng mà nền văn nghệ của mỗi miền mang một tính chất riêng".*

Khi dẫn lại câu nói trên của Trường Chinh, trong quyển *Đường lối văn nghệ của Đảng, vũ khí, trí tuệ, ánh sang,* có lẽ sợ còn tối nghĩa, Hà Xuân Trường chú giải thêm: *"Trong lúc nhiệm vụ của văn nghệ miền Bắc là khẳng định chế độ xã hội chủ nghĩa, khẳng định nhà nước chuyên chính vô sản, ca ngợi con người mới xã hội chủ*

---

[81] Dẫn theo Hà Xuân Trường, *Đường lối văn nghệ của Đảng, vũ khí, trí tuệ, ánh sáng,* nxb Sự Thật, HN, 1977, tr. 96.

nghĩa, thì ở miền Nam, văn nghệ, một mặt, khẳng định chế độ dân chủ được thiết lập trong vùng do Chính phủ Cách mạng lâm thời Cộng hoà miền Nam Việt Nam kiểm soát; mặt khác, phải vạch trần chế độ thối nát thực dân mới của Mỹ, kêu gọi lật đổ chính quyền của tập đoàn quân phiệt, phát xít, tư sản mại bản và phong kiến phản động Nguyễn Văn Thiệu, coi đó là nhiệm vụ rất quan trọng của văn nghệ cách mạng miền Nam Việt Nam" (tr. 40-41).

Nói cách khác, văn học cộng sản ở miền Bắc hay văn học cộng sản ở miền Nam cũng là một. Đều là văn học cộng sản cả. Chủ tịch Hội Liên hiệp Văn học Nghệ thuật Giải phóng miền Nam là Trần Hữu Trang, Lưu Hữu Phước và Nguyễn Văn Bổng đều là những cán bộ cộng sản ở miền Bắc được cử vào Nam. Cả hai đều là những phương tiện tuyên truyền của cộng sản nhằm thúc đẩy chiến tranh xâm chiếm miền Nam đến thắng lợi. Chỉ khác nhau ở chỗ: trong nền văn học gọi là "Giải phóng miền Nam", chữ Đảng, chữ Chủ nghĩa xã hội được giấu khuất, được che kín đi. Thế thôi.

Một đặc điểm nữa của nền văn học chiến tranh giai đoạn 1965-1975 là tính chất phục vụ kịp thời. Bao giờ cộng sản cũng nêu cao khẩu hiệu phục vụ kịp thời trong văn học, tuy nhiên, chỉ trong giai đoạn này, tính chất phục vụ kịp thời mới được thực hiện một cách nghiêm ngặt. Cả thơ văn lẫn kịch nói đều bám sát theo từng diễn tiến quân sự, với mưu đồ phục vụ một chiến lược hoặc một chiến thuật chính trị. Để kích động tinh thần của dân chúng, cộng sản chủ trương làm ầm ĩ chung quanh cái chết của Nguyễn Văn Trỗi, thế là cơ man những tác phẩm văn học đủ mọi thể loại lấy Nguyễn Văn Trỗi làm đề tài. Trước hết là Trần Đình Vân với quyển truyện ký *Sống như anh*. Dựa theo

Sống như anh, Lê Anh Xuân viết bản trường ca *Nguyễn Văn Trỗi;* Lưu Trọng Lư, Đình Quan và Vũ Khiêu viết vở kịch *Anh Trỗi;* Phạm Mai viết vở kịch *Anh còn sống mãi;* Đào Hồng Cẩm, Nguyễn Vượng và Vũ Minh viết vở kịch *Bước theo anh.* Đó là chưa kể hàng trăm bài thơ cùng viết về đề tài này.

Biểu hiện cho tính chất phục vụ kịp thời, trong văn xuôi, là vị trí ưu tiên của thể ký. Chưa bao giờ thể ký được đề cao đến như vậy. Những tác phẩm viết về "người thật, việc thật" được đánh giá là những thành tựu nguy nga nhất của cả giai đoạn văn học. Trong bài nói chuyện tại Đại hội thi đua chống Mỹ cứu nước của ngành văn hoá được tổ chức tại Hà Nội vào tháng 2.1967, sau được in trong tập sách *Xây dựng nền văn hoá văn nghệ ngang tầm vóc dân tộc ta, thời đại ta* (Sự Thật, Hà Nội, 1975), Phạm Văn Đồng kêu gọi giới cầm bút tập trung sáng tác các bài ký ngắn để phục vụ kịp thời:

> Bây giờ nhìn lại những tác phẩm có giá trị của miền Nam. Đó là những tác phẩm gì? Đó là những tác phẩm ghi chép, người thật việc thật, ví dụ như *Sống như anh, Người mẹ cầm súng* v.v... Làm sao ghi lại được những sự việc, những con người theo phương tiện, theo sự nhận thức của mình, của từng ngành. (tr. 104)

Trong giải thưởng văn học nghệ thuật Nguyễn Đình Chiểu năm 1965, hai tập ký *Từ tuyến đầu Tổ quốc* (nhiều tác giả) và *Sống như anh* (Trần Đình Vân) được giải đặc biệt. Rồi trong tám tác phẩm văn xuôi được giải chính thức, đã có sáu tập ký, bút ký hoặc truyện ký: *Những ngày gian khổ* (nhiều tác giả), *Cửu Long cuộn sóng* (Trần Hiếu Minh), *Người mẹ cầm súng* (Nguyễn Thi), *Bức thư Cà Mau* (Anh Đức), *Trường Sơn hùng tráng* (Hồng Châu), *Rừng Xà nu*

(Nguyễn Trung Thành và Nguyễn Thiếu Nam). Chỉ có một tập truyện ngắn: *Về làng* của Phan Tứ. Và một truyện dài duy nhất: *Hòn đất* của Anh Đức.

Hầu hết các nhà văn, nhà thơ, từ chuyên nghiệp đến bán chuyên nghiệp, đều đua nhau viết ký. Viết ký có nghĩa là chỉ ghi chép lại những chuyện "người thật, việc thật" trong sản xuất và trong chiến đấu, đặc biệt là trong chiến đấu. Dường như chỉ có tác phẩm văn học nào viết về "người thật, việc thật" mới được khen ngợi, đánh giá cao. Những nguyên mẫu trong hiện thực được đồng hoá với những điển hình nghệ thuật. Chị Út Tịch trong *Người mẹ cầm súng* là Nguyễn Thị Út, chị Sứ trong *Hòn đất* là Trần Thị Sứ. Hồ Phương theo lời kể của Nguyễn Viết Xuân, viết *Nhắm thẳng quân thù mà bắn*, theo lời kể của Lê Mã Lương, viết *Khi có một mặt trời*. Nguyễn Tuân cũng viết ký: *Hà Nội ta đánh Mỹ giỏi* (1972), Xuân Diệu cũng viết ký: *Đi trên đường lớn* (1968), Chế Lan Viên cũng viết ký: *Những ngày nổi giận* (1966)…

Tuyển tập văn xuôi được xuất bản trong giai đoạn này thường là tuyển tập ký hoặc truyện ký: *Truyện ký ba năm chống Mỹ* (1968), *Ký miền Nam chọn lọc* (1970)…

Lấy việc ghi chép, mô tả thay thế cho sự sáng tạo, văn xuôi giai đoạn này thường gắn liền với những không gian xảy ra chiến sự. Đó là không gian trên cao với những *Mặt trận trên cao* (Nguyễn Đình Thi), *Én bạc* (Hữu Mai), *Những vùng trời khác nhau* (Nguyễn Minh Châu), *Vòm trời quen thuộc* (Đỗ Chu)… Đó là không gian trên mặt nước với những *Biển gọi* (Hoàng Tích Chỉ), *Kỷ niệm hạm tàu* (Nguyễn Minh Châu), *Cửa sông* (Nguyễn Minh Châu), *Dòng sông chảy xiết* (Nguyễn Kiên)… Đó là không gian của những con đường hành quân, những con đường tiếp viện với những *Đường lớn ta đi* (Bùi Hiển), *Quán bên đường* (Ngọc Tú), *Chiến đấu trên mặt đường* (Xuân Thiều), *Đường trong mây* (Nguyễn Khải), *Đường trường* (Xuân Trình)…

Đồng thời với việc mô tả, ghi chép những không gian chiến sự là những nỗ lực mô tả, ghi chép những con người đang chiến đấu. Văn chương có tham vọng khắc hoạ những mẫu người điển hình trong từng cảnh huống chiến đấu khác nhau. Xuân Vũ có *Người miền Nam*, Lê Lựu có *Người cầm súng*, Ngọc Tú có *Người hậu phương*, Lê Phương có *Người sông Gianh*, Hoàng Văn Bổn có *Người Hàm rồng*, Đào Vũ có *Người của sông*, Tô Hoài có *Người ven thành*…

Biểu hiện của tính chất "phục vụ kịp thời", trong thơ, là chủ trương "sáng tác theo đơn đặt hàng" của đảng, của nhà nước. Công việc làm thơ không còn là công việc của cảm xúc hay của cảm hứng. Người ta làm thơ như sản xuất một thứ hàng công nghiệp. Trong bài thơ *Buổi trưa ở Thịnh lang*, Xuân Diệu tự ví mình như một con gà mắn đẻ:

> Cục tác, cục tác
> Hết trứng này, tôi còn trứng khác.

Bất cứ cơ quan đảng hay nhà nước nào cần có thơ để tuyên truyền, để vận động quần chúng, nhà thơ sẽ cung cấp ngay. Rải rác trong nhiều bài viết khác nhau, Xuân Diệu nhiều lần kể lại ông đã từng làm thơ theo "đơn đặt hàng" của nhiều cơ quan, nhiều xí nghiệp ở miền Bắc. Thơ ông, do đó, vô cùng "đa dạng"; có thơ viết về bộ đội phòng không, về thương binh liệt sĩ, về thầy giáo, cô giáo, về các công trường, nông trường, về ngành địa chất, về các hợp tác xã chăn nuôi gà, vịt, trâu, bò… Đủ cả. Chỉ thiếu một điều: thơ. Trong *Nhà văn Việt Nam*, tập 1 (1979), viết chung với Phan Cự Đệ, Hà Minh Đức nhận xét thơ Xuân Diệu thường

> rơi vào kể lể dài dòng, trúc trắc mà nghèo nhạc điệu, giảm sút sức truyền cảm. Có thể vì những lý do trên mà những người thích thơ Xuân Diệu chưa nhiều. Lẽ ra anh chỉ cần đem đến cho đời vài quả đến độ thật ngọt chín và thơm hương, thì anh lại dâng cả chùm quả còn nửa chín nửa xanh dang dở. Lẽ ra anh có thể tập trung sức để gây ấn tượng về chất lượng, Xuân Diệu lại phân tán năng lực qua số lượng. (tr. 607)

Xuân Diệu không phải là hiện tượng cá biệt. Phần lớn các nhà thơ miền Bắc cũng ở trường hợp tương tự: để phục vụ kịp thời, theo quan điểm sáng tác của chủ nghĩa hiện thực xã hội chủ nghĩa, người ta, dù muốn hay không, cũng cố đua nhau bút ký hoá thơ. Thơ cũng ghi chép, cũng kể lể, cũng trần thuật, ngổn ngang những tên người, tên đất, những sự kiện, những con số. Tố Hữu làm thơ về Mẹ Tơm, Mẹ Suốt, về Trần Thị Lý, về Nguyễn Văn Trỗi... Tế Hanh làm thơ về Sơn Mỹ, về Nguyễn Thái Bình, về cô thợ gốm Móng Cái, về Võ Thị Thắng...

Thơ càng lúc càng xa trái tim. Thơ càng lúc càng gần tân văn, gần báo chí. Trên tạp chí *Văn Học* số 5-1976, khái quát từ kinh nghiệm sáng tác của mình, của đồng nghiệp mình những năm chiến tranh, nhà thơ Phan Thị Thanh Nhàn phát biểu:

> Chẳng cần một hư cấu, chẳng cần một thêm thắt nào, chỉ cần sắp xếp lại, viết lên một cách trong sáng những gì bản thân, gia đình, bạn bè mình đã trải qua, cũng có thể hoàn thành được một tác phẩm.

Rất phổ biến trong giai đoạn này là những bài thơ mang tựa đề kiểu "nhật ký thơ", "bút ký thơ", "thời sự thơ", "tuỳ bút thơ". Trong quyển *Văn học Việt Nam chống Mỹ cứu nước,* Vũ Tuấn Anh tự đắc:

> Có thể nói, không có một mảnh đất nào, một chiến công lớn nào, một anh hùng tiêu biểu nào, một sự kiện có tầm quan trọng nào lại không có mặt trong thơ và có mặt trong cái dáng dấp sống động và không khí nóng hổi chất thời sự, Một sự kiện lớn vừa diễn ra, có khi chỉ ngay hôm sau, đã có thơ đọc trên đài và thơ đăng trên báo chí về đề tài ấy. (tr. 135)

Hầu hết các tuyển tập thơ được xuất bản trong giai đoạn này đều được hình thành như một kiểu tổng kết một chiến dịch thơ cụ thể. Năm 1967 là *Tuyển tập thơ chống Mỹ cứu nước* gồm 159 bài của 112 tác giả. Năm 1968 là tuyển tập thơ *Chào mừng xuân 68* gồm những bài thơ viết về đợt tổng tấn công Tết Mậu thân. Năm 1972 là tuyển tập thơ *Xin gửi miền Nam* gồm những bài thơ viết về cuộc tổng tấn công đợt hai nhắm vào Quảng Trị và một số nơi ở cao nguyên. Năm 1973 là tuyển tập thơ *Hà Nội 12 ngày ấy* gồm những bài thơ viết về cuộc chiến đấu chống trận oanh tạc dữ dội của không lực Hoa Kỳ xuống Hà Nội vào cuối năm 1972…

Đặc điểm thứ ba của nền văn học chiến tranh giai đoạn này là vai trò của những người được gọi là anh hùng. Anh hùng là nhân vật trung tâm của thơ, của văn, của kịch. Dương Hương Ly viết: *"Tỏa nắng trong thơ là triệu ánh mắt anh hùng".* Trong bài nói chuyện trong buổi bế mạc đại hội anh hùng chiến sĩ thi đua chống Mỹ cứu nước toàn miền Bắc lần thứ tư đăng trên báo *Nhân Dân* ngày 9.1.1967, Phạm Văn Đồng tuyên bố:

Trong sự nghiệp chống Mỹ cứu nước, chủ nghĩa anh hùng cách mạng không chỉ thể hiện ở một số người ưu tú nhất, mà đang trở thành nếp sống, chiến đấu và lao động của hằng triệu quần chúng, thuộc mọi lứa tuổi và mọi tầng lớp nhân dân; chủ nghĩa anh hùng cách mạng không chỉ nẩy nở ở những mặt trận đấu tranh quyết liệt với quân thù mà đang mở rộng toàn diện khắp mọi nơi... Chủ nghĩa anh hùng cách mạng không chỉ bùng lên đột xuất trong những giờ phút thử thách gay gắt nhất mà đang diễn ra thường xuyên hàng ngày, hàng giờ trong quá trình đấu tranh cách mạng lâu dài, bền bỉ.

Theo quan điểm trên, khi mô tả hình tượng người anh hùng, giới cầm bút cộng sản đi theo hai khuynh hướng: thứ nhất là tuyệt đối hoá người anh hùng về phương diện phẩm chất; thứ hai là bình thường hoá người anh hùng về phương diện sinh hoạt.

Người anh hùng là người toàn thiện, toàn mỹ, dường như sinh ra đã có bản tính kiên cường, bất khuất, đầy mưu trí và tuyệt đối trung thành với đảng. Sứ, Út Tịch, Nguyễn Văn Trỗi, ngay cả khi đối diện với cái chết, cũng không hề mảy may run sợ; ngay cả khi đứng trước những hiện tượng thối nát trong hàng ngũ cách mạng, cũng không hề mảy may phân vân, giao động. Bản tính của họ được mô tả như một cái gì nhất thành bất biến.

Giới cầm bút cố gắng giảm bớt mức độ thần thánh hoá những hình tượng anh hùng bằng cách mô tả họ, trong sinh hoạt hàng ngày, rất mực hiền hoà, giản dị đầy tính chất quần chúng.

Hai khuynh hướng trên, thật ra, rất khó song hành với nhau. Mọi sự kết hợp cuối cùng chỉ dẫn đến sự vá víu, giả tạo, khiên cưỡng. Trong truyện *Quả bom nổ chậm* in trong tập truyện ký *Ba năm chống Mỹ,* Huy Phương xây dựng hình tượng anh hùng có dáng dấp "lệt bệt", nhưng nhờ cố gắng, tinh thần trách nhiệm cao, đã lập được kỳ tích: phá được một quả bom nổ chậm. Trong truyện ngắn *Phía trước* đăng trên báo *Văn Nghệ* số 233, năm 1967, Bùi Hiển mô tả tâm trạng của Cao Bá Tuyết, một người anh hùng: *"Cao Bá Tuyết nghĩ gì khi vượt qua cái chết lúc bấy giờ cũng không còn kịp lởn vởn trong trí anh. Tiến lên phía trước! Đó là điều lo lắng, điều quan niệm duy nhất của anh. Phía trước là mặt trận."*. Những nhân vật như thế, có vẻ gì như một thứ hình nộm. Nó ê hề trong cái cõi văn chương "chống Mỹ cứu nước".

Thà kém cỏi về nghệ thuật, nhưng tuyệt đối không ai được phép vi phạm vào nguyên tắc người anh hùng vừa bình dị vừa thuần nhất ở trên. Trong giai đoạn 1965-1975, ở miền Bắc, khá nhiều tác giả bị phê phán chỉ vì dám nêu lên những băn khoăn, những thao thức trước sự mất mát, trước sự khổ đau trong cuộc sống thường nhật. Truyện *Cái gốc* của Nguyễn Thành Long (1968), tuỳ bút *Tình rừng* của Nguyễn Tuân (1968), truyện ngắn *Một đêm đợi tàu* của Đỗ Phú (1969)… bị kết tội là có *"xu hướng lấy cái tầm thường yếu đuối của mình mà gán cho đối tượng theo lối suy bụng ta ra bụng người"*, *"thể hiện một thứ tâm trạng bực dọc về những chuyện không đâu"*.[82]

Bài thơ *Vòng trắng* của Phạm Tiến Duật đăng trên tạp chí *Thanh Niên* có mấy câu:

> *Khói bom lên trời thành một cái vòng đen*
> *Trên mặt đất lại sinh bao vòng trắng*
> *…*

---

[82] Phong Lê, *Mấy vấn đề văn xuôi Việt Nam 1945-1970,* sđd, tr. 116.

Có mất mát nào lớn bằng cái chết
Khăn tang vòng tròn như một số không.

Bài thơ bị tạp chí *Học Tập* số 9.1974 phê phán gay gắt: *"Giữa lúc cần nói to lên niềm sung sướng tự hào về cái được vĩ đại của nhân dân ta trong cuộc kháng chiến chống Mỹ thì nhà thơ lại chỉ thấy cái mất, chỉ thấy tang tóc đau thương và than thở"*.

Hiện tượng bị khủng hoảng niềm tin như vậy dường như xuất hiện khá nhiều ở miền Bắc những năm sau Hiệp định Paris (1973) đến nỗi tạp chí *Tác phẩm Mới* của Hội Nhà văn trong số tháng 4.1974 phải lên tiếng báo động và phê bình:

> Một hiện tượng gần đây hay gặp trong các bài thơ gửi đến: đó là thái độ suy ngẫm, nhìn ngắm từng cái nhỏ, cái tạm thời trong đời sống để khái quát lên thành cái to, cái hệ trọng, ngỡ như thể là một khám phá trong cảm xúc, suy nghĩ. Một phần các bài thơ loại này có xu hướng khoét sâu vào những mất mát khắc khổ, từ những chỗ xóc lồi lõm trên đê đến những vết sẹo bị thương chưa liền. Thái độ khoét sâu những mất mát cực khổ, quá đăm đắm suy ngẫm về nó không phải là một thái độ tích cực lúc này.

Đặc điểm cuối cùng của nền văn học chiến tranh trong giai đoạn này là tính chất chính luận, tính chất lý sự rất đậm đặc, đặc biệt trong thơ. Nhà thơ không chỉ mô tả mà còn giải thích, khái quát, chứng minh, đưa những luận điểm nghe ra vẻ rất trí tuệ. Chế Lan Viên có những bài, ngay cái tựa đề, đã mang rõ màu sắc triết lý: *Thời sự hè 72, bình luận; Nghĩ suy 68, Suy nghĩ 1966; Phản diễn ca hay phản diện ca về học thuyết Ních-xơn; Tuỳ bút một mùa xuân đánh giặc...*

Đưa yếu tố chính luận vào thơ không phải là điều gì mới mẻ. Và cũng không dở. Từ xưa, trong thơ Lý Thường Kiệt, thơ Nguyễn Trãi, yếu tố chính luận đã được sử dụng và đạt nhiều thành tựu rực rỡ. Khuyết điểm chủ yếu của thơ chính luận ở miền Bắc là tính chất giáo điều. Nhà thơ không tự mình suy nghĩ. Nhà thơ chỉ diễn giải những suy nghĩ của các cán bộ lãnh đạo đảng. Thơ chính luận, do đó, thực chất là lối thơ minh hoạ sử dụng nhiều lý lẽ. Chế Lan Viên, trong quyển *Suy nghĩ và bình luận* xuất bản năm 1971, viết:

> Thời đại đem cho ta mỗi ngày nhiều suy nghĩ to lớn, mới lạ. Những suy nghĩ ấy có khi vượt tầm khối óc chúng ta. Sung sướng thay những lúc ấy ta thấy bên ta có sự suy nghĩ của toàn dân tộc, tức là của Đảng. Đảng nghĩ tức là dân tộc nghĩ. (tr. 15)

Nhà thơ chính luận nào cũng viết lại những điều "Đảng nghĩ" cho nên hầu như nhà thơ chính luận nào cũng hao hao như nhau. Người ta chỉ có một phương cách duy nhất để tạo nên một cái gì độc đáo cho riêng mình: kỹ thuật diễn tả. Tài hoa và trí thông minh chủ yếu được sử dụng trong việc tìm kiếm một cách nói, cách viết, cách dùng chữ, cách cấu trúc bài thơ.

Tất cả những đặc điểm kể trên đều là những yếu tố gò bó, kìm hãm sự phát triển của nền văn học cộng sản trong giai đoạn 1965-1975. Họ luôn luôn thắc mắc tại sao cuộc chiến tranh dữ dội đến thế, hào hùng đến thế mà cuối cùng vẫn không tạo ra được một tác phẩm nào có tầm vóc tương xứng.

Các nhà văn tiền chiến như Nguyễn Công Hoan, Nguyên Hồng, Nguyễn Tuân, Tô Hoài, Bùi Hiển... vẫn tiếp tục là những đỉnh cao trong thế giới văn xuôi miền Bắc giai đoạn

1965-1975. Một số tài năng trẻ xuất hiện trước năm 1960 như Nguyên Ngọc, Nguyễn Khải, xuất hiện trong giai đoạn 1965-1975 như Nguyễn Minh Châu, Lê Lựu, Ma Văn Kháng, Vũ Thị Thường, Đỗ Chu... tuy có nhiều cố gắng định hình cho mình một phong cách riêng, tuy nhiên, do sự gò bó về phương pháp và quan điểm, vẫn chưa tạo được một tác phẩm nào thực sự hoàn chỉnh.

Giai đoạn 1965-1975 được đánh dấu bằng sự xuất hiện của ba bộ trường thiên tiểu thuyết: *Cửa biển* (bốn tập) của Nguyên Hồng, *Bão biển* (hai tập) của Chu Văn, *Vỡ bờ* (hai tập) của Nguyễn Đình Thi. Cả ba bộ đều có những chương, những trang hay, nhưng nhìn chung lại không đều, nó chông chênh ở chỗ này, nó giả tạo ở chỗ kia. Hầu như ai cũng cảm thấy thoải mái khi khắc hoạ những nhân vật ngoài đảng, ở đó, trong cái yếu đuối, cái "tiêu cực" của nhân vật, dường như ngòi bút của họ dễ tỏ ra tài hoa, biến hoá dễ dàng hơn.

Trong lãnh vực thơ ca, sự xuất hiện của các tài năng trẻ rất mực thưa thớt. Suốt cả hai giai đoạn trước, từ năm 1954 đến năm 1964 và kéo dài mãi đến những năm 1965, 1966, 1967 hầu như cũng không có một tài thơ nào mới xuất hiện. Quanh quẩn trên thi đàn vẫn những tên tuổi đã nổi tiếng từ trước năm 1945 và một ít, trước năm 1954. Chỉ vào những năm cuối cùng của thập niên 1960, ở miền Bắc mới hình thành một lớp nhà thơ mới, mới và trẻ như Phạm Tiến Duật với *Vầng trăng quầng lửa* (1970), Nguyễn Khoa Điềm với *Đất ngoại ô* (1971) và *Mặt đường khát vọng* (1971), Bằng Việt với *Hương cây - Bếp lửa* (1968, in chung với Lưu Quang Vũ) và *Những gương mặt, những khoảng trời* (1973), Bùi Minh Quốc với *Mảnh đất nuôi ta thành dũng sĩ* (1971), Xuân Quỳnh với *Gió Lào cát trắng*

(1974), Ngô Văn Phú với *Khúc hát về một con đường*
(1972), Nguyễn Duy với *Cát trắng* (1973), Nguyễn Đức
Mậu với *Cây xanh đất lửa* (1973)...

Không phải ai trong những tên tuổi trên cũng là những tài
năng. Nhưng trong cái nền chung nhàn nhạt, mờ mờ của
thơ ca miền Bắc, họ có một giọng nói riêng, một vị trí
riêng. Thơ của các nhà thơ nữ thường kín đáo, nhẹ nhàng,
nghiêng về nội tâm, thích khám phá những rung cảm tinh
tế trong con người thời đại. Giữa khung cảnh chiến tranh
sôi sục, nhốn nháo, dữ dằn, thơ họ, ở một vài trường hợp
may mắn, là một thoáng hương *"Chỉ mùi hương đầm ấm
thanh tao / Không giấu được, cứ bay dịu nhẹ"* (Phan Thị
Thanh Nhàn). Các nhà thơ nam thường là bộ đội. Họ đi
lính sau khi được học hành tươm tất nên có được một chút
tác phong vừa trí thức vừa hào hoa của những nhà thơ
nghệ sĩ-chiến sĩ của buổi đầu kháng chiến chống Pháp như
những Quang Dũng, Chính Hữu, Hoàng Cầm năm xưa.
Lăn lộn trên Trường Sơn hay dãi dầu giữ chiến trường,
sống với đạn bom và thường trực cận kề với cái chết,
nhưng thơ về chiến tranh của họ nói chung không có cái
hung hãn, tàn bạo, sắt máu như thơ của những ông quan
yên ổn ở Hà Nội. Hình ảnh người lính trong thơ của họ
phảng phất vẻ gì như trong bài *Nhớ* của Hồng Nguyên,
cũng đa cảm, cũng nghịch ngợm, cũng rất người:

> *Không có kính không phải vì xe không có kính*
> *Bom giật bom rơi kính vỡ đi rồi*
> *Ung dung buồng lái ta ngồi*
> *Nhìn đất nhìn trời nhìn thẳng*
>
> *...*
>
> *Không có kính, ừ, thì có bụi*
> *Bụi phun tóc trắng như người già*
> *Chưa cần rửa phì phèo châm điếu thuốc*

Nhìn nhau mặt lấm cười ha ha...
  (Phạm Tiến Duật)

Cái đa cảm, cái nghịch ngợm pha chút ngang tàng rất người của họ, oái oăm thay, lại bị giới phê bình văn học và cán bộ lãnh đạo cộng sản coi là một khuyết điểm. Nhiều người bị phê phán dữ dội như trường hợp Phạm Tiến Duật trong bài *Vòng trắng,* Ngô Văn Phú trong bài *Sẹo đất,* Lý Phương Liên trong bài *Nghĩ về Thuý Kiều...*

Sau những đợt báo chí ùn nhau kết án họ, kể từ cuối năm 1973 trở đi, sức sáng tác của thế hệ nhà thơ mới này bị khựng lại hẳn. Lý Phương Liên bị cấm sáng tác. Phạm Tiến Duật, Ngô Văn Phú phải rút vào bóng tối chờ cho mọi người quên đi cái "án" của mình.

Trong hai năm 1974 và 1975, ở miền Bắc, người ta không ghi nhận được một tác phẩm nào có chút tiếng vang trong dư luận.

Một giai đoạn lịch sử sôi động bị khép lại trong văn học một cách thầm lặng.

Chương 3
Thời kỳ 1975-1985

Tháng 4.1975, chế độ Việt Nam Cộng Hoà sụp đổ. Đảng Cộng sản nắm chính quyền trong cả nước.

Chính sách có tính chất "chuyên chính vô sản" đầu tiên được áp dụng tại miền Nam là nhắm vào văn hoá, văn học miền Nam trước 1975.

Trước khi chủ trương bắt các sĩ quan và các công chức trung, cao cấp thuộc chính quyền cũ đi học tập cải tạo, trước khi tung ra chiến dịch đánh tư sản mại bản tại các thành phố lớn miền Nam, cộng sản, ngay từ tháng 3 và tháng 4.1975, chiếm được địa phương nào, đã tức khắc ra lệnh đóng cửa toàn bộ các cơ sở sinh hoạt văn học nghệ thuật, từ báo chí đến nhà xuất bản, nhà phát hành và các hiệu sách, đã ra lệnh cho dân chúng phải tiêu huỷ toàn bộ dấu vết của nền văn học nghệ thuật miền Nam. Trong lúc vẫn tiếp tục duy trì nền kinh tế năm thành phần thì cộng sản chỉ chấp nhận một thành phần văn học duy nhất: thành phần văn học hiện thực xã hội chủ nghĩa, chịu sự thống trị tuyệt đối của đảng.

Mà thật ra, không phải đợi đến tháng 4.1975, ngay trước đó nữa, từ những năm đầu tiên của thập niên 1960, ở miền Bắc, cộng sản đã có ý đồ huỷ diệt văn học miền Nam bằng hai biện pháp: một là chụp mũ nền văn học miền Nam là "văn học thực dân mới" để qua đó, xoá bỏ vị trí uy nghi của nó trong tiến trình văn học dân tộc, hai là, nguỵ tạo ra cái gọi là "văn học giải phóng miền Nam Việt Nam" với những người cầm bút ở miền Bắc được lén lút đưa dần vào miền Nam, ẩn náu trong rừng núi, bưng biền, tự xưng là nói lên những tiếng nói tâm huyết nhất của đồng bào miền Nam.

Phụ hoạ với hai biện pháp trên, báo chí miền Bắc không ngớt vu khống, xuyên tạc văn học miền Nam. Theo Phan Cự Đệ và Hà Minh Đức, trong quyển *Nhà văn Việt nam*, tập 1, từ năm 1954 đến 1975, không kể các bài phát trên sóng của đài Tiếng nói Việt Nam, chỉ tính riêng trên các tạp chí và tuần báo lớn tại Hà Nội như *Học Tập, Thống Nhất, Nghiên cứu nghệ thuật, Văn Nghệ, Tạp Chí Văn Học...* đã có tới 286 bài viết thực hiện âm mưu này (tr. 305).

Sau năm 1975, chiếm được miền Nam, mức độ chống phá văn học miền Nam của đảng Cộng sản ngày càng gia tăng với một quy mô rộng khắp và với một mức độ vô cùng dữ dội. Không có cuộc Đại hội đảng nào, cộng sản lại không nêu việc xoá bỏ văn học nghệ thuật miền Nam lên thành một nhiệm vụ chính trị khẩn cấp. Báo cáo tại kỳ họp Quốc hội khoá 5, Lê Duẩn chỉ thị: *"Sau ngày giải phóng, nhân dân ta đã làm rất nhiều việc nhằm quét sạch những dấu vết và di hại của thứ văn hoá ấy. Công việc này cần được tiếp tục một cách kiên trì, tích cực và triệt để"*.

Để chống lại ảnh hưởng của nền văn học miền Nam trước đây, cộng sản sử dụng cùng lúc hai biện pháp chính: tuyên truyền và khủng bố.

Chưa có ai thống kê thử số lượng những bài báo nhằm bôi nhọ văn học miền Nam từ năm 1975 đến nay là bao nhiêu. Chắc chắn là không ít hơn con số 286 bài viết mà Phan Cự

Đệ và Hà Minh Đức đã nêu ra trong thời kỳ 1954-1975. Có những tờ báo và những tạp chí dành hẳn một số đặc biệt về chủ đề phê phán văn học miền Nam như *Đại Đoàn Kết* số ra ngày 21.7.1977, *Nghiên cứu Nghệ thuật* số 3.1977, tạp chí *Văn Học* số 4.1977... Rồi còn sách nữa. Sách của một người và sách của nhiều người. Sách chửi bới một cách không khống hồ đồ và sách giả vờ nghiên cứu một cách khệnh khạng, trịch thượng. Thuộc loại này, đến nay (1990), có cả thảy mười một "tác phẩm" đã được xuất bản: một, *Văn hoá văn nghệ miền Nam dưới chế độ Mỹ Nguỵ* (hai tập) của các tác giả: Phong Hiền, Thạch Phương, Trần Hữu Tá, Hoa Lục Bình (1977); hai, *Tiếp tục đấu tranh xoá bỏ tàn dư văn hoá mới* của Hà Xuân Trường (1979); ba, *Những tên biệt kích của chủ nghĩa thực dân mới trên mặt trận văn hoá, tư tưởng* của các tác giả: Trần Văn Giàu, Nguyễn Huy Khánh, Vũ Hạnh, Thạch Phương, Trần Hữu Tá, Phong Hiền, Phan Đắc Lập, Bùi Công Hùng (1980); bốn, *Cuộc xâm lăng về văn hoá và tư tưởng của đế quốc Mỹ tại miền Nam Việt Nam* của Lữ Phương (1981); năm, *Nọc độc văn học thực dân mới* của Trần Trọng Đăng Đàn (1983); sáu, *Nọc độc văn hoá nô dịch* của Chính Nghĩa (?); bảy, *Những tên biệt kích cầm bút* của nhà xuất bản Công an Hà Nội (1986); tám, *Nhìn lại tư tưởng văn nghệ thời Mỹ Nguỵ* của Lê Đình Ky (1987); chín, *Lại bàn về nọc độc văn học thực dân mới Mỹ* của Trần Trọng Đăng Đàn (1987); mười, *Văn học thực dân mới Mỹ ở miền Nam những năm 1954-1975* (tập 1) của Trần Trọng Đăng Đàn (1988); và mười một, *Văn hoá văn nghệ phục vụ chủ nghĩa thực dân mới Mỹ tại Nam Việt Nam* cũng của Trần Trọng Đăng Đàn (1990).

Trong hầu hết những bài báo và những quyển sách kể trên, cộng sản đều sử dụng một thủ đoạn bất lương quen thuộc:

vu khống. Vu khống những tác giả chống cộng là CIA. Vu khống những người chuyên viết về các chuyện tình cảm nhẹ nhàng là "trụy lạc". Vu khống cả những người chỉ biết mải mê làm văn chương thuần tuý là "tâm lý chiến". Với cộng sản, tất cả những gì nằm ngoài quỹ đạo thống trị của cộng sản đều là "phản động" và đáng bị lên án. Luận điệu sau đây rất tiêu biểu: *"...các loại sách truyền bá chủ thuyết hiện sinh, hư vô chủ nghĩa, kích động dục tình, tuy bề ngoài không phát ngôn quan điểm chính thức của Mỹ và chính quyền Sài Gòn, nhưng thực chất thuộc hệ tư tưởng của chủ nghĩa thực dân mới, phục vụ cho âm mưu của chính trị và tư tưởng phản động của Mỹ và tay sai"*.[83]

Song song với các hoạt động tuyên truyền mà bản chất là vu khống và xuyên tạc, cộng sản còn huy động công an và thanh niên xung phong đi lùng sục tịch thu sách báo cũ, bắt bớ những người lưu hành sách báo cũ. Ngày 20 tháng 8.1975, Bộ Thông tin văn hoá của cộng sản miền Nam Việt Nam ra thông tri số 218/CT.75 về việc cấm lưu hành cách *"loại sách phản động về chính trị và loại sách dâm ô"*. Ngày 8.3.1976, cũng cái Bộ Thông tin văn hoá ấy lại tiếp tục ra tiếp thông tri số 15 nhắc lại lệnh cấm trên. Riêng tại Sài Gòn, tháng 5.1977, Sở Văn hoá thông tin ra thông tri số 1230/STTVH/XB yêu cầu dân chúng hoặc phải tiêu huỷ hoặc phải giao nộp toàn bộ các ấn phẩm văn hoá của chế độ cũ. Mỗi bản thông tri trên đều được đính kèm một danh sách dài ngoằng những tác phẩm bị kết tội là "phản động" và "dâm ô". Cả bản thông tri lẫn bản danh mục đều được đăng tải rộng rãi trên báo chí trong nước.

---

[83] Sài Gòn Giải phóng ngày 15-2-1987.

Riêng bản danh mục thì sau này được bổ sung và tập họp thành một quyển sách khổ lớn, dày cộm, nhan đề là *Danh mục những sách cấm lưu hành* được bày bán khắp các hiệu sách trong nước.

Sau mỗi bản thông tri, hầu như là một quy luật, cộng sản lại mở chiến dịch truy quét văn hoá phẩm một cách rầm rộ. Công an bủa giăng đầy các đường phố để chận bắt những người lén lút mua bán sách báo cũ. Công an xông vào tận nhà dân chúng, lục lọi khắp nơi để tìm kiếm và tịch thu sách báo cũ. Cho đến nay, cộng sản đã mở ít nhất năm chiến dịch truy quét lớn như thế vào các thời điểm: cuối năm 1975, đầu năm 1976, giữa năm 1977, giữa năm 1981 và giữa năm 1985.

Việc tàng trữ và lưu hành các sách báo cũ bị xem là một "trọng tội" trước pháp luật nhà nước. Trong bộ *Luật hình sự* do cộng sản công bố, đăng trên báo *Nhân dân* từ ngày 12 đến ngày 17.7.1985, điều 82 dưới danh xưng *"Tội tuyên truyền chống chế độ xã hội chủ nghĩa",* thuộc mục A, chương I, phần *"Các tội phạm"* ghi rõ:

1. Người nào có một trong những hành vi sau đây nhằm chống chính quyền nhân dân thì bị phạt từ 3 năm đến 12 năm:

a/ Tuyên truyền xuyên tạc chế độ xã hội chủ nghĩa.

b/ Tuyên truyền những luận điệu chiến tranh tâm lý, phao tin bịa đặt, gây hoang mang trong nhân dân.

c/ Làm ra, tàng trữ, lưu hành các tài liệu, văn hoá phẩm có nội dung chống chế độ xã hội chủ nghĩa.

2. Phạm tội trong trường hợp đặc biệt nghiêm trọng thì bị phạt tù từ 10 năm đến 20 năm.

Cũng trong phần *Các tội phạm,* điều 99 dưới danh xưng *"Tội truyền bá văn hoá đồi trụy",* mục B, chương I, ghi rõ:

1. Người nào làm ra, sao chép, lưu hành, tàng trữ, nhằm phổ biến sách, báo, tranh, ảnh, phim, nhạc hoặc những phẩm vật khác có tính chất đồi trụy cũng như có hành vi khác truyền bá văn hoá đồi trụy thì bị phạt tù từ sáu tháng đến năm năm.

2. Phạm tội thuộc một trong các trường hợp sau đây thì bị phạt tù từ 3 năm đến 12 năm:

a/ Có tổ chức.

b/ Vật phạm pháp có số lượng lớn, gây hậu quả nghiêm trọng.

c/ Tái phạm nguy hiểm.

Không phải chỉ đe dọa suông. Trong những năm 1980, 1981 cộng sản đã truy tố trước toà án nhiều người buôn bán sách báo cũ, trong đó, gây xôn xao trong dư luận nhất là vụ án Vinh Sử và Bùi Đình Hà bị kết tội 20 năm tù giam tại Sài Gòn.

Tịch thu sách báo cũ. Bắt bớ những người lưu hành sách báo cũ. Chưa hết. Từ năm 1975 đến nay, cộng sản còn tung ra nhiều chiến dịch khủng bố tàn khốc nhắm vào những văn nghệ sĩ cũ của miền Nam. Cơ man những người bị bắt, bị đày ải trong các nhà tù, các trại cải tạo. Năm 1978, sau nhiều năm tháng điều tra, tạp chí *Quê Mẹ* tại Paris đã công bố bản danh sách 163 văn nghệ sĩ miền Nam bị cộng sản giam giữ trong các trại cải tạo. Báo *Express* số ra ngày 12.8.1978, đã đăng tải đầy đủ tên tuổi 130 văn nghệ sĩ trong số 163 văn nghệ sĩ nạn nhân của chính sách trả thù của cộng sản. Ngày 30.4.1980, trong một cuộc họp báo tại Paris, tạp chí *Quê Mẹ* lại cung cấp thêm danh sách 40 văn nghệ sĩ mới bị bắt hoặc bị bắt lại trong năm 1980.

Song song với nỗ lực huỷ diệt nền văn học miền Nam, trả thù những người cầm bút miền Nam, cộng sản nỗ lực xây dựng và phát triển nền văn học riêng của họ, nền văn học hiện thực xã hội chủ nghĩa thấm nhuần sâu sắc tính đảng Cộng sản. Quả thật, họ có nhiều thuận lợi. Chiến tranh chấm dứt, đất nước thống nhất, đội ngũ cầm bút đông đảo, vốn sống giàu có, phương tiện dồi dào. Họ bắt đầu mơ tưởng đến những tác phẩm lớn. Trong báo cáo chính trị của Ban chấp hành Trung ương đảng Cộng sản do Lê Duẩn đọc tại Đại hội lần thứ tư năm 1976, có đoạn viết:

> Phấn đấu để có được những công trình và tác phẩm nghệ thuật có tầm vóc lớn, có trình độ khái quát cao về chiến công và kỳ tích của những người Việt Nam đánh thắng bọn đế quốc Pháp, Mỹ, làm nổi bật sức mạnh phi thường của chủ nghĩa yêu nước và chủ nghĩa xã hội, nhằm cổ vũ, thúc đẩy công cuộc xây dựng và bảo vệ Tổ quốc, mãi mãi nêu gương cho những thế hệ mai sau.

Đó cũng là ước mơ và là niềm hy vọng của mọi người cầm bút dưới chế độ cộng sản. Những hãi hùng và gian khổ của chiến tranh đã thuộc về quá khứ. Từ miền Bắc, từ những địa đạo, những mật khu trong rừng núi mịt mùng, họ lũ lượt kéo nhau vào các thành phố lớn miền Nam với tâm trạng ngây ngất tự hào của những người chiến thắng. Thôi, giã từ Trường Sơn, giã từ những ngày tháng cầm bút dưới mưa bom hoặc giữa hai trận càn. Từ đây, làm những cán bộ văn nghệ trong một đất nước hoà bình và thống nhất, được ở trong những căn nhà rộng rãi giàu sang chói ngợp ánh đèn điện, ngọn bút tha hồ bay múa thoăn thoắt trên những trang giấy trắng tinh. Có lẽ nhiều người nằm mơ thấy mình sẽ là tác giả bộ *Chiến tranh và hoà bình* thứ hai của nhân loại.

Một số tựa sách xuất bản sau ngày 30.4.1975 đã thể hiện rõ sự tự hào và bay bổng ấy. Chế Lan Viên có tập thơ *Ngày vĩ đại* (1975), một tập tiểu luận *Bay theo đường dân tộc đang bay* 1977). Xuân Diệu cũng muốn bay như thế cùng với Chế Lan Viên và các đồng chí của mình, với tập thơ *Hồn tôi đôi cánh* (1976). Phan Thị Thanh Nhàn có tập thơ *Chân dung người chiến thắng* (1977), Hoàng Trung Thông có tập thơ *Như đi trong mơ* (1977), Giang Nam có *Hạnh phúc từ nay* (1978), Nguyễn Xuân Sanh có *Đất nước và lời ca* (1978)… Những tựa sách, những tâm tình bát ngát niềm vui và mênh mông ước vọng.

Tạp chí *Văn học* số 5-1976 đăng tải nhiều lời phát biểu đầy sôi nổi, đầy hăm hở của giới cầm bút cộng sản. Viễn Phương:

> Phải sáng tác, sáng tác về chiến trường Sài Gòn, Gia Định, sáng tác về Củ Chi đất thép thành đồng. Sáng tác không phải vì mình mà sáng tác vì bao nhiêu người đã chết, vì bao nhiêu người còn sống, sáng tác vì thế hệ mai sau. Phải trả món nợ đối với lịch sử… Từng đề tài đi qua trong tôi, từng nhân vật đi qua trong tôi. Anh biệt động Sài Gòn, anh du kích Củ Chi, bà mẹ xóm Chùa, cô em xóm Thuốc, bác nông dân An Phú, Hồ bờ lay gọi tôi hằng đêm trong giấc mơ và trong những canh dài trằn trọc.

Phan Tứ:

> Lâu nay, viết tiểu thuyết, tôi thường xắn ngang dòng đời thực lấy một khúc tương đối ngắn từ vài tháng đến một năm thôi. Nay tôi mong muốn làm sao viết được một tác phẩm phản ánh trực diện được những biến chuyển của mốt số nhân vật tiêu biểu thuộc nhiều giai cấp và tầng lớp khác

nhau, gốc gác miền Nam, nhưng lại hoạt động trong một địa bàn ngày càng mở rộng, trong thời gian từ Cách mạng tháng tám đến khi đất nước hoàn toàn giải phóng.

Sự say sưa và hy vọng dạt dào của họ dường như cũng lây sang những người cầm bút cũ của Sài Gòn. Trừ những người đã di tản, những người đã bị bắt, những người chống cộng sản quyết liệt, còn lại, một số không ít, với tâm trạng thảng thốt, phập phồng, bắt đầu mơ ước đến chuyện cầm bút trở lại dưới chế độ mới. Những khoá học chính trị dành riêng cho văn nghệ sĩ cũ được tổ chức từ tháng 6.1976 quy tụ khá đông đảo người tham dự. Từ Nha Trang, nhà văn Nguyễn Thị Hoàng lặn lội về; từ Lộc Ninh, nhà văn Thuỵ Vũ hăm hở xuống. Không đi được, nhà văn Võ Hồng, từ Nha Trang, gửi tập bản thảo quyển truyện vừa *Thiên đường ở trên cao* sáng tác từ năm 1974, chưa kịp in, nhờ Vũ Hạnh giới thiệu với cán bộ văn nghệ "cách mạng" để được xuất bản.

Thế nhưng, thời gian trôi qua, cái nhiệt tình buổi đầu ấy cứ lịm dần, lịm dần, rồi tắt hẳn. Cho đến năm 1985, không có người cầm bút cũ nào của Sài Gòn gia nhập hoàn toàn vào sinh hoạt văn học của cộng sản. Chỉ có một ít người hoạ hoằn xuất hiện với một hai bài viết ngắn trên báo chí. Trên tạp chí *Văn học* tại Hà Nội, người ta ghi nhận được: một bài viết ngắn bàn về tác giả bài thơ *Xuân nhật tức sự* của Lê Mạnh Thát; một bài viết ngắn công bố một dị bản mới tìm thấy của *Văn tế nghĩa sĩ Cần giuộc* của Vương Hồng Sển; một bài viết ngắn bàn về tác giả *Gia huấn ca* của Đoàn Khoách. Trên tuần báo *Văn nghệ* thành phố Hồ Chí Minh, có một bài viết về việc phiên âm thơ Nôm Nguyễn Trãi của Lê Hữu Mục; ba bốn truyện ngắn của Lệ Hằng; vài truyện ngắn của Từ Kế Tường với bút hiệu mới là Phan Tường Niệm. Trên báo *Tuổi Trẻ* có mấy bài văn hài hước ngắn của Hoàng Ngọc Tuấn. Có thể kể thêm một số bài viết vốn là tham luận trong các cuộc hội nghị khoa học do cộng sản tổ chức: viết về Nguyễn Trãi có Lê Mạnh Thát, Nguyễn Đăng Thục...; viết về ngôn ngữ học, có Nguyễn Hiến Lê; viết về Đào Tấn có Nguyễn Văn Xuân. Những bài tham luận ấy, chỉ được in trong các tập kỷ yếu, không công bố trên báo chí.

Ngay cả những người từng làm việc một cách lén lút cho cộng sản tại Sài Gòn trước nam 1975 như Vũ Hạnh và Sơn Nam, sau 75, cũng viết lách một cách cầm chừng, uể oải. Vũ Hạnh chỉ có một tập truyện viết cho thiếu nhi: *Chất ngọc*. Sơn Nam chỉ có một tập khảo luận mỏng: *Bến Nghé xưa*.

Không phải chỉ có những người cầm bút miền Nam hờ hững. Những người cầm bút miền Bắc, sau một thời gian ngắn phấn khởi, nô nức, cũng khựng lại, loay hoay mãi trong sự bế tắc. Những thuận lợi về vật chất của họ lúc vào các thành phố lớn miền Nam rõ ràng không đủ để chắp cánh cho sáng tác. Trong bài *Tâm sự sáng tác* viết năm 1980 in trong tập *Bên lề những trang sách* do Tác Phẩm Mới xuất bản năm 1982, nhà văn Nguyễn Văn Bổng tự hỏi:

> Cách mạng thắng lợi vẻ vang, hai cuộc kháng chiến thần thánh, dân tộc anh hùng. Đảng vinh quang, quân đội rực rỡ chiến công... Tưởng cứ sờ đến đâu thì ra tác phẩm lớn đến đó. Trong kháng chiến gian nan là vậy, máu người viết từng thắm trên những trang giấy, vậy mà ta đã dựng nên được một nền văn học như Đảng ta đã đánh giá rất cao. Sao kháng chiến thành công, mọi điều kiện thuận lợi, lại chưa có tác phẩm lớn? (tr. 158).

Nguyễn Văn Bổng tự nhìn lại mình:

> Không kể về trước, từ ngày đất nước hoàn toàn giải phóng, thống nhất từ Bắc đến Nam hơn bốn năm, tôi in hai tập bút ký, đăng báo ba bốn truyện ngắn và một số bài khác. Bạn bè cho rằng phần lớn cũng đọc được. Cá biệt có cái người ta thích khá nhiều, mà phê phán cũng rất nhiệt tình và nghiêm khắc. Tuy vậy, tôi thấy hình như mình chẳng viết được gì. (tr. 156).

Nguyễn Văn Bổng dù sao, cũng còn may mắn hơn những người khác. Cùng thời gian đó, Anh Đức chỉ có một tập truyện mỏng: *Miền sóng vỗ* (1982), Phan Tứ chỉ có một tập hồi ký mỏng: *Trong mưa núi* (1985), Nguyễn Quang Sáng quay qua viết truyện thiếu nhi và truyện phim, Nguyên Ngọc hoàn toàn ngưng sáng tác.

Rõ ràng là có sự khủng hoảng lớn lao trong tâm hồn giới cầm bút cộng sản, đặc biệt những người trước đây được cử vào Nam, cùng chiến đấu với bộ đội, phải đổ máu trên cả trang viết để hình thành ra cái gọi là "văn học giải phóng miền Nam".

Sự khủng hoảng ấy, trước hết là sự khủng hoảng trong niềm tin.

Chiếm miền Nam, đất nước thống nhất, dân chúng hai miền tự do gặp gỡ nhau, những lời tuyên truyền của nhà cầm quyền cộng sản trước đây về một thiên đường xã hội chủ nghĩa ở miền Bắc và một địa ngục ngập ngụa trong nghèo đói đau thương ở miền Nam bỗng trở thành những lời nói dối trá đến trơ trên và lố bịch. Câu chuyện đồng bào miền Bắc, sau ngày 30-4-1975, vơ vét số tiền còm cõi của mình, để mua một chục chén đất, một chục tập vở học trò… rồi lặn lội vào tìm kiếm thân nhân trong Nam sau bao nhiêu năm xa cách, nhưng đến lúc gặp nhau rồi, tận mắt chứng kiến cuộc sống sung túc, tiện nghi đầy đủ của người thân, họ lại thẹn thùng giấu biệt mọi quà cáp đã theo mình cả ngàn cây số, đã được kể lại như một giai thoại, một thứ tiếu lâm thời đại. Vấn đề là: khi những người dân miền Bắc vào Nam phải thẹn thùng giấu biệt số quà cáp nghèo nàn, thảm hại của mình thì cái gì đã xảy ra trong tâm hồn họ? Có phải là một nỗi hoang mang về những gì họ đã từng nghe và từng tin trước đây? Dù chưa hoàn toàn tự giác, tuy nhiên, sự mâu thuẫn giữa hiện thực và tuyên truyền ấy cũng đã tạo ra những gợn sóng hoài nghi trong tâm hồn những người suốt mấy chục năm đặt hết niềm tin vào đảng, vào chủ nghĩa xã hội.

Những gợn sóng ấy cứ càng lúc càng khua động mạnh mẽ khi, hết năm này qua năm khác, sự cùng quẫn trong đời sống của họ không những không giảm bớt mà còn có chiều hướng cứ tăng lên mãi. Sau chiến tranh, đất nước cứ kiệt quệ dần. Trận lụt năm 1978 kéo theo trận đói dữ dội ngay tại các tỉnh Hậu giang, nơi được coi là vựa lúa của miền Nam, của cả Việt Nam, đã làm bùng nổ những hoài nghi, những bất mãn âm thầm trong dân chúng và giới văn nghệ sĩ.

Tiêu biểu nhất cho tâm trạng hoài nghi và bất mãn này là bài thơ *Đánh thức tiềm lực* của Nguyễn Duy. Bài thơ khá dài, gần 200 câu, được Nguyễn Duy sáng tác từ năm 1980 đến năm 1982, nhưng bị cấm, mãi đến năm 1987, mới được in trong tập *Mẹ và em:*

> ...
> *Lúc này ta làm thơ cho nhau*
> *đưa đẩy làm chi mấy lời ngọt lạt*
> *ta ca hát quá nhiều về tiềm lực*

tiềm lực còn ngủ yên

...

Xin em nhìn kìa – người cuốc đất
 (tôi cùng từng chai tay cuốc đất)
cái cuốc theo ta đời này, đời khác
lưỡi cuốc nhỏ nhoi liếm sạch cánh đồng rồi
dướn mình cao
chĩa cuốc lên trời
bổ xuống đánh phập
đẹp lắm chứ cái tạo hình cuốc đất!
Xin em nhìn – người gánh phân, gánh thóc
 (tôi cũng từng mòn vai gánh phân, gánh thóc)
kẽo kẹt hai vai một nhịp cầu vồng
đẹp lắm chứ cái tạo hình gồng gánh
Những cái đẹp thế kia...em có chạnh lòng không?
cái đẹp gợi về thưở ngày xưa, ngày xửa
nhịp theo tiết điệu chậm buồn
cái đẹp ấy lẽ ra không nên tồn tại nữa!
Em có chạnh lòng chăng
giữa thành phố huy hoang bạt ngàn quán nhậu
bỗng hiện lù lù cái xe hơi chạy than
vệt than rơi tóe lửa mặt đường
Em có chạnh lòng chăng
Xích lô đạp càng ngày càng nghênh ngang
Xích lô máy và xe lam dầu vừa nã đại liên vừa phun khói độc
người đi bộ vừa đi vừa nghĩ về tiềm lực
tiềm lực còn ngủ yên

...

Tôi trót sinh ra nơi làng quê nghèo
Quen cái thói hay nói về gian khổ
dễ chạnh lòng trước cảnh thương tâm
Làng tôi xưa toàn nhà tranh vách đất
bãi tha ma không một cái mả xây
mùa gặt hái rơm nhiều, thóc ít

lũ trẻ chúng tôi vầy đất tối ngày.
Thuở đến trường cũng đầu trần chân đất
chữ viết loằng ngoằn củ sắn ngọn khoai
Thầy giáo giảng dạy rằng
nước ta giàu lắm!
lớp lớp trẻ con cứ thế học thuộc bài...

Trong lời bạt viết cho tập *Mẹ và em,* nhà văn Nguyễn Quang Sáng kể:

> Những lần gặp gỡ, Nguyễn Duy thường cho bạn bè nghe những sáng tác mới, những bài thơ chưa in, đúng là mới. Có nhiều bài tôi rất thích, không riêng tôi, bạn bè nghe đều thích. Thích đó, nhưng cũng biết là chưa thể in ngay được lúc đó. Còn biết là chưa in được vì thơ Duy nhiều góc cạnh, nhiều suy ngẫm, đôi khi ngậm ngùi, cay đắng là điều mà các ban biên tập còn đang e ngại. Tôi biết, có tờ báo đã lên khuôn in bài "Đánh thức tiềm lực" rồi bài "Mười năm bấm đốt ngón tay" của Duy, đến phút chót thì lại gỡ ra, vì e ngại. (tr. 95).

Biểu hiện sự hoài nghi và bất mãn còn có thể tìm thấy trong phản ứng chung của giới văn nghệ sĩ đối với những lời kêu gọi của đảng khi chiến tranh với Pol Pot và với Bắc Kinh bùng nổ vào những năm 1978-9. Số lượng văn thơ viết về đề tài này vô cùng ít ỏi. Mặc kệ lời đảng gọi biến mỗi làng mỗi xã thành một Đống Đa, một Chi Lăng, biến mỗi bài thơ, mỗi áng văn thành một Bình Ngô đại cáo, giới cầm bút vẫn cứ ơ hờ, vô tình. Xuân Diệu, Huy Cận, Tế Hanh, Lưu Trọng Lư… làm như không hề có tiếng súng ở biên giới. Lớp nhà thơ, nhà văn trẻ trưởng thành cuối thập niên 1960, vốn quen với chiến trận, cũng hờ hững trong việc dùng ngòi bút đánh lại bá quyền Trung Quốc. Hung hãn như Chế Lan Viên mà cũng chỉ có một bài thơ đả kích Đặng Tiểu Bình một cách ngập ngọng và ngượng ngùng. Đây là hiện tượng rất lạ. Nhớ, trước năm 1975, ở miền Bắc, thơ văn đâu có uể oải, có chậm chạp như vậy bao giờ. Nó sẽ "phản ánh kịp thời", "phục vụ kịp thời" từng trận đánh, từng chiến dịch. Giới thiệu tập *Thơ chống Mỹ cứu nước 1964-1967* của nhà xuất bản Văn Học năm 1976, Chế Lan Viên viết, sảng khoái:

> Khi giặc Mỹ mò ra miền Bắc ngày 5-8-1964 thì không những quân đội dân quân cao pháo có chiến công đầu – mà thơ cũng lập công. Những bài thơ chống Mỹ đã có ngay – không phải một vài năm sau, một vài tháng sau, mà ngay lúc ấy... Tố Hữu khi xảy ra chiến sự chửa bao lâu đã có mặt ngay ở tuyến lửa Quảng bình, và từ đấy đem về những trang thơ nóng hổi mà lại ngọt ngào sâu lắng... Hầu hết các nhà thơ trước Cách mạng đều ở vị trí thường trực chiến đấu. Người ta thường xuyên gặp Thanh Tịnh trên báo Nhân Dân. Yến Lan được mến vì các bài thơ về chiến thắng Nam hay Bắc. Phạm Huy Thông, sau ba mươi năm im lặng, nay lại cất lời. Chỉ làm thơ không thôi, thấy chưa đủ, Lưu Trọng Lư viết kịch bằng thơ. Xuân Sanh hai chuyến đi hỏa tuyến và thí nghiệm thể thơ nhật ký khi viết về sinh hoạt chiến đấu miền biển. Các chủ đề của Anh Thơ đều lấy từ cuộc sống chiến đấu và sản xuất ra...

Sự sôi sục, nhạy bén, kịp thời ấy hoàn toàn không có trong cuộc chiến tranh giữa Việt Nam với Cam Bốt, giữa Việt Nam với Trung Quốc. Nếu cuộc chiến tranh chống Pháp để lại được một số bài thơ hay của Hoàng Cầm, của Quang Dũng, của Hữu Loan, của Hồng Nguyên, của Tố Hữu, của Nguyễn Đình Thi..., nếu cuộc chiến tranh chống miền Nam cũng để lại được một số bài thơ hay của Chế Lan Viên, của Phạm Tiến Duật, của Bằng Việt...thì, ngược lại, hai cuộc chiến tranh sau cùng này hoàn toàn không để lại một tác phẩm nào có âm hưởng trong tâm hồn người đọc, kể cả thơ lẫn văn.

Không những chỉ thờ ơ với lời kêu gọi của đảng trong việc dùng thơ văn tiếp viện chiến trường, giới cầm bút còn xôn xao phát biểu những ý kiến ít nhiều chống lại những quan điểm chính thống của đảng. Phong trào chống đối này kéo dài từ năm 1978 đến nhiều năm sau mới bị dập tắt.

Người khởi xướng, một cách công khai, là nhà văn Nguyễn Minh Châu. Trong bài *Viết về chiến tranh* đăng trên tạp chí *Văn Nghệ Quân Đội* số tháng 11.1978, nhìn lại nền văn học hiện thực xã hội chủ nghĩa từ thời kháng chiến chống Pháp đến sau năm 1975, Nguyễn Minh Châu nhận ra một điều: tác phẩm nào cũng ngổn ngang các sự kiện, các chi tiết, các cuộc đấu tranh mà lại vắng mặt con người với những cảm xúc, những suy nghĩ, những quan hệ rất người của nó. Nói cách khác, hình ảnh chiến tranh trong những tác phẩm văn xuôi của Việt Nam, theo ý Nguyễn Minh Châu, là một hình ảnh giả tạo, sơ lược và đầy tính chất công thức.

Quan niệm của Nguyễn Minh Châu chỉ thực sự làm ồn ào dư luận khi nó được Hoàng Ngọc Hiến, một nhà lý luận văn học tại Hà Nội, khai triển trên bình diện lý thuyết qua bài *Về một đặc điểm của văn học nghệ thuật ở ta trong giai đoạn vừa qua* đăng trên báo *Văn Nghệ* số 23 ra ngày 9.6.1979.

Sau khi tóm tắt nội dung chính trong bài báo *Viết về chiến tranh* của Nguyễn Minh Châu, Hoàng Ngọc Hiến đưa ra một nhận định có tính chất khái quát: *"Chủ nghĩa hiện thực xã hội chủ nghĩa ở ta trong giai đoạn vừa qua mang khá đậm dấu ấn của cái cao cả."*.

Hậu quả của hiện tượng này là:

Trong lĩnh vực mỹ học, dấu ấn của cái cao cả tương xứng với sự lấn át của bình diện cái phải tồn tại đối với bình diện cái đang tồn tại.

Trong phương thức mô tả nghệ thuật là sự lấn át của cấp lý tính đối với cảm tính trong sự nhận thức của chủ thể mỹ học, sự lấn át của nội dung đối với hình thức trong cấu trúc của hình tượng và tác phẩm nghệ thuật, sự lấn át của lý trí đối với xúc cảm trong hình ảnh con người mới, sự lấn át của bản chất đối với hiện tượng trong hình ảnh được phản ánh vào tác phẩm.

Những sự xô lệch trong hệ thống mỹ học nêu trên là nguyên nhân gây ra tính chất giả tạo phổ biến trong hầu hết các tác phẩm văn học được sáng tác theo phương pháp hiện thực xã hội chủ nghĩa của Việt Nam.

Hoàng Ngọc Hiến phân tích:

Chúng tôi lấy sự miêu tả nhân vật trong tiểu thuyết làm ví dụ. Nhân vật trong tiểu thuyết sinh động, nhất thiết phải là cá nhân con người. Mỗi cá nhân, như chúng ta biết, bao giờ cũng gắn với nhiều tập họp, những tập họp quen thuộc trong số này thường vẫn được nêu lên trong lý lịch văn học dưới các mục thành phần giai cấp, dân tộc, tôn giáo, giới tính, nghề nghiệp, đoàn, đảng. Nhân vật được nghiên cứu và xây dựng từ cấp độ cố định những tập họp nói trên cách này cách nọ được gán ghép cho những thuộc tính bản chất của tập họp đó.

Nhưng như chúng ta đã biết, số cộng những thuộc tính đó không tạo được cá nhân con người, không thuyết minh được cá tính riêng, bản lĩnh độc đáo và bộ mặt đặc sắc của nó. Nhân vật bị mờ nhạt vì nhân vật không được nhìn nhận và xây dựng như nó là một cá nhân, và sở dĩ như vậy là do cách nhìn cao cả của chủ nghĩa mỹ học như đã nói ở trên.

Mục đ ích của Hoàng Ngọc Hiến không phải chỉ là phủ nhận giá trị của thể loại tiểu thuyết trong nền văn học cộng sản. Mục đích chính của ông là phê phán những quan điểm hẹp hòi và ấu trĩ chung quanh khái niệm phương pháp sáng tác hiện thực xã hội chủ nghĩa. Theo ông phương pháp này có hai khuyết điểm trầm trọng: một là quá đề cao phạm trù cái cao cả (sublime), hai là quá chú trọng vào cái chung, cái phổ quát mà lại khinh thường cái riêng, cái cá biệt. Hai khuyết điểm trên dẫn đến hai hậu quả: thứ nhất là tính chất phi thực trong văn học: nó chỉ phản ánh cái phải có, phải tồn tại, thay vì phản ánh cái đang có, đang tồn tại; thứ hai là tính chất "phải đạo" của người sáng tác: họ không viết theo những gì họ thấy, họ nghĩ, họ cảm xúc, mà chỉ viết theo những công thức chung chung do cấp trên đưa ra.

Bài viết của Hoàng Ngọc Hiến đã gây xôn xao trong giới văn nghệ sĩ cả nước. Phần lớn ai cũng đồng tình với ông. Điều này khiến cho giới lãnh đạo cộng sản đâm ra tức tối, phản công kịch liệt. Họ huy động một lực lượng khá đông, gồm Trần Độ, Hà Xuân Trường, Phan Cự Đệ, Kiều Vân, Tô Hoài, Chế Lan Viên… viết bài phê phán quan đ iểm của Hoàng Ngọc Hiến. Những bài viết này phần lớn chỉ lặp lại các công thức, các luận điểm mòn sáo của đảng chứ không có nền tảng nào vững chắc.

Phong trào chống đối còn lan rộng trong phạm vi sáng tác. Năm 1980, nhân kỷ niệm 600 năm sinh Nguyễn Trãi, Nguyễn Đình Thi viết vở kịch *Nguyễn Trãi ở Đông Quan*. Kịch bản, một mặt, đưa sang nhà xuất bản Văn Học để in, mặt khác, giao cho đạo diễn Nguyễn Đình Nghi, con trai trưởng của Thế Lữ, dàn dựng trên sân khấu. Nội dung vở kịch, mượn khung cảnh thời thuộc Minh để, như giới văn nghệ sĩ Việt Nam bình luận, ám chỉ vào những tệ nạn xã hội hiện tại, sự tham quyền cố vị của một số lãnh đạo già nua hiện tại. Tại Hà Nội lúc này xuất hiện câu thơ:

Nguyễn Đình Thi với Nguyễn Đình Nghi
Mượn lời Nguyễn Trãi nói gì hôm nay?

Phát hiện ra hậu ý của Nguyễn Đình Thi, đ ích thân Trường Chinh đã ký chỉ thị cấm diễn vở kịch trên. Kịch bản được nhà xuất bản Văn Học giao xuống nhà in, bị thu hồi.

Có lẽ tiên đoán sẽ có cuộc tranh chấp giữa hai phái thân Nga và thân Trung Cộng trong Ban chấp hành Trung ương đảng và trong cuộc tranh chấp ấy, phe thân Trung Cộng đứng đầu là Trường Chinh, sẽ bị quật ngã, cho nên, Trần Bạch Đằng dưới bút hiệu Trần Quang, viết bài *Nhân danh và Ám chỉ* đăng trên báo *Tia sáng* vào ngày 27.7.1980 để đả kích lại những luận điệu phê phán dẫn đến việc cấm đoán vở *Nguyễn Trãi ở Đông Quan.* Theo ý Trần Bạch Đằng, việc suy diễn nội dung vở kịch *Nguyễn Trãi ở Đông Quan* là hàm hồ. Và giả dụ, Nguyễn Đình Thi có dụng ý phê phán thói tham quyền cố vị, sự thối nát trong xã hội hiện tại thì điều đó cũng hoàn toàn chính đáng.

Nhà chính trị Trần Bạch Đằng, oái ăm thay, chỉ bình luận đúng về văn học mà lại tiên đoán sai về chính trị. Sự mâu thuẫn trong Ban chấp hành Trung ương đảng đã không nổ ra. Trường Chinh không bị quật đổ. Chỉ có Trần Bạch Đằng, ngay sau khi số báo đăng bài *Nhân danh và Ám chỉ* vừa phát hành, đã mất chức phó ban Dân vận thuộc Mặt trận Tổ quốc. Cho đến nay, mặc dù được Nguyễn Văn Linh, bạn thân của ông, tin cậy và sử dụng như một thứ cố vấn riêng, ông vẫn chưa được chính thức phục hồi chức tước.

Sự hoài nghi và bất mãn của giới văn nghệ sĩ và trí thức miền Nam, sau các khoá học chính trị vào mùa hè năm 1976 và đặc biệt, qua các cuộc bắt bớ tàn bạo của cộng sản trong năm 1976 và các năm sau, đã âm ỉ, sôi sục trong lòng từng người, nhưng sự hoài nghi và bất mãn ấy chỉ thực sự bùng nổ trong không khí hoài nghi và bất mãn chung của cả nước vào những năm 1979 và 1980.

Người phát ngôn công khai sự hoài nghi và bất mãn của giới văn nghệ sĩ, trí thức miền Nam là Nguyễn Trọng Văn. Tác giả quyển *Phạm Duy đã chết như thế nào* là người trước năm 1975, rất có cảm tình với chủ nghĩa xã hội, cho nên, sau năm 1975, được cộng sản lưu dụng tại Tổ nghiên cứu và tư liệu thuộc trường Đại học Tổng hợp thành phố Hồ Chí Minh (Văn khoa cũ). Năm 1980, nhân kỷ niệm năm năm giải phóng miền Nam và 35 năm Cách mạng tháng Tám, Trường Đại học Tổng hợp tổ chức hội nghị khoa học trong từng tổ, từng khoa. Tại Tổ nghiên cứu và tư liệu, Nguyễn Trọng Văn đọc bản tham luận nghiên cứu về tình hình trí thức miền Nam sau năm 1975. Theo ông, trong năm năm ấy, tâm trạng của giới trí thức miền Nam diễn biến qua ba giai đoạn. Giai đoạn thứ nhất, ông gọi là giai đoạn của phạm trù "Là": giới trí thức coi cách mạng là mình, vì thế, lúc cách mạng vào, họ đã hân hoan chào đón. Nhưng chỉ một hai năm sau, phạm trù "Là" ấy biến mất, nhường chỗ cho giai đoạn thứ hai là giai đoạn của phạm trù "Bạn": giới trí thức dần dần nhận ra những khoảng cách giữa mình với cách mạng. Cả hai chỉ gặp nhau ở lý tưởng chung nhưng càng ngày càng xa nhau trong những quan điểm cụ thể. Những sai lầm trong chính sách xây dựng kinh tế, trong quy chế sử dụng người, trong phương thức quản lý xã hội của đảng đã làm cho phạm trù "Bạn" biến thành phạm trù "Thù nghịch". Phạm trù "Thù nghịch" là đặc điểm của giai đoạn thứ ba, theo Nguyễn Trọng Văn, bắt đầu từ năm 1978 với hiện tượng trí thức miền Nam không những chỉ giữ khoảng cách vừa phải với cách mạng mà còn có ý hướng chống đối lại cách mạng. Cách chống đối tiêu cực và phổ biến nhất là vượt biển, bỏ nước ra đi.

Trong bài tham luận của mình, Nguyễn Trọng Văn kể, những người trí thức miền Nam còn ở lại đất nước tự xưng mình là "những tín đồ của chủ nghĩa 3N". Chủ nghĩa 3N là gì? Nguyễn Trọng Văn giải thích: đó là Ngu, Nghèo và Nhát.

Bài tham luận của Nguyễn Trọng Văn dù chỉ được đọc trong nội bộ Tổ nghiên cứu và tư liệu với biên chế chưa tới hai mươi người, đã gây sôi động trong cả trường Đại học Tổng hợp thành phố Hồ Chí Minh, sau đó, lọt đến tai Thành ủy. Hai tuần sau, đích thân Trần Trọng Tân, trưởng ban Tuyên huấn thành phố Hồ Chí Minh xuống chủ trì một cuộc hội nghị mở rộng với sự tham dự của các cán bộ giảng dạy tại trường Đại học Tổng hợp nhằm đả phá lại quan điểm của Trần Trọng Văn mà họ cho là "xuyên tạc", "có dụng ý xấu". Hết người này đến người khác lên phê phán Nguyễn Trọng Văn.

Nguyễn Trọng Văn tự biện hộ bài tham luận của mình chỉ là một công trình xã hội học, do đó, thứ nhất, ông phải tôn trọng sự thật, cho dù đó là những sự thật tiêu cực trong xã hội; thứ hai, việc phản án những sự thật tiêu cực ấy chỉ có tác dụng tốt: nó làm cho chính quyền cách mạng có cơ sở để điều chỉnh các chủ trương, các chính sách của mình.

Nguyễn Trọng Văn bị cảnh cáo nghiêm khắc. Từ đó về sau, mãi đến nay, ông lẫn vào trong đám đông, hoàn toàn im lặng.

Cũng năm 1980, trong cuộc Hội nghị 35 năm văn học Việt Nam được tổ chức tại Viện Bảo tàng cách mạng ở Hà Nội, Dương Thu Hương phát biểu ý kiến về những nhược điểm của văn học Việt Nam trong hiện tại. Những nhược điểm ấy được chính Dương Thu Hương tóm tắt một cách sơ sài trong bài viết *Đôi điều suy nghĩ về nhân cách của người trí thức* được báo *Đất nước* tại Tây Đức công bố trong số 54 (1988) như sau:

> Văn học phải bám sát đời sống của dân tộc và phản ánh nó trong quá trình vận hành lên phía trước. Nhà văn phải biết tự hào về nhân dân, về tổ quốc mình nhưng cũng phải nhìn rõ những nhược điểm của dân tộc và phải báo trước cho dân tộc mình các hiểm hoạ có thể tới. Chúng ta có quá nhiều nhà thơ và các anh hùng, nhưng thiếu những người làm kinh tế, người đóng tàu bè và xây nhà máy, người phát triển kinh tế mậu dịch và người vượt biển mở rộng đời sống của dân Việt trên bề mặt các đại dương.

Điều đáng chú ý nhất là phản ứng của giới lãnh đạo văn học cộng sản đối với ý kiến của Dương Thu Hương:

> Sau bài phát biểu ấy, một cán bộ lãnh đạo văn hoá cao cấp của Đảng đã lên phản bác ý kiến của tôi. Đồng chí đó răn đe rằng cần phải tận dụng lực lượng công an, an ninh chính trị để làm việc với văn nghệ sĩ… Khi đồng chí lãnh đạo ấy xuống, tức khắc có các môn đệ lên công kích theo. Giờ nghỉ trưa, cả hội trường không ai dám ngồi chung với tôi một bàn vì sợ liên luỵ…

> Tình trạng này kéo dài nhiều tháng sau… Công an Cục 78 tới cơ quan tôi tra hỏi. May mắn rằng Xí nghiệp phim

truyện có một đội ngũ lãnh đạo trung thực. Họ đã trả lời Cục 78 rằng tôi là người tình nguyện vào vùng Bình Trị Thiên chống Mỹ và là người phụ nữ duy nhất trong đoàn nghệ sĩ của xí nghiệp lên chiến trường chống bành trướng năm 1979, bởi vậy tôi không thể là người phản quốc… Tuy nhiên, vì tình thân, các cán bộ tổ chức cũng khuyên tôi không nên phát biểu ở bất cứ hội nghị nào khác nữa. Đó, cái giá phải trả cho một ý kiến chân thành.

Dưới sự chỉ đạo của Ban Văn hoá Văn nghệ Trung ương, Hội Nhà văn đã triệu tập hội nghị đảng viên trong Hội vào tháng 6-1979 để "đả thông tư tưởng, xác định lập trường" trong tình hình mới. Cuộc hội nghị đã bị thất bại hoàn toàn. Nguyên Ngọc, bí thư Đảng đoàn Hội Nhà văn, thay vì phê phán Nguyễn Minh Châu và Hoàng Ngọc Hiến, trong bản báo cáo của mình, cũng phụ hoạ với hai người trên cho rằng những thành tựu của 35 năm văn học hiện thực xã hội chủ nghĩa (1945-1979) rất đỗi mong manh, nghèo nàn… Nguyên Ngọc đã trả giá cho sự thẳng thắn của mình: ông bị mất chức bí thư Đảng đoàn Hội Nhà văn.

Sự trấn áp của nhà cầm quyền Hà Nội đối với những văn nghệ sĩ phản kháng như Nguyễn Minh Châu, Hoàng Ngọc Hiến, Dương Thu Hương, Nguyễn Trọng Văn… như vậy chỉ dừng lại ở mức khá ôn hoà. Chỉ cách chức và đe dọa. Chưa đến nỗi bắt bớ tù đày. Có lẽ có ba nguyên nhân. Nguyên nhân thứ nhất là trong tình trạng đang phải đối phó với sức tấn công dữ dội của Trung Quốc, cộng sản chưa muốn làm hoang mang tinh thần văn nghệ sĩ và giới trí thức có thể dẫn họ tới những thái độ phản kháng quyết liệt hơn và do đó, tai hại hơn. Nguyên nhân thứ hai là, trừ Nguyễn Trọng Văn, tất cả những người còn lại đều là những công thần của chế độ. Dương Thu Hương sinh ra, lớn lên, được sự giáo dục hoàn toàn của kháng chiến và của chế độ xã hội chủ nghĩa. Hoàng Ngọc Hiến tốt nghiệp phó tiến sĩ về lý luận văn học ở Liên xô, có nhiều uy tín trong giới trí thức và giới văn nghệ sĩ Hà Nội. Nguyên Ngọc và Nguyễn Minh Châu đều gia nhập bộ đội từ năm 1950, đã từng lăn lóc chịu nhiều thử thách trong suốt hai cuộc kháng chiến chống Pháp và chống lại miền Nam; riêng Nguyễn Minh Châu, với quân hàm đại tá, vẫn tiếp tục mặc áo lính. Nguyên nhân thứ ba là, mức độ phản kháng của họ dù sao, cũng ở mức độ có thể chấp nhận được; họ không phủ nhận mối quan hệ "tất yếu" giữa chính trị và văn nghệ, trong đó, văn nghệ phải phục vụ và phục tùng chính trị; họ không phản đối các "nguyên lý" văn học của chủ nghĩa xã hội: tính đảng, tính giai cấp, tính nhân dân, và tính quốc tế vô sản. Tất cả sự phản kháng của họ chỉ tập trung trong hai phương diện: cách hiểu khái niệm "hiện thực" trong phương pháp sáng tác hiện thực xã hội chủ nghĩa và cách đánh giá những thành tựu mà nền văn học hiện thực xã hội chủ nghĩa đã đạt được. Nói cách khác, sự phản kháng của Nguyễn Minh Châu, Hoàng Ngọc Hiến, Dương Thu Hương, Nguyên Ngọc... trong những năm 1978, 1979, 1980 chỉ là một sự chống đối có tính chất xã hội hoặc chính trị. Cùng lắm, chỉ có thể nói là họ bị hoang mang giao động chứ không thể kết tội là họ phản động, chống lại chế độ như đối với nhóm Nhân Văn - Giai Phẩm trước đây.

Trong những giới hạn của nó, những quan điểm của các văn nghệ sĩ phản kháng nêu trên, đặc biệt quan điểm của Hoàng Ngọc Hiến, đã có nhiều tác động quan trọng trong sinh hoạt văn học nghệ thuật cộng sản. Trong bài *Nghĩ về cái mới trong tiểu thuyết hiện nay* đăng trên báo *Nhân dân* số ra ngày 22.5.1988, Nguyễn Văn Bổng đánh giá khá chính xác khi cho những suy tư, trăn trở, những bất mãn của giới văn nghệ sĩ vào những năm cuối thập niên 1970 và đầu thập niên 1980 đã thúc đẩy sự ra đời của nghị quyết của Bộ Chính trị vào năm 1987 về các vấn đề văn nghệ.

Trước khi nghị quyết của Bộ Chính trị ra đời, những trăn trở, những suy tư, những bất mãn được phát ngôn bởi Nguyễn Minh Châu, Hoàng Ngọc Hiến, Nguyên Ngọc, Dương Thu Hương đã ảnh hưởng sâu sắc đến giới cầm bút, khiến họ ý thức rõ hơn, thấm thía hơn, những ràng buộc nghiệt ngã chung quanh ngòi bút của mình, khiến họ bỗng có cái khát vọng vượt ra ngoài khuôn sáo, đi tìm sự mới mẻ. Chính cái khát vọng ấy làm cho văn học trong giai đoạn này có một diện mạo ít nhiều khác các giai đoạn trước. Khác, chủ yếu ở ba khía cạnh: hình tượng, âm hưởng và chủ đề.

Hầu hết những nhân vật trung tâm của tiểu thuyết trước 1975 đều là những nhân vật lý tưởng. Sứ, Út Tịch, Cao Bá Tuyết, Nguyễn Văn Trỗi, Tnú trong tác phẩm của Anh Đức, Nguyễn Thi, Bùi Hiển, Trần Đình Vân, Nguyên Ngọc đều là những con người phi thường, chỉ biết chiến thắng chứ không bao giờ thất bại, ngay cả khi họ bị giết chết thì cái chết của họ cũng được mô tả như là một chiến thắng của chủ nghĩa anh hùng cách mạng, làm sôi sục hơn nữa phong trào tranh đấu của cách mạng. Tính cách của họ thuần nhất, đơn giản, như một con đường thẳng, không biết đến những hoài nghi, những phân vân, những dằn vặt. Lý tưởng chỉ được lựa chọn một lần. Họ không hề có khuyết điểm. Dường như họ cũng không có cuộc đời riêng với những thao thức riêng. Cuộc đời của họ gắn liền làm một với những diễn tiến của cách mạng.

Tiểu thuyết sau 1975 thì khác. Trong *Lửa từ những ngôi nhà* của Nguyễn Minh Châu, *Mở rừng* của Lê Lựu, *Biển* gọi của Hồ Phương, *Năm 1975 họ đã sống như thế* của Nguyễn Trí Huân, *Họ cùng thời với những ai* của Thái Bá Lợi, *Đất trắng* của Nguyễn Trọng Oánh, *Trong cơn gió lốc* của Khuất Quang Thuy, *Đất miền Đông* của Nam Hà, *Nắng đồng bằng* của Chu Lai…, nhân vật lý tưởng bị vắng bóng. Thay vào đó là những nhân vật tích cực. Nhân vật tích cực là những người đang ở trong quá trình tranh đấu để tự hoàn thiện mình, tự nâng cao mình. Họ luôn luôn đứng trước những nguy cơ có thể bị sa ngã, bị mềm yếu.

Lấy truyện *Hai người trở lại trung đoàn* của Thái Bá Lợi làm ví dụ. Đây là một quyển truyện vừa từng gây xôn xao dư luận tại Việt Nam. Người khen, khen nức nở. Người chê, chê thậm tệ. Truyện kể một mối tình tay ba. Mây, từ đội du kích xã được chuyển sang tổ trinh sát của trung đoàn, ở đó, Mâu yêu Thanh, người cùng tổ, sau đó, do một hiểu lầm, Thanh xin chuyển đến một đơn vị khác. Rồi Mây yêu Trí, tổ trưởng tổ trinh sát. Mây có thai, ra Bắc, sinh con. Sau tháng 4.1975, nhờ những thành tích chiến đấu anh dũng. Trí được đề bạt làm cán bộ chỉ huy trung đoàn. Ra Bắc, Trí phụ rẫy Mây, lấy vợ khác, hơn nữa, còn phao tin đứa con của Mây chưa chắc đã là đứa con của mình…

Tính cách của Trí và Mây tương đối đa dạng. Họ vừa anh hùng trong chiến đấu, lại vừa yếu đuối trong tình cảm (Mây), có lúc trở thành bội bạc và hèn hạ (Trí).

Thay nhân vật lý tưởng bằng nhân vật tích cực, âm hưởng của nền văn học giai đoạn sau 75 cũng khác trước. Trước, âm hưởng chủ đạo là âm hưởng hùng tráng, ngợi ca một chiều. Sau, bên cạnh âm hưởng hùng tráng đó, xuất hiện một âm hưởng phụ mang đầy tính chất bi kịch. Các nhà văn bắt đầu đề cập đến những mất mát và những hy sinh, những sự hèn nhát và những sự phản bội; trong cái ý chí quyết đánh thắng kẻ thù, có cả những thương tâm, những day dứt; trong sự anh dũng của con người, có những khoảnh khắc ngả lòng, hoá ra yếu đuối. Chiến trường không phải chỉ có cờ bay phấp phới. Chiến trường còn có máu. Và máu không chỉ chảy ở phía bên kia, phía của kẻ thù.

Đất trắng, tập 1, của Nguyễn Trọng Oánh, lúc mới được xuất bản đã làm cho nhiều cán bộ lãnh đạo văn nghệ cũng như giới phê bình nô bộc, nói theo chữ của Lại Nguyên Ân, giận dữ: câu chuyện bắt đầu bằng những chương thất bại thê thảm của cách mạng miền Nam.

Cùng với sự thay đổi của hình tượng nhân vật, của âm hưởng tác phẩm là sự thay đổi trong chủ đề: trong văn học cộng sản trước 1975, chiến thắng là điều tất nhiên, tự nhiên của cách mạng; trong văn học cộng sản sau 1975, chiến thắng được nhìn nhận một cách tương đối khách quan và trung thực hơn: đó là cái giá xương máu của bao nhiêu người, của bao nhiêu thế hệ. Trong nỗi vinh quang của chiến thắng, người ta nhớ lại hằng hà những đau khổ đã trải qua.

Tất cả những thay đổi kể trên, những thay đổi trong hình tượng nhân vật, trong âm hưởng và trong chủ đề đều dừng lại ở một mức độ nào đó, trong giới hạn mà đảng cho phép. Chúng chưa là một cách tân, làm thay đổi hoàn toàn diện mạo của nền văn học cộng sản. Ranh giới giữa trước và sau 1975, do đó, còn khá mờ.

Chưa có nhà văn nào có can đảm biến nhân vật tích cực thành một con người bình thường. Cũng chưa có nhà văn nào nhận thức tính chất bi kịch của chiến tranh từ góc độ lịch sử, trong cái nghĩa, chiến tranh, tự nó, đã là một bi kịch, là một hiện tượng bất bình thường, là một điều không nên xảy ra.

Bên cạnh đề tài chiến tranh có một đề tài khác chiếm tỉ lệ khá cao trong nền văn học sau 1975: đề tài xây dựng chủ nghĩa xã hội, đề tài cuộc sống hiện tại.

Khác với các giai đoạn trước chỉ một mực đề cao quyết tâm hoàn thành kế hoạch nhà nước, văn học về đề tài xây dựng chủ nghĩa xã hội sau 1975 tập trung nhiều vào vấn đề đạo đức và năng lực quản lý của người cán bộ. *Hạt mùa sau* của Nguyễn Thị Ngọc Tú, *Đứng trước biển* và *Cù lao Tràm* của Nguyễn Mạnh Tuấn, *Bí thư cấp huyện* của Đào Vũ, *Giấy trắng* của Triệu Xuân, *Nhìn dưới ánh mặt trời* của Nguyễn Kiên, *Chân dung một quản đốc* của Nguyễn Hiểu Trường… đều dành một số trang khá dày cho những nhân vật ngày hôm qua đã từng vào sinh ra tử một cách hào hùng trong chiến tranh, ngày hôm nay, đứng đầu một cơ quan hành chánh hoặc một đơn vị sản xuất, lại ngỡ ngàng, bộc lộ tất cả những kém cỏi trong nhận thức và trong quản lý làm thiệt hại bao nhiêu tài nguyên và nhân lực của đất nước. Có người còn bị thoái hoá, hủ hoá, chỉ lo thu vén lợi ích cho cá nhân.

Quan hệ giữa các tuyến nhân vật thay đổi. Trước, là quan hệ giữa cách mạng và "ngụy", giữa đảng và bọn "phản động". Sau, quan hệ chủ yếu được sử dụng để dẫn dắt cốt truyện là mối quan hệ giữa cái tích cực và cái tiêu cực, giữa nhiệt tình đối với sự nghiệp chung và tinh thần cá nhân chủ nghĩa, giữa trình độ khoa học và sự ngu dốt, sự lạc hậu.

Trong loại đề tài này, quyển *Cù lao Tràm* của Nguyễn Mạnh Tuấn là một trường hợp khá đặc biệt. Có lẽ đây là quyển tiểu thuyết bán chạy nhất tại Việt Nam từ trước đến nay. Nó được in đi in lại mấy lần, lần nào số ấn bản cũng lên đến hàng chục ngàn cuốn. Điều lạ là Nguyễn Mạnh Tuấn không phải là nhà văn tài hoa. Nghệ thuật viết truyện của ông chỉ ở mức bình thường. Không có nhà phê bình nghiêm túc nào ở Việt Nam đánh giá cao Nguyễn Mạnh Tuấn. Truyện của ông có nhiều khuyết điểm, kết cấu lỏng lẻo, nhiều chương thừa thãi, nhiều đoạn dài lê thê, tính chất báo chí và ký sự quá nặng, ngôn ngữ còn vụng về. Ưu điểm chính của *Cù lao Tràm* cũng như hầu hết các tác phẩm của Nguyễn Mạnh Tuấn nằm ở ngôn ngữ đối thoại, ở cốt truyện và ở đề tài. Trong các tác phẩm của ông, ngôn ngữ đối thoại của nhân vật hay hơn ngôn ngữ trần thuật của tác giả; cốt truyện hay hơn tâm lý nhân vật; đề tài hay hơn chủ đề tư tưởng.

Bao giờ Nguyễn Mạnh Tuấn cũng rất "thời sự", rất "kịp thời". Chiến tranh kết thúc, dân chúng Nam Bắc tự do gặp gỡ nhau, ông có ngay *Những khoảng cách còn lại*. Cộng sản chủ trương đánh tư sản mại bản, quốc hữu hoá toàn bộ các cơ sở sản xuất ở miền Nam, nêu cao khẩu hiệu đẩy mạnh nền công nghiệp để phát triển đất nước, ông có ngay *Đứng trước biển*. Chính sách cưỡng bức nông dân vào các tập đoàn và các hợp tác xã bị thất bại nặng nề, cộng sản tung ra chính sách mới "khoán sản phẩm", ông có ngay *Cù lao Tràm*.

Mỗi tác phẩm của Nguyễn Mạnh Tuấn đều bám sát một sự kiện chính trị-xã hội trong nước. Quyển *Cù lao Tràm* đặc biệt lôi cuốn người đọc có lẽ vì nó đáp ứng được nhu cầu tìm hiểu của dân chúng, đặc biệt dân chúng trong các vùng nông thôn đang ở trong tâm trạng phập phồng theo dõi thái độ của Trung ương đảng đối với chính sách "khoán sản phẩm" vừa được ra đời một cách rụt rè ở một số địa phương.

Nguyễn Mạnh Tuấn lại "mạnh dạn" hơn ở những người đi trước ở chỗ: ông dám cho chân lý thuộc về một nhân vật không có quyền chức gì cả. Trước đây, suốt mấy chục năm ròng rã, cơ hồ mọi nhà văn đều theo đúng nguyên tắc: khuyết điểm, nếu có, phải thuộc về cấp dưới. Những người đại diện cho đảng ở vị trí càng cao càng sáng suốt, là những kẻ có khả năng giải quyết mọi mâu thuẫn, khai thông mọi bế tắc. Trong *Cù lao Tràm,* ngược lại, kẻ xấu lại là Tư Khanh, cán bộ xã ủy, và Tư Hoan, bí thư huyện ủy. Cả hai đều bị biến chất, tham lam, cơ hội và vô lại. Nhân vật tích cực được Nguyễn Mạnh Tuấn đề cao là Năm Trà, một phụ nữ đảng viên gốc Nam bộ, có học thức và giàu nhiệt tâm.

Dĩ nhiên, cuối cùng, tuy nắm phần chân lý, Năm Trà vẫn không thể đánh đổ được Tư Khanh và Tư Hoan. Đến đây Nguyễn Mạnh Tuấn lại sa vào công thức: ông phải nhờ sự can thiệp sáng suốt của Ban chấp hành Trung ương đảng!

Như vậy, các nhà văn vẫn chưa đi xa bao nhiêu khỏi những lối mòn cũ, truyện nào cũng kết thúc rất có hậu: nhờ có đảng, mọi phong trào đều thắng lợi rực rỡ.

Lối kết thúc có hậu ấy dễ trở thành lố bịch trước một thực tế đầy dẫy những thất bại, những thối nát trong xã hội Việt Nam kể từ sau 1975. Để tránh nguy cơ lố bịch, các nhà văn tìm một lối thoát, đó là luôn luôn lý sự, biện luận, phân tích nào là bản chất, nào là hiện tượng, nào là thực tế u ám, nào là xu thế tươi sáng đang lên. Nỗ lực này tạo ra một xu hướng mới khá phổ biến trong văn xuôi sau 1975: xu hướng chính luận, triết luận.

Xu hướng chính luận, triết luận bàng bạc trong tác phẩm của Nguyễn Minh Châu, Nguyễn Mạnh Tuấn, Nguyễn Khải, Ma Văn Kháng, Vũ Tú Nam... Nhân vật của họ lúc nào cũng ưu tư, trăn trọc, thích cãi cọ, thích tranh luận. Điều này rõ nhất là trong tác phẩm của Nguyễn Khải. Từ *Gặp gỡ cuối năm* đến *Cha và con và...* đến *Cách mạng...*, tác phẩm nào cũng trĩu nặng khắc khoải để cuối cùng, nhờ đảng, họ mới thoát khỏi những ngõ ngách rối rắm, những rừng rậm gai góc, hân hoan tiếp cận với chân lý cuộc sống sáng chói ngời ngời.

Cả hai đề tài chiến tranh và chủ nghĩa xã hội, rốt cuộc, tuy có ít nhiều đổi thay, vẫn quanh quẩn trong vũng lầy của tư tưởng giáo điều đang ngự trị nặng nề trong xã hội. Người cầm bút chỉ được nói lên một nửa sự thực. Nói như nhà văn Dương Thu Hương, một nửa ổ bánh mì là bánh mì. Một nửa sự thực là một sự dối trá. Bao nhiêu bi kịch còn bị che đậy. Bao nhiêu cái xấu xa còn bị che đậy. Bao nhiêu nỗi thao thức còn bị che đậy.

Trong các cuộc thảo luận về văn học Việt Nam sau năm 1975, hầu như mọi người đều đồng ý với nhau ở một nhận định: văn học chậm phát triển, còn nghèo nàn, hơn nữa, càng lúc càng nghèo nàn.

Tài năng mới xuất hiện một cách hoạ hoằn, thưa thớt. Từ năm 1975 đến 1985, về văn xuôi, chỉ có một ít tên tuổi mới: Nguyễn Mạnh Tuấn, Dương Thu Hương, Vũ Huy Anh, Khuất Quang Thuy... Chưa có người nào thực sự có tầm vóc vạm vỡ. Nguyễn Mạnh Tuấn là nhà văn ăn khách, nhưng là một người có thiên hướng về báo chí hơn về văn học. Tài năng cũng như nhân cách của Dương Thu Hương chỉ định hình sắc sảo từ sau năm 1987 với quyển tiểu thuyết *Bên kia bờ ảo vọng*. Về thơ, những tên tuổi mới càng hiếm hoi hơn. Không có ai nổi bật hẳn lên như Phạm Tiến Duật, Bằng Việt, Xuân Quỳnh, Nguyễn Duy… của giai đoạn trước.

Thống trị trên văn đàn, thi đàn sau 1975 là những cây bút đã có tiếng tăm từ trước. Đó là Nguyễn Khải, Nguyễn Minh Châu, Nguyễn Thị Ngọc Tú, Ma Văn Kháng… Đó là Nguyễn Duy, Thanh Thảo, Chế Lan Viên, Xuân Diệu, Huy Cận, Tế Hanh, Bằng Việt, Vũ Quần Phương…

Trong hai thể loại chính của văn học, thơ bị bế tắc nhiều hơn văn. Các nhà thơ đua nhau sáng tác "trường ca", một loại thơ dài, có khi dài cả ngàn câu, nhưng vẫn không thực sự mở ra một chân trời nào mới lạ. Trên báo *Văn Nghệ* số ra ngày 14-9-1985, Lại Nguyên Ân than phiền thơ *"hiện tại có vẻ như yên tâm với dáng nét chung là thù tạc cách mạng… Thơ vẫn nằm trong văn học cách mạng đấy nhưng chất thù tạc, ngâm vịnh lại nhiều. Nghĩa là tinh thần nhập cuộc chưa cao, mà năng lượng thúc giục hành động cũng không lớn"*.

Trên báo *Văn Nghệ* xuất bản tại Hà Nội đầu tháng 5.1986, được phỏng vấn nhân kỷ niệm mười năm thành lập nhà xuất bản Tác Phẩm Mới, nhà thơ Ý Nhi nhận xét:

> Tôi có cảm tưởng hình như thơ chưa bắt trúng cái mạch của đời sống, nó chỉ mới tiến tới bên rìa, hoặc các đường viền của cái mạch đó, đôi khi nghe nó "nhàn nhạt" thế nào đấy, đôi khi nghe nó "là lạ" đối với những vấn đề cấp bách của cuộc sống và con người, hoặc có khi nó đề cập đến cái nghe nó hời hợt sao đó, cứ trôi tuột trên bề mặt của hiện tượng mà chưa đi vào bề sâu, cái bản chất. Có khi lại phổ biến một

loại thơ "ướt át" quá, mông lung quá, có khi lại là sự trần trụi đến thô kệch mà thiếu sự bay bổng. Thơ đang ở những dạng cực đoan mà chưa có sự kết hợp hài hoà giữa cảm xúc và tư duy, giữa cái thực và cái lý tưởng, cái ngổn ngang bề bộn của cuộc đời và cái thơ mộng, cái đẹp, cái phức tạp và cái giản đơn, và sau cùng là giữa nội dung và hình thức.

Trong tuyển tập *Thơ Việt Nam 1945-1985* do Nguyễn Đức Nam thực hiện, nhà xuất bản Giáo Dục xuất bản năm 1985, có 127 bài thơ được tuyển chọn, trong đó, giai đoạn 1946-55 có 23 bài, giai đoạn 1955-65 có 34 bài, giai đoạn 1965-75 có 48 bài, giai đoạn 1975-85 chỉ có 22 bài. Thời gian bằng nhau, cũng là mười năm hết, tuy nhiên, rõ ràng những bài thơ được đánh giá là xuất sắc của cái giai đoạn sau cùng này chỉ chiếm một tỉ lệ khiêm tốn, thua xa các giai đoạn trước.

Một hiện tượng đáng chú ý: nếu sau năm 1975, có một số nhà văn, nhà nghiên cứu miền Nam đã cầm bút trở lại và thỉnh thoảng có bài đăng tải trên báo chí cộng sản, thì trong lãnh vực thơ, trừ một vài người đã có quan hệ với cộng sản từ trước như Đông Trình, Võ Quê, Thái Ngọc San, Trần Vàng Sao, chưa có người nào thực sự sáng tác theo quan điểm mới để được cộng sản thừa nhận.

Trong lịch sử văn học cộng sản tại Việt Nam, chưa có thời kỳ nào họ có nhiều điều kiện để phát triển như thời kỳ 1975-85. Đất nước thống nhất. Chiến tranh chấm dứt. Mọi người cầm bút đều phấn khởi, hớn hở, ôm ấp bao nhiêu ước mơ đẹp. Thế nhưng, cũng y như trong lãnh vực kinh tế, cộng sản đã không phát huy được những thuận lợi ấy. Sự độc đoán thô bạo, đầu óc khô cỗi trong giáo điều, trong công thức của họ đã bóp chết mọi nhiệt hứng và cùng với nó, mọi tài năng.

Trong bản báo cáo đọc tại Đại Hội Nhà văn lần thứ ba được đăng tải trên báo *Nhân Dân* ra ngày 28-9-1983, Anh Đức ghi nhận tình trạng, sau năm 1975, nhiều người cầm bút một đời gắn bó với cộng sản bỗng đâm ra *"bối rối, thiếu lòng tin vào chính mình và đồng đội, phủ nhận sự từng trải cách mạng nhiều năm qua, ảnh hưởng tới tính kiên định về lý tưởng, tới cách nghĩ và cách nhìn."* Có phải chính vì tình trạng bối rối, mất niềm tin ấy mà văn học bị bế tắc?

Dĩ nhiên, người cầm bút không chịu trách nhiệm về sự "bối rối", "thiếu lòng tin" của mình. Tâm trạng ấy chỉ là một hậu quả dẫn tới từ sự tan vỡ của những huyền thoại cách mạng.

Chính sự thất bại của nền văn học cộng sản đã cứu sống nền văn học miền Nam trước năm 1975 đang bị nhà cầm quyền Hà Nội cố sức tiêu diệt. Khi nền văn học chính thống của đảng, của nhà nước không thể hiện được tâm tình của dân chúng, không đáp ứng được sự mong đợi của dân chúng, trở thành xa lạ với dân chúng, dân chúng sẽ quay về tìm đọc lại những áng văn, những bài thơ xưa cũ. Đó là lý do tại sao, mặc dù bị cộng sản cấm đoán, dân chúng vẫn bất chấp mọi nguy hiểm, tìm cách giấu giếm, mua đọc các tác phẩm văn học trước năm 1975. Hiện tượng mua bán sách báo cũ là một hiện tượng khiến cộng sản đau đầu nhức óc vẫn không tìm ra được biện pháp nào có hiệu quả để ngăn chặn. Trên tạp chí *Cộng sản* số 10-1981, Trần Thọ tường thuật kết quả của một đợt truy quét sách báo cũ tại Việt Nam:

> Chỉ trong một chợ Đặng Thị Nhu, đã thu 95.555 cuốn sách bán không hợp pháp. Kiểm tra 1.804 điểm ở thành phố Hồ Chí Minh, có tới 66,5% số điểm dính líu đến việc lưu hành,

tàng trữ, phổ biến văn hoá phẩm phản động, đồi trụy, 505 điểm tàng trữ, cho thuê sách, 205 điểm in trái phép, 96 vụ chiếu phim không hợp pháp. Các cơ quan có trách nhiệm đã cảnh cáo 239 điểm, đóng cửa 371 cửa hiệu, truy tố 12 cửa hàng. Ở Thuận Hải, kiểm tra 91 hộ tại 15 điểm trong các xã, phường của ba huyện Ninh Hải, Hàm Thuận, Hàm Tân và thị xã Phan Thiết, thu được 857 băng nhạc, 714 sách phản động đồi trụy, 34 cuốn phim mang nội dung xấu... Ngay giữa thủ đô Hà Nội, ở phường Trúc Bạch đã thu 15 băng, phường Tương Mai 30 băng cối... Ngoài ra, còn thu được nhiều sách có nội dung xấu... Một quán sách ở chợ Bắc Qua, lần trước bị thu giữ 32 cuốn sách, lần sau thu 79 cuốn nữa, tất cả đều là sách đồi trụy, lạc hậu.

Chỉ một mẩu tin ngắn ở trên, chúng ta có thể rút ra được khá nhiều các chi tiết cần thiết: một là đợt kiểm tra văn hoá phẩm vào giữa năm 1981 được tiến hành trong cả nước, không riêng gì miền Nam; hai là, khi kiểm tra, công an vào lục lọi từng nhà, từng nhà (Trần Thọ gọi là "hộ"); ba là, sách báo cũ không chỉ được tàng trữ, mua bán ở Sài Gòn mà lan ra tận Hà Nội.

Những chi tiết trên, đặc biệt chi tiết cuối cùng được Trần Trọng Đăng Đàn xác nhận lại trên tạp chí *Cộng sản* số 9-1982:

> ... những người từ các khu căn cứ ở miền Nam trước năm 1975 và từ miền Bắc vào. Trong số này không phải chỉ có bộ đội, cán bộ mà còn bao gồm đủ các tầng lớp nhân dân khác. Trong số người đọc này có một bộ phận đã quen với cách thưởng thức văn học cách mạng, văn học xã hội chủ nghĩa. Nay, qua sự tiếp xúc với "văn hoá" do chế độ thực dân mới để lại... họ không khỏi có một sự xáo trộn về thị hiếu thẩm mỹ, về nhu cầu thưởng thức văn học.

Bị cấm đoán, bị tiêu diệt, sách báo cũ miền Nam trước 1975 vẫn cứ tồn tại, cứ hấp dẫn người đọc, không những người đọc trong Nam mà cả người đọc ngoài Bắc. Trên báo *Đại Đoàn Kết* số ra ngày 10.11.1982, Đinh Trần Phương Nam thú nhận sức sống dai dẳng của nền văn học này:

> Các hoạt động của chúng ta vừa qua thật rầm rộ, thật phong phú và đa dạng, song các loại sách báo phản động, đồi trụy đã bị quét hết chưa? Xin thưa ngay là chưa. Bởi vì nó vẫn được chuyền tay nhau đọc công khai ở các sạp bán hàng chợ trời, ở các lề đường, trên tay cô bán hàng, nằm lẫn trong sách của các em học sinh, nằm trong mùng mền của nhiều cô bác chưa muốn thực sự đoạn tuyệt với lối sống cũ, với hệ tư tưởng và tình cảm cũ.

Đó là năm 1982. Trên báo *Tiền Phong* số ra ngày 17 đến ngày 23.9.1985, lại xuất hiện một lời than thở tương tự:

> Thành phố Hồ Chí Minh đã thực hiện nhiều đợt bài trừ sách báo xấu nhưng hiện nay hiện tượng mua bán và cho thuê các loại sách báo xấu vẫn còn tồn tại.

Rồi năm 1987:

> Gần đây, nhất là sau Tết, các lề đường rải rác mọc ra những điểm bán sách cũ... Nhìn vào các tác phẩm được bày bán lềnh khềnh dọc theo lề đường Hùng Vương vào mỗi buổi chiều, chúng ta thấy gì? Tất nhiên ở đấy không chỉ có toàn sách xấu, bởi không ai dám cả gan trưng ra bộ mặt toàn màu đen lộ liễu. Người ta thấy sách của nhà xuất bản Văn Học, Tác Phẩm Mới, Văn Nghệ thành phố Hồ Chí Minh... Nhưng nấp sau và chen giữa những cuốn sách "bình phong" đó lại là vô số những tác phẩm sặc mùi phản động và đồi trụy, được phát hành dưới chế độ cũ, chỉ mới nhìn lướt qua, ta thấy giật mình... Từ *Tiếu ngạo giang hồ* của Kim Dung đến sách nghiên cứu về hiện tượng Quỳnh Dao... Nghiêm

trọng hơn, những tác phẩm tâm lý chiến phản động của những tên biệt kích khoác áo nhà văn như Nguyễn Mạnh Côn, Doãn Quốc Sỹ, Mai Thảo, Dương Nghiễm Mậu, Duyên Anh, Nhã Ca... được bày bán công khai...

Điều đáng chú ý là đa số chủ nhân các "tụ điểm văn hoá" này là những người có học. Không thể nói là họ không am hiểu nội dung và tác hại của thứ sách ra. Lạ một điều là bất chấp mọi hậu quả, họ cứ thản nhiên bày bán những thứ rác rưởi văn hoá đó, ngày này qua ngày khác.

Dù gọi là rác rưởi, song Hà Kiều – tác giả bài báo trên – lại viết tiếp: *"Cứ mỗi độ chiều về, ở những điểm này, người bán kẻ mua tấp nập".*[84]

Có thể nói, trong thời kỳ 1975-1985 cũng như những năm gần đây, sinh hoạt văn học của cộng sản chỉ là một hiện tượng bên ngoài, ở mặt nổi. Dân chúng vẫn tiếp tục duy trì một sinh hoạt văn học riêng của họ, bằng cách "ngoan cố" gìn giữ, tìm đọc những tác phẩm của một thời vang bóng xa xưa.

---

[84] Sài Gòn Giải phóng ngày 15-2-1987.

PHẦN BA
Các thể loại văn học

Chương 1
Thơ

Thơ ca cộng sản, cho đến nay, vẫn chưa bao giờ được đánh giá một cách chính xác và công bằng. Thường, người ta xuất phát từ những góc độ phi văn học, để, hoặc là đề cao tuyệt đối, hoặc là phủ nhận tuyệt đối.

Quan điểm thứ nhất, quan điểm đề cao tuyệt đối, là quan điểm chính thức của cộng sản. Trong bài *Sáu mươi năm phía trước* in trong tập tiểu luận *40 năm văn học* xuất bản tại Hà Nội năm 1986, Xuân Diệu phát ngôn quan điểm này như sau:

> những văn thơ của chúng ta nhất định đúng và tốt, và do vậy, về bản chất, nó ưu việt gấp ngàn vạn lần, không thể so sánh được, cái văn thơ sai và xấu của các giai cấp bóc lột và bọn phản cách mạng. (tr. 50)

Quan điểm của Xuân Diệu – mà không phải của riêng Xuân Diệu, nó là quan điểm chính thống của đảng Cộng sản, của mọi người cầm bút dưới chế độ cộng sản – hoàn toàn sai lầm. Thay vì đứng trong phạm trù thẩm mỹ để đánh giá văn học thì người ta lại đứng trong phạm trù đạo đức và chính trị. Không đúng. Thơ hay trước hết là vì nó hay chứ không phải vì nó nói đúng về một cái tốt. Từ góc độ đạo đức ngày xưa, *Gia huấn ca* hơn hẳn *Truyện Kiều*, nhưng chưa ai dám bảo về nghệ thuật, *Truyện Kiều* kém hơn *Gia huấn ca*. Từ góc độ chính trị, chúng ta dễ dàng đồng cảm với thái độ bênh vực Tây Sơn của Nguyễn Huy

Lượng hơn là thái độ chống đối hằn học, cực đoan, có phần mê muội của Phạm Thái. Nói theo ngôn ngữ của cộng sản, trong trường hợp này, Nguyễn Huy Lượng là một người "tiến bộ", còn Phạm Thái là một kẻ "phản động". Tuy nhiên, dù sai lầm về chính trị, Phạm Thái vẫn là một tài năng lớn, lớn gấp bội so với Nguyễn Huy Lượng; bài *Chiến tụng Tây hồ phú* vẫn là một áng văn hay, hay gấp bội so với bài *Tụng Tây hồ phú*. Từ góc độ đạo đức lẫn góc độ chính trị, chúng ta khâm phục Phan Văn Trị hơn Tôn Thọ Tường, nhưng không ai chối cãi điều này: toàn bộ những bài thơ xướng của Tôn Thọ Tường đều đặc sắc hơn hẳn những bài thơ cọc cạch nôm na của Phan Văn Trị.

Thơ hay văn học nói chung, gắn bó mật thiết với chính trị và những quan điểm đạo đức của con người. Tuy nhiên, thơ cũng như văn học nói chung, lại có sức sống riêng, quy luật phát triển riêng, và do đó, cần có tiêu chuẩn riêng để đánh giá, để bình luận.

Quan điểm thứ hai, quan điểm phủ nhận tuyệt đối, thường xuất hiện trong giới chống cộng. Căm ghét chế độ cộng sản, người ta dễ có khuynh hướng xoá bỏ toàn bộ những gì liên quan đến cộng sản. Thơ cộng sản: dở. Văn cộng sản: dở. Tất cả những gì do cộng sản sáng tạo đều kém cỏi, vụng về. Những nhận định đại loại như thế được tuyên bố như những kết luận chung quyết, bất cần sự nghiên cứu một cách nghiêm chỉnh. Nó không có sức thuyết phục. Bất ngờ, một lúc nào đó, người ta đọc được một bài thơ của Chế Lan Viên, của Xuân Quỳnh, của Phạm Tiến Duật... người ta bỗng hốt lên: "Bọn cộng sản làm thơ hay quá". Cả lời chê lúc trước lẫn lời khen sau này đều là những sự ngây thơ. Đánh giá một nền thơ hoặc một nền văn học nói chung, không thể xuất phát từ thành kiến, cũng không thể xuất phát từ một hai bài thơ, một hai áng văn cụ thể.

Một thái độ bình luận khách quan, cần có hai điều kiện. Thứ nhất, nó phải xuất phát từ một góc nhìn: thẩm mỹ. Những yếu tố khác như đạo đức hay chính trị chỉ được xem là thứ yếu trong chừng mực chúng có quan hệ đến khía cạnh thẩm mỹ. Thứ hai, đối tượng của việc nghiên cứu là cả nền thơ chứ không phải là từng bài, từng bài thơ riêng lẻ. Bất cứ nền thơ nào cũng có một số thành tựu nhất định. Phải nhiều thành tựu lớn góp lại mới thành một nền thơ lớn. Trích dẫn một số bài thơ hay để khen hoặc nêu ra một số bài thơ dở để chê bai là những hành động vừa thiếu khoa học vừa thiếu lương thiện.

Đặc điểm lớn nhất, căn bản và quan trọng nhất của nền thơ cộng sản từ năm 1945 đến nay là vai trò thống trị của yếu tố chính trị. Thơ cộng sản là một nền thơ thuần tuý chính trị. Đặc điểm này vừa là một ưu điểm vừa là một khuyết điểm.

Ưu điểm: cộng sản đã phát triển dòng thơ chính trị lên một trình độ cao, có khả năng khích động lòng người lớn, có âm hưởng hùng tráng và hùng hồn. Khuyết điểm: chỉ thiên về chính trị, thơ cộng sản trở thành nghèo nàn, không thể hiện được sự đa dạng, sự phong phú trong tâm hồn con người.

Trong lịch sử văn học Việt Nam, thơ chính trị, với tư cách là một dòng, một khuynh hướng sáng tác, ra đời một cách muộn màng. Thơ chính trị là loại thơ lấy đất nước, lấy cách mạng làm cảm hứng chủ đạo, lấy tư cách công dân làm chủ thể cảm xúc, lấy việc vận động, cổ động, kích động làm mục tiêu, lấy quần chúng làm đối tượng, lấy từng chiến dịch, từng sự kiện chính trị, xã hội làm đề tài. Với những đặc điểm ấy, thơ chính trị chỉ phát triển trong hai điều kiện: một là nhà thơ phải có ý thức công dân; hai là phải có một công cụ, trước hết là công cụ ngôn ngữ, gần gũi với mọi người.

Cả hai điều kiện ấy đều không có từ giữa thế kỷ 19 trở về trước. Văn tự chính thống là chữ Hán, một thứ văn tự ngoại lai, chỉ phổ biến trong tầng lớp Nho học ít ỏi. Chế độ quân chủ tập quyền còn mạnh, ở đó, vua được đồng hoá với tổ quốc. Dưới vua, tất cả đều là thần dân. Quan hệ giữa vua và thần dân là quan hệ đạo lý, chỉ một chiều: vâng phục. Thần dân, nếu làm thơ, chỉ có thể làm thơ để ca tụng, để tung hô. Chân lý có sẵn, như một thiên mệnh, người ta chỉ cần cổ vũ chứ không cần tuyên truyền. Thơ chính trị, do đó, không có nhu cầu để hình thành.

Chỉ khi đứng trước hoạ ngoại xâm, một số người mới làm thơ chính trị, hầu hết đều sáng tác trong tư thế của người chỉ huy hô hào quân sĩ: Lý Thường Kiệt với *Nam quốc sơn hà*, Trần Hưng Đạo với *Hịch tướng sĩ văn*... Giặc tan, đất nước thái bình, quyền lực được ổn định và chân lý lại hiện ra, sáng ngời, ai cũng phải chấp nhận, các nhà thơ lại quay về làm thơ "tải đạo", thơ "ngôn chí" để truyền bá đạo lý thánh hiền hoặc để giãi bày những cảm hoài trước vũ trụ, trước cuộc đời.

Thơ chính trị, trong điều kiện như vậy, chỉ xuất hiện trong từng tác phẩm riêng lẻ chứ không thành dòng, thành khuynh hướng với hai đặc điểm cần có là sự rộng rãi và sự liên tục.

Thơ chính trị, trong ý nghĩa một dòng, một khuynh hướng, chỉ thực sự bắt đầu từ nửa sau thế kỷ 19 và phát triển mạnh mẽ vào đầu thế kỷ 20. Đây là giai đoạn chữ Nôm, và sau đó chữ quốc ngữ phát triển mạnh. Đây cũng là giai đoạn rạn vỡ dần của ý thức hệ phong kiến. Ý thức trung quân bị lung lay, ở nhiều người, bị sụp đổ hẳn. Trương Định coi trung quân không bằng ái quốc. Phan Văn Trị đòi đái cả lên đầu vua:

Đứng lại làm chi cho mất công
Vừa đi vừa đái vẽ đầu rồng.

Hai khái niệm vua và nước bị phân hoá. Dân chúng nhận thức mình không chỉ có trách nhiệm với vua mà còn, hơn nữa, trước hết, có trách nhiệm với nước: nhận thức này là yếu tố căn bản biến mọi người từ tư cách thần dân thành tư cách công dân.

Phát huy tư cách công dân, mỗi người tự tìm tòi một đường lối riêng để phục vụ tổ quốc. Nhu cầu tuyên truyền cho đường lối ấy trở thành khẩn thiết. Thơ chính trị ra đời. Nhà thơ chính trị tiêu biểu nhất trong giai đoạn nửa sau thế kỷ 19 là Nguyễn Đình Chiểu. Thơ ông, như ông tự nhận, một mặt, là thuyền để chở đạo, mặt khác, là gươm giáo để giết giặc. Đến đầu thế kỷ 20, với phong trào Đông Kinh Nghĩa Thục, Duy Tân, Đông Du..., thơ chính trị càng phong phú và càng dữ dội với những tên tuổi lớn: Phan Bội Châu, Phan Châu Trinh, Huỳnh Thúc Kháng, Nguyễn Thượng Hiền, Phạm Tất Đắc...

Có điều, về phương diện nghệ thuật, thơ chính trị những năm đầu thế kỷ 20 còn nhiều hạn chế, cái hạn chế lớn nhất là người ta, có lẽ quá tập trung vào công cuộc tranh đấu giành độc lập, không tìm ra được một hình thức mới cho thơ. Nội dung thay đổi, mục đích sáng tác thay đổi, đối tượng phục vụ thay đổi, nhưng về hình thức nghệ thuật vẫn là những thể thơ cũ, những ngôn ngữ cũ, những phong cách diễn đạt cũ, cũ đến mức sáo mòn. Sự mâu thuẫn này làm cho thơ chính trị giai đoạn đầu thế kỷ 20 có cái gì như dở dang.

Những nhà thơ tham gia Việt Minh trong giai đoạn 1945-1954 cũng như những nhà thơ cộng sản từ sau năm 1954 đã tiếp nhận được hai thành tựu quan trọng của hai thế hệ trước: từ thế hệ 1910-1925, họ học được nội dung tranh đấu chính trị và từ thế hệ 1930-1945, họ học được những kỹ thuật tân kỳ của thơ mới.

Chưa bao giờ thơ chính trị phát triển mạnh mẽ như thời đại ngày nay. Dưới chế độ cộng sản, hầu như nhà thơ nào cũng là nhà thơ chính trị, hoặc chủ yếu là nhà thơ chính trị. Không thể nghi ngờ, thời kháng chiến chống Pháp, những bài thơ chính trị của Hoàng Cầm, của Tố Hữu, của Quang Dũng, của Nguyễn Đình Thi đã tạo được nhiều âm vang sâu sắc trong tâm hồn người đọc, thắp lên trong tâm hồn người đọc những ngọn lửa chất ngất hùng khí.

Khi đảng Cộng sản, từ một đảng cách mạng biến thành một đảng cầm quyền, thơ chính trị biến thành thơ chính sách. Sự khác nhau giữa thơ chính trị và thơ chính sách cũng giống như sự khác nhau giữa đảng cách mạng và đảng cầm quyền. Thơ chính trị là sự tìm tòi chân lý; thơ chính sách là sự công bố chân lý. Thơ chính trị bắt nguồn từ cảm xúc chân thực của nhà thơ nhắm tới việc truyền gợi cảm xúc cho người đọc; thơ chính sách bắt nguồn từ việc giác ngộ quan điểm và nhắm tới việc truyền bá quan điểm ấy. Thơ chính trị gắn với tâm huyết; thơ chính sách gắn với quyền lực.

Thơ cộng sản, từ năm 1954 đến nay, tập trung trong hai đề tài chính: Tổ quốc và chủ nghĩa xã hội. Tương đối thành công hơn cả là những bài thơ viết về đề tài tổ quốc. Cũng dễ hiểu. Chủ nghĩa xã hội, chưa nói đến những mặt trái thối nát và tồi tệ mà mấy năm nay ngay cả báo chí cộng sản cũng thừa nhận, chỉ là một ý niệm chứ không phải là một hiện thực. Người ta chỉ có thể hình dung chủ nghĩa xã hội dựa theo những nguyên tắc do giới lãnh đạo cộng sản nêu ra chứ không tận mắt nhìn thấy trong cuộc đời. Cái gọi là chủ nghĩa hiện thực xã hội chủ nghĩa, bởi vậy, chỉ là một thứ chủ nghĩa "phi thực": nó đuổi bắt những khái niệm, những ảo ảnh. Đó là nguyên nhân căn bản tạo nên hiện tượng sơ lược, giả tạo, công thức, trong văn học cộng sản từ mấy chục năm nay. Có thể nói, toàn bộ những bài thơ viết về chủ nghĩa xã hội đều thuộc loại thơ chính sách. Thực chất là những bài vè hiện đại, nhằm diễn ca những nghị quyết của Trung ương đảng. Như Giang Nam trong bài *Bài thơ về Đảng*:

> *Tôi đã đọc từng ngày trên báo Đảng*
> *Những kiến nghị, yêu cầu và cả những lời phê phán*
> *Đổi mới nếp nghĩ suy, đổi mới cách làm ăn*
> *Vì nhân dân, vì no ấm, công bằng.*
> (Báo Nhân Dân 14-2-1986)

Như Thanh Tịnh trong bài *Nhiệt liệt hưởng ứng những việc cần làm ngay*:

> *Những việc cần làm ngay*
> *Trên dưới cùng ra tay*
> *Cần kiên trì dũng cảm*
> *Phải đâu chuyện một ngày.*
> *Đó là bệnh lâu năm*
> *Phải dài ngày chuyên trị*
> *Thầy giỏi là: quyết tâm*

Thuốc hay là: bền bỉ
Chuộc đã rúc vào sâu
Khó một ngày tóm được
Phải tiến dần từng bước
Kéo đuôi thấy được đầu...
(Báo Văn Nghệ số Xuân Mậu thìn 1988)

Những bài thơ hay nhất dưới chế độ cộng sản là những bài thơ viết về tổ quốc. Chỉ ở đề tài này, người ta mới tìm được cảm hứng chân thật, cảm xúc chân thật. Dĩ nhiên, khi viết về tổ quốc, đặc biệt trong giai đoạn 1954-1975, các nhà thơ miền Bắc không tránh khỏi những khuyết điểm nặng nề. Như bịa đặt những cảnh khốn cùng ở miền Nam. Như ca ngợi những sự giàu có sung sướng không có thật ở miền Bắc. Như đề cao một cách quá đáng và hoàn toàn vô lý vai trò của đảng Cộng sản. Như nhân danh một thứ chủ nghĩa ngoại lai để khích động sự thù hận giữa người Việt Nam với nhau. Tuy nhiên, nhìn chung, nhiệt tình của các nhà thơ đối với đất nước vẫn là điều không thể hoài nghi. Sống trong một chế độ bưng bít, chỉ tiếp nhận một nguồn thông tin duy nhất, người ta dễ lầm tưởng mọi lời nói của đảng đều là chân lý. Họ lầm. Nhưng niềm tin của họ có thật. Thơ, đôi khi chỉ cần sự chân thật trong niềm tin. Điều này cắt nghĩa tại sao có những bài thơ của người cộng sản viết về tổ quốc vẫn có thể làm cho những người khác chiến tuyến, cũng cảm động. Như bài *Trường Sơn đông, Trường Sơn tây* của Phạm Tiến Duật, chẳng hạn:

Cùng mắc võng trên rừng Trường Sơn
Hai đứa ở hai đầu xa thẳm
Đường ra trận mùa này đẹp lắm
Trường Sơn đông nhớ Trường Sơn tây.

Một dãy núi mà hai màu mây
Nơi nắng nơi mưa, khí trời cũng khác
Như anh với em, như Nam với Bắc
Như Đông với Tây một dải rừng liền
Trường Sơn tây anh đi, thương em
Bên ấy mưa nhiều, con đường gánh gạo
Muỗi bay rừng già cho dài tay áo
Rau hết rồi, em có lấy măng không?
Em thương anh bên tây mùa đông
Nước khe cạn bướm bay lèn đá
Biết lòng anh say miền đất lạ
Chắc em lo đường chắn bom thù.
Anh lên xe, trời đổ cơn mưa
Cái gạt nước xua đi nỗi nhớ
Em xuống núi nắng về rực rỡ
Cái nhành cây gạt mối riêng tư.
Đông sang Tây không phải đường thư!
Đường chuyển đạn và đường chuyển gạo
Đông Trường Sơn, cô gái "ba sẵn sàng" xanh áo
Tây Trường Sơn bộ đội áo màu xanh.
Từ nơi em gửi đến nơi anh
Những đoàn quân, trùng trùng ra trận
Như tình yêu nối lời vô tận
Đông Trường Sơn nhớ tây Trường Sơn.

Cái câu *Đường ra trận mùa này đẹp lắm* có lẽ cũng là tâm trạng chung của nhiều thanh niên miền Bắc, trong đó có các nhà thơ, trước năm 1975. Chính cái tâm trạng ấy, niềm vui thật và sự hăng hái thật ấy tiếp tục duy trì một dòng thơ chính trị trong cái cõi thơ mà tính chất chính sách càng ngày càng lấn át. Đây là khía cạnh duy nhất ít nhiều có giá trị mà các nhà thơ cộng sản đã tạo nên.

Trong dòng thơ chính trị, tức dòng thơ viết về đề tài tổ quốc dưới chế độ cộng sản, có hai hiện tượng đặc biệt, đáng chú ý:

Thứ nhất, khi ca ngợi tổ quốc, đầy tràn trong thơ cộng sản những hình ảnh nông thôn với những cánh cò, những luỹ tre, những mái tranh, những làn khói, những hình ảnh thật nên thơ mà cũng thật xa xưa, như tự thời nào thời nào:

Việt Nam đất nước ta ơi
Mênh mông biển lúa đâu trời đẹp hơn
Cánh cò bay lả rập rờn
Mây mờ che đỉnh Trường Sơn sớm chiều...
(Nguyễn Đình Thi)

Ở miền Nam, trước năm 1975, tình hình ngược lại, hình ảnh thôn quê càng lúc càng thưa vắng trong thơ. Thay vào đó là hình ảnh thành phố, với những công viên, những hàng quán, những dây diện, những ke tàu và những xa lộ.

Sự khác biệt trên không có ý nghĩa văn học cũng không có ý nghĩa chính trị gì cả. Nó chỉ có ý nghĩa xã hội. Sau bao nhiêu năm huyênh hoang đẩy mạnh cuộc cách mạng khoa học, kỹ thuật để hiện đại hoá nền công nghiệp, xã hội miền Bắc, thực chất vẫn là một xã hội nông nghiệp nghèo nàn. Những hình ảnh trong thơ đã thể hiện tính chất lạc hậu trong cuộc sống miền Bắc. Và sự lạc hậu ấy ảnh hưởng đến cả cách nhận thức, cách cảm xúc của con người, nó làm cho văn học miền Bắc chậm thay đổi, chậm phát triển.

Hiện tượng thứ hai quan trọng hơn: sau tháng 4.1975, người ta không còn thấy một bài thơ viết về tổ quốc nào thành công. Cả đề tài về tổ quốc lẫn đề tài về chủ nghĩa xã hội đều bị chung số phận: bế tắc. Sự bế tắc ấy là hậu quả của một sự bế tắc khác: sự bế tắc trong lý tưởng, trong niềm tin.

Chiếm được miền Nam, chiến thắng về quân sự, nhưng ngay từ những ngày tháng đầu tiên, cộng sản đã thất bại về phương diện chính trị. Sự sung túc, sự tự do của người dân miền Nam đã vạch trần tính chất dối trá trong những lời tuyên truyền của đảng trước đây. Đã xuất hiện càng ngày càng sâu sắc trong tâm hồn mỗi người sự hoài nghi đối với chế độ.

Thơ không thể tồn tại trong sự hoài nghi. Thơ luôn luôn là tiếng nói của niềm tin, dù là niềm tin ngây thơ và lầm lạc.

Không gắn liền với tâm huyết, thơ cộng sản sau năm 1975 chỉ còn là những tiếng động ồn ào và nhạt nhẽo. Thơ mất khả năng lay động tâm hồn con người. Lại Nguyên Ân, trên báo *Văn Nghệ* số 14.9.1985 nhận xét đúng khi cho thơ cộng sản sau này chỉ là một thứ thơ *"thù tạc cách mạng"*.

Nói một cách tóm tắt, thơ cộng sản từ năm 1945 đến năm 1985 chỉ quanh quẩn trong hai đề tài chính: tổ quốc và chủ nghĩa xã hội. Chỉ có đề tài đầu tiên là có được một số thành tựu nhất định. Và những thành tựu ấy chỉ xuất hiện trước năm 1975, lúc huyền thoại cách mạng của cộng sản vẫn còn vững chắc. Sau năm 1975, huyền thoại tan, thơ viết về tổ quốc cũng bị còi cọc theo.

Từ nhận định tổng quát ở trên, chúng ta có thể rút ra được một số kết luận:

Thứ nhất, chỉ tập trung vào hai đề tài lớn tổ quốc và chủ nghĩa xã hội, khuyết điểm của thơ cộng sản là sự nghèo nàn, sự phiến diện. Thơ, đáng lẽ, nói như Mai Thảo, *"phải triệu khúc quanh, nghìn ngả rẽ"* thì ở đây, ngược lại, chỉ có hai con đường mòn. Còn bao nhiêu, hằng hà sa số những khía cạnh khác trong cuộc sống, trong tâm hồn con người hoàn toàn vắng mặt trong thơ. Con người, trong thơ, chỉ là một công dân chứ chưa phải là một cá nhân; chỉ có những quan hệ chung với đất nước, với lịch sử chứ chưa có những làn mây, những vì sao không ngừng mời gọi về một cõi siêu hình.

Thứ hai, sự thành công của những bài thơ viết về tổ quốc trong thơ cộng sản thực chất là sự thành công của những yếu tố phi xã hội chủ nghĩa. Trên lý thuyết, chủ nghĩa xã hội chỉ coi tổ quốc là hiện tượng có tính chất lịch sử, nó sẽ bị huỷ diệt trong tinh thần quốc tế vô sản.

*

* *

Nếu đặc điểm thứ nhất của thơ cộng sản là tính chất chính trị, thì đặc điểm thứ hai của thơ cộng sản, trong cả hai loại đề tài, đề tài tổ quốc và đề tài chủ nghĩa xã hội, là đặc điểm này: rất thiếu vắng cái "tôi".

Trên báo *Văn Nghệ* số ra ngày 27.2.1988, nhà phê bình văn học Nguyễn Đăng Mạnh ghi nhận: *"Ở ta, phong kiến kéo dài rất ghét cái tôi"*. Cá nhân bị vùi dập. Chỉ có tập thể mới là quan trọng. Các nhà thơ cố hết sức để tránh né cái "tôi" của mình. Chế Lan Viên: *Khi đứng riêng tây ta thấy mình xấu hổ*. Họ phải ẩn nấp sau lưng đám đông, cái đám đông mệnh danh là nhân dân, là quần chúng. Xuân Diệu: *Tôi cùng xương cùng thịt nhân dân*. Cũng Xuân Diệu: *Trời ơi, quần chúng hoá tình nhân*.

Cái "tôi" không còn là đối tượng mô tả của thơ. *"Thơ không nhằm mục đích biểu hiện thế giới riêng tư của các nhà thơ vốn được xem như nội dung chủ yếu của sáng tác thơ ca thời trước cách mạng".*[85]

Khi xưng "tôi" trong thơ, các nhà thơ cộng sản không hề coi cái "tôi" ấy là mình, là cái gì hoàn toàn độc lập và độc đáo. Cái "tôi" ấy chỉ là cái tôi đại biểu: nó phát ngôn quan điểm, tình cảm của một giai cấp, một lực lượng chính trị nhất định. Tuyệt đối không có những lời khẳng định kiểu: *"Tôi là một khách si tình"* như Thế Lữ ngày nào. Trước kia, Xuân Diệu viết: *Tôi là con chim đến từ núi lạ*, thì cái "tôi" ấy, như lời ông tự nhận, *"Là Một, là Riêng, là Thứ Nhất".* Sau này, dưới chế độ cộng sản, Xuân Diệu viết: *"Tôi biết tôi người lính trong hàng trận"* thì cái "tôi" ấy là cái tôi của nhiều người, của tập thể.

Căn bản của chủ nghĩa xã hội là chủ nghĩa tập thể. Tất cả những gì riêng tư, gắn liền với cá nhân đều bị coi là thù nghịch, xấu xa. Trong bài *Hai câu hỏi*, Chế Lan Viên phát ngôn cho quan điểm ấy:

> *Ta là ai? Như ngọn gió siêu hình*
> *Câu hỏi hư vô thổi nghìn nến tắt*
> *Ta vì ai? Khẽ xoay chiều ngọn bấc*
> *Bàn tay người thắp lại triệu chồi xanh.*

Những băn khoăn, những thao thức có tính chất siêu hình của con người về mình bị đồng nhất với thái độ hư vô chủ nghĩa, yếm thế và có hại.

---

[85] Hà Minh Đức, *Nhà văn Việt Nam*, tập 1 (viết chung với Phan Cự Đệ,), nxb Khoa học xã hội, 1979, tr. 175.

Trong chiều hướng tư tưởng ấy, cộng sản chủ trương thơ phải có tính chất tự sự. Công việc làm thơ chỉ đơn giản là một công việc kể lể, mô tả những sự kiện, những con người bên ngoài. Bài thơ nào cũng lổn nhổn các chi tiết. Cái cần nhất cho thơ, điều kiện thiết yếu của thơ thì lại vắng mặt: những suy nghĩ, những xúc động của nhà thơ. Người ta phải rán sức giấu nhẹm nó đi vì, như Lê Ngọc Trà viết trên báo *Văn Nghệ* số 14.5.1988: *"thành thật tin một cách ngây thơ là nó nhỏ bé, vô nghĩa, không đáng thể hiện"*.

Trong thơ cộng sản, vị trí cá nhân đúng là nhỏ bé và vô nghĩa. Ngay trong thơ tình là loại thơ đáng lẽ riêng tư nhất, các nhà thơ cũng cố tìm cách làm mờ, làm nhoà đi cái "tôi" của mình. Có thể dẫn bài *Bài thơ viết cạnh đồn Tây* của Nguyễn Đình Thi làm ví dụ:

> *Anh đang tưởng thấy em bước vội*
> *Tìm tới anh trong đêm lạnh xa xôi*
> *Vào lán chật em nhìn anh mãi*
> *Anh mừng trải bạt cho em ngồi*
> *Giữa súng đạn ngổn ngang bờ núi*
> *Đoàn quân nằm ngủ dưới mây trời*
> *Thì thầm em nói em yêu quá*
> *Các anh vất vả vì giống nòi*

Bài thơ không hay. Không hay ở nhiều khía cạnh. Nhưng cái khía cạnh không hay một cách bất bình thường nhất là ở hai câu cuối. Đọc *"Thì thầm em nói em yêu quá"*, người ta chờ đợi để nghe một lời nói âu yếm của người con gái không ngại ngần nguy hiểm dám băng qua "đêm lạnh xa xôi" để đến gặp người tình đang hành quân bên cạnh đồn Tây. Thế nhưng, oái ăm thay, cái điều âu yếm kia lại dành cho "các anh" chứ không phải chỉ dành cho anh. Chữ "các anh", trong trường hợp này, thật vô duyên. Có lẽ không phải Nguyễn Đình Thi không biết. Biết, nhưng ông sợ. Dùng chữ "các anh" là để né tránh chữ "anh", một cái gì riêng tư quá, cá nhân quá, tiểu tư sản quá.

Bài *Núi đôi* của Vũ Cao cũng tương tự. Bài thơ này được sáng tác năm 1956, thể bảy chữ, dài tám mươi câu, nội dung kể lại một mối tình trong chiến tranh chống Pháp với một kết thúc bi thảm: người con gái hy sinh. Người con trai còn sống, nghe tin, bàng hoàng, đau đớn cực độ:

> *Nắng lụi bỗng dưng mờ bóng núi*
> *Núi vẫn đôi mà anh mất em.*

Thế nhưng, nỗi đau riêng tư ấy nhanh chóng bị mờ đi trước những thắng lợi rực rỡ của cách mạng:

> *Ruộng thấm mồ hôi từng nhát cuốc*
> *Làng ta rồi sẽ đẹp bao nhiêu.*

Chỉ còn, ở người con trai, một nỗi nhớ:

> *Nhớ nhau, anh gọi: em, đồng chí*
> *Một tấm lòng trong vạn tấm lòng.*

Đồng chí. Chỉ là một trong muôn vàn những đồng chí. *"Một tấm lòng trong vạn tấm lòng"*. Nghe bất nhẫn lạ lùng.

Nói đến mối quan hệ giữa cái riêng và cái chung, người ta không thể không nhớ đến cái công thức do Tố Hữu nêu lên trong bài *Bài ca mùa xuân 1961*:

> *Như buổi đầu hò hẹn, say mê*
> *Anh nắm tay em, sôi nổi, vụng về*
> *Mà nói vậy: "Trái tim anh đó*
> *Rất chân thật chia ba phần tươi đỏ*
> *Anh dành riêng cho đảng phần nhiều*

Phần cho thơ và phần để em yêu".
Em xấu hổ: "Thế cũng nhiều, anh nhỉ?"
Rồi hai đứa hôn nhau, hai người đồng chí.

Trái tim Tố Hữu chia làm ba ngăn: ngăn lớn nhất dành cho đảng Cộng sản, hai ngăn nhỏ còn lại chia đều cho thơ và cho người tình. Thì cũng được. Thật ra, đó cũng là điều khá bình thường ở những người đang theo đuổi một lý tưởng lớn nào đó. Cái bất bình thường ở đây là: sự khác nhau giữa các ngăn không phải chỉ ở thể tích mà còn ở quan hệ. Nói một cách tóm tắt, cái ngăn nhỏ trong trái tim ấy chỉ dành cho em với một điều kiện: em cũng phải là người trong đảng. Đó là ý nghĩa của câu cuối: *Rồi hai đứa hôn nhau, hai người đồng chí.* Câu thơ chín chữ, thừa bốn chữ: *hai người đồng chí.* Giả dụ trong thơ tình bình thường, người ta chỉ cần viết: *Rồi hai đứa hôn nhau.* Đã quá đủ. Thêm *"hai người đồng chí"* không có ý nghĩa nào khác ngoài ý đồ làm mờ bớt màu sắc của nụ hôn, đặt ra những giới hạn cho nụ hôn. Đó là nụ hôn của tình đồng chí trước khi là của tình yêu trai gái.

Không những xoá bỏ cái "tôi" của mình, các nhà thơ cộng sản còn có khuynh hướng xoá bỏ cả những cái "tôi" của người khác. Khi viết về những mẫu người được gọi là anh hùng của chế độ, các nhà thơ đều sử dụng biện pháp khái quát hoá để nâng nó lên thành biểu tượng của một tập thể. Chị Lý trong thơ Tố Hữu không phải là bản thân chị. Chị được ca ngợi chỉ vì chị là hiện thân của *"Người con gái Việt Nam".* Những bà bủ, bà bầm, mẹ Suốt, mẹ Tơm, bà má Hậu giang trong thơ Tố Hữu cũng thế, tất cả đều là hiện thân của "Mẹ Việt Nam". Người bộ đội bị giết chết trên đường băng Tân Sơn Nhất trong đợt Tổng tấn công

Tết Mậu Thân, dưới ngòi bút Lê Anh Xuân, biến thành một biểu tượng cho *"Dáng đứng Việt Nam"*.

Xoá bỏ cái "tôi", thơ cộng sản là một sự thoái bộ đối với xu hướng phát triển chung của thơ ca Việt Nam.

Trong quyển *Thi nhân Việt Nam,* khi viết về phong trào Thơ Mới, Hoài Thanh nêu lên một nhận định xuất thần: *"Cứ đại để thì tất cả tinh thần thời xưa – hay thơ cũ – và thời nay – hay thơ mới – có thể gồm lại trong hai chữ tôi và ta. Ngày trước là thời chữ ta, bây giờ là thời chữ tôi"* (tr. 52).

Dĩ nhiên, ta hay tôi không phải chỉ là những cách xưng hô. Đằng sau chữ ta và chữ tôi là những quan niệm căn bản về cuộc đời, về con người. Nói một cách tổng quát thì đằng sau chữ ta là một quan niệm về đoàn thể, ở đó, bản thân con người không có giá trị độc lập. Quan niệm này in đậm dấu vết trong thơ cổ điển. Thơ cổ điển là thơ về những cái chung, cái "đạo" của trời đất, cái "ý" của thiên nhiên, cái "chí" của con người. Câu thơ xưa, do đó, thường phiếm chỉ.

> *Bước tới đèo Ngang bóng xế tà*
> *Cỏ cây chen đá, lá chen hoa.*
> (Bà huyện Thanh Quan)

Ai bước tới đèo Ngang? Bà huyện Thanh Quan hay là ai khác? Không biết. Mà cũng chả cần phải biết. Nội dung chính được thể hiện trong bài thơ không phải là sự kiện một cá nhân cụ thể nào bước tới đèo Ngang mà là cái nỗi niềm lẻ loi, bơ vơ, cô độc của con người khi đối diện với trời đất mênh mông.

Cũng vậy, hai câu thơ này của Nguyễn Công Trứ:

Đi không há lẽ lại về không
Cái nợ cầm thư quyết trả xong.

không phải để tả lại cảnh Nguyễn Công Trứ lặn lội đi thi mà là để nói đến cái quyết tâm thành đạt trên con đường khoa cử của các nho sĩ ngày trước.

Thơ Mới thời tiền chiến đã làm một cuộc cách mạng lớn, nếu không nói là lớn nhất trong lịch sử thi ca Việt Nam, khi đem cái "tôi" vào thơ. Nhà thơ hiện diện trong thơ như một chủ thể, một cá thể. Người ta ngang nhiên xưng "tôi", hơn nữa, luôn luôn khẳng định cái "tôi" ấy như một cái gì hoàn toàn riêng tây, độc đáo. Thế Lữ là khách tình si. Xuân Diệu là con chim đến từ núi lạ. Vũ Hoàng Chương là một chiếc thuyền say. Huy Cận là *"một linh hồn nhỏ, mang mang thiên cổ sầu"*. Tế Hanh là một con đường quê. Lưu Trọng Lư là một kẻ giang hồ. Trần Huyền Trân là một khách độc hành. Chế Lan Viên là một bóng ma Hời... mỗi người một diện mạo, một phong cách, một tâm sự. Thơ Mới, nhờ đó, giàu có và đa dạng vô hạn.

Nhưng cái "tôi" trong Thơ Mới dù sao cũng là một cái "tôi" cảm xúc. Các nhà thơ chủ yếu khai thác cái "tôi" ở khía cạnh tâm tình trong mối quan hệ chủ yếu với thiên nhiên và đồng loại, nhiều nhất là với bạn bè, gia đình, người yêu. Cơ man trong Thơ Mới những trăng, hoa, gió, nước. In hình giữa những cảnh sắc thiên nhiên ấy là những "anh anh em em" như lời Hoài Thanh nhận xét khi viết về Trần Huyền Trân trong *Thi nhân Việt Nam*.

Thơ miền Nam trong giai đoạn 1954-1975 cũng là dòng thơ về cái "tôi", nhưng khác Thơ Mới thời tiền chiến ở chỗ: các nhà thơ miền Nam khai thác cái "tôi" chủ yếu ở góc độ nhận thức và chủ yếu trong mối quan hệ với lịch sử và với thân phận con người nói chung. Cái "tôi" trong thơ miền Nam là một cái "tôi" trí tuệ. Nhân vật trung tâm không còn là người tình mà là những kẻ thao thức, hoang mang trước những ngả ba đường. Lấy thơ Vũ Hoàng Chương làm ví dụ. Thời tiền chiến, cảm hứng của ông quanh quẩn trong mấy phạm trù: yêu, say và chán. Sau này, ở miền Nam, thơ ông lại tập trung nhiều vào các vấn đề lịch sử và các *"dấu hỏi vây quanh trọn kiếp người"*. Hiếm có nhà thơ nào chuyên viết thơ tình như ngày trước. Nhà thơ tình nổi tiếng nhất ở miền Nam là Nguyên Sa nhưng sau năm 1960, tức là lúc chiến tranh bùng nổ, ông cũng chuyển hướng sang dòng thơ thời thế với những khắc khoải, những phẫn uất trước một lịch sử mịt mùng. Các nhà thơ khác như Thanh Tâm Tuyền, Tô Thùy Yên, Bùi Giáng… ngay từ đầu đã nhức nhối với những vấn đề về nhân sinh, nhân loại, về khả năng hữu hạn của con người, về *"ba trăm năm lịch sử làm thinh"*, về *"đêm giao thừa thế kỷ mưa rơi sao"*…

Như thế, tuy có biến chuyển, có đổi thay, tuy nhiên, từ thơ tiền chiến đến thơ miền Nam, con sông thơ vẫn chảy một dòng, cái dòng thơ ca ngợi con người như một cá thể, một giá trị độc lập, độc đáo và độc tôn.

Thơ cộng sản lại khác. Nó xoá bỏ cái "tôi". Nó quay lại cái "ta" dù là một cái "ta" chung chung được cách mạng hoá, có nội dung mới so với cái "ta" trong thơ cổ điển, nhưng cũng vẫn là cái "ta". Nói cách khác, thơ cộng sản là sự nối dài của dòng thơ trung đại tại Việt Nam. Nó là cái cõi thơ tiền Thơ Mới. Có lẽ một số người cầm bút tại Việt Nam cũng nhận ra điều này, khi, gần đây, trên tạp chí *Sông Hương* số 31 (1988), họ phê bình thơ cộng sản *"na ná tao đàn của văn nghệ quan phương"*. Đặc điểm của văn nghệ quan phương là *"bị hạn chế về mặt tính nhân dân, bị hạn chế so với yêu cầu tiến bộ xã hội"*.

Thơ cộng sản chỉ khác thơ phong kiến ở chỗ: nó chà đạp lên cái "tôi" của con người một cách có ý thức, có lý luận và có hệ thống. Thơ cổ điển dù sao cũng ít, tuy ít, nhưng có, những con người cô đơn, có cá tính mạnh mẽ và sắc sảo, thỉnh thoảng nổ bùng ra thành một thái độ nghênh ngang, bất cần, khinh bạc. Trong nền thơ cộng sản, hiện tượng này hầu như hoàn toàn vắng mặt. Các nhà thơ ngoan ngoãn xếp hàng, đếm đều nhịp bước trên từng vần điệu ngân nga.

Nhớ, những năm đầu cuộc kháng chiến chống Pháp, cái "tôi" của nhà thơ vẫn còn thấp thoáng, ẩn hiện, lung linh. Nguyễn Đình Thi: *Ta nghe ta hát một mình*. Quang Dũng: *Tôi viết chiều nay, chiều tưởng vọng / Làm thơ mình lại tặng riêng mình*. Cái "tôi" cô đơn, cô độc, giàu nội tâm ấy đã tạo ra nhiều vần thơ óng ánh chất thơ. Một chút cảm xúc hắt hiu làm cho những con người đi kháng chiến người hơn, đẹp hơn và hiền hoà hơn. Đẹp biết mấy, cái hình ảnh *"đầu súng trăng treo"* trong thơ Chính Hữu, và cái hình ảnh *"heo hút cồn mây súng ngửi trời"* trong thơ Quang Dũng.

Sau này, bắt đầu từ những năm 1949, 1950 trở đi, cộng sản ra sức huỷ diệt những cái "tôi" lạc đàn ấy. *Sang bờ tư tưởng ta lìa ta*. Thơ Tế Hanh, trong những ngày chỉnh huấn, chỉnh quân.

Trong cái "tôi", cộng sản ghét nhất là nỗi buồn. Suốt mấy chục năm liền, một trong những nỗ lực lớn nhất của giới lãnh đạo cũng như giới cầm bút cộng sản là khai tử nỗi buồn. Tháng 11-1959, trong bài thơ *Chặt cái bùi ngùi*, Xuân Diệu nêu cao quyết tâm:

Khi vui sướng, ta nổ cười huyên náo
Lúc đau khổ, ta gầm gầm giông bão
Cắt cái bùi ngùi, vứt nó xuống sông
Chặt cái bùi ngùi, dẫm nó dưới chân.

Trong bài *Một vài suy nghĩ về thơ* viết tháng 8-1970 sau được chọn in trong *Tuyển tập Hoài Thanh*, tập 2, xuất bản năm 1982, Hoài Thanh nâng cái vui lên thành một lý tưởng thẩm mỹ:

Ngày xưa, trong khi viết quyển *Thi Nhân Việt Nam* chúng tôi rất thích bài Tống biệt hành của Thâm Tâm:

Đưa người ta không đưa qua sông
Sao có tiếng sóng ở trong lòng
Bóng chiều không thắm không vàng vọt
Sao đầy hoàng hôn trong mắt trong?

...

Chúng tôi đăng bài thơ kèm theo mấy lời bình: "Điệu thơ gấp. Lời thơ gắt. Câu thơ rắn rỏi gân guốc. Không mềm mại, uyển chuyển như phần nhiều thơ bây giờ. Nhưng vẫn chút bâng khuâng khó hiểu của thời đại". Thích chủ yếu là thích "chút bâng khuâng khó hiểu" đó mà chúng tôi nói là của thời đại nhưng đúng ra là của chúng tôi, của những người chưa tìm được cho mình một lẽ sống, một hướng đi nên nhìn vào đâu cũng thấy buồn, thấy bế tắc. Thích bài kia thực chất là thích một con người đồng điệu. Và như thế là cái buồn, cái bế tắc đã trở thành lý tưởng thẩm mỹ của chúng tôi. Hình như thơ có nói buồn, nói bế tắc, ý thơ mới sâu, lời thơ mới đẹp.

Từ sau cách mạng tháng Tám, thứ lý tưởng thẩm mỹ ốm o bệnh tật ấy rõ ràng không còn lý do tồn tại. Nhưng chuyện từ buồn sang vui là khó, chuyển từ thích cái buồn sang thích cái vui lại càng khó. Qua phân tích mấy bài thơ về mưa, Xuân Diệu trên báo *Văn Nghệ* ra ngày 6.3.1970 vừa rồi đã chỉ ra rất rõ quá trình chuyển biến của thơ Huy Cận. Cũng là mưa nhưng trước cách mạng tháng Tám trong bài "Buồn đêm mưa", Huy Cận viết:

> *Tai nương nước giọt mái nhà*
> *Nghe trời nằng nặng nghe ta buồn buồn.*

Đến kháng chiến chống Pháp, trong bài "Mưa mười năm sau", anh lại viết:

> *Mưa xưa rời rạc tần ngần*
> *Mưa nay ríu rít nhân quần tiếng vang*
> *Giọt mưa cũ ố vàng thơ phú*
> *Triều mưa nay đoàn tụ lúa xanh.*

Vừa nhắc lại cái buồn cũ, vừa nói lên cái vui mới. Thêm mười năm nữa, vào đầu năm 1959, trong bài "Mưa xuân trên biển", sẽ chỉ còn những lời thơ vui, cũng sâu và cũng đẹp không kém những lời thơ buồn ngày xưa của Huy Cận:

> *Thuyền đậu thuyền đi hạ kín mui*
> *Lưa thưa mưa biển ấm chân trời.*

Bước đi của Huy Cận cũng là bước đi chung. Nói chung, những anh chị em làm thơ, viết văn đi theo Cách mạng đều trải qua một sự chuyển mình sâu sắc" (tr. 187-188).

Coi cái vui là một lý tưởng thẩm mỹ, hơn nữa, là một thứ lý tưởng thẩm mỹ duy nhất, Hoài Thanh cũng như hầu hết những người cầm bút dưới chế độ cộng sản đã rất mẫn cán trong việc buộc tội những biểu hiện buồn rầu, dù chỉ phảng phất, trong thơ. Đã nhiều vụ án văn học xảy ra mà nạn nhân chỉ phạm một "tội" duy nhất là hơi hơi chùng giọng, hơi hơi ngậm ngùi, ngay cả với một lý do hoàn toàn chính đáng. Bài *Ngò cải đơm hoa* của Lưu Trọng Lư, bài

Không nói của Nguyễn Đình Thi, bài *Nghĩ về Thuý Kiều* của Lý Phương Liên, bài *Vòng trăng* của Phạm Tiến Duật, bài *Sẹo đất* của Ngô Văn Phú, bài *Nhà tôi* của Yên Thao, bài *Màu tím hoa sim* của Hữu Loan cũng như toàn bộ thơ của Quang Dũng thời kháng chiến bị phê phán dữ độ i cũng chỉ vì lý do ấy, lý do hiu hắt, buồn buồn.

Kết quả là các nhà thơ phải cố giấu nhẹm đi mọi nỗi buồn, mọi niềm đau. Trong một đất nước chiến tranh triền miên, bao nhiêu chia ly, bao nhiêu mất mát mà trong thơ không hề đọng lại một giọt nước mắt:

> *Xa nhau không hề rơi nước mắt*
> *Nước mắt để dành cho ngày gặp mặt.*
> (Nam Hà)

Hai câu thơ này của Chế Lan Viên có thể coi như là tuyên ngôn của thơ ca cộng sản:

> *Ta cầm lấy trái tim mà bóp chặt*
> *Tiếng yêu thầm rên rỉ dưới bàn tay.*

Gần đây, tại Việt Nam, một nhà thơ trẻ tên Trần Nam Hương đã nhận thức sự lệch lạc và thiếu sót của nền thơ ca cộng sản khi thủ tiêu nỗi buồn. Ông viết trong bài *Tạ lỗi cánh đồng*:

> *Đã có một thời nỗi đau ta phải giấu*
> *Ta đánh mất ta trong nửa con người*
> *Bài thơ phải cắt đi phần thật nhất*
> *Trang báo ta cầm chỉ đọc những niềm vui.*

Nhà thơ Phan Xuân Hạt cũng nghĩ tương tự, trong bài *Thơ tặng bạn*:

> *Một thời qua, bạn đã quên mất bạn*
> *Thơ viết ra ít bóng dáng của mình*
> *Tả gió, tả mưa, con đường ra trận*

Ngỡ như ai nói hộ tâm tình.
Có niềm vui và nỗi buồn không ít
Bạn từng sống một cuộc đời riêng.
Thơ viết cái chung xuôi chiều tốt đẹp
Bóng vào thơ, nem nép bóng soi nghiêng!
...

Một nền thơ chỉ nói về cái ta, nói về cái chung, nói về niềm vui, hoàn toàn giấu giếm cái tôi, cái riêng, nỗi buồn tất yếu là một nền thơ nghèo nàn. Hoàng Phủ Ngọc Tường, trên báo *Văn Nghệ* số ra ngày 12.3.1988, đã nhận ra điều này: *"Ba chục năm nay ta chỉ ủng hộ niềm vui, chỉ cho phép in thơ nói niềm vui. Nhưng nỗi buồn là cả một tài sản tâm hồn của con người mà ta hãy còn đóng cửa đối với nó".*

Nghèo nàn. Và giả tạo. Tước bỏ cái "tôi", tước bỏ nỗi buồn, con người chỉ còn là một khái niệm trừu tượng, trừu tượng đến phi thực. Đây còn là nguyên nhân chủ yếu dẫn đến tính chất công thức trong thơ cộng sản. Con người được nhìn nhận không như một cá thể mà như một phạm trù: vô sản và tư bản, cách mạng và phản cách mạng, địch và ta, bạn và thù. Cuối thập niên 1960, đầu thập niên 1970, ở miền Bắc, xuất hiện một nhà thơ trẻ có tài: Lý Phương Liên.[86] Với vài bài thơ đăng báo, tên tuổi Lý Phương Liên nhanh chóng trở thành quen thuộc với mọi người. Thơ Lý Phương Liên nhẹ nhàng, tha thiết:

---

[86] Theo nhiều văn nghệ sĩ miền Bắc kể lại thì Lý Phương Liên nguyên là một thiếu nữ làm công nhân tại xưởng in báo Nhân Dân tại Hà Nội. Cô không biết làm thơ. Những bài thơ mang tên cô, thật ra, như lời cô khai với công an, là của một người nào đó trong nhóm Nhân Văn - Giai Phẩm vì bị cấm viết nên nhờ cô ký tên và gửi báo giùm. Một số người còn lại khẳng định tác giả của những bài thơ ký tên Lý Phương Liên chính là Trần Dần. Những chi tiết này chưa bao giờ được công bố trên báo chí nên không biết thực hư ra sao.

Xa anh nói nhớ làm sao
Chân đứng tổ kiến, lòng chao lá cành
Lẽ nào em buộc cánh anh
Buộc cánh anh
Buộc cánh anh cũng chẳng thành tình yêu.

Trên báo *Văn Nghệ* số ra ngày 28-8-1970, Lý Phương Liên đăng bài *Nghĩ về Thuý Kiều,* trong đó có hai câu:

Tuổi già còn tin vào số phận
Niềm nghĩ nhiều là nghĩ về cái chết.

Bài thơ bị kết tội nặng nề. Riêng hai câu thơ trên bị Như Thiết, trong quyển *Quán triệt tính đảng trong mỹ học và trong nghệ thuật* xuất bản tại Hà Nội năm 1973, phê phán:

Không, tuổi già Việt Nam không bao giờ như thế. Tuổi già Việt Nam không tin vào một số phận tiền định nào khi những mái đầu bạc phơ thét vang hội nghị Diên Hồng lời thề quyết chiến, khi đời này qua đời khác, những bà mẹ Việt Nam liên tục tiễn đưa chồng con ra mặt trận với những niềm kiêu hãnh về sự bất diệt của dân tộc mình.

Tuổi già Việt Nam không nghĩ nhiều về cái chết. Sức sống mãnh liệt vẫn tràn đầy tâm hồn của ngàn vạn bạch đầu quân và mẹ chiến sĩ. Bàn tay của tuổi già Việt Nam vẫn hàng ngày ươm trồng cho con cháu hàng triệu hàng triệu những đường cây, những đồi cây mãi mãi xanh tươi của đất nước. (tr. 216).

Lời phê phán nghe hài hước. Hài hước đến ngu ngốc. Nhưng đó là lời phê phán có "tính đảng". Dù muốn dù không, để tránh tai vạ, các nhà thơ cộng sản cũng theo khuôn mẫu trên để viết về "hiện thực". Viết về tuổi già Việt Nam thì phải ca ngợi sự anh hùng của họ. Viết về tuổi trẻ cũng thế. Mọi người đều là anh hùng. "Ra ngõ gặp anh hùng", người ta vẫn thường nói thế, ở miền Bắc, trước năm 1975.

Sự giả tạo lại đẻ ra sự đơn giản và đơn điệu. Theo Vương Trí Nhàn trên báo *Văn Nghệ* số 14.9.1985: *"Theo sự quan sát của nhiều anh em làm nghề (phê bình văn học, N.H.Q. chú) hiện nay, thì cả các anh chị lớp trước lẫn các bạn làm thơ trẻ bây giờ viết rất có nghề. Chỉ có điều, các bài thơ in trên báo nhiều khi hao hao giống nhau, không tạo được một ấn tượng riêng"*. Trên báo *Quân Đội Nhân Dân* số 6.6.1987, Anh Ngọc cũng viết tương tự: *"Trên cái nền kỹ thuật khá vững vàng, người viết đóng vai trò những thợ thủ công lành nghề ra sức trổ theo những mẫu định sẵn. Đó là cái thứ thơ minh hoạ đường lối, run rẩy quanh những cảm xúc giả tạo, bé bỏng, nhạt nhẽo"*. Rồi trên báo *Văn Nghệ* số 10.5.1986, Võ Văn Trực cũng viết tương tự: *"Một trong những điều kỵ nhất của thơ là sự giống nhau giữa tác giả này với tác giả kia, giữa tác phẩm này với tác phẩm kia. Đã có nhiều lúc chúng ta kêu lên: nếu bịt tên tác giả lại, người đọc không đoán biết được bài thơ của ai. Tình trạng đó đến nay vẫn còn: khi có một vấn đề xã hội mới mẻ, một loạt bài thơ ra đời hao hao giống nhau về thể hiện, hao hao giống nhau về việc sử dụng chất liệu – nguyên nhân chủ yếu của tình trạng ấy là hao hao giống nhau về độ cảm xúc của tác giả"*. Trên báo *Nhân Dân* số ra ngày 16.10.1988, Vũ Duy Thông cũng viết tương tự: *"Thiếu đi phần máu thịt với cuộc đời, xuất hiện nhan nhản những bài thơ giống nhau một cách trung bình, những cốc xi-rô ngòn ngọt, hồng hồng ở các quầy giải khát dọc phố"*. Trên báo *Sài Gòn Giải phóng* số ra ngày 21.6.1987, trong mục Thời sự văn nghệ, một người ký tên tắt là V.N. gọi một cách tổng quát đó là *"những bài thơ ca ngợi chung chung (một loại "lương khô" viết theo công thức có sẵn), những bài thơ thời sự máy móc, ấu trĩ".*

Thơ cộng sản không những lạc hậu, nghèo nàn giả tạo, đơn giản và đơn điệu. Thơ cộng sản còn là một nền thơ vô nhân đạo. Xin nói ngay: đây không phải là ý kiến của một người vốn đối nghịch với cộng sản. Đây là điều mà nhiều người cầm bút cộng sản trong nước đã thẳng thắn nhìn nhận trong phong trào "nói thẳng, nói thật" trên báo chí từ mấy năm nay. Trên báo *Văn Nghệ* số 12.3.1988, Hoàng Phủ Ngọc Tường, nguyên là một trí thức miền Nam theo cộng sản từ năm 1965, phát biểu: *"Văn học sẽ trở thành vô nhân đạo và vô trách nhiệm nếu nó tỏ ra không cần biết rằng trên đất nước yêu quí của chúng ta vẫn còn tồn tại những con người bị lăng nhục".* Trên tạp chí *Thông tin văn hoá văn nghệ* số 4b. 1988, Giang Nam, nhà thơ hàng đầu trong cái gọi là "văn học giải phóng miền Nam Việt Nam" trước đây, cũng phát biểu: *"Chúng ta nói đến con người thường chỉ thấy mặt lớn lao, anh hùng, có bi kịch cũng là gắn với bi kịch của cả dân tộc; những số phận bình thường, gặp nhiều trắc trở, hẩm hiu trong cuộc sống, những sai lầm do tự con người gây ra đưa đến những hậu quả bi thảm ít được chúng ta chú ý. Trong con mắt của một thời, đó là những tình cảm cá nhân, bé nhỏ, không đáng lưu tâm. Chúng ta đã trả giá về điều đó: thơ ta nghèo đi, tính nhân đạo kém đi"* (tr. 20).

Trong cuộc họp liên tịch về thơ giữa các nhà thơ làm biên tập viên của báo chí, xuất bản với đại diện các ngành phát hành sách do Hội Nhà văn tổ chức tại Hà Nội ngày 4.12.1987, được tường thuật tóm tắt trên báo *Sài Gòn Giải phóng* ngày 3.1.1988, Vũ Quần Phương, nhà thơ đồng thời là nhà phê bình thơ, phát biểu:

Mới đây, một em bé ở Hiền lương (Vĩnh phú) bị cán bộ xã đánh đập, tra tấn oan khốc, tiếng kêu cứu trong đêm của em có vọng đến thơ không? Trước đây nói đúng nhưng không có lợi (sợ bị địch lợi dụng) thì không nói. Mãi kiểu ấy thành quen, cái có lợi được đặt tên trên cái đúng (khổ tâm nhất là vì sự thăng tiến, lợi lộc của riêng cá nhân mà không ít nhà thơ đã phản bội cả thơ lẫn chân lý, phản bội lòng nhân đạo của con người!)

Ngày xưa, mở đầu *Truyện Kiều*, Nguyễn Du viết: *"Những điều trông thấy mà đau đớn lòng"*. Giá trị lớn nhất của thơ, nghĩ cho cùng, là nói lên được "nỗi đau đớn lòng" trước "những điều trông thấy" ấy. Để con người biết công phẫn trước tội ác. Để con người biết xót xa thương nhau trong cái thân phận bất toàn của mình, của đồng loại mình. Thơ cộng sản, từ mấy chục năm nay, ngược lại. Nó hoàn toàn hờ hững trước mười lăm năm đoạn trường của Thuý Kiều, trước cái chết oan khốc, thảm thương của Từ Hải. Nó chỉ mải mê tập trung ngòi bút vào tung hô Hồ Tôn Hiến. Thơ cộng sản là một nền thơ tụng ca.

Nhưng tính chất vô nhân đạo của thơ cộng sản không phải chỉ ở đấy, cái thái độ dửng dưng, quay mặt né tránh những bi kịch của con người. Tính chất vô nhân đạo của thơ cộng sản còn ở chỗ khác, ở chỗ nó huỷ diệt nhân cách của con người, huỷ diệt cái quan hệ nhân tình giữa con người với con người.

Kể từ năm 1948, lúc Hồ Chí Minh tự viết quyển *Những mẩu chuyện về đời hoạt động của Hồ Chủ tịch* ký dưới bút hiệu Trần Dân Tiên, giới cầm bút cộng sản được lệnh tìm mọi cách để thần thánh hoá Hồ Chí Minh, biến Hồ Chí Minh thành một vị cha già của dân tộc, một con người vô song hơn hẳn tất cả các bậc tiên hiền thuở trước. Đứng trước Hồ Chí Minh, mọi người đều trở thành nhỏ nhoi, tội nghiệp, phải nhờ công ơn cứu độ của Hồ Chí Minh mới được làm người. Và khi đã được làm người rồi thì phải luôn luôn tạc khắc trong lòng cái công ơn trời bể ấy, phải suốt đời phấn đấu, hy sinh để đền đáp. Thân phận con người, do đó, chỉ là một thân phận tôi đòi. Họ chỉ có một tư thế để tồn tại: quỳ. (*Con quỳ trước Bác mênh mong*, Xuân Diệu). Họ chỉ có một vị trí để tồn tại: gắn chặt với đảng (*Sống cùng đảng, chết không rời đảng*, Tố Hữu).

Xuất hiện ê hề trong thơ cộng sản hình ảnh những đứa con nít, nói như nhà văn Võ Phiến, đâu đó *"sụt sùi thương râu nhớ dép"* "Bác Hồ":

> *Đêm nay bên bến Ô Lâu*
> *Cháu ngồi cháu nhớ chòm râu bác Hồ*
> (Thanh Hải)

> *Nhớ đôi dép cũ nặng công ơn*
> *Yêu Bác, lòng ta trong sáng hơn.*
> (Tố Hữu)

> *Mai về miền Nam trào nước mắt*
> *Muốn làm con chim hót quanh lăng Bác.*
> (Viễn Phương)

> *Râu bác thưa cũng trắng một màu*
> *Ta muốn làm đứa con nhỏ vuốt chòm râu.*
> (Hải Như)

> *Chúng con dưới vực sai lầm*
> *Đang vươn mình, được Bác cầm tay lên.*
> (Xuân Diệu)

> *Ý cháu ước ao, mình được hoá lính canh*
> *Được trực trước cửa phòng của bác*
> *suốt những đêm thanh.*
> (Xuân Diệu)

Không phải chỉ có Hồ Chí Minh. Tất cả những lãnh tụ lớn của cộng sản đều được tôn lên ngôi thần thánh. Tố Hữu viết về Staline:

> *Thương cha, thương mẹ, thương chồng*
> *Thương mình thương một, thương Ông thương mười.*

Tế Hanh viết về Lénine:

> *Em ơi! Anh tặng em gì nhỉ?*
> *Anh tặng em một hình ảnh Lénine.*

Trước thần tượng, con người không còn nhân cách riêng, chỉ là những đứa con nít chưa trưởng thành, luôn luôn bám víu vào đảng, vào lãnh tụ để đứng vững trong cuộc sống. Thực chất đó là một thái độ khinh miệt cùng cực đối với con người, một sự xúc phạm nghiêm trọng đối với nhân phẩm con người.

Nhưng không phải chỉ có thế. Khi con người bị hạ thấp, trờ thành những công cụ của đảng, quan hệ nhân tình và nhân tính giữa con người với nhau cũng biến mất. Họ đánh giá nhau bằng một tiêu chuẩn: cái lợi. Đó là lý do cắt nghĩa tại sao thơ cộng sản lại hung bạo lạ lùng. Nó gào thét đòi máu. Nó kích động sự thù hận giữa con người. Nó hoan hô cổ vũ những kẻ giết người, những hành động giết người. Còn nhớ, trong cuộc cải cách đầu tiên của cộng sản thời kháng chiến chống Pháp, Xuân Diệu đã từng hô hào:

> *Lôi cổ bọn nó ra đây*
> *Bắt quỳ gục xuống đoạ đày chết thôi.*

Sau năm 1954, trong cuộc chiến đấu cưỡng chiếm miền Nam, Xuân Diệu cũng đã nhiều lần gào la như vậy. Trong bài *Lửa của người da đen*:

> *Máu kêu máu trả thù*

Súng đâu, anh em đâu
Bắn nó thủng yết hầu
Bắn tỉa bắn dài lâu.

Trong bài *Chuyên chính vô sản:*

Ôi êm ái khi tay cầm vũ khí.

Trong bài *Xuân Việt Nam:*

Ném lựu đạn cho người vui, vật sướng

Trong bài *Tôi lắng nghe những phố hè trong ấy:*

Căn cứ đổ nhào, lửa reo đồn bót
Quân ta, dân ta, quân ta đạn rót
Trộn xác quân thù vào với bê tông.

Còn hơn Xuân Diệu, Chế Lan Viên luôn luôn có tham vọng nâng việc giết người thành một triết lý, một cái "đạo". Xuất hiện nhan nhản, nhiều thật nhiều, trong thơ ông những câu đại loại:

Hoan hô cái hầm chông
    ...
Hỡi cái hầm chông
Ta yêu ngươi hơn vạn đóa hoa hồng!
(Cái hầm chông giản dị)

Miền Nam ta ơi,
Cái hầm chông là điều nhân đạo nhất!
    ...
Hãy giết sạch lũ hung thần bóng tối
Ngọn súng trường ta ơi, ngọn súng rất nhân tình!
(Đế quốc Mỹ là kẻ thù riêng của mỗi trái tim ta)

Hãy giết chúng như thiên thần giết quỷ
Trên mỗi xác thù, họng súng phải reo ca.
(Ở đâu? ở đâu? Ở đất anh hùng)

Vinh quang nhất là những người đang nổ súng
(Trận tuyến này con hơn cả màu da)

Ta đánh mày hân hoan như sinh đẻ
Và thiêng liêng như xây dựng kỳ đài.
(Thời sự hè 72, bình luận)

Hạnh phúc tính theo đầu người, là
anh giết được bao nhiêu giặc Mỹ
Như cây yêu đời sinh được mấy muôn hoa
                        ...
Giết chúng đi: chỉ còn một đường thôi: giết chúng
Ôi hôm nay lòng ta như họng súng.
(Suy nghĩ 1966)

Không có gì tàn bạo hơn. Các nhà thơ cộng sản đều được dạy là không có trong văn học cái khái niệm "tính người" trừu tượng, do đó, trên thực tế, cũng không có khái niệm con người hoặc người Việt Nam chung chung. Chỉ có những người cách mạng đang ở trong thế tranh đấu một mất một còn với bọn đế quốc và bọn ngụy. Đối với đế quốc và ngụy thì, nói như Chế Lan Viên, *"đã huỷ diệt là sạch sành sanh tất"*.

Có phải chính cái quan điểm tàn bạo mà thơ ca cộng sản hết lời cổ vũ suốt mấy chục năm nay là nguyên nhân trực tiếp dẫn đến tình trạng khủng hoảng đạo đức nghiêm trọng trong xã hội Việt Nam gần đây báo chí trong nước đang ầm ĩ báo động?

                    *

              *   *

Hồ Chí Minh có hai câu thơ được cộng sản coi như là một tuyên ngôn về thơ:

Nay ở trong thơ nên có thép
Nhà thơ cũng phải biết xung phong.

Thơ bị biến thành một công cụ tuyên truyền thuần tuý.
Mọi người chỉ nhắm đến việc dùng thơ để phục vụ chế độ.
Xuân Quỳnh: *Em đang tập làm thơ có ích*. Vũ Quần
Phương:

Bò ơi,
Ta thèm cái thanh thản của bò
Để viết những bài thơ
Như chơi
Mà nuôi người
Như sữa

Nhà thơ sáng tác với tư thế của một cán bộ tuyên truyền.
Không phải ngẫu nhiên mà, dưới chế độ cộng sản, từ năm
1945 đến nay, tuyệt đối không còn hình ảnh người nghệ sĩ
lãng mạn một cách thơ mộng và nghênh ngang như Tản
Đà, như Nguyễn Tuân ngày nào, suốt đời chỉ biết *"ham vẻ
đẹp muôn hình muôn vẻ"* (Thế Lữ), chỉ biết tình yêu *"thây
kệ thiên đường và địa ngục / không hề mặc cả họ yêu
nhau"* (Xuân Diệu), chỉ biết theo đuổi những vì sao,
những áng mây *"đi, đi mãi vào vô định / Tìm cái phi
thường, cái ước mơ"* (Hàn Mặc Tử).

Với ngọn bút đã biến thành một thỏi thép đen sì trong tay,
các nhà thơ cộng sản ồn ào xông vào trận, hò hét xung
phong, lăm lăm đòi tiêu diệt kẻ thù. Phương châm của họ
là "phục vụ kịp thời" và "sáng tác theo đơn đặt hàng của
xã hội". Trừ Quang Dũng, Chính Hữu và Nguyễn Đình
Thi còn biết trăn trở, tìm tòi những thể hiện mới trong thơ
để thơ thực sự là thơ, tất cả các nhà thơ cộng sản khác đều
sáng tác nhanh chóng và dễ dàng lạ lùng. Ngọn bút của họ
cứ thoăn thoắt, thoăn thoắt theo từng dòng tin thời sự đăng

trên báo *Nhân Dân.* Cứ hễ có một sự kiện chính trị, xã hội nào cần tuyên truyền là họ có thơ ngay. Thơ về các trận đánh, về những người được phong anh hùng, thơ về công trường, nông trường, các trại chăn nuôi gà vịt, về các cuộc vận động trồng cây, đào hồ nuôi cá...

Từ năm 1945 đến những năm 1985, 1986, trong vòng bốn mươi năm, Xuân Diệu, Huy Cận, Chế Lan Viên, Tế Hanh, Nguyễn Xuân Sanh... mỗi người đều có hơn mười tập thơ được xuất bản.

Nhìn chung, từ năm 1975 đến nay, tại Việt Nam, trung bình mỗi năm có khoảng 30 tập thơ được in. Riêng nhà xuất bản Tác Phẩm Mới, nơi được coi là in thơ nhiều nhất Việt Nam, trong vòng mười năm, từ 1976 đến 1986, đã in tổng cộng khoảng 80 tập thơ, trong đó có khoảng 30 tập là thơ tuyển của nhiều tác giả.

Nhà thơ sáng tác nhanh. Nhà xuất bản in thơ nhiều. Nhưng chất lượng thơ ra sao? Năm 1986, trong bài *Sáu mươi năm phía trước* in trong tập *40 năm văn học*, Xuân Diệu thành thật thừa nhận: *"Chúng ta có rất nhiều thơ, nhưng ít thi sĩ, ít thi gia"* (tr. 60).

Ít thi sĩ, ít thi gia? Lạ. Năm 1982, báo *Văn Nghệ* xuất bản tại Hà Nội, trong số đặc biệt "Những nhà thơ Việt Nam", giới thiệu tên tuổi của 147 nhà thơ hội viên chính thức và 17 nhà thơ hội viên dự bị của Hội Nhà văn Việt Nam. Năm 1989, trong Bản dự thảo báo cáo của Ban chấp hành Hội Nhà văn Việt Nam tại Đại hội lần thứ tư của Hội, người ta ghi nhận, trong tổng số 477 hội viên của Hội Nhà văn, có 138 người làm thơ chuyên nghiệp. Sự chênh lệch giữa hai con số trên có lẽ xuất phát từ nguyên nhân: những nhà thơ trẻ mới được kết nạp quá ít, không đủ bù đắp vào số lượng những nhà thơ lớn tuổi đã từ trần cùng thời gian. Tuy nhiên, dù sao, con số những nhà thơ chuyên nghiệp tại Việt Nam cũng khá đông, khoảng trên dưới 150 người. Đó là chưa kể những nhà thơ "nghiệp dư", những nhà thơ tài tử vốn lúc nào cũng ê hề ở Việt Nam, từ xưa đến nay, dưới bất cứ chế độ nào.

Đông người làm thơ, nhưng vẫn "ít thi sĩ, ít thi gia". Tại sao? Câu trả lời đơn giản: tại hầu hết đều làm thơ một cách máy móc, ấp úng, vụng về. Cứ nhìn vào các nhà thơ từng nổi tiếng lừng lẫy trong phong trào Thơ Mới giai đoạn 1930-45 sau này ở lại miền Bắc thì đủ thấy. Không kể những người hoàn toàn ngưng sáng tác như Phạm Huy Thông, Trần Huyền Trân, Thế Lữ, Hồ Dzếnh, Nam Trân, Vũ Đình Liên, hầu hết những nhà thơ tiền chiến khác đều xuống sức thảm hại. Có lẽ chỉ có một người duy nhất đổi mới được thơ mình: Chế Lan Viên. Ngay cả Huy Cận và Xuân Diệu cũng hoạ hoằn lắm mới có một vài bài thơ khá. Những nhà thơ xuất hiện thời kháng chiến chống Pháp cũng như xuất hiện vào những năm cuối thập niên 1960 ở miền Bắc, tuy có ưu điểm là trẻ trung, ít nhiều độc đáo, song chưa có ai tạo được một phong cách bền vững, ổn định, sáng tác đều tay, trở thành một đại thụ trong làng thơ.

Có, nhưng không nhiều, dưới chế độ cộng sản, những bài thơ hoàn chỉnh, xuất sắc. Đó là bài *Biển* của Xuân Diệu, bài *Đoàn thuyền đánh cá* và bài *Các vị la hán chùa Tây phương* của Huy Cận, bài *Tổ quốc bao giờ đẹp thế này chăng* và một số bài tuyệt cú của Chế Lan Viên, bài *Đất nước* của Nguyễn Đình Thi, bài *Tây tiến* và *Đôi mắt người Sơn Tây* của Quang Dũng, bài *Lửa đèn* và bài *Trường Sơn đông và Trường Sơn tây* của Phạm Tiến Duật…

Mà những bài thơ được đánh giá là hoàn chỉnh, là xuất sắc nhất dưới chế độ cộng sản cũng thường vấp phải một khuyết điểm: sáo.

Cái sáo, trong văn học miền Nam trước đây hay trong văn học hải ngoại hiện nay, thường xuất hiện ở khía cạnh ngôn ngữ, hình tượng và nhạc điệu. Cái sáo trong văn học cộng sản, thường xuất hiện ở khía cạnh cảm xúc và tư tưởng. Hầu như bài thơ nào cũng có cảm xúc và tư tưởng giống nhau. Cảm xúc: niềm tự hào về dân tộc, về thời đại. Tư tưởng: khẳng định sức mạnh vĩ đại của đảng, công ơn vô bờ của đảng đối với đất nước, đối với nhân dân.

Có thể dẫn bài *Tổ quốc bao giờ đẹp thế này chăng* của Chế Lan Viên và bài *Các vị La Hán chùa Tây Phương* của Huy Cận làm thí dụ. Đây là hai thành tựu nguy nga nhất của nền thơ cộng sản: cả hai được đem vào chương trình giảng dạy trong nhà trường, đều có mặt trong tất cả các tuyển tập thơ ghi dấu các chặng đường được coi là huy hoàng của thơ ca hiện thực xã hội chủ nghĩa.

Bài *Các vị La Hán chùa Tây Phương* được Huy Cận sáng tác năm 1963 với lời đề từ: "*Chùa Tây Phương (ở Sơn Tây) có những pho tượng La Hán rất đẹp, rất sinh động, tạc vào thế kỷ thứ 18. Nhà nghệ sĩ xưa đã vô tình hay hữu ý mượn đề tài chuyện Phật mà mô tả xã hội đương thời, một xã hội quằn quại đau khổ trong nhiều biến động, và bế tắc không tìm được lối ra*".

> *Các vị La Hán chùa Tây Phương*
> *Tôi đến thăm về lòng vấn vương.*
> *Há chẳng phải đây là xứ Phật,*
> *Mà sao ai nấy mặt đau thương?*
> *Đây vị xương trần chân với tay*
> *Có chi thiêu đốt tấm thân gầy*

Trầm ngâm đau khổ sâu vòm mắt
Tự bấy ngồi yên cho tới nay.
Có vị mắt giương, mày nhíu xệch,
Trán như nổi sóng biển luân hồi
Môi cong chua chát tâm hồn héo
Gân vặn bàn tay mạch máu sôi.
Có vị chân tay co xếp lại
Tròn xoe tựa thể chiếc thai non
Nhưng đôi tai rộng dài ngang gối
Cả cuộc đời nghe đủ chuyện buồn....
Các vị ngồi đây trong lặng yên
Mà nghe giông bão nổ trăm miền
Như từ vực thẳm đời nhân loại
Bóng tối đùn ra trận gió đen.
Mỗi người một vẻ, mặt con người
Cuồn cuộn đau thương cháy dưới trời
Cuộc họp lạ lùng trăm vật vã
Tượng không khóc cũng đổ mồ hôi.
Mặt cúi, mặt nghiêng, mặt ngoảnh sau
Quay theo tám hướng hỏi trời sâu
Một câu hỏi lớn. Không lời đáp
Cho đến bây giờ mặt vẫn chau.
Có thực trên đường tu đến Phật
Trần gian tìm cởi áo trầm luân
Bấy nhiêu quằn quại run lần chót
Các vị đau theo lòng chúng nhân?
Nào đâu, bác thợ cả xưa đâu ?
Sống lại cho tôi hỏi một câu:
Bác tạc bấy nhiêu hình khổ hạnh
Thật chăng chuyện Phật kể cho nhau?
Hay bấy nhiêu hồn trong gió bão
Bấy nhiêu tâm sự, bấy nhiêu đời
Là cha ông đó bằng xương máu
Đã khổ, không yên cả dáng ngồi.
Cha ông năm tháng đè lưng nặng

Những bạn đương thời của Nguyễn Du
Nung nấu tâm can, vò võ trán
Đau đời có cứu được đời đâu.
Đứt ruột cha ông trong cái thuở
Cuộc sống giậm chân hoài một chỗ
Bao nhiêu hy vọng thúc bên sườn
Héo tựa mầm non thiếu ánh dương.
Hoàng hôn thế kỷ phủ bao la
Sờ soạng, cha ông tìm lối ra
Có phải thế mà trên mặt tượng
Nửa như khói ám nửa sương tà.
Các vị La Hán chùa Tây Phương!
Hôm nay xã hội đã lên đường
Tôi nhìn mặt tượng dường tươi lại
Xua bóng hoàng hôn, tản khói sương.
Cha ông yêu mến thời xưa cũ
Trần trụi đau thương bỗng hoá gần!
Những bước mất đi trong thớ gỗ
Về đây, tươi vạn dặm đường xuân.

Được sáng tác năm 1956, *Tổ quốc bao giờ đẹp thế này chăng* là bài thơ tiêu biểu nhất cho phong cách chính luận rất nổi tiếng của Chế Lan Viên:

Hỡi sông Hồng tiếng hát bốn nghìn năm
Tổ quốc bao giờ đẹp thế này chăng?
- Chưa đâu! Và ngay cả trong những ngày đẹp nhất
Khi Nguyễn Trãi làm thơ và đánh giặc,
Nguyễn Du viết Kiều, đất nước hoá thành văn,
Khi Nguyễn Huệ cưỡi voi vào cửa Bắc,
Hưng Đạo diệt quân Nguyên trên sóng Bạch đằng...
Những ngày tôi sống đây là ngày đẹp hơn tất cả
Dù mai sau đời muôn vạn lần hơn!
Trái cây rơi vào áo người ngắm quả,
Đường nhân loại đi qua bóng lá xanh rờn,
Mặt trời đến mỗi ngày như khách lạ,

Gặp mỗi mặt người đều muốn ghé môi hôn...
Cha ông xưa từng đấm nát tay trước cửa cuộc đời,
Cửa vẫn đóng và Đời im im khoá.
Những pho tượng chùa Tây Phương" không biết cách trả
lời!
Cả dân tộc đói nghèo trong rơm rạ
Văn chiêu hồn từng thấm giọt mưa rơi
Có phải cha ông đến sớm chăng và cháu con thì lại muộn
Dẫu có bay giữa trăng sao cũng tiếc không được sống phút
bây giờ
Buổi đất nước của Hùng Vương có Đảng,
Mỗi người dân đều được thấy bác Hồ,
Thịt xương ta, giặc phơi ngoài bãi bắn
Lại tái sinh từ Pắc Bó, Ba Tơ...
Không ai có thể ngủ yên trong đời chật
Buổi thuỷ triều vẫy gọi những vầng trăng,
Mỗi gié lúa đều muốn thêm nhiều hạt,
Gỗ trăm cây đều muốn hoá nên trầm,
Mỗi chú bé đều nằm mơ ngựa sắt
Mỗi con sông đều muốn hoá Bạch Đằng...
Ôi! Trường Sơn vĩ đại của ta ơi
Ta tựa vào ngươi, kéo pháo lên đồi,
Ta tựa vào Đảng ta, lên tiếng hát
Dưới chân ta, đến đầu hàng Đờ-cát,
Rồng năm móng vua quan thành bụi đất,
Mỗi trang thơ đều dội tiếng ta cười!
Đều lộng hương thơm những cánh đồng hợp tác
Chim cu gần, chim cu gáy xa xa...
Ruộng đoàn tụ nên người thôi chia cắt,
Đêm no ấm, giọng chèo khuya khoan nhặt,
Lúa thêm mùa khi lúa chín về ta.
Rồi với đôi tay trắng từ Đinh, Lý, Trần, Lê...
Đảng làm nên công nghiệp.
Điện trời ta là sóng nước sông Hồng,
An Dương Vương hãy dậy cùng ta xây sắt thép,

Loa thành nay có đẹp mắt người chăng?
Ong bay nhà khu tỉnh ủy Hưng Yên
Mật đồng bằng mùa nhãn ngọt môi em
Cây xanh ngắt đất bạc màu Vĩnh Phúc...
Ôi! Cái thuở lòng ta yêu Tổ quốc
Hạnh phúc nào không hạnh phúc đầu tiên?
Ôi, cái buổi sinh thành và tái tạo
Khi thiếu súng và khi thì thiếu gạo
Những phù sa đẻ ra những Cà Mau thịnh vượng mai sau.
Dẫu là Chúa cũng sinh từ ruột máu,
Ta đẻ ra Đời, sao khỏi những cơn đau?
Hãy biết ơn vị muối của đời cho thơ chất mặn!
Ôi! Thương thay những thế kỷ vắng anh hùng,
Những đất nước thiếu người cầm thanh gươm nghìn cân ra trận...
Nhà thơ sinh đồng thời với mưa phùn và những buổi hoàng hôn,
Cả xứ sở trắng một màu mây trắng!
Ai biết mây trên trời buồn hơn hay thơ mặt đất buồn hơn?
Chọn thời mà sống chăng? Anh sẽ chọn năm nào đấy nhỉ?
Cho tôi sinh ra buổi Đảng dựng xây đời,
Mắt được thấy dòng sông ra gặp bể,
Ta với mẻ thép gang đầu là lứa trẻ sinh đôi,
Nguyễn Văn Trỗi ra đi còn dạy chúng ta cười...
Cho tôi sinh giữa những ngày diệt Mỹ,
Vóc nhà thơ đứng ngang tầm chiến luỹ
Bên những dũng sĩ đuổi xe tăng ngoài đồng và hạ trực thăng rơi.

Cả hai bài thơ trên đều hay. Bài *Các vị La hán chùa Tây Phương* hay một cách "cổ điển" mang nhiều âm hưởng của thơ tiền chiến, đặc biệt trong ngôn ngữ và trong nhạc điệu. Bài *Tổ quốc bao giờ đẹp thế này chăng* hay một cách tân kỳ, giàu trí tuệ, kết cấu linh động, ngôn ngữ mạnh và sắc.

Nhưng cả hai bài đều có tứ thơ y hệt như nhau: cũng nhìn lại quá khứ bế tắc, cùng quẫn, đau thương của cha ông để tự tin và tự hào hơn về cái hiện tại tươi sáng của mình, một thành quả của cách mạng. Bài *Các vị La Hán chùa Tây Phương* sẽ là một kiệt tác nếu không có hai đoạn cuối ca tụng chủ nghĩa xã hội một cách ngượng ngùng. Bài *Tổ quốc bao giờ đẹp thế này chăng* cũng sẽ là một kiệt tác nếu không có những câu, những đoạn ca tụng đảng và Hồ Chí Minh một cách ồn ào.

Những ưu điểm và cả những khuyết điểm của bài *Các vị La Hán chùa Tây Phương* và bài *Tổ quốc bao giờ đẹp thế này chăng* cũng là những ưu điểm và khuyết điểm chung của hầu hết những bài thơ được coi là thành công dưới chế độ cộng sản. Cảm xúc và tư tưởng đều rập khuôn nhau. Giống như các bài thơ hoạ của hội viên Tao Đàn nhị thập bát tú dưới thời Lê Thánh Tông: tất cả đều nhắm tới việc ca ngợi lãnh tụ, xưa là vua, nay là chủ tịch đảng.

Bị gò bó trong những tư tưởng chật chội đảng cho phép, các nhà thơ dưới chế độ cộng sản chỉ còn một lối thoát duy nhất để tạo cho mình một diện mạo riêng, một chỗ đứng riêng: ra sức chạm trổ về hình thức bằng cách trau chuốt từng hình ảnh, mài sắc từng từ, từng câu. Và những thành tựu lớn nhất trong nền thơ cộng sản cũng chỉ là những thành tựu ở cấp độ từ và câu. Không khó kiếm trong thơ cộng sản những câu thật hay, hình tượng lộng lẫy và chữ dùng sắc sảo. Thơ cộng sản có cái gì giống với hoa văn và phù điêu: cái đẹp thường ở các tiểu tiết, hoặc nói theo ngôn ngữ cộng sản thường dùng, cái đẹp ở cấp độ "vi mô". Thơ cộng sản không có cái đẹp kiến trúc: đẹp ở "vĩ mô", ở toàn khối, ở cái tổng thể của bài thơ.

Thật ra, làm được nhiều câu thơ hay cũng là điều thú vị. Chỉ tiếc là nhiều câu thơ hay cũng không đủ làm thành một bài thơ hay. Một bài thơ hay, trước hết, phải hay ở cái tứ, sau đó mới đến câu và chữ. Chỉ có câu hay, chữ hay, bài thơ vẫn hụt hẫng, vẫn chênh vênh. Như một đôi mắt đẹp, một đôi môi đẹp không đủ tạo nên cái đẹp cho một con người có dáng dấp xiêu vẹo, dị dạng.

Tất cả những phân tích ở trên nhằm dẫn đến hai kết luận:

Thứ nhất: thơ cộng sản cũng có một số thành tựu nhất định. Những thành tựu ấy giới hạn trong hai phạm vi. Một là phạm vi đề tài: hầu hết những bài thơ khá nhất của cộng sản đều là những bài thơ viết về tổ quốc. Hai là phạm vi cấp độ: các nhà thơ cộng sản chỉ đặc sắc ở đơn vị từng câu, hoặc may mắn hơn, từng đoạn.

Thứ hai, dù có một số bài thơ hay, dù có khá nhiều những câu thơ hay, nền thơ cộng sản, nhìn chung, vẫn là một nền thơ thất bại. Đó là một nền thơ không có cái "tôi", nghĩa là không có cá tính, không có nỗi buồn; một nền thơ vừa thần thánh hoá một số nhân vật vừa phá huỷ nhân cách của tất cả mọi người, trong đó có các nhà thơ. Đó cũng là nền thơ xây dựng trên căn bản sự thù hận, kích động sự thù hận của con người để phục vụ cho các chính sách, các chủ trương của đảng.

Những đặc điểm trên, về phương diện tư tưởng là một sự lạc hậu so với lịch sử, là một sự tàn bạo so với lương tâm. Những đặc điểm trên cũng là nguyên nhân dẫn đến tình trạng công thức, nghèo nàn, đơn giản và đơn điệu trong nghệ thuật thơ ca cộng sản.

Chương 2
Văn xuôi

Trong quyển *Cách mạng kháng chiến và đời sống văn học,* tập 1, nhà văn Nguyễn Thành Long kể, năm 1952:

> Ban Tuyên huấn khu ủy Liên khu Năm trước khi duyệt phát giải thưởng Phạm Văn Đồng cho tôi, có hỏi Ban Tuyên huấn tỉnh ủy Quảng Nam: những truyện viết trong tập "Bát cơm cụ Hồ" có thực hay không? Ban Tuyên huấn tỉnh ủy Quảng Nam trả lời: Đồng ý phát giải, tập bút ký viết đúng sự thật. (tr. 318).

Cũng trong quyển *Cách mạng kháng chiến và đời sống văn học,* tập 1, nhà văn Nguyễn Văn Bổng kể, năm 1953, từ Liên khu Năm ông ra Việt Bắc tham dự Hội nghị Tuyên huấn toàn quốc về cải cách ruộng đất. Ở Việt Bắc, tại nhà Tố Hữu, ông gặp Lê Duẩn. Được Tố Hữu giới thiệu Nguyễn Văn Bổng là nhà văn, tác giả của quyển tiểu thuyết *Con Trâu* mới xuất bản, Lê Duẩn liền nói:

> – Tôi chưa có dịp đọc tiểu thuyết của anh, song tôi nghĩ con trâu là công cụ sản xuất, là để nâng con người lên. Thằng Tây giết trâu là để bắt người mình thấp xuống, hạ chúng ta xuống thành con vật. Nếu viết được như vậy là tốt.

Tôi lúng túng chưa kịp nói gì thì anh Tố Hữu đỡ lời:

> – Chắc là khi viết, tác giả chưa nghĩ được như điều anh nói. Nhưng đọc tác phẩm chúng ta thấy cũng có điều đó. (tr. 282-283).

Trên tạp chí *Tác phẩm văn học* số tháng 4.1989, nhà văn Chu Văn kể lại, sau khi bộ truyện gồm hai tập *Bão biển* của ông in xong năm 1969, một cán bộ cao cấp nào đó, ông không nói tên, đã gọi ông đến khen ngợi rồi góp ý để nhà văn sửa chữa hầu hoàn thiện tác phẩm của mình. Nội dung sự góp ý của viên cán bộ gồm hai điều. Thứ nhất, nhân vật nữ tên Nhàn là người theo địch, chống chính quyền thì *"không thể để cho nó có thể tốt được"*. Thứ hai, về nhân vật chính, *"theo ông để cho người đảng viên đầy tài năng và nhiệt huyết này lại đi mê gái thì rất không nên"*. Lúc tiễn Chu Văn ra xe, viên cán bộ này còn dặn dò thêm: *"Nếu ta viết là anh chiến sĩ cộng sản kia mê đắm sắc đẹp, mất lập trường thì kẻ địch nó biết chỗ yếu của mình, nó sẽ đánh vào mặt ấy"*.

Ba câu chuyện trên, như những chuyện hài hước, kết hợp lại với nhau, chúng ta có ba minh hoạ lý thú và khá đầy đủ về quan niệm văn học của cộng sản. Thứ nhất, văn học là để phản ánh cuộc sống. Thứ hai, văn học là vũ khí của cách mạng, là công cụ đấu tranh của giai cấp. Thứ ba, trong việc phản ánh cuộc sống cũng như trong việc sử dụng vũ khí văn học, người cầm bút phải chấp hành những chỉ thị của đảng, hoặc nói theo ngôn ngữ của cộng sản, là phải có tính Đảng. *"Tính Đảng đòi hỏi văn nghệ sĩ đứng trên lập trường tư tưởng của Đảng, của giai cấp công nhân và nhân dân lao động mà nhận xét vấn đề"* (Trường Chinh).

Kết hợp ba quan điểm trên, người ta tạo ra một phương pháp sáng tác gọi là phương pháp hiện thực xã hội chủ nghĩa. Trong bài *Tăng cường tính Đảng, đi sâu vào cuộc sống mới để phục vụ nhân dân, phục vụ cách mạng tốt hơn nữa* được trích in trong tập *Về văn hoá văn nghệ* xuất bản tại Hà Nội năm 1970, Trường Chinh giải thích:

> Phương pháp hiện thực xã hội chủ nghĩa phản ánh chân thật cuộc sống trong quá trình phát triển cách mạng của nó, trong những hoàn cảnh và điều kiện cụ thể của lịch sử, làm cho người ta nhận thấy được cái hướng đi tới của xã hội. Chủ nghĩa hiện thực xã hội khác chủ nghĩa hiện thực tầm thường vì bản thân nó chứa đựng đầy đủ tính lãng mạn cách mạng, vì nó đủ khả năng thể hiện những yếu tố luôn luôn vươn tới của cuộc sống, những mơ ước của ngày nay nhưng là hiện thực của ngày mai.

> Phương pháp hiện thực xã hội chủ nghĩa đòi hỏi điển hình hoá cao độ. Điển hình trong nghệ thuật là những nét, những tính chất cơ bản nhất, bản chất nhất, quan trọng nhất và nổi bật nhất trong đời sống xã hội được tập trung biểu hiện và nâng cao qua sự sáng tạo của nghệ sĩ, nhưng chung quy nó vẫn là cuộc sống. Tác phẩm văn nghệ phải thể hiện sự sống "thật hơn sự sống bình thường" là như thế. (tr. 302-303).

Trong đoạn văn trên, Trường Chinh đã nêu lên hai nguyên tắc căn bản của phương pháp sáng tác hiện thực xã hội chủ nghĩa. Nói gọn lại là: một, phải xây dựng tính cách điển hình trong hoàn cảnh điển hình; hai, phải miêu tả hiện thực một cách lịch sử – cụ thể trong quá trình phát triển của cách mạng.

Hai nguyên tắc này được giới lãnh đạo cộng sản cũng như giới lý luận văn học cộng sản suy tôn lên thành những giáo điều, bắt người cầm bút phải tuân thủ trong mọi sáng tác. Bất cứ hành động "xé rào" nào cũng bị lên án nghiêm khắc, có khi tàn bạo. Đây là nguyên nhân quan trọng nhất khiến cho nền văn xuôi cộng sản, trong ngót nửa thế kỷ vừa qua, mặc dù tập trung được đông đảo người cầm bút, trong đó có một số người tài hoa lỗi lạc, vẫn cứ nghèo nàn, cằn cỗi và nhợt nhạt đến thảm hại.

Nói đến "hoàn cảnh điển hình", thật ra, cũng là nói đến đề tài. Nhà văn cộng sản không phải muốn viết gì thì viết. Họ bị buộc phải tập trung vào những đề tài được coi là trọng tâm của cách mạng để từ đó, giải quyết những vấn đề thuộc về tư tưởng trong cuộc đấu tranh "ai thắng ai" giữa hai hệ thống xã hội chủ nghĩa và tư bản chủ nghĩa.

Suốt mấy chục năm, giới lãnh đạo cộng sản cho chỉ có hai "hoàn cảnh điển hình" chính, đó là chiến đấu và lao động. Chiến đấu để đánh đổ mọi thế lực chính trị và xã hội thù nghịch, lạc hậu. Lao động để xây dựng một chế độ mới, một cuộc sống mới.

Văn xuôi, theo quan điểm như vậy, cũng quanh quẩn trong hai hệ thống đề tài là chiến đấu và lao động. Không tả chiến đấu thì tả lao động. Có khi vừa tả chiến đấu vừa tả lao động. Cả một nền văn xuôi đồ sộ về số lượng, với trên dưới 1.000 đầu sách, trong ngót nửa thế kỷ, chỉ đóng khung trong hai hệ thống đề tài cứng nhắc này.

Chiến đấu, trong văn học cộng sản, có hai hình thái chính: chống Pháp và chống Mỹ; sau này xuất hiện thêm hai hình thái nữa là chống Pol Pot và chống Bắc kinh. Lao động cũng có hai hình thái: lao động trong công nghiệp, chủ yếu là hiện đại hoá công nghiệp và lao động trong nông nghiệp, chủ yếu là hợp tác hoá nông nghiệp, sau này xuất hiện thêm một hình thái lao động nữa là vấn đề quản lý kinh tế.

Người ta có thể chia các nhà văn cộng sản ra thành từng nhóm tuỳ theo đề tài. Các nhà văn trong quân đội và các nhà văn gọi là thuộc Mặt trận giải phóng trước đây phần lớn đều chuyên viết về đề tài chiến đấu. Võ Huy Tâm, Huy Phương, Lê Phương, Nguyễn Gia Nùng, Xuân Cang, Lê Minh, Nhật Tuấn, Vũ Hữu Ái, Nguyễn Khắc Phê... là những nhà văn chuyên về đề tài công nghiệp. Đào Vũ, Nguyễn Khải, Tô Hoài, Chu Văn, Nguyễn Kiên, Nguyễn Địch Dũng, Vũ Thị Thường, Nguyễn Thị Ngọc Tú... là những nhà văn chuyên về đề tài nông nghiệp.

Có một số người, đặc biệt các nhà văn tiền chiến, như Nguyễn Công Hoan, Bùi Huy Phồn, Nguyên Hồng, Tô Hoài... thỉnh thoảng quay về đề tài xã hội cũ trước năm 1945. Tuy nhiên, có quay về đề tài xã hội cũ thì cũng phải làm cho người đọc thấy rõ cái xã hội cũ ấy đang ùng ục sóng ngầm, sắp sửa chuyển thành biển động, cách mạng sẽ bùng lên và cuộc cách mạng đang phôi thai ấy "tất yếu" phải do đảng lãnh đạo và "tất yếu" phải thắng lợi.

Nằm trong hai hệ thống đề tài trên, cốt truyện của các truyện ngắn, truyện dài của cộng sản thường thường giống nhau. Trung tâm của cốt truyện là một cuộc đấu tranh. Hà Minh Đức, trong bài *Tiểu thuyết và cuộc sống hôm nay* đăng trên báo *Nhân Dân* số ra ngày 26.2.1986, nêu lên một quan điểm chung của cộng sản: *"Viết về cuộc sống, dù cho ở phạm vi nào cũng là viết về cuộc đấu tranh giữa cái mới và cái cũ, phần tích cực và những rơi rớt của tiêu cực"*.

Xuất hiện năm 1986, hơn mười năm sau khi cộng sản trở thành lực lượng thống trị độc tôn, duy nhất trong cả nước, trong bài báo vừa dẫn, Hà Minh Đức chỉ nhấn mạnh đến hình thức đấu tranh giữa cái mới và cái cũ, cái phần tích cực và những rơi rớt tiêu cực. Thật ra, nhìn rộng hơn trong suốt cả lịch sử của nó, bắt đầu từ năm 1945, nền văn xuôi cộng sản đã khai thác khá nhiều hình thức đấu tranh. Có thể tóm gọn vào ba điểm. Thứ nhất là cuộc đấu tranh giữa một thế lực gọi là đế quốc và một thế lực gọi là dân tộc. Thứ hai là cuộc đấu tranh giữa một thành phần gọi là cách mạng và một thành phần gọi là phản cách mạng. Thứ ba là cuộc đấu tranh giữa một bộ phận gọi là tiên tiến, tích cực và một bộ phận gọi là lạc hậu, tiêu cực.

Hình thức đấu tranh thứ nhất thường thấy trong các tác phẩm viết về đề tài chiến đấu. Đế quốc ở đây là Pháp, Nhật và Mỹ. Hình thức đấu tranh thứ hai thường thấy trong các tác phẩm viết về vấn đề xây dựng chủ nghĩa xã hội ở miền Bắc trong thời gian từ 1954 đến 1975. Thành phần phản cách mạng ở đây không phải là đế quốc mà là những kẻ a tòng với đế quốc để chống phá "cách mạng". Họ có thể là một địa chủ, một tư bản hay một người xuất thân từ giai cấp vô sản nhưng bị mua chuộc, bị "lưu manh hoá". Hình thức đấu tranh thứ ba thường thấy trong các tác phẩm viết về chủ nghĩa xã hội nhưng trong giai đoạn chủ nghĩa xã hội đã toàn thắng. Lúc này những mâu thuẫn bên ngoài đã biến mất hoặc đã lắng dịu. Nổi lên gay gắt là những mâu thuẫn từ bên trong, ngay trong nội bộ giai cấp vô sản và những người đã giác ngộ chủ nghĩa xã hội nói chung. Họ là cách mạng đấy, nhưng trong thâm tâm họ, vẫn còn rơi rớt những tàn dư của chế độ cũ, cuộc sống cũ. Biểu hiện chính của các tàn dư ấy là thói ích kỷ, óc tư hữu và phong cách lao động lề mề, thiếu kỷ luật và thiếu khoa học.

Đi đôi với hai hệ thống đề tài và hệ thống cốt truyện trên là một hệ thống chủ đề: khẳng định tính chất "bách chiến bách thắng" của chủ nghĩa Mác-Lênin; khẳng định tính chất đúng đắn và "vô địch" của đảng Cộng sản: khẳng định tính chất tiên tiến và ưu việt của chủ nghĩa xã hội.

Có thể nói, từ năm 1985 trở về trước, không có tác phẩm chính thống nào của cộng sản thoát ly ra ngoài những khuôn mẫu trên.

Nhìn một cách tổng quát trên những khía cạnh lớn như vậy, người ta dễ dàng phát hiện ngay khuyết điểm trầm trọng trong nền văn xuôi của cộng sản: sự nghèo nàn và tính chất công thức.

Cộng sản thường tuyên truyền ầm ĩ là văn học phải phản ánh cuộc sống, tuy nhiên, trên thực tế, họ chỉ khai thác một bình diện duy nhất của cuộc sống, đó là bình diện chính trị-xã hội. Cuộc sống, với họ, cực kỳ đơn giản, là một sự tranh chấp giữa các lý tưởng, các chính kiến. Không gian xuất hiện của các nhân vật, do đó, thường là chiến trường, công trường, những không gian công cộng. Bao nhiêu khía cạnh khác của cuộc đời đều bị quên lãng. Ngỡ như dưới chế độ cộng sản, con người chỉ biết quần quật lao động hoặc mê mải đánh nhau, đầu óc lúc nào cũng đầy ắp các phương án, các kế hoạch, các chỉ tiêu. Ngỡ như không bao giờ họ biết yêu nhau, nhớ thương nhau, hẹn hò với nhau để buổi tối ngủ với nhau hay chỉ nằm một mình khóc lặng lẽ.

Cuộc sống được phản ánh trong nền văn xuôi cộng sản không những phiến diện mà còn lệnh lạc. Họ không chấp nhận những xấu xa cũng như những bi kịch về phía họ. Toàn bộ những xấu xa, những bi kịch họ đều đổ hết về phía kẻ thù. Phía của họ, nói theo cách nói của Chế Lan Viên, là một *"cánh đồng vui"* bát ngát.

Nguyễn Văn Bổng, trên báo *Nhân Dân* số ra ngày 22.5.1988 viết:

Không biết từ lúc nào và bởi ai đã phát ra một mệnh lệnh: không được viết cái xấu! Hay chỉ nên viết có mức độ, viết trong phạm vi này không được viết trong phạm vi khác, ở cấp này không được ở cấp khác, với người này không được với người khác vân vân và vân vân... Người ta đưa ra đủ các thứ lý luận: nào là cái tốt là bản chất, cái xấu là hiện tượng, không nên lấy hiện tượng che khuất bản chất. Nào, cuộc đấu tranh giai cấp đang quyết liệt, không nên "vạch áo cho người xem lưng", "nối giáo cho giặc" và vân vân và vân vân...

Lê Văn Thảo , trên báo Văn Nghệ số ra ngày 5.11.1988, cũng viết tương tự:

Thật tình mà nói – có thể nói, đắng cay, xót xa mà nói – cái sự nghe thấy của tôi những năm qua còn thiếu một cái gì đó, có một lỗ hổng nào đó khiến cho sự nghe thấy của tôi bị méo mó đi hoặc đâm thẳng đuồn đuột. Ra ngõ gặp anh hùng, người ta nói với tôi như thế và tôi cứ yên tâm như thế mà viết, yên tâm phản ánh hiện thực bằng cách kể hết chuyện này đến chuyện khác... Tôi viết về chiến tranh mà không có chết chóc (hoặc nếu có thì tỉ số cũng không phải quá bán); viết về chia ly mà không có nước mắt, nhớ thương; viết về đấu tranh mà không có mất mát, chỉ được là được thôi; các nhân vật cứ theo sơ đồ vẽ sẵn của khuôn mẫu có áp bức có đấu tranh".

Cùng một quan điểm như vậy, Nguyễn Thành Long tâm sự trên báo *Văn Nghệ* số ra ngày 15.4.1989:

... sự thực nào cũng có hai mặt rất dữ dội, tích cực và tiêu cực, người viết viết thế nào đây, điều đó đòi hỏi một thời gian thường là không ngắn. Đến thăm một nhà trẻ, liền có người thì thầm chục đứa trẻ ấy là con hoang chung một cha. Rẽ cỏ mà đi bắt gặp cả một nhà máy chè nguyên vẹn, nhiều bộ phận còn bọc trong giấy kính, vậy mà bị bỏ quên toàn bộ. Chỉ mỗi như vậy, kể với nhau bằng miệng cũng khó rồi.

Cấp trên sẵn sàng chụp mũ: "Cái nhìn của anh nó thế nào mà anh lại thấy như thế". Tôi nhìn bằng cả hai mắt chứ nó còn thế nào. Anh em biên tập ở nhà bồi thêm mấy câu nói đùa nhưng giọng cay đắng: "Còn các chiến sĩ giải phóng của chúng tôi thì chỉ được phép bị thương nhẹ thôi, không được phép chết". Và phải viết như là chiến tranh không còn trường kỳ mà tuần sau đã chiến thắng. Thế mà chúng tôi đã làm được hết, tuy vẫn khăng khăng giữ cái ý này: chúng ta chỉ mới có một nửa sự thật thôi, một nửa kia còn để nguyên, đó là cái nửa của khó khăn, bí mật, tiêu cực.

Rồi Nguyễn Thành Long kết luận:

Rồi nền văn học cắt bỏ hết một nửa sự thực, chỉ cốt cái *happy end*, nền văn học không công thức sơ lược thì là cái gì? Chỉ cốt cái *happy end*, chúng tôi viết giông giống nhau và đào tạo người viết viết giống chúng tôi.

Cấm đoán các nhà văn viết về cái bi, cái đau thương, cái số phận đời thường riêng lẻ; chỉ khuyến khích họ viết về những cái chung chung, những cái anh hùng, những vùng đất có ánh sáng chói chang và hoang tưởng, theo ý của Nguyễn Văn Bổng, của Lê Văn Thảo , của Nguyễn Thành Long cũng như của nhiều người cầm bút khác tại Việt Nam trong những phút nói thật nói thẳng, là những nguyên nhân chủ yếu tạo ra các khuyết điểm nặng nề trong nền văn học của cộng sản. Thật ra, chưa đủ . Có một nguyên nhân khác quan trọng hơn, căn bản hơn: quan niệm văn học là một phản ánh hiện thực. Với quan niệm này, cho dù nhà văn có xoáy ngòi bút vào những phần bị chìm khuất trong bóng tối, chưa chắc họ đã thành công trong tham vọng đi tìm một tác phẩm lớn. Điều này có thể thấy rõ ở một số tác phẩm gọi là phản kháng hay đổi mới sau này. Cảm hứng hùng ca được thay thế bằng cảm hứng phê phán, nhân vật tích cực được thay thế bằng nhân vật tiêu cực, thế nhưng tác phẩm văn học có giá trị vẫn hoạ hoằn.

Cái quan niệm văn học phản ánh hiện thực sai ngay từ căn bản của nó chứ không phải chỉ sai ở cách hiểu nội dung khái niệm hiện thực. Không thể đồng nhất văn học và cuộc sống. Văn học chỉ là một cách nhìn cuộc sống. Yêu cầu lớn nhất đối với người cầm bút không phải là phản ánh hiện thực mà là thể hiện cho được, thể hiện một cách thành thực và độc đáo, những suy nghĩ và những cảm xúc của con người trước hiện thực. Tầm vóc của nhà văn được khẳng định không phải ở chỗ ôm đồm thật nhiều chi tiết, tình tiết, sự kiện mà là ở chỗ, qua những hiện thực ấy, có khi rất ít ỏi và có vẻ vụn vặt, nhí nhách, một trận gió, một chiếc lá, một ánh nắng chiều, một giấc ngủ trằn trọc, một giọt nước mắt rơi thầm trong đêm khuya, mở ra những vấn đề lớn lao và sâu sắc, như những gợn sóng, cứ lăn tăn, cứ nao nao hoài trong tâm hồn người đọc. Cái lớn của *Vang bóng một thời* không phải ở chỗ nó tái hiện được một hiện thực lịch sử cụ thể với những thú vui nhàn nhã như uống trà, thả thơ, trồng cây cảnh, với những viên kẹo mạch nha đá cuội ướp hương lan mà chủ yếu là ở cách sống khinh bạc, cách nhìn sắc sảo, cách viết độc đáo và tài hoa vô hạn của Nguyễn Tuân. Lê Ngọc Trà, một cây bút lý luận văn học mới xuất hiện từ mấy năm nay, trong bài *Về vấn đề văn học phản ánh hiện thực* đăng trên báo *Văn Nghệ* số ra ngày 16.7.1988, đã nhận ra điều này, khi cho "Truyện Kiều *vĩ đại chủ yếu cũng không phải vì nó phản ánh được hiện thực xã hội lúc ấy mà trước hết là vì những câu thơ lung linh như vầng trăng, đáy nước, ở tấm lòng và giọt nước mắt của Tố Như"*. Đây là một quan niệm mới, có thể nói là táo bạo, như một phản ứng chống lại cả một hệ thống quan điểm sai lầm và thô bạo của cộng sản. Lê Ngọc Trà viết:

> Việc khuếch đại nhiệm vụ mô tả hiện thực và coi nhẹ nguyên lý tìm tòi – thể hiện tư tưởng trong nghệ thuật không chỉ làm cho văn nghệ nghèo nàn về nội dung, mà còn làm cho nó đơn điệu và nhợt nhạt về phương diện hình thức. Người sáng tác bị ám ảnh bởi tâm lý về "hiện thực lớn", chỉ lo mình không diễn tả, truyền đạt hết được, phần đông ngợp và thoả mãn trong "vùng tư liệu của mình", nghĩ rằng chỉ cần nói lên một phần những điều mình biết, ghi chép được cũng đã là quý lắm rồi. Bản thân tâm lý ấy đã hạn chế sự tìm tòi về hình thức trong tác phẩm văn học, dẫn đến chỗ các tác phẩm hao hao giống nhau chẳng có phong cách gì nổi bật. Đó là chưa kể việc bản thân yêu cầu "phản ánh hiện thực" có khi bị hiểu một cách máy móc, lâu ngày sinh ra thị hiếu đơn giản, cho rằng tác phẩm nghệ thuật cứ miêu tả giống như thật, dễ hiểu mới hay, mới đúng, còn cách viết, cách vẽ tượng trưng, phúng dụ thì bị xem là "không rõ ràng" về tư tưởng và "lai căng", "tư sản" về hình thức nghệ thuật.

Gắn liền với hai hệ thống đề tài chiến đấu và lao động, gắn liền với phương thức xây dựng cốt truyện trên căn bản sự đấu tranh giữa phản động và cách mạng, cái mới và cái cũ, gắn liền với chủ đề chung nhằm ca ngợi đảng, ca ngợi lãnh tụ, ca ngợi chủ nghĩa xã hội là một mẫu nhân vật mới: nhân vật anh hùng.

Có thể nói hầu hết các tác phẩm văn xuôi của cộng sản, ít nhất là trong thời kỳ trước năm 1986, tức là trước khi có cuộc vận động đổi mới văn học, đều chỉ có một nhân vật trung tâm duy nhất. Đó là nhân vật anh hùng.

Có lúc, người ta không dùng khái niệm anh hùng. Người ta dùng khái niệm con người mới. Tuy nhiên, trong con người mới ấy, phẩm chất nổi bật nhất bao giờ cũng là sự anh hùng.

Bất cứ nhà văn nào vượt ranh giới, sa đà vào những nhân vật không phải anh hùng hoặc anh hùng không trọn vẹn đều bị coi là giao động trong lập trường giai cấp, trong tư tưởng cách mạng. Trong bài *Đứng vững trên lập trường giai cấp vô sản, nâng cao nhiệt tình cách mạng và tính chiến đấu trong văn nghệ* đăng trên tạp chí *Văn Học* số 11-1964 tại Hà Nội, Tố Hữu viết:

> Việc coi nhẹ miêu tả những con người anh hùng, những hành động anh hùng, thái độ xem thường cuộc đấu tranh giai cấp ở nông thôn, cuộc đấu tranh giai cấp giữa hai con đường trong những tác phẩm văn học nghệ thuật của chúng ta, đã làm cho một số văn nghệ sĩ ta sa vào những vấn đề vụn vặt của cuộc sống, đi vào những tâm tư riêng lẻ, không gắn với sự nghiệp cách mạng của nhân dân.

Hình tượng anh hùng trong văn học cộng sản khác hẳn hình tượng anh hùng trong văn học cổ điển. Anh hùng, trong văn học cổ điển, như Quan Công, Trương Phi, như Từ Hải, là những con người phi thường. Họ phi thường trong tính cách. Họ phi thường trong sự nghiệp. Tính chất phi thường còn thể hiện rõ về phương diện ngoại hình, *"vai năm thước rộng, thân mười thước cao"* của họ. Anh hùng, trong văn học cộng sản, ngược lại, xuất phát từ quan điểm quần chúng, rất bình thường, bình dị. Họ cũng là người như bao nhiêu người khác. Chỉ nhờ có ý thức giai cấp cao, nhờ có sự giáo dục kiên trì và sáng suốt của đảng, nhờ sự động viên nâng đỡ của tập thể họ đang sinh hoạt, họ trở thành anh hùng.

Phạm Văn Đồng trong bài nói chuyện tại buổi bế mạc Đại hội anh hùng chiến sĩ thi đua chống Mỹ cứu nước toàn miền Bắc lần thứ tư đăng tải trên báo *Nhân* Dân số ra ngày 9-1-1967 trình bày quan điểm của cộng sản về vấn đề anh hùng như sau:

> Trong sự nghiệp chống Mỹ, cứu nước, chủ nghĩa anh hùng cách mạng không chỉ thể hiện ở một số người ưu tú nhất, mà đang trở thành nếp sống, chiến đấu và lao động của hàng triệu quần chúng, thuộc mọi lứa tuổi và mọi tầng lớp nhân dân; chủ nghĩa anh hùng cách mạng không chỉ nẩy nở ở những mặt trận đấu tranh nhiệt liệt với quân thù mà đang mở rộng toàn diện khắp mọi nơi... Chủ nghĩa anh hùng cách mạng không chỉ bùng lên đột xuất trong những giờ phút thử thách gay gắt nhất, mà đang diễn ra thường xuyên hằng ngày, hằng giờ trong quá trình đấu tranh cách mạng, lâu dài, bền bỉ.

Cái khó nhất với những người cầm bút cộng sản là làm sao dung hợp được hai tính cách tưởng chừng như nghịch lý với nhau: cái phi thường và cái bình thường. Nhân vật anh hùng của họ phải có sự nghiệp phi thường nhưng tính cách và đời sống của họ vẫn là một cái gì bình thường. Họ anh hùng nhưng họ không được xa lạ với tập thể chung quanh họ, bởi vì, thứ nhất, cái tập thể ấy cũng là một tập thể anh hùng, thứ hai, chính nhờ cái tập thể ấy mà họ mới trở thành anh hùng.

Để dung hợp được hai điều nghịch lý trên, các nhà văn thường sử dụng một cách thức "pha chế" giống nhau: cho những nhân vật anh hùng của họ, về tư tưởng rất mực kiên định, về tình cảm, rất mực nhiệt thành; về đời sống, rất mực trong sáng, hoàn toàn quên mình vì nghĩa lớn; về thành tích; luôn luôn gặt hái được những chiến thắng vang dội trên những mặt trận gai góc nhất; tuy nhiên, bên cạnh đó, các nhân vật anh hùng kia lại thường vấp phải một ít khuyết điểm khác, nhè nhẹ thôi, như về ngoại hình, có cái gì xốc xếch, lùi xùi; như về tác phong, thường tất bật hay luộm thuộm, cơm nước trễ nãi, nguội lạnh v.v…

Hậu quả các việc "pha chế" ấy là các nhân vật anh hùng cứ như được đúc từ một khuôn. Họ cứ hao hao như nhau. Nhân vật này hoà nhập với nhân vật khác. Không có nhân vật nào thật sinh động, thật sắc sảo. Đây là khuyết điểm chung trong toàn bộ nền văn xuôi của cộng sản, ngay cả ở những cây bút được đánh giá là tài hoa nhất. Trong quyển *Văn nghệ vũ khí sắc bén* xuất bản tại Hà Nội năm 1962, Như Phong đã nhận ra hiện tượng này: *"Lạ một cái là tả nhân vật tiêu cực thì rất khá, nhưng nhân vật chính diện, những đảng viên, quần chúng cách mạng tốt thì tả rất tồi"* (tr. 159).

Không kể phong trào Nhân Văn - Giai Phẩm, những tác phẩm bị kết án ở miền Bắc trước năm 1975 phần lớn không phải do tư tưởng phản động, chống lại đảng, chống lại chính quyền, mà chủ yếu là do nhà văn quá tay trong việc "pha chế" liều lượng giữa cái tiêu cực và cái tích cực, cái cũ và cái mới, cái bình thường và cái phi thường. Những màu sắc tối, hơi đậm một chút, có thể trở thành một cái tội: tội "bôi đen chế độ", tội gieo rắc những tư tưởng hoài nghi và bi quan về cuộc sống mới, con người mới. *Những người thợ mỏ*, tập 1 (1961) của Võ Huy Tâm, *Mạch nước ngầm* (1960) của Nguyên Ngọc, *Mở hầm* (1961) của Nguyễn Dậu, *Vào đời* (1963) của Hà Minh Tuân, *Đống rác cũ* của Nguyễn Công Hoan… đều bị phê phán vì lý do này, lý do tầm thường hoá những nhân vật anh hùng.

Phong Lê, trong quyển *Mấy vấn đề văn xuôi Việt Nam* (1972) chỉ trích một số tác phẩm văn học xuất hiện ở miền Bắc những năm cuối cùng của thập niên 1960:

Con người mới và những việc làm đáng khen ở họ qua "Cái gốc" của Nguyễn Thành Long (Văn Nghệ số 260, 1968) bỗng trở thành một hình ảnh méo mó, sai lạc, do người viết có cái xu hướng lấy cái tầm thường yếu đuối của mình mà gán cho đối tượng theo lối suy bụng ta ra bụng người. "Tình rừng" của Nguyễn Tuân (Văn Nghệ số 267, 1968) tuy có nói đến rừng, nhưng không hướng người đọc vào đời sống, mà chỉ là cái cớ để cho người viết thể hiện một thứ tâm trạng bực dọc về những chuyện không đâu. Có lệch lạc đi xa hơn về phía cái nhìn ác ý như "Một đêm đợi tàu" của Đỗ Phú (Văn Nghệ số 315, 1969), tung ra một số hiện tượng tiêu cực, lại cho đó là tốt, không lên án nó, không thấy trong cuộc sống nhân dân đang tích cực chống lại nó một cách có hiệu quả. (tr. 115-116)

Ở đoạn khác, phê phán một số truyện ngắn xuất hiện đầu thập niên 1960, Phong Lê viết:

Bên cạnh "Vào đời" chúng ta còn thấy phảng phất đâu đó, trên vài truyện ngắn, cái thứ mùi vị quen quen của luồng văn nghệ tư sản suy đồi mà những người theo chủ nghĩa xét lại đang hết sức đề cao. Ấy là xu hướng tô đậm, nhấn mạnh những mất mát, đau xót của chiến tranh; đó là xu hướng thích thú đi sâu vào những con người tầm thường, với những khát vọng về tình yêu, thậm chí những đòi hỏi của sinh lý, của đời sống xác thịt... Có thể là, trên một vài truyện ngắn trong tập *Sương tan* (1963), Hoàng Tiến cũng có ý định ca ngợi những con người lao động, nhưng có lẽ do nhiễm phải thứ không khí vẩn đục trên, anh không thể nào nhìn đúng, và cái ý tưởng ca ngợi ban đầu lại hoá ra một sự hạ thấp tầm thường, thô lỗ (tr. 101).

Sợ hãi trước những lời chụp mũ thô bạo của giới lãnh đạo cũng như giới phê bình, lý luận văn học, tất cả các nhà văn đều biến nhân vật anh hùng của mình thành một phiến gương trong suốt, không hề vẩn lên một thoáng hoài nghi hay một chút phàm tục. Út Tịch, trong *Người mẹ cầm súng* của Nguyễn Thi, là một người phụ nữ *"còn một cái lai quần cũng đánh giặc"*. Sứ, trong *Hòn đất* của Anh Đức cũng thế. Tất cả mọi nhân vật anh hùng của cộng sản đều như thế. Nhiều khi sự cường điệu hơi quá tay, trở thành lố bịch. Như nhân vật Nhẫn trong *Cỏ non* của Hồ Phương. Nhẫn là một người miệt mài, say mê lao động. Anh ta chăn một đàn bò trong nông trường. Toàn bộ trí tuệ, toàn bộ tâm hồn của anh ta đều gắn liền với sự phát triển của đàn bò. Anh ta hân hoan, anh ta lo lắng, anh ta cười, anh ta khóc cũng chỉ vì đàn bò. Không nhớ gia đình, bè bạn ở xa, đêm nằm ngủ anh ta chỉ nhớ đến đàn bò. Gặp bò, anh ta nói chuyện, hờn dỗi, mắng yêu như là với tình nhân. Thấy cỏ non, anh ta cũng *"ứa nước miếng"*, cũng *"muốn cúi xuống gặm một đám cỏ lưỡi gà, đuôi rắn kia mà nhai ngấu nghiến"*. Anh ta không hề băn khoăn gì về nghề nghiệp mình, tương lai mình. Anh ta sống, hoặc như một con bò, hoặc như một ông thánh.

Những con người như thế có thật hay không? Trong một bài phái biểu ngắn đăng trên báo *Văn Nghệ* số Tết Đinh mão, 1987, Nguyễn Tuân nhận định: *"Cái bệnh của văn thơ của ta vừa qua chỉ là mô tả những người sẽ có, những việc sẽ có, còn những cái diễn ra thì văn thơ lại né tránh"*. "Những người sẽ có", "những việc sẽ có" đầy ắp ngổn ngang trong các tác phẩm văn học ấy, trong bài *Về một đặc điểm của văn học nghệ thuật ở ta trong giai đoạn vừa qua* đăng trên báo *Văn Nghệ* số ra ngày 9.6.1979, Hoàng Ngọc Hiến gọi là biểu hiện của một thứ "chủ nghĩa hiện thực phải đạo".

Những nhân vật anh hùng ấy, đúng ra, họ không phải là những con người. Họ chỉ là những khái niệm. Có thể nói, với một mức độ nào đó, văn xuôi cộng sản không có con người. Chỉ có những khái niệm người. Mỗi khái niệm người gắn liền với một nhãn hiệu về chính trị và xã hội nhất định. Người này là tư sản: tham lam, quỷ quyệt. Người kia là địa chủ: bần tiện, trí trá. Còn đây là một công nhân: lương thiện, giản dị, nhân ái, có nghị lực mạnh mẽ và có lòng dũng cảm vô tận.

Giả dụ như những nhân vật ấy có thật đi nữa thì việc toàn bộ các tác phẩm văn xuôi quay về khai thác tính chất anh hùng của họ cũng là một sự lệch lạc nghiêm trọng. Nó chỉ nhấn mạnh đến tư cách công dân của con người chứ hoàn toàn không đoái hoài gì đến những tư cách khác. Cái phần sinh vật, cái phần cảm xúc, cái đời sống riêng tư của con người với những yêu thương, những hờn giận, những thèm thuồng, những ước mơ thầm kín nhưng thường trực ở mỗi con người đều bị cắt bỏ. Con người, trong văn học cộng sản, chỉ là một lực lượng chính trị. Rất đơn giản. Chỉ có vậy.

Thời kháng chiến chống Pháp, người ta đưa ra mô hình con người quần chúng. Đó là con người của đám đông hay nói đúng hơn, đó là một đám đông những con người. Từ truyện ngắn đến truyện dài, từ *Trận phố Ràng* của Trần Đăng đến *Con trâu* của Nguyễn Văn Bổng, *Xung kích* của Nguyễn Đình Thi, *Vùng mỏ* của Võ Huy Tâm… truyện nào cũng ê hề những nhân vật. Mọi nhân vật đều "bình đẳng" với nhau. Khó biết ai chính, ai phụ. Bóng người này trùm lấp lên bóng người khác. Họ giống nhau ở thành phần xuất thân: hoặc trí thức tiểu tư sản hoặc là nông dân, chủ yếu là bần cố nông. Họ giống nhau ở ngoại hình: *"Áo anh rách vai, quần tôi có vài mảnh vá"* (thơ Chính Hữu). Họ tập trung lại với nhau họp thành từng tiểu đội, trung đội, từng đoàn dân công, từng toán du kích. Nhiều lúc, họ không có nhu cầu được gọi tên. Trong truyện ngắn *Em Ngọc* in trong *Tập văn cách mạng và kháng chiến* do Hội văn nghệ Việt Nam xuất bản năm 1949. Nguyễn Trinh Cơ viết một ý nghĩ mà Trần Đình Sử cho là *"rất tiêu biểu cho quan niệm con người lúc ấy"*: *"Cái tên của em bé có quan hệ gì! Em Ngọc, mà cũng rất có thể là Bình, là Hải, là Chương, là những em nhi đồng đang ghé vai nhỏ bé chia một phần công việc cùng các anh nhớn tuổi. Em Ngọc ở đâu, thuộc bộ đội nào, chúng ta cần gì phải biết rõ! Một bộ đội nào chiến đấu ở trên đất Việt Nam này mà không có em!"*[87]

Cứ thế, Ngọc hay Bình hay Hải hay Chương thì cũng vậy, chỉ là một trong muôn vàn chiến sĩ đang hoà tan thành một khối chiến sĩ đông đảo và thuần nhất. Họ không có phong cách riêng. Họ chỉ là một phần tử của một cộng đồng. Trong *Đất nước đứng lên*, Nguyên Ngọc tả họ: *"90 người đi, lầm lì, leo đèo, lội suối, người già cũng đi, con nít cũng đi, người có mang cũng đi. Con vắt cắn chảy máu, không cần. Con mòng chích đau, không kêu. Đi thôi!"* Họ cứ đi, như thế, *"người sau dẫm lên dấu chân người đi trước"* (*Một lần tới thủ đô*, Trần Đăng).

Đến sau năm 1954, ở miền Bắc, cái con người quần chúng ấy hoá thành anh cán bộ, thường nhất là anh cán bộ đang tích cực vận động nông dân tham gia phong trào cải cách ruộng đất, hợp tác hoá nông nghiệp. Lúc bấy giờ trong tâm hồn anh thỉnh thoảng cộm lên một chút gì riêng tư như luyến tiếc một mảnh đất, một thửa ruộng, một con trâu.

---

[87] Dẫn theo Trần Đình Sử, *Một thời đại văn học mới*, sđd, tr. 57.

Nhưng rồi những toan tính nhỏ nhen ấy qua đi rất nhanh. Nhờ sự giáo dục của đảng, anh cảm thấy vui vẻ dâng hiến tài sản của mình cho tập thể và tuyên truyền cho làng xóm, thân nhân bắt chước dâng hiến theo.

Khi chiến tranh lan ra miền Bắc vào năm 1964, anh cán bộ ấy hoá thân thành anh chiến sĩ. Ở tiền tuyến, anh là chiến sĩ. Ở hậu phương, anh cũng là chiến sĩ. Khi cầm súng, anh là chiến sĩ. Khi cầm cày, cầm cuốc, khi trồng cây, khi vỡ đất, anh cũng đóng vai trò một chiến sĩ trên mặt trận nông nghiệp để ủng hộ sự nghiệp cách mạng chung của cả miền Bắc.

Năm 1975, chiếm được miền Nam, những anh chiến sĩ ngày hôm qua còn chui rúc dưới địa đạo hay lặn lội giữa rừng già ấy nghiễm nhiên trở thành những cán bộ lãnh đạo và quản lý của một cơ quan hành chánh hay một xí nghiệp, một công ty nguy nga trong thành phố. Văn xuôi lại tập trung xây dựng một mẫu nhân vật anh hùng mới: anh hùng trong việc quản lý kinh tế.

Suốt gần nửa thế kỷ, từ năm 1945 đến năm 1985, như vậy, nhân vật trung tâm của nền văn học cộng sản chuyển tiếp từ con người quần chúng sang con người cán bộ, con người chiến sĩ, con người quản lý. Chưa bao giờ họ rời khỏi những địa điểm công cộng để trở về nhà mình, với vợ, với con, với cha mẹ, với những tính toán, những hạnh phúc và những đau thương muôn thuở của con người. Chưa bao giờ họ được rời khẩu súng hay cái cày, cái cuốc để dùng bàn tay ấy thẹn thùng nắm tay người yêu. Chưa bao giờ họ được thức trọn một đêm với những day dứt, những dằn vặt riêng tư của họ.

Trong bài viết *Con người trong văn học Việt Nam hiện đại* in trong tập *Một thời đại văn học mới*, Trần Đình Sử tổng kết: *"Sơ lược là một nhược điểm khá tiêu biểu của văn học ta"* (tr. 68).

Trong bài *Vấn đề con người trong văn học* đăng trên báo *Sài Gòn Giải phóng* số ra ngày 2.7.1989, Lê Ngọc Trà viết:

> … các nhà văn quan tâm chủ yếu đến cái chung chứ chưa phải cái riêng và do đó vấn đề số phận con người chưa có được vị trí xứng đáng của nó trong văn học. Chúng ta vẫn bắt gặp con người nhưng phần lớn đó là con người-tập thể, con người-quần chúng, con người-nhân dân, chứ chưa phải là những cá nhân, những số phận. Các nhà văn thường tập trung nói lên quyết tâm, ý chí sức mạnh của con người chứ chưa diễn tả được nỗi cô đơn, sự yếu ớt của nó. Cái cô đơn của vinh quang và quyền lực, của tìm tòi, của những ai dám sáng tạo, dám nói điều ngay thẳng và sự yếu ớt không phải như biểu hiện của hèn nhát mà là dấu hiệu của cái đẹp của một tâm hồn dịu dàng, phong phú.

Hậu quả của quan niệm né tránh cái riêng, né tránh cá nhân ấy, theo Lê Ngọc Trà, là *"khi năm tháng trôi qua, các phong trào này mất đi đến lượt các phong trào khác xuất hiện thì các tác phẩm hiện thực theo kiểu ấy cũng không còn lại bao nhiêu với đời sau ngoài một chút không khí xã hội lịch sử"*.

Ở trên, tôi chỉ phân tích một số những khuyết điểm gắn liền với bản thân phương pháp sáng tác hiện thực xã hội chủ nghĩa chứ không đi sâu vào từng tác giả hay từng tác phẩm, ngay cả những tác giả và những tác phẩm được coi là tiêu biểu nhất của cộng sản. Lý do giản dị: bị cưỡng bức phải sử dụng cái phương pháp sai lầm và ấu trĩ này, mọi nhà văn, dù tài hoa đến mấy, cũng đều vấp phải những khuyết điểm vốn tồn tại trong bản thân của cái phương pháp ấy. Có thể giở bất cứ một tác phẩm văn xuôi nào của cộng sản trước năm 1986 và phần lớn sau năm 1986, người ta cũng đều dễ dàng nhận diện được khuyết điểm này: nghèo nàn về nội dung, công thức trong kết cấu, đơn điệu trong phong cách, rập khuôn trong tư tưởng và giả tạo trong hệ thống các nhân vật.

Một tác phẩm, đứng riêng ra, với một độc giả lần đầu tiên tiếp xúc với văn học cộng sản, có thể ít nhiều hấp dẫn bởi cái âm hưởng hùng tráng, mạnh mẽ của nó. Tuy nhiên, khi nhiều tác phẩm đứng sát lại bên nhau, người ta phát hiện ra ngay là chúng giống nhau một cách lạ lùng, nói như Ngô Thảo, trong bài viết *Sự hình thành và phát triển của đội ngũ nhà văn kiểu mới* in trong tập *Một thời đại văn học mới*, chúng *"giống như căn hộ tập thể xây theo lối lắp ghép"* (tr. 249).

Một số, ít thôi, những nhà văn có năng khiếu và nhiều tâm huyết, cố gắng vượt qua những khuyết điểm biến thành thử thách ấy, song không có ai thành công trọn vẹn. Phần lớn chỉ thành công ở đơn vị thật nhỏ: từng đoạn, từng chương. Thành công, trước hết, nhờ năng lực quan sát tinh tế; nhờ những ý nghĩ sắc sảo, thông minh; nhờ cách hành văn đẹp đẽ, mượt mà. Còn trong toàn bộ tác phẩm rất có hậu, một tác phẩm happy end một cách khiên cưỡng, giả tạo, trong đó chiến thắng luôn luôn nghiêng về cách mạng. Và những nhân vật họ muốn biểu dương thì cứ như những hình nộm cầm cờ tung lên phấp phới.

Đó là nguyên nhân khiến cho nền văn xuôi cộng sản, mặc dù tập trung lực lượng cầm bút đông đảo, bao gồm bốn thế hệ khác nhau: thế hệ những người đã cầm bút và đã nổi tiếng trước năm 1945, thế hệ trưởng thành thời kỳ 1945-1954 trong kháng chiến chống Pháp, thế hệ trưởng thành thời kỳ 1954-1975 ở miền Bắc và thế hệ trưởng thành sau năm 1975 trong cả nước, vẫn là một nền văn xuôi èo uột, xanh xao, không có chút hứa hẹn nào sẽ được tồn tại lâu dài với thời gian.

Chín năm kháng chiến chống Pháp, theo bản liệt kê của Phong Lê trong quyển *Mấy vấn đề văn xuôi Việt Nam,* người ta đếm được tổng cộng chưa tới năm mươi tác phẩm được ấn hành. Hai mươi năm "xây dựng chủ nghĩa xã hội" ở miền Bắc, từ 1954 đến 1975, theo Phan Cự Đệ, trên báo *Văn Nghệ* số ra ngày 8.12.1985, có 397 truyện ký và 173 tiểu thuyết ra đời, tổng cộng là 570 tác phẩm văn xuôi các loại. Chưa thấy ai thử thống kê số lượng tác phẩm văn xuôi được xuất bản trong thời gian sau 1975. Theo báo *Văn Nghệ* số ra ngày 9.8.1986, nhà xuất bản Tác Phẩm Mới của Hội Nhà văn Việt Nam, trong vòng mười năm, từ 1976 đến 1986, xuất bản được 57 tập truyện ngắn và 27 cuốn tiểu thuyết. Tác Phẩm Mới là nhà xuất bản thuộc loại in sách văn học do người Việt Nam sáng tác nhiều nhất tại Việt Nam, cho nên, có thể tạm cho bình quân mỗi nhà xuất bản trong số 21 nhà xuất bản cấp trung ương còn lại trong cả nước Việt Nam, trong cùng thời gian ấy, ấn hành một số lượng tác phẩm văn xuôi bằng nửa số sách đã in của Tác Phẩm Mới, chúng ta có được một con số ước chừng là khoảng 800 quyển truyện dài và truyện ngắn xuất hiện tại Việt Nam từ năm 1975 đến năm 1986.

Con số trên so với con số 235 người chuyên viết văn xuôi trong Hội Nhà văn Việt Nam vào năm 1989 quả là khiêm tốn. Một thực tế không thể phủ nhận: do đắn đo về vấn đề tư tưởng, vấn đề lập trường, các nhà văn cộng sản thường sáng tác khá chậm. Có thể dẫn trường hợp của Nguyễn Tuân, của Nguyên Hồng và của Nguyễn Công Hoan làm ví dụ. Đây là ba nhà văn đã nổi tiếng lừng lẫy từ trước năm 1945 và sau năm 1945, đi theo Việt Minh rồi đi theo cộng sản, họ vẫn giữ vững thế đứng uy nghi của những đại thụ trong nền văn học hiện thực xã hội chủ nghĩa.

Trước kia, chỉ trong vòng tám năm, từ 1938 đến 1945, Nguyễn Tuân có mười tác phẩm được xuất bản: *Một chuyến đi* (1938), *Ngọn đèn dầu lạc* (1939), *Vang bóng một thời* (1940), *Thiếu quê hương* (1940), *Tuỳ bút 1* (1941), *Chiếc lư đồng mắt cua* (1941), *Tàn đèn dầu lạc* (1941), *Tuỳ bút 2* (1943), *Tóc chị Hoài* (1943) và *Nguyễn* (1945). Trong đó, riêng năm 1941, Nguyễn Tuân đã hoàn thành ba tác phẩm, đến nay, vẫn được nhiều người khen ngợi.

Sau năm 1945, trong vòng hơn 40 năm, Nguyễn Tuân chỉ viết và chỉ in được vẻn vẹn mười tác phẩm: *Chùa Đàn* (1946), *Đường vui* (1949), *Tình chiến dịch* (1950), *Thắng càn* (1953), *Bút ký đi thăm Trung Hoa* (1955), *Tuỳ bút kháng chiến và hoà bình tập 1 và 2* (1955-1956), *Sông Đà* (1960), *Hà Nội ta đánh Mỹ giỏi* (1972), *Ký* (1976) và *Chuyện nghề* (1986).

Nguyên Hồng cũng tương tự. Từ tác phẩm đầu tiên là *Bỉ vỏ* năm 1938 đến tác phẩm cuối cùng trước khi Cách mạng tháng Tám bùng nổ là quyển *Ngọn lửa*, trong vòng tám năm, ông đã in được mười một tác phẩm. Từ năm 1945 đến năm 1982, lúc ông mất, trong vòng 38 năm, Nguyên Hồng chỉ viết và chỉ in được mười bốn tác phẩm.

Sức sáng tác của Nguyễn Công Hoan sau năm 1945 càng chậm. Trước kia, không kể tác phẩm đầu tiên lúc ông mới tập viết là *Truyện thế gian* (1922), chỉ tính từ năm 1933 đến năm 1945, chỉ trong vòng mười ba năm, ông viết và in 21 tác phẩm. Sau này, từ năm 1945 đến năm 1977, năm ông mất, Nguyễn Công Hoan chỉ viết và in có mười một tác phẩm trong thời gian đằng đẵng là 33 năm!

Dĩ nhiên, vấn đề không phải ở đầu sách mà là ở chất lượng của mỗi quyển sách. Trong bài *Để nghề viết văn trở thành một nghề cao quý* đăng trên tạp chí *Sông Hương* số 41, ra vào tháng 2 và 3-1990, Vương Trí Nhàn kể:

> Khi tôi hỏi nhà văn Tô Hoài trước cách mạng trong vòng có mấy năm 1941, 1942, 1943, 1944... sao ông viết được nhiều thế, ông thường trả lời đại ý: Tình hình làm nghề lúc ấy nó đòi hỏi như vậy. Không có mặt hàng riêng anh không sống được (mặt hàng riêng, ở đây ý nói đề tài riêng, phong cách riêng), có mặt hàng riêng rồi, lại phải viết đều, viết khỏe nữa. Có điều lạ là đến bây giờ đọc lại nhiều tác phẩm của Nguyên Hồng, Nam Cao, Tô Hoài lúc ấy, những tác phẩm mà đôi khi các ông kể là phải viết vội để mang bán lấy tiền khi vợ đau, con ốm v.v... còn thấy có giá trị!

Còn sau năm 1945? Vương Trí Nhàn viết, như một sự so sánh:

> Do không có cạnh tranh, cũng như không có sự bắt buộc nhà văn để anh ta luôn luôn làm mới mình, chinh phục độc giả... nên số người viết khỏe, viết đều tay, cái sau hay hơn cái trước, số đó rất hiếm... Lại cũng rất đáng báo động là trình độ nghề nghiệp của chúng ta hiện nay rất thấp... kỹ thuật viết của chúng ta hiện nay – đặc biệt là trong văn xuôi – rất cổ lỗ, cũng như hội hoạ, âm nhạc, văn học ta hoàn toàn đứng ngoài mà không dây dưa gì đến những trào lưu chung của thế giới trong cái thế kỷ chúng ta đang sống. (tr. 73-75).

Nhận định của Vương Trí Nhàn hầu như cũng là nhận định phổ biến trong giới phê bình tại Việt Nam: sự nghiệp chủ yếu của các nhà văn tiền chiến sau này sống ở miền Bắc là thuộc về cái giai đoạn "tiền chiến", trước lúc họ đi theo cộng sản. Đỉnh cao nhất của tài hoa Nguyễn Tuân là ở những *Vang bóng một thời,* những *Ngọn đèn dầu lạc,* những *Tóc chị Hoài* chứ không phải ở những *Sông Đà,* những *Hà Nội ta đánh Mỹ giỏi.* Đỉnh cao nhất của Nguyên Hồng cũng là ở những *Bỉ vỏ,* những *Bảy Hựu, Những ngày thơ ấu* chứ không phải ở những *Sóng gầm* hay *Cơn bão đã đến.* Sự nghiệp của Nguyễn Công Hoan sau năm 1945 hầu như không có gì cả, tiếng cười của ông đã tắt, cái sắc sảo, dí dỏm, thông minh của ông cũng biến mất. Còn lại, ở ông, sau này, may chăng, chỉ có những trang viết bâng quơ vô thưởng vô phạt như *"Nhớ và ghi"* (1978).

Hiện tượng trên chỉ là một mặt. Mặt khác có ý nghĩa hơn: cho dù khả năng của họ, so với lúc trẻ, giảm sút rất nhiều, họ vẫn là những cây bút đầu đàn trong nền văn học cộng sản suốt mấy chục năm qua. Điều đó có nghĩa là gì nếu không phải là trình độ chung của giới cầm bút miền Bắc sau này nếu không kém cỏi thì cũng rất đáng phàn nàn: họ không vượt được lớp đàn anh của họ. Để thấy rõ hơn, có thể so sánh với tình hình văn học ở miền Nam vào giữa thập niên 1950: chỉ trong vòng hai, ba năm sau Hiệp định Genève, thật đột ngột và cũng thật ào ạt, một lớp nhà văn trẻ, vừa trẻ vừa mới, xuất hiện và nổi tiếng lừng lẫy, trở thành một lực lượng chủ đạo trong sinh hoạt văn học, áp đảo hẳn những tên tuổi lấp lánh hào quang ngày trước.

Rất khó nói là trong suốt mấy chục năm, dưới chế độ cộng sản, không hề xuất hiện một nhà văn trẻ nào có tài thật cao. Nguyên nhân chính tạo ra hiện tượng lớp sau không thể vượt nổi lớp trước chủ yếu là do tính chất ngưng đọng trong nền văn học cộng sản. Nó ngưng đọng vì nó ổn định quá. Nó ổn định trên tất cả mọi phương diện: phương pháp sáng tác, chủ đề tư tưởng, phong cách nghệ thuật v.v... Người đi trước sáng tác thế nào, người đi sau cứ thế tiếp tục. Nỗ lực sáng tạo, nếu có, chỉ có một nơi duy nhất có thể thể hiện: giọng văn.

Không phải ngẫu nhiên mà sau năm 1986, lúc cộng sản chủ trương "cởi trói văn nghệ sĩ", một số nhà văn trẻ đã xuất hiện, chiếm ngay thế đứng uy nghi trên văn đàn, một hiện tượng suốt mấy chục năm trước, nếu có, cũng thật hoạ hoằn. Nguyễn Huy Thiệp, Phạm Thị Hoài... là những người gặp may: họ xuất hiện đúng vào cái lúc, một cách tương đối, cộng sản chấp nhận ít nhiều nỗ lực phiêu lưu vào các phương pháp sáng tác mới mẻ.

Chương 3
Phê bình văn học

Sau năm 1954, miền Bắc thừa hưởng hầu như trọn vẹn những tài năng kiệt xuất về phê bình văn học của giai đoạn 30-45: Hoài Thanh, Vũ Ngọc Phan, Trương Chính, Trần Thanh Mại... trong đó, không thể nghi ngờ, hai người đầu, Hoài Thanh và Vũ Ngọc Phan là những tài năng lớn, một người cực kỳ nhạy bén về thơ và một người rất tinh tế về văn. Đến nay, trong hai lãnh vực này, người ta có thể viết khác, viết hay hơn nhưng chưa ai có được một công trình nào đồ sộ và nguy nga hơn họ.

Từ năm 1954, ở miền Bắc, xuất hiện một số người viết phê bình mới, đáng kể nhất là Lê Đình Kỵ với *Đường vào thơ* (1969), *Sáng mắt sáng lòng* (1979); Phan Cự Đệ với *Cuộc sống và tiếng nói nghệ thuật* (1971), *Tác phẩm và chân dung* (1984); Hà Minh Đức với *Nhà văn và tác phẩm* (1971), *Thực tiễn cách mạng và sáng tạo thi ca* (1977); Nhị Ca với *Từ cuộc đời vào tác phẩm* (1972), *Dọc đường văn học* (1977)...

Từ năm 1975 lại xuất hiện thêm một số người viết phê bình mới: Phong Lê với *Văn và Người* (1976); Nguyễn Đăng Mạnh với *Nhà văn, tư tưởng và phong cách* (1979, tái bản 1983); Đông Hoài với *Nhận thức và thẩm định* (1983); Nguyễn Văn Hạnh với *Suy nghĩ về văn học* (1979); Thiếu Mai với *Thơ, những gương mặt* (1982); Nguyễn Nghiệp với *Mấy suy nghĩ, một tấm lòng* (1978); Nguyễn Xuân Nam với *Thơ, tìm hiểu và thưởng thức*

(1985); Mai Quốc Liên với *Nhà thơ, cơn bão và những cánh hoa* (1979); Lê Thị Đức Hạnh với *Tìm hiểu truyện ngắn Nguyễn Công Hoan* (1979); Ngô Thảo với *Từ cuộc đời chiến sĩ* (1979); Vương Trí Nhàn với *Sổ tay truyện ngắn* (1980) và *Bước đầu đến với văn học* (1986), Lại Nguyên Ân với *Văn học và phê bình* (1984); Trần Đình Sử với *Thi pháp thơ Tố Hữu* (1987)…

Ngoài ra, còn một số người khác viết khá nhiều bài phê bình đăng rải rác trên báo chí nhưng chưa có tác phẩm riêng: Vũ Quần Phương, Hồng Diệu, Vũ Tuấn Anh, Nguyễn Văn Long, Mã Giang Lân, Tôn Phương Lan… Một số nhà văn, nhà thơ ở miền Bắc có thói quen thỉnh thoảng viết lý luận hay phê bình văn học. Có thể kể mấy người chính đã có tác phẩm phê bình được xuất bản: Nguyễn Đình Thi với *Mấy vấn đề văn học* (1956); Xuân Diệu với *Công việc làm thơ* (1984); Chế Lan Viên với *Suy nghĩ và bình luận* (1971), *Nghĩ cạnh dòng thơ* (1982), *Ngoại vi thơ* (1988); Hoàng Trung Thông với *Chặng đường mới của văn học chúng ta* (1961), *Cuộc sống thơ và thơ cuộc sống* (1979)…

Một cái nhìn tổng quan như vậy, cho thấy, ở miền Bắc, số lượng những người viết phê bình không phải ít. Có lẽ khoảng 30 người vừa chuyên nghiệp vừa bán chuyên nghiệp. Trong họ, một vài kẻ có tham vọng lớn, chẳng hạn Phan Cự Đệ và Hà Minh Đức đang theo đuổi công trình *Nhà văn Việt Nam* dự định gồm nhiều tập, đã xuất bản được tập 1 (1979) và tập 2 (1983). Có điều, đây không phải là những người có tài. Xuất sắc hơn cả trong những người viết phê bình văn học tại Việt Nam hiện nay là hai người: Nguyễn Đăng Mạnh và Lại Nguyên Ân. Cả hai đều có thiên hướng nghiêng về văn xuôi hơn thơ. Nguyễn

Đặng Mạnh cảm thụ tinh, cách viết bay bướm. Lại Nguyên Ân phân tích sắc, cách viết chặt chẽ.

Đặc điểm đáng để ý nhất trong sinh hoạt phê bình dưới chế độ cộng sản là, thứ nhất, giới phê bình càng ngày càng chán nản và dần dần hoặc bỏ cuộc hoặc nghiêng sang lãnh vực nghiên cứu. Sớm nhất, ngay từ sau năm 1954, là Vũ Ngọc Phan, Trương Chính và Trần Thanh Mại. Vũ Ngọc Phan đi hẳn vào ngành sưu tập văn học dân gian. Trương Chính nghiên cứu về văn học cổ điển Trung Quốc. Trần Thanh Mại thỉnh thoảng mới viết ít nhiều về văn học cổ điển Việt Nam. Tiếp tục phê bình, may chăng, có Hoài Thanh, nhưng mặc dù đóng kịch giỏi, Hoài Thanh vẫn viết phê bình một cách ngượng ngùng, hết sức uể oải, có khi còn hậm hực nữa là khác: ông viết ít và hoàn toàn không có cái ngây ngất như hồi trước. Trong bộ *Tuyển tập Hoài Thanh* gồm hai tập, dày ngót 1.000 trang, được xuất bản vào năm 1982, người ta đếm thấy, về văn học Việt Nam hiện đại, chỉ có vẻn vẹn 19 bài: một con số khiêm tốn chỉ tương đương với số lượng bài viết của chính Hoài Thanh trong vòng một tháng, tháng 10 năm 1941, lúc ông đang biên soạn quyển *Thi nhân Việt Nam*. Những người khác cũng tương tự. Trên báo *Nhân Dân* ngày 14-9-1986, Trần Bảo Hưng ghi nhận:"…*một số cây bút bắt đầu có vị trí hoặc là ngừng viết hoặc chuyển sang lãnh vực khác, phê bình văn học chỉ còn là nghề tay trái*". Đặc điểm thứ hai, dù có tài hay không có tài, mọi nhà phê bình dưới chế độ cộng sản đều có thái độ hao hao như nhau: lương thiện nhất là dè dặt, tệ hại nhất là nịnh hót, thường thường thì như Huỳnh Như Phương viết trên tạp chí *Văn Học* số tháng 2-1986: "*Do tình trạng nể nang, dĩ hoà vi quý mà sự khen chê đôi khi bị quy định bởi những nguyên nhân ở ngoài văn học: vị trí xã hội của người được phê bình, tình cảm cá nhân, sự thù tạc"*. Nhận xét này trước đó đã được Hà Xuân Trường nêu lên, một lần trên báo *Nhân Dân* ngày 6.8.1985: *"Hầu như nhiều bài báo chỉ làm nhiệm vụ "giới thiệu", khen chê bàng bạc. Không khí nể nang, né tránh vẫn là không khí bao trùm trong phê bình"*; một lần khác, trong quyển *Văn học, cuộc sống, thời đại* xuất bản năm 1986: *"Sự né tránh, nể nang đến mức nhiều bài gọi là phê bình, nhưng vô thưởng, vô phạt, gượng gạo"* (tr. 119).

Hai đặc điểm trên dẫn đến hậu quả là nền phê bình văn học dưới chế độ cộng sản luôn luôn ở trong tình trạng què quặt, khập khiễng, hay nói như Trần Văn Giàu là chưa bao giờ thực sự thành hình. Trên tuần báo *Văn Nghệ* số ra ngày 19.9.1987, Trần Văn Giàu viết, cay đắng: *"...làm sao mà đánh giá được 42 năm văn học cách mạng kháng chiến và xây dựng chủ nghĩa xã hội?... Vì không ai biết suốt 42 năm chúng ta viết những gì có tính chất và có giá trị văn học... vì cho dù biết phần lớn các tác phẩm đi nữa, ta từ trước đến nay thiếu phê bình, thiếu phê bình phê bình (critique de la critique). Chúng ta (trong đó có tôi) "khen chê" để mà cổ vũ cho nhau, để "bợ" người trên, tính toán lợi ích cá nhân, lắm khi để "nhận xét" độc đoán mà không cho phép cãi lại: nghĩa là không làm phê bình văn học thật sự"*.

Nhận xét ấy xuất phát từ miệng một cán bộ nghiên cứu trung kiên với đảng không thể là một sự bịa đặt hay vu khống. Sự thực, nếu không như thế, chắc chắn còn tệ hại, thê thảm hơn thế.

Nguyên nhân vì sao? Trên báo *Nhân Dân* ngày 14.9.1986, Trần Bảo Hưng viết: *"Nguyên nhân có thể có nhiều, cả khách quan lẫn chủ quan, nhưng trách nhiệm chính vẫn là bản thân đội ngũ những người làm công tác lý luận phê bình và những cơ quan có chức năng tổ chức, chỉ đạo công tác này".*

Không phải. Không thể bắt người ta phải chịu trách nhiệm về giọng nói ngọng nghịu của họ khi họ bị bắt buộc phải nói dối. Không thể bắt Hoàng Ngọc Hiến phải chịu trách nhiệm về thái độ câm lặng dai dẳng của ông sau khi bài viết trung thực và đầy dũng khí của ông đã bị bóp chết. Nguyên nhân là ở cái gì khác, rộng lớn và sâu xa hơn: nó hệ tại ở những quan điểm phê bình văn học sai lầm và thô bạo của cộng sản; nó nằm trong bộ máy kiểm soát văn học hà khắc của cộng sản. Chính cái quan điểm và bộ máy ấy cấm cản không cho Vũ Ngọc Phan tiếp tục viết phê bình, khiến cho Hoài Thanh trở thành một kẻ giáo điều, giả dối, khiến cho một người không thể nói là không có tài như Nguyễn Đăng Mạnh phải vừa viết vừa thấp thỏm, ngó quanh.

Cộng sản chỉ chấp nhận một phương pháp phê bình văn học duy nhất: Phương pháp này loại trừ phần lớn khả năng cảm thụ thẩm mỹ của người phê bình. Nó bắt người phê bình phải nhìn nhận tác phẩm không phải như cái mình cảm thấy mà như cái đảng yêu cầu. Phan Cự Đệ viết, phương pháp phê bình ấy *"yêu cầu nhà phê bình phải nâng cao tinh thần phụ trách trước nhân dân, phải xuất phát từ thực tiễn quá trình sáng tác văn nghệ, từ yêu cầu của cách mạng, của quần chúng đông đảo mà đánh giá tác phẩm chứ không nên xuất phát từ những cảm hứng chủ quan, yêu ghét cá nhân một cách tuỳ tiện".*[88]

---

[88] Phan Cự Đệ (viết chung với Hà Minh Đức), *Nhà văn Việt Nam* tập 1, sđd, tr. 261.

Trong bài *Về phê bình văn học* đăng trên tuần báo *Văn Nghệ* số ra ngày 12.12.1969, Trường Chinh khẳng định nội dung phương pháp hiện thực xã hội chủ nghĩa như sau: "*... phê bình là một phương thức chỉ đạo cụ thể của đảng trong lĩnh vực văn nghệ, phê bình là vũ khí bảo vệ đường lối văn nghệ của đảng, một hình thức giáo dục tư tưởng, tình cảm, giáo dục thẩm mỹ và nâng cao nhận thức của quần chúng nhân dân*".

Theo tinh thần của phương pháp phê bình hiện thực xã hội chủ nghĩa, nhà phê bình, dù muốn hay không, cũng trở thành một cán bộ tuyên huấn của đảng, một tên gác dan của đảng trong lĩnh vực văn chương và tư tưởng. Với vai trò đó, điều kiện đầu tiên đối với nhà phê bình không phải là khả năng thẩm mỹ mà là khả năng tuân thủ những nguyên tắc. Không phải ngẫu nhiên mà vai trò phê bình văn học, dưới chế độ cộng sản, phần lớn đều lọt vào tay những cán bộ lãnh đạo văn hoá, văn nghệ. Chính họ, những cán bộ lãnh đạo văn hoá văn nghệ ấy, chứ không phải các nhà phê bình chuyên nghiệp, có thẩm quyền trong việc khẳng định hay phủ định giá trị một tác phẩm văn học. Trên báo *Sài Gòn Giải phóng* ngày 13.3.1988, V.N. viết: "*Lâu nay, không ít trường hợp cấp ủy đảng và chính quyền can thiệp trực tiếp vào việc định đoạt số phận một tác phẩm văn học nghệ thuật. Cũng có khi ý kiến cá nhân của một vị lãnh đạo ở trung ương hay ở địa phương được coi như một phán quyết chung khảo về một vấn đề văn học nghệ thuật nào đó*". Nhận định trên còn có điểm thiếu thật thà: hành động can thiệp hay phán quyết thô bạo của cấp lãnh đạo đảng Cộng sản đối với các hiện tượng văn học nghệ thuật không phải chỉ "đôi khi" mà là thường xuyên, không phải chỉ "không ít trường hợp" mà là luôn luôn, phổ biến. Dưới hình thức này hay hình thức khác. Với mức độ này hay mức độ khác.

Phê bình, trên nguyên tắc, là đối thoại. Nhưng khi việc phê bình gắn liền với quyền lực, trở thành ưu thế của những kẻ có quyền lực, việc phê bình, nói như Hoàng Ngọc Hiến, là một thứ *"khẩu khí áp đặt"*: *"người nói, người viết chưa thực sự tôn trọng người nghe, người đọc. Do đó, những ý kiến của mình bao giờ cũng khẳng định một cách tuyệt đối, dùng mọi thứ quyền uy để khẳng định và áp đặt, không tìm cách thuyết phục bằng kiến thức, bằng sự chứng minh, bằng sự uyển chuyển và phép biện chứng của tư duy".*[89]

Mạnh bạo và gay gắt hơn Hoàng Ngọc Hiến, Lại Nguyên Ân, trên báo *Quân Đội Nhân Dân* ngày 11.7.1987, viết một bài rất hay nhan đề là *"Mấy ý kiến về phê bình văn học"*. Mở đầu bài viết, Lại Nguyên Ân nhận định, trong nền văn học cộng sản, thực sự không có nền phê bình chuyên nghiệp:

> … công việc phê bình văn học trở thành lĩnh vực đặc trách của các cán bộ làm công tác quản lý văn nghệ và những văn nghệ sĩ giữ các chức vụ lãnh đạo các đoàn thể, các cơ quan văn nghệ. Tổ chức và chỉ đạo, tổng kết và đánh giá, định hướng và uốn nắn, chủ yếu là về tư tưởng xã hội, chính trị của tác giả và tác phẩm, đó thường là những mục tiêu được chú ý trước tiên của loại phê bình này!

---

[89] Văn Nghệ, HN, 1-11-1986.

Dĩ nhiên, bên cạnh đó, vẫn có loại phê bình thông thường: điểm sách, bình thơ, giảng văn, phân tích đặc sắc của một tác phẩm, giá trị của một tác phẩm. Nhưng loại phê bình này không mấy khi tạo nên được những tác động thật mạnh trong khí hậu văn học chung mặc dù chúng ta cũng đã có một số nhà phê bình được công chúng tín nhiệm và trân trọng.

Phân biệt hai loại phê bình như vậy chỉ là một sự phân biệt có tính chất hình thức. Lại Nguyên Ân đi xa hơn, từ đó, ông phân biệt, tại Việt Nam, dưới chế độ cộng sản, có hai loại phê bình: loại "phê bình quyền uy" và loại "phê bình xu phụ". Loại "phê bình quyền uy" thuộc thành phần trên, thành phần cán bộ lãnh đạo và quản lý. Loại "phê bình xu phụ" thường xuất hiện ở thành phần dưới, thành phần có chút trí thức nhưng thiếu quyền lực và lại thèm thuồng được hưởng chút ơn "mưa móc" của những kẻ có quyền lực.

Về loại "phê bình quyền uy", Lại Nguyên Ân viết:

Được phát ngôn như là những kết luận bất di bất dịch của những người quản lý nền văn học, thứ phê bình quyền uy này như là muốn dứt khoát "đóng đinh" những nhận xét, những luận điểm nhất định lên các hiện tượng, các vấn đề văn học. Tranh cãi và thảo luận thật sự trở nên rất khó khăn, nếu không muốn trở thành hình thức. Chân lý không nảy sinh trong tranh cãi khi nó đã dứt khoát thuộc về ý kiến của ai có chức vụ cao hơn: luận điểm "không có bi kịch" đã ra đời và tồn tại được một thời gian chính là trong một khí hậu như thế. Mà đây lại chỉ là một trong số không ít các ví dụ. Đôi khi vẫn có tranh cãi và thảo luận nhưng chỉ có những người phê phán lên tiếng, còn người bị phê phán thì không được phép đăng ý kiến trả lời.

Về loại "phê bình xu phụ", Lại Nguyên Ân viết:

Bên cạnh những ý kiến quyền uy lại nảy sinh những ý kiến phê bình xu phụ, nó nghe ngóng xem ý kiến của cấp trên ra sao để lựa lời viết tâng công hay lập công, nó tạo ra một loạt những công thức-bẫy, dùng để đánh bẫy những ai vì nói hớ mà phạm phải những kiêng kỵ, ví dụ trót nói thế nào để có thể bị quy thành luận điệu "nhân tính chung chung", "nhân đạo trừu tượng", "mâu thuẫn thế giới quan và sáng tác" hay "tỏ thái độ phủ nhận thành tựu" v.v... và v.v... Quy kết trở thành thủ đoạn chủ yếu của loại phê bình xu phụ này và phê bình xu phụ vừa là đầy tớ vừa là bạn đường của phê bình quyền uy.

Không những song hành với nhau, hai loại phê bình quyền uy và phê bình xu phụ, theo Lại Nguyên Ân, có bản chất giống nhau: cả hai đều sử dụng một kiểu "tư duy quyền uy":

Phê bình quyền uy đẻ ra tư duy quyền uy. Tư duy này được phổ biến và trở thành thói quen, suy nghĩ, lập luận của rất nhiều người không có quyền uy. Tư duy này thích công bố các nhận định tuỳ tiện mà không cần chứng minh... không ít hiện tượng và vấn đề, không ít tác giả và tác phẩm của quá khứ và của hiện tại, dường như chỉ được định giá một lần, không cần tính đến sự kiểm nghiệm của đời sống, của thời gian và công chúng. Không ít tác phẩm trung bình hoặc kém cỏi được cố ý đề cao một cách giả tạo, bên cạnh đó, không ít tác phẩm bình thường hoặc xoàng xĩnh bị dựng thành những hiện tượng "độc hại", thành những vụ "om sòm". Lây nhiễm lối tư duy ấy, không ít nhà nghiên cứu và phê bình thích lặp đi lặp lại các nhận định của mình từ quyển sách này sang quyển sách khác, không cần một lần chứng minh đến nơi đến chốn. Không ít nhà phê bình đã tập cho mình cái thói quen coi mình là người duy nhất sở hữu chân lý, người duy nhất đáng được nói kết luận sau cùng trong các vấn đề văn học. Tâm thế "tranh ngôi chính thống" như vậy tự nó đã bác bỏ thái độ lắng nghe, bác bỏ sự đối thoại và thảo luận. Người ta không đối chiếu quan niệm văn nghệ, người ta chỉ chăm chăm bác bỏ, tiêu diệt quan niệm của người khác.

Đồng minh của loại "tư duy quyền uy" ấy, theo Lại Nguyên Ân, là lối "biên tập quyền uy":

> Các nhà biên tập quyền uy của báo chí văn học thường lấn át nhà phê bình vốn chỉ là những cộng tác viên tự nguyện nhưng hờ hững của mỗi tờ báo hoặc tạp chí. Báo chí định đoạt bất chấp các nhà phê bình. Họ không được tự chịu trách nhiệm về ý kiến của mình thậm chí họ phải viết theo giọng của các nhà biên tập quyền uy, nếu không muốn bài vở bị cắt xén, sửa đổi tuỳ tiện.

Trong thế giới phê bình bị phân liệt thành hai hạng: quyền uy và xu phụ; ngay cả những kẻ xu phụ cũng học đòi lên giọng quyền uy, các nhà phê bình chân chính sẽ ở đâu? Lại Nguyên Ân viết, thật đau xót: *"Ý kiến và nhân cách nhà phê bình chưa được coi trọng"*.

Có cảm tưởng Lại Nguyên Ân viết bài báo trên với tất cả sự tức tối, uất ức đè nén trong tâm tư mình suốt bao nhiêu năm. Cùng với Dương Thu Hương, Nguyễn Minh Châu, Hoàng Ngọc Hiến, Nguyễn Đăng Mạnh… Lại Nguyên Ân, qua bài báo trên, trở thành một trong những người can đảm nhất, bất khuất nhất trong giới cầm bút chính thống tại Việt Nam hiện nay. Có điều, quan điểm của Lại Nguyên Ân vẫn còn hời hợt và nhẹ nhàng quá. Ông không dám hoặc chưa thấy vấn đề ở bản chất của nó. Đã đành tư cách của cán bộ lãnh đạo, quản lý văn nghệ cũng như tư cách của những người làm công tác gọi là phê bình có ảnh hưởng nghiêm trọng đối với tình hình suy đồi của nền phê bình văn học hiện nay. Nhưng đó không phải là nguyên nhân căn bản. Quan trọng hơn, sự suy đồi ấy bắt nguồn từ cơ chế tổ chức văn học độc đoán, gò bó của cộng sản. Hơn nữa, quan trọng nhất, sự suy đồi ấy xuất phát từ phương pháp phê bình mà cộng sản cưỡng bức mọi người phải thừa nhận: với phương pháp phê bình máy móc này, ngay cả những người rõ ràng là có năng khiếu như Hoài Thanh, như Trương Chính; những người rõ ràng là vừa có năng khiếu vừa có liêm sỉ như Vũ Ngọc Phan, Nguyễn Đăng Mạnh, Lại Nguyên Ân… cuối cùng cũng lẩn quẩn trong tình trạng bế tắc. Không thể khác. Không thể hơn được. Khi phê bình chỉ được coi là *"một vũ khí bảo vệ đường lối văn nghệ của Đảng"*, như Trường Chinh nói. "Đường lối văn nghệ của Đảng", cái gốc đã sai lầm thì mọi sự "bảo vệ", dù xuất sắc đến mấy, cũng uổng công.

Phương pháp phê bình hiện thực xã hội chủ nghĩa là một phương pháp phê bình phi văn học: nó đánh giá tác phẩm qua con người tác giả. Tác phẩm không phải là một giá trị tự tại. Tác phẩm có giá trị hay không tuỳ thuộc vào yếu tố tác giả của nó có phải là lãnh tụ hay là công thần của chế độ hay không. Hồ Chí Minh, Sóng Hồng (tức Trường Chinh), Lê Đức Thọ, Xuân Thuỷ… mặc dù chỉ biết ghép vần ê a, ngọng nghịu, vụng về và rất sáo, vẫn nghiễm nhiên trở thành những nhà thơ lớn nhất của thời đại. Vì là lãnh tụ và là cán bộ cao cấp của đảng và nhà nước. Hà Xuân Trường, Hồng Chương, Như Phong, Trần Độ… mặc dù không am hiểu chút gì về văn học, vẫn nghiễm nhiên trở thành những "đại gia" trong nền văn học Việt Nam. Vì là những công thần của chế độ. Trong số 19 bài viết về văn học Việt Nam hiện đại được chọn in trong *Tuyển tập Hoài Thanh* (1982), Hoài Thanh đã tập trung viết về Hồ Chí Minh đến sáu bài, về Tố Hữu cũng sáu bài. Trong số bảy bài còn lại, có một bài viết về Sóng Hồng, một bài viết về Xuân Thuỷ. Tổng cộng, như vậy, có 14 bài trên tổng số

19 bài là dành cho các "lãnh tụ". Trong bộ *Nhà văn Việt Nam* của Phan Cự Đệ và Hà Minh Đức (mới in hai tập đầu), có 27 tác giả được đề cập đến thì trong đó có mười người là cán bộ cao cấp của đảng và nhà nước: Hồ Chí Minh, Trường Chinh, Tố Hữu, Đặng Thai Mai, Như Phong (tập 1), Lê Đức Thọ, Xuân Thuỷ, Hồng Chương, Xuân Trường, Nông Quốc Chấn (tập 2). Trừ Tố Hữu và Đặng Thai Mai, không có ai trong số tám người còn lại không phải là những kẻ dốt nát về văn học. Thế nhưng, hai tập sách được xuất bản, giới lãnh đạo cộng sản vẫn chưa vừa ý. Hà Xuân Trường nhận xét: *"Chúng tôi cũng nhận được một số ý kiến cho rằng tập sách có thiếu sót lớn là không giới thiệu chân dung một số đồng chí lãnh đạo Đảng và nhà nước ta là những nhà lý luận đặt nền móng cho văn học dân tộc".*[90]

Trong chương trình giáo dục văn học tại trường đại học chuyên khoa về ngữ văn tại Việt Nam, người ta thường nhấn mạnh: trong lịch sử văn học Việt Nam, có sáu tác giả lớn nhất; một trong sáu tác giả ấy chắc chắn sẽ là đề thi tốt nghiệp, yêu cầu sinh viên phải tập trung ôn tập cẩn thận: sáu tác giả lớn ấy được tóm tắt trong công thức: năm Nguyễn, một Phan. Tức Nguyễn Trãi, Nguyễn Du, Nguyễn Đình Chiểu, Nguyễn Ái Quốc (Hồ Chí Minh), Nguyễn Kim Thành (Tố Hữu) và Phan Bội Châu.

Tiêu biểu nhất cho cách phê bình văn học qua con người là đoạn văn sau đây của Hoài Thanh:

Những câu thơ chúc Tết của Bác nhiều khi chỉ là lời nói thường:

---

[90] Hà Xuân Trường, *Văn học, cuộc sống, thời đại,* sđd, tr. 170.

> *Chúc hoà bình thống nhất thành công*
> *Chúc chủ nghĩa xã hội thắng lợi*
> (Tết 1961)

Nhưng rõ ràng không thể xem những lời ấy như bất kỳ lời nói thường nào. Ở đây không chỉ có vấn đề lời nói mà còn vấn đề người nói. Đằng sau lời nói có một con người vô song, một cuộc đời vô song, có cái sáng suốt, cái kiên gan của một chính đảng Mác-Lênin đã được tôi rèn trong chiến đấu, có ý chí sức mạnh của một dân tộc anh hùng, có cả những ý tưởng cao đẹp nhất của hàng trăm triệu người trên thế giới. Do đó, mà từng chữ, từng câu dầu bình thường thôi vẫn có một sức nặng khác thường trong lời thơ Bác.[91]

Chỉ có hai câu chúc Tết ngây ngô của Hồ Chí Minh mà Hoài Thanh còn tán ra om sòm và ngợi khen nức nở như vậy thì ai cũng hiểu khi Hồ Chí Minh là được vài bài thơ hơi hơi có vần, hẳn Hoài Thanh sẽ sụp xuống mà lạy, coi "bác" còn hơn Nguyễn Du. Thảm. Trong sự sai lầm về phương pháp phê bình, còn có sự sa đoạ về nhân cách.

Những ví dụ trên không hiếm. Có thể trích ra một đoạn nữa của Vũ Đức Phúc viết về thơ Sóng Hồng:

Từ Nguyễn Du trở đi, chúng ta đã thấy nhiều nhà thơ làm thơ lục bát rất hay, mỗi người một phong cách, chứng tỏ thơ lục bát của ta là "thiên biến, vạn biến", các nhà thơ hiện đại như Thế Lữ, Xuân Diệu, Huy Cận, Tố Hữu đều mỗi người có một phong cách thơ lục bát riêng rất hay. Tố Hữu viết nhiều bài thơ hùng hồn, nhưng phong cách lục bát của anh là đằm thắm, đầy tình cảm. Phải đến Sóng Hồng thì chúng ta mới thấy lục bát hùng hồn, bừng bừng như núi lửa, rất mới lạ. Nhiệt tình cách mạng sôi nổi, ý chí gang thép và lòng tin vững chắc của nhà thơ là những nhân tố chính

---

[91] *Tuyển tập Hoài Thanh*, tập 1, nxb Văn Học, HN, 1982, tr. 106.

khiến cho Sóng Hồng sáng tác được nhiều bài thơ cách mạng có sức lôi cuốn mạnh mẽ người đọc, trước hết là nhiều bài thơ lục bát. Tinh thần chiến đấu cao cả của nhà thơ chi phối cả những hình ảnh thơ ca dưới ngọn bút Sóng Hồng một cách tự nhiên:

> *Cách thềm măng mọc lô nhô*
> *Giáo gươm du kích trước giờ xuất quân*
> *Tiếng còi giục giã chiều xuân*
> *Lệnh đâu tập họp như gần như xa*
> *Mùa hè suối cuốn bên nhà*
> *Ầm ầm binh mã xông ra chiến trường*
> *Thu sang lá rụng đồi sương*
> *Đêm đông lần lữa bên song*
> *Mải mê đọc sách đèn chong canh tàn...* [92]

Không có bất cứ câu nào trong bài thơ trên mà lại không lổn nhổn sáo ngữ. Cả bài thơ là tập họp những câu, chữ, những tình ý đã cũ mèm. Người sáng tác ra bài thơ ấy là một kẻ bất tài. Người huênh hoang tán dương bài thơ ấy không những có khiếu thẩm mỹ kém cỏi mà lại còn có tư cách rất đáng tội nghiệp.

Biểu hiện thứ hai của tính chất phi văn học trong phương pháp phê bình văn học hiện thực xã hội chủ nghĩa: coi trọng nội dung hơn hình thức; trong nội dung, coi trọng đề tài hơn tư tưởng; trong tư tưởng, coi trọng việc khẳng định cái cũ hơn là việc khám phá cái mới.

Đọc các bài phê bình văn học của cộng sản, người ta thường gặp các kiểu cấu trúc hao hao giống nhau: tác giả liệt kê ngổn ngang những cái "tính" gọi là nguyên lý phổ

---

[92] *Nhà thơ Việt Nam,* nhiều tác giả, nxb Khoa học xã hội, HN, 1984, tr. 15.

quát của văn học như "tính đảng", "tính giai cấp", "tính nhân dân", "tính dân tộc", "tính hiện đại"… rồi coi đó như là cái khung, dựa theo cái khung đó, người ta nhận định, xoi mói xem tác phẩm được phê bình có lồi ra hay lõm vào chỗ nào chăng. Nếu chênh vênh lòi ra ngoài: "xét lại", "khuynh tả". Nếu thập thò khuyết lõm vào trong: "lạc hậu", "khuynh hữu". Nếu vừa vặn, dù nghệ thuật có yếu đuối đến mấy, người ta cũng khen: tốt!

Trong bài tiểu luận *"Sáu mươi năm phía trước"* đăng trong tập *"40 năm văn học"* do Tác Phẩm Mới xuất bản năm 1986, Xuân Diệu viết:

> Trước đây, trong một bài viết, để đừng lẫn lộn các phạm trù, tôi có phân biệt cho chính xác rằng, một bài văn, bài thơ, phải đạt được ba tính chất: đúng, tức là không sai, phạm trù chân lý; tốt, tức là không xấu, phạm trù đạo đức; và hay, tức là không dở, phạm trù thẩm mỹ. Những nhà thơ của chúng ta nhất định là đúng và tốt và do vậy về bản chất, nó ưu việt gấp ngàn vạn lần, không thể so sánh được, cái văn thơ sai và xấu của các giai cấp bóc lột và bọn phản cách mạng. (tr. 50).

Trong bài *Một vài suy nghĩ về thơ* in trong *Tuyển tập Hoài Thanh* tập 2 (1982), Hoài Thanh xuất phát từ một tiền đề đúng: *"Thích một bài thơ nào, theo tôi nghĩ, trước hết là thích một cách nhìn, một cách nghĩ, một cách xúc cảm, một cách nói, nghĩa là trước hết là thích một con người".* Tuy nhiên, ông kết luận sai khi quy định nội dung khái niệm "con người" một cách hẹp hòi, trong ý nghĩ thuần tuý chính trị. Ông viết: … *"vấn đề không phải ở chỗ vui hay buồn mà ở một thái độ có trách nhiệm đối với sự nghiệp của Đảng, của nhân dân. Tinh thần trách nhiệm cao, đối với chúng ta, đó là điều cần nhất và đẹp nhất. Chúng ta có hàng vạn, hàng triệu con người tuyệt đẹp tức là những người sẵn sàng chịu đựng tất cả, hy sinh tất cả, làm tất cả để làm tròn trách nhiệm của mình. Trong thơ ca ta đã có hình ảnh, dáng dấp và nhất là giọng nói của những con người tuyệt đẹp ấy chưa?"* (tr. 190).

Hoài Thanh dẫn chứng:

Khi chúng ta quý hai câu thơ của Hoàng Trung Thông:

> *Bàn tay ta làm nên ta làm nên tất cả*
> *Có sức người sỏi đá cũng thành cơm*

hoặc hai câu thơ của Chế Lan Viên:

> *Tôi đến Nha Trang ngắm trời bể đẹp*
> *Có hay đâu hang Pắc bó gió lùa.*

thì trước hết, theo tôi là quý giọng nói có trách nhiệm của người làm thơ. Cho đến cái hay của những câu thơ em Trần Đăng Khoa viết về Bác hồi tháng 6-1969:

> *Sang năm Bác tám mươi rồi Bác ơi,*
> *Bác thấy trong người khoẻ không?*

và cái hay của những câu thơ Lê Anh Xuân viết về cuộc gặp gỡ chị Quyên, anh Trỗi trong khám tử hình:

> *Bốn bên cái chết bủa vây*
> *Chẳng cây chẳng lá chẳng mây chẳng trời*
> *Mà thơm hơn cả hoa tươi*
> *Mà xanh hơn cả da trời đã xanh.*

cái hay ấy, xét đến cùng, chủ yếu là cái hay của những tấm lòng thiết tha hướng về lý tưởng. (tr. 190).

Hãy đọc kỹ mấy câu thơ Hoài Thanh đã dẫn: không có câu thơ nào hay cả. Tất cả đều nhạt và sáo. Mấy câu thơ của Lê Anh Xuân và Trần Đăng Khoa phải nói là dở. Câu thơ của Hoàng Trung Thông tầm thường: đó là một câu khẩu hiệu được diễn ca. Câu thơ của Chế Lan Viên bình thường, không dở mà cũng chẳng hay, lý do đơn giản là nó chưa đi hết cái mạch tư tưởng của nó: chỉ có những kẻ dốt thơ mới ngắt hai câu thở dở dang ấy ra mà bình.

Đoạn thơ sau đây của Việt Phương không hay nhưng chắc chắn không dở hơn mấy câu thơ Hoài Thanh vừa khen nức nở ở trên:

> Ta uống một nhành đau nhói
> Đau trong cả nụ cười
> Nỗi đau trong ta những đêm dài nặng trĩu
> Nỗi đau thấm vào ta rất sâu
> Lắng đến miền mà vui nở trong đau
> Ta đau lắm những nỗi đau sinh nở
> Nỗi đau ta reo như một rừng thông...

thế nhưng đoạn thơ ấy lại bị Hoàng Trung Thông lên án gay gắt. Không phải vì nghệ thuật yếu. Mà vì tư tưởng mơ hồ. Hoàng Trung Thông viết: *"Chúng ta không rõ hết nỗi đau đây là nỗi đau gì? Rất có thể viết về nỗi đau lắm chứ, nhưng nỗi đau đó phải xuất phát từ đâu, phải từ những thực tế gì cụ thể và phải nói cho đúng với lập trường và quan điểm cách mạng".*[93]

Cũng của Việt Phương mấy câu thơ này:

> Ta thắng Mỹ cho ngàn vạn năm đời sắp tới
> Cho cả thời con cháu ta sẽ hỏi
>> Vì đâu
> Ngày xưa trước năm hai ngàn
> Người ta giết nhau mạng người như hòn sỏi?

Và cũng của Hoàng Trung Thông, ở quyển sách dẫn trên, mấy lời phê phán dữ dằn này:

Tại sao lại "người ta"? Phải chăng "người ta" đây là bao hàm cả chúng ta trong đó? Không thể và không nên lẫn lộn như vậy. Không những chúng ta bây giờ không được lẫn lộn

[93] Hoàng Trung Thông, *Cuộc sống thơ và thơ cuộc sống*, nxb Văn Học, HN, 1979, tr. 71.

mà con cháu ngàn đời sau cũng không được lẫn lộn như vậy. Nếu có hỏi thì nên hỏi: vì đâu mà cha ông ta trước năm 2000 đã có sức mạnh kỳ diệu đánh thắng nổi giặc Mỹ, bọn quỷ xâm lăng chỉ thèm chém giết. (tr. 72).

Biểu hiện thứ ba của tính chất phi văn học của phương pháp phê bình hiện thực xã hội chủ nghĩa chính là hệ quả của biểu hiện thứ hai kể trên: phê bình văn học biến thành một hành động kiểm điểm chính trị.

Phan Cự Đệ, trong bài tổng luận *"Về một nền văn xuôi cách mạng 30 năm qua 1945-1985"*, mở đầu tập *Nhà văn Việt Nam I* (1979), viết:

Thành tích đáng biểu dương nhất của nền văn xuôi cách mạng là đã cùng với các loại hình nghệ thuật khác, nguyện làm người lính xung kích trong hai cuộc kháng chiến chống Pháp và chống Mỹ cứu nước, đồng thời có mặt kịp thời trong các đề tài lớn của cách mạng. Có thể nói, văn xuôi hiện thực xã hội chủ nghĩa, trong một chừng mực nhất định, đã bước đầu phản ánh được những chặng đường lớn của cách mạng Việt Nam 40 năm qua. Chúng ta biết ơn các nhà văn đã ghi lại những thời kỳ lịch sử đầy gian lao nhưng cũng rất vinh quang của một dân tộc anh hùng, ghi lại những hình ảnh đẹp đẽ của đất nước, tâm hồn và gương mặt rạng rỡ của con người Việt Nam trong thế kỷ 20. Sự đóng góp tích cực của văn xuôi trong các đề tài lớn đã nói lên hướng đi đúng đắn và tính chiến đấu của một nền văn xuôi cách mạng.

Trách nhiệm của các nhà văn xuôi đứng trước dân tộc và thời đại hết sức nặng nề, nhưng cũng hết sức vẻ vang. Nhìn chung trong một giai đoạn lịch sử dài, văn xuôi hiện thực xã hội chủ nghĩa của chúng ta phải hoàn thành ba nhiệm vụ lớn. Ca ngợi kịp thời và tái hiện trên một quy mô sử thi cuộc chiến đấu anh hùng và bất khuất của dân tộc ta trong mấy chục năm đấu tranh chống ngoại xâm. Phản ánh và biểu dương những thành tựu tốt đẹp của công cuộc xây dựng chủ nghĩa xã hội trong cả nước, giáo dục truyền thống yêu nước và cách mạng cho thế hệ trẻ bằng cách phản ánh quá trình cách mạng dân tộc dân chủ từ sau khi có Đảng đến Cách mạng tháng 8, đồng thời dựng lại những giai đoạn vẻ vang nhất trong lịch sử anh hùng của dân tộc. Hoàn thành được ba nhiệm vụ đó, văn xuôi sẽ góp phần tích cực vào việc xây dựng con người mới xã hội chủ nghĩa Việt Nam, đó là nhiệm vụ trung tâm của cách mạng tư tưởng và văn hoá, cũng là nhiệm vụ trung tâm của văn học hiện nay.

Chúng ta tự hào đã xây dựng một nền văn nghệ 30 năm trường liên tục chống đế quốc, 30 năm lên án quyết liệt và bóc trần không thương tiếc những thủ đoạn nham hiểm của chủ nghĩa thực dân Pháp kiểu cũ cũng như chủ nghĩa thực dân Mỹ kiểu mới. Có lẽ trong nền văn học thế giới gần nửa thế kỷ nay, ít có nền văn xuôi nào chống đế quốc mạnh mẽ và liên tục đến thế. Báo cáo chính trị của Ban chấp hành Trung ương Đảng tại Đại hội đại biểu toàn quốc lần thứ tư đã đánh giá cao nền văn nghệ Việt Nam về phương diện này: "Với những thành tựu đã đạt được, chủ yếu trong việc phản ánh hai cuộc kháng chiến vĩ đại của dân tộc, văn học nghệ thuật nước ta xứng đáng đứng vào hàng ngũ tiên phong của những nền văn học nghệ thuật chống đế quốc trong thời đại ngày nay" (tr. 36-37).

Phan Cự Đệ, ở đoạn văn dẫn trên, ăn cắp giọng văn trong các bản báo cáo chính trị của đảng. Hoàng Trung Thông, trong đoạn văn dưới đây, ăn cắp giọng văn trong các bản kiểm thảo giữa các đảng viên trong chi bộ:

Thơ Lý Phương Liên vốn hồn nhiên, giản dị, xúc động như vậy, và một số ít bài đăng báo đã tạo cho tác giả một dáng dấp riêng, một cách nói mới. Song bài thơ Nghĩ về Thuý Kiều đăng trên báo Văn Nghệ lại làm cho người đọc ngạc nhiên về một giọng thơ khác hẳn: rắc rối, cầu kỳ trong diễn tả, yếu đuối sướt mướt trong tình cảm, bi quan tăm tối trong tư tưởng. Lý Phương Liên hình như cũng muốn từ một cảnh ngộ riêng của mình để thể hiện cái tâm trạng, ý chí vượt qua những khó khăn riêng mà vươn đến sự trong sáng. Nhưng những gian nan, mất mát đè nặng trên người cứ được tô đậm lên mãi trong thơ, càng làm cho bài thơ chìm đắm trong xót xa, trong tiếng kêu rên, và nếu như tác giả muốn "hét lên", thét lên nữa thì đó cũng chỉ là những tiếng thét của sự bất lực. Tự vận mình vào hoàn cảnh Thuý Kiều đã là một chuyện không nên và lạc lõng, đặt vấn đề "định mệnh" ra để chống định mệnh lại là một tư tưởng lỗi thời. Tác giả nói "Tuổi hai mươi không tin vào định mệnh. Định mệnh là đối thủ tiến công". Nhưng thực ra tư tưởng định mệnh đã như sợi dây vô hình trói chặt lấy người mình và tác giả cứ giẫy dụa kêu lên thảm thiết với những tiếng nào "gõ cửa cuộc đời" (cuộc đời nào?), những nào "tự mình giải phóng", "tự cứu" với thứ triết lý vu vơ 'không ngọt êm mới là hạnh phúc" (!). Hình như tác giả đã nhầm nơi vì không thấy rõ hết bản chất chế độ ta. Không phải trong Nghĩ về Thuý Kiều không có một vài đoạn, vài câu tốt, nhưng toàn bài thơ kéo dài lê thê, nặng nề trong một tình cảm và tư tưởng thật yếu đuối và sai lệch. Một vài bài thơ khác cũng còn rơi rớt một số chữ, số câu mang tư tưởng, tình cảm nặng nề như thế.[94]

Cũng phê bình bài thơ *Nghĩ về Thuý Kiều* của Lý Phương Liên, Như Thiết viết:

Khi tác giả viết: "Nhưng đất nước mình vẫn cởi mở lòng dân. Nụ cười trong gương vẫn là nụ cười chiến thắng". Tại sao cứ phải là nụ cười trong gương, trong cái phản ánh, trong cái bóng của cuộc đời? Cuộc đời không thiếu nụ cười

---

94 Hoàng Trung Thông, sđd, tr. 68.

thì việc gì phải đi tìm trong gương? Hay vì nụ cười trong gương đẹp hơn? Cũng có thể còn nhiều cách hiểu rất khác nhau về hình tượng đó nữa. Lối viết này đã biểu tỏ khá trung thực cái không trung thực ở ngay tư tưởng tác giả...

... Nghĩ về Thuý Kiều không chỉ hiểu sai về tuổi trẻ mà còn bôi xấu cả tuổi già Việt Nam:

> *Tuổi già còn tin vào số phận*
> *Niềm nghĩ nhiều là nghĩ về cái chết.*

Không, tuổi già Việt Nam không bao giờ như thế. Tuổi già Việt Nam không tin vào số phận tiền định nào khi những mái đầu bạc phơ thét vang hội nghị Diên Hồng lời thề quyết chiến, khi đời này qua đời khác, những bà mẹ Việt Nam liên tục tiễn đưa chồng con ra mặt trận với niềm kiêu hãnh về sự sống bất diệt của dân tộc mình.

Tuổi già Việt Nam không nghĩ nhiều về cái chết. Sức sống mãnh liệt vẫn tràn đầy trong tâm hồn của ngàn vạn bạch đầu quân và mẹ chiến sĩ. Bàn tay của tuổi già Việt Nam vẫn hàng ngày ươm trồng cho con cháu hàng triệu những đường cây, những đồi cây mãi mãi xanh tươi của đất nước.[95]

Những kiểu "phê bình văn học" như trên, người ta có thể tìm thấy nhan nhản trên sách và báo cộng sản. Đó không phải là phê bình văn học. Đó chỉ là thứ khẩu khí chính trị lộng hành trong thế giới văn học. Giáo điều và thô bạo là hai đặc điểm nổi bật nhất của thứ khẩu khí này. Những người gọi là phê bình gia cộng sản bất cần nghệ thuật, chà đạp lên những rung cảm thẩm mỹ của người khác, coi thơ văn chỉ thuần tuý là một thái độ chính trị và họ nhận định về thơ văn cũng thuần tuý từ góc độ chính trị. Hoạt động

---

[95] Như Thiết, *Quán Triệt tính Đảng trong mỹ học và trong nghệ thuật*, nxb Khoa học xã hội, HN, 1973, tr. 215-216.

văn học hoàn toàn bị chính trị hoá: văn học không tồn tại nữa như một cái đẹp mà chỉ đơn thuần là một công cụ. Chưa bao giờ thấy, từ xưa đến nay, một thứ phê bình văn học nào ngu ngốc và tàn nhẫn đến như vậy. Trần Văn Giàu, trong đoạn văn đã dẫn, nói đúng: giới cầm bút cộng sản, trong đó, có Trần Văn Giàu, *"không làm phê bình văn học thật sự"*.

Không làm phê bình văn học thật sự, vậy họ làm gì? Câu trả lời của nhà văn Mai Ngữ trên tạp chí *Văn Nghệ Quân Đội* số 7-1988:

> Công tác phê bình văn học dường như chỉ làm nhiệm vụ của hai mảnh da che hai bên con mắt ngựa... Là những người lính gác trên trận địa văn học, các nhà phê bình văn học đã hoạt động một cách mẫn cán để đi đến tiêu diệt những cái đích thực của văn học và tạo nên một nền văn học không còn là văn học nữa, hay nói khác đi nó là văn học của thông tấn, của tuyên truyền... Những người lính gác có điều rất thính nhạy để bắt được những tín hiệu phát ra từ phía bên trên và "nhất hô bá ứng", họ đã sốt sắng đáp lại bằng tất cả bầu nhiệt huyết để "bảo vệ chế độ", "bảo vệ Đảng", chống lại mưu mô "bôi đen chế độ", "lợi dụng đả kích" v.v... Nhà văn trở thành tội phạm mà các nhà phê bình văn học (những người ăn theo) lại là những quan toà; bị can không có quyền kháng cáo.

Chương 4
Nghiên cứu lịch sử văn học

Chung quanh vấn đề lịch sử văn học, có hai bộ môn chính: một bộ môn nghiêng về tư liệu văn học và một bộ môn nghiêng về nghiên cứu văn học. Công việc sưu tầm, phiên dịch, chú giải, hiệu đính các văn bản văn học cổ, công việc tìm kiếm trong các bia ký, các gia phả, tên tuổi, sinh quán, trú quán, nghề nghiệp, tên cha, tên mẹ, tên chồng, tên vợ... của các tác giả thời xưa là thuộc về phương diện tư liệu. Công việc phân kỳ lịch sử văn học, phân tích, khái quát đặc điểm của từng thời kỳ văn học, cố gắng phát hiện quy luật vận động của một nền văn học, đánh giá và xếp đặt ngôi thứ của các tác giả văn học, khu biệt các trường phái, các khuynh hướng, các trào lưu khác nhau trong sinh hoạt văn học, tái dựng mối quan hệ giữa hai hiện tượng văn học hoặc mối quan hệ giữa văn học và lịch sử... là thuộc về phương diện nghiên cứu.

Thành công hơn cả ở miền Bắc trước đây cũng như trong cả nước hiện nay là về phương diện tư liệu văn học. Không phải không có lý do. Một là miền Bắc, từ sau năm 1954, tiếp thu gần như trọn vẹn kho sách của Trường Viễn đông bác cổ của Pháp. Hai là, cũng từ năm 1954, miền Bắc thừa hưởng hầu như trọn vẹn số trí thức Hán học hiếm hoi còn lại: Lê Thước, Cao Xuân Huy, Đặng Thai Mai, Tôn Quang Phiệt, Chương Thâu, Đào Duy Anh, Phan Võ... Ba là, do cơ chế tổ chức chính trị và xã hội của cộng sản, số trí thức ấy được tập trung toàn bộ thì giờ cho công tác sưu tầm, khai thác các văn bản cổ. Người ta không có quyền, không thể chia xẻ số thì giờ ấy cho bất cứ công việc nào khác. Như ở miền Nam trước đây: người ta chạy đua dịch truyện chưởng, truyện Quỳnh Dao… thay vì phải cặm cụi dịch thơ văn đời Lý đời Trần. Ở miền Bắc, hầu hết các nhà cổ học được tập trung trong hai cơ quan: Viện văn học và Viện sử học. Sau năm 1975, có một cơ quan mới: Viện Hán Nôm (trước đó chỉ là một bộ phận của Viện văn học). Ở các cơ quan này, mỗi người được giao cho một nhiệm vụ cụ thể: dịch tác phẩm này hoặc tác phẩm khác. Trong một thời hạn nhất định. Vượt lên trên nỗi đam mê khoa học, việc hoàn thành trách nhiệm ấy còn là phương tiện duy nhất để mưu sinh, để tiếp tục được nằm trong biên chế nhà nước, để được tăng lương và tăng cấp bậc. Bốn là, người làm công tác văn bản học không phải băn khoăn về việc xuất bản, việc sách có bán chạy hay không, mình sẽ có lời hay lỗ: đó là trách nhiệm của người khác.

Thuộc lãnh vực tư liệu và văn bản học, thành tích đáng kể nhất ở miền Bắc là đã tìm ra tên thật của bà huyện Thanh Quan: Nguyễn Thị Hinh (*Nghiên cứu Văn học* số 12-1962); tìm ra bản *Lưu Hương Ký* và nhiều tài liệu quý liên quan đến Hồ Xuân Hương (*Nghiên cứu Văn học* số 3-1963; *Tạp chí Văn học* số 5-1964 và số 4-1971; *Nghiên cứu lịch sử* số 152 năm 1973); phát hiện và phiên dịch bản *Binh thư yếu lược* tương truyền của Trần Hưng Đạo (1970); phát hiện, phiên âm, chú giải *Quốc âm thi tập* của Nguyễn Trãi (1956?); phát hiện và giới thiệu một số tác phẩm Việt Nam viết bằng chữ Hán thời Bắc thuộc (*Tạp chí Văn học* số 4-1975); phiên dịch toàn bộ thơ chữ Hán của Nguyễn Du (1965)… và phát hiện nhiều bia ký có ý nghĩa quan trọng trong việc soi sáng lịch sử văn học dân tộc.

Có thể kể thêm, trong lãnh vực này, một số công trình sưu tập đã được xuất bản: về văn học dân gian, có *Kho tàng truyện cổ tích Việt Nam* gồm ba tập của Nguyễn Đổng Chi, *Truyện cổ dân gian Việt Nam* gồm bốn tập và *Tục ngữ, ca dao, dân ca Việt Nam* của Vũ Ngọc Phan... Về văn học cổ điển, có *Tuyển tập thơ Lê Thánh Tông và Hội Tao Đàn* (1962), *Tuyển tập thơ văn Nguyễn Bỉnh Khiêm* (1983), *Tuyển tập thơ văn Ngô Thì Nhậm* (hai tập, 1978), *Tuyển tập thơ văn Nguyễn Quang Bích* (in lần thứ hai 1973), *Tuyển tập thơ văn Nguyễn Xuân Ôn* (in lần thứ hai 1977), *Tuyển tập thơ văn Nguyễn Khuyến* (1971), *Tuyển tập thơ văn Phan Bội Châu* (in lần thứ hai 1985), *Tuyển tập thơ văn Phan Châu Trinh* (1983), *Tuyển tập thơ văn Nguyễn Thượng Hiền* (1959)..., *Toàn tập Nguyễn Trãi* (in lần thứ hai 1976) và *Toàn tập Nguyễn Đình Chiểu* (1981).

Công trình sưu tập tổng hợp quan trọng nhất ở miền Bắc trước năm 1975 là bộ *Hợp tuyển thơ văn Việt Nam* gồm sáu tập: tập 1 về văn học dân gian, tập 2 về văn học giai đoạn từ thế kỷ thứ 10 đến đầu thế kỷ 18, tập 3 về văn học giai đoạn giữa thế kỷ 18 đến đầu thế kỷ 19, tập 4 về văn học giai đoạn từ giữa thế kỷ 19 đến năm 1930, tập 5 về văn học giai đoạn từ 1930 đến 1945 và tập 6 về văn học các dân tộc thiểu số. Mỗi tập dày từ 500 đến 1000 trang. Chưa nói đến tiêu chuẩn chọn lựa hoặc cách thức bình giá, chỉ nói đến khía cạnh số lượng, đây là công trình sưu tập thơ văn Việt Nam có quy mô lớn nhất và có hệ thống nhất từ trước đến nay.

Sau năm 1975, giới nghiên cứu văn học tại Hà Nội đặt ra bốn dự án đầy tham vọng: một là thực hiện bộ *Tổng tập văn học Việt Nam* dự định gồm 36 tập (đã in được tập 1, tập 31, 35, 36..); hai là sưu tầm, phiên dịch, chú giải bộ *Thơ văn Lý Trần* gồm ba tập khá đồ sộ (đã xuất bản tập 1: 1977, tập 3-1979 và tập 2 quyển thượng: 1989); ba là, ấn hành tuyển tập thơ văn của các tác giả hiện đại, trong đó tuyển tập của các tác giả sau đây đã được xuất bản: Tản Đà, Đặng Thai Mai (hai tập), Hoài Thanh (hai tập), Thế Lữ (hai tập), Nguyễn Tuân (hai tập), Nguyễn Công Hoan (ba tập), Nguyên Hồng (ba tập), Nguyễn Huy Tưởng (ba tập), Xuân Diệu (hai tập), Huy Cận (tập 1), Chế Lan Viên (hai tập), Nguyễn Bính, Tế Hanh, Nam Cao (tập 1), Vũ Trọng Phụng (ba tập), Lưu Trọng Lư, Hàn Mặc Tử, Anh Thơ, Bùi Hiển... và bốn là, hoàn thành bộ *Từ điển Văn học* gồm hai tập khổ lớn (1983, 1984) của 55 tác giả, bao gồm khoảng 1500 đơn vị từ thuộc bốn bình diện: tác giả, tác phẩm, tổ chức văn học và thuật ngữ văn học.

Tất cả những công trình trên, với những mức độ khác nhau, đều là những đóng góp quý báu đối với việc tìm hiểu nền văn học dân tộc.

Ở đây, có điều cần lưu ý:

Việc thực hiện những công trình trên hầu như đều xuất phát từ thiện chí của một số cá nhân còn biết trân trọng văn hoá và văn học dân tộc. Đảng và nhà nước cộng sản, trong trường hợp này, chỉ đóng vai trò kiềm chế và ngăn cấm. Lý Hải Châu, giám đốc nhà xuất bản Văn Học tại Hà Nội kể lại quá trình thực hiện dự án tuyển tập tác giả Việt Nam hiện đại như sau:

> Giữ gìn và phát triển văn hoá dân tộc, trả lại cái giá trị thật cho các tác giả, tác phẩm trước Cách mạng tháng Tám mới khó khăn và nguy hiểm làm sao! Nhà xuất bản Văn Học sẽ húc đầu vào bức tường đá của cả một thành trì tư tưởng bảo

thủ, trở thành nhận thức chung của xã hội, ăn sâu vào nếp suy nghĩ của nhiều người từ bao năm nay, trong báo chí, sách vở, trên ghế nhà trường. Bao nhiêu búa rìu đã và sẽ bổ xuống đầu những ai có những nhận định khác với những nhận định được coi là chính thống. Mặc dù vậy, nhà xuất bản vẫn quyết định giữ gìn, khôi phục lại khu rừng đó.[96]

Lý Hải Châu kể tiếp nỗi mừng vui đến nghẹn ngào của một số tác giả, lần đầu tiên, dưới chế độ cộng sản, thấy tác phẩm của mình được in lại, dù được in một cách khiêm tốn, nói như Nguyễn Tuân, *"Nửa thế kỷ làm nghề văn, được chọn lại mấy trăm trang sách. Ít quá... Đã ít mà lại thiếu"*.[97] Biết thế, nhưng vẫn mừng. Vẫn vui. Mừng và vui đến trào nước mắt:

Anh Xuân Diệu chạy đến tôi, ôm hôn và nói: "Mừng quá! Đã tìm được đôi mắt xanh!" Anh ngồi với tôi suốt buổi, nói chuyện về thơ mới và chép tay tặng tôi bài "Nguyệt cầm"...

Anh Nguyễn Tuân không tin nhà xuất bản Văn Học sẽ xuất bản tuyển tập của anh. Lần đầu, anh hỏi: "Thế cậu không sợ à?". Lần thứ hai: "Cậu không ngại chứ?". Lần thứ ba, sau khi anh Lê Khánh đã đến gặp anh bàn về công tác biên tập và anh Nguyễn Đăng Mạnh bàn về lời giới thiệu, anh mới lập cập chống chiếc ba toong bước từng bước lên gác gặp tôi, giọng xúc động pha lẫn vẻ trịnh trọng ít thấy ở anh: "Này, được đấy! Cậu làm được đấy!". Anh nói ngắn, lau mắt, chống ba toong lập cập lần xuống cầu thang.

Tôi đến thăm anh Thế Lữ, hè 1982, tại thành phố Hồ Chí Minh. Anh nằm dựa vào thành giường, thở phều phào. Khi

---

[96] Sài Gòn Giải phóng ngày 8-5-1988.

[97] Văn Nghệ, HN, 29-8-1987.

nghe tin tuyển tập của anh sẽ có "Mấy vần thơ", "Vàng và máu", "Nhà báo Lê Ta", đôi mắt anh vụt sáng: "Thật không anh? Tôi tưởng không bao giờ... Cám ơn các anh". Những dòng nước mắt tuôn xuống, ràn rụa cho tới lúc tôi về.

Cuối bài viết, Lý Hải Châu tự đặt ra câu hỏi:

Tại sao nhân dân lại biểu lộ nhiệt tình đối với các tuyển tập tác giả đến thế?

Rồi Lý Hải Châu tự trả lời:

Vì bấy lâu nhân dân đã chờ, đã đợi và bây giờ đã gặp những nhà văn, nhà thơ của mình.[98]

Đối với nhân dân, chỉ có các tác giả tiền chiến mới là *"những nhà văn, nhà thơ của mình"*. Vậy thì những tác giả mệnh danh "cách mạng" là những nhà văn, nhà thơ của ai? Rồi tại sao, suốt cả mấy chục năm ròng rã, nhân dân cứ khắc khoải chờ đợi mãi mà vẫn không được đọc tác phẩm của *"những nhà văn, nhà thơ của mình"*?

Bằng một câu viết ngắn, không biết vô tình hay cố ý, Lý Hải Châu đã gợi lên trong lòng người đọc hai vấn đề. Thứ nhất, nền văn học gọi là hiện thực xã hội chủ nghĩa kể từ sau năm 1945 là một nền văn học không có độc giả, không có quần chúng, là nền văn học đối trá và xa lạ với mọi người. Thứ hai, chế độ cộng sản, kẻ trực tiếp ngăn cấm việc phổ biến thơ văn trước năm 1945, là một chế độ phi nhân, hoặc ít nhất, cũng là một chế độ phi dân chủ: nó hoàn toàn bất cần những chờ đợi, những mơ ước của dân chúng.

Trong bài báo đã dẫn, Lý Hải Châu than thở:

---

[98] Sài Gòn Giải phóng 8-5-1988.

Khu rừng văn học hiện đại Việt Nam – đặc biệt là thời kỳ từ 1920 đến 1945 – nhiều năm dài bị nạn "phá rừng". Thơ Mới hầu như bị phá trụi. Văn xuôi, nhiều cây đại thụ bị đốn chặt. Tuổi sinh thành, chỉ tính từ 1930.

… Khu rừng ấy đến nay mới trơ trụi, hoang vắng làm sao! Tản Đà, trên 40 năm nay, vắng mặt trên danh mục xuất bản, khác nào "một ngôi mả cũ bên đường". Vũ Trọng Phụng, với "bao gian truân của một thiên tài" đã chết đến lần thứ hai, thứ ba. Còn đâu những "Dông tố", "Số đỏ" (Vũ Trọng Phụng), "Bỉ vỏ" (Nguyên Hồng)… những khẩu đại bác nã bắn vào xã hội thực dân, phong kiến. Còn đâu những truyện ngắn nửa khóc nửa cười của Nguyễn Công Hoan, những "tờ hoa" khắc hoạ bằng từ ngữ của Nguyễn Tuân, những âm sắc ý tứ đằm thắm, tinh tế của Thạch Lam, Thanh Tịnh, Hồ Dzếnh…

Thời kỳ văn học ấy bị đặt bên rìa của lịch sử văn học dân tộc, coi như một cái u độc hại. Các cuốn lịch sử văn học, giáo trình văn học ra sức mổ xẻ, xén cắt cái u ấy, biến cả cái cơ thể khỏe mạnh, lực lưỡng của nền văn học hiện đại Việt Nam trở thành gầy còm, ốm yếu và nhiều "nhà tư tưởng", "nhà lý luận" ra tay đốn chặt những cây đại thụ - chỉ chừa ra một vài, ngắt bỏ những bông hoa Thơ Mới như ngắt bỏ những bông hoa dại.[99]

Lại Nguyên Ân, trên báo *Nhân Dân* ngày 28.5.1988, cũng đồng quan điểm với Lý Hải Châu:

Do nhiều nguyên nhân khác nhau, kể cả những hạn chế lịch sử, chúng ta chỉ mới tiếp nhận một phần di sản văn hoá của quá khứ xa (tạm coi là từ thế kỷ trước ngược về thời cổ), chủ yếu là những gì gắn với chủ nghĩa yêu nước. Mà chủ

---

[99] Sài Gòn Giải phóng 8-5-1988.

nghĩa yêu nước, dù chỉ là một phần cơ bản, vẫn chưa phải là toàn bộ giá trị của các di sản văn hoá Việt Nam. Đối với "quá khứ gần" (tôi muốn nói đến các tác giả và tác phẩm văn nghệ từ đầu thế kỷ này đến tháng 8-1945), chúng ta thấy rõ những sự phân biện đối xử và thiếu công bằng ở hàng loạt trường hợp.

Trở lại với bài báo của Lý Hải Châu trên *Sài Gòn Giải phóng* ngày 8.5.1988 để thấy tính chất thô bạo của nhà cầm quyền Hà Nội trong việc cấm đoán xuất bản những tác phẩm thuộc loại ưu tú nhất trong lịch sử văn học Việt Nam với những lý do rất mực vu vơ.

Lý Hải Châu kể:

> Những năm ấy, là năm 1980… cho đến năm đó, ngay cả hai kiệt tác của nền văn học cổ điển Việt Nam – *Chinh phụ ngâm* và *Cung oán ngâm khúc* – cũng không được tái bản. Đến năm năm sau nữa, năm nào kế hoạch nhà xuất bản Văn Học đưa lên cũng bị gạt bỏ. Lý do không cho ra *Chinh phụ ngâm*: "đất nước đang còn nửa hoà bình, nửa chiến tranh". Lý do không cho ra *Cung oán ngâm khúc*: "Buồn!". Cũng năm ấy, vở "Rừng trúc" của anh Nguyễn Đình Thi bị treo lại, vở "Nguyễn Trãi ở Đông Quan"[100] đã đưa xuống nhà in xếp chữ, phải lấy về.

Nhìn lại, suốt mấy chục năm qua, cho đến năm 1988, có vô số những tinh hoa văn học cổ điển bị cộng sản chôn vùi. Kể một số ví dụ. Thơ Phạm Thái chưa bao giờ được giới thiệu trừ quyển *Sơ kính tân trang* do Lại Ngọc Cang giới thiệu, khảo thích, xuất bản lần đầu và cũng là lần duy nhất vào năm 1960. Thơ Nguyễn Công Trứ chỉ được xuất

---

[100] Vở kịch *Nguyễn Trãi ở Đông quan* của Nguyễn Đình Thi.

bản một lần vào năm 1958. Thơ chữ Hán của Cao Bá Quát được xuất bản vào năm 1970, tuy nhiên, những bài ca trù bằng chữ Nôm của ông thì bị giấu biệt, coi như không có, dù ở phương diện này, cùng với Nguyễn Công Trứ, Cao Bá Quát là một trong hai người làm ca trù hay nhất Việt Nam. *Tự tình khúc* của Cao Bá Nhạ cũng chỉ được ra mắt một lần rồi bị bóp chết hẳn: 1958. Rất nhiều tác phẩm xuất sắc khác chưa bao giờ được ngó thấy ánh sáng mặt trời ở miền Bắc xã hội chủ nghĩa: *Khoá hư lục* (của Trần Thái Tông), *Thiền uyển tập anh* (khuyết danh), *Tam cổ thực lục* (khuyết danh), *Thiên Nam dư hạ tập* (của Lê Thánh Tông và các tác giả dưới triều), *Thiên Nam vân lục* (Nguyễn Hàng), *Việt giám vịnh sử tập* (Đặng Minh Khiêm), *Khiếu vịnh thi tập* (Hà Nhiệm Đại), *Sãi Vãi* (Nguyễn Cư Trinh), *Song tinh* (Nguyễn Hữu Hào)...; thơ của những người được gọi là thuộc trường phái thoát ly vào cuối thế kỷ thứ 19: Dương Khuê, Chu Mạnh Trinh; bản dịch *Tỳ bà hành* của Phan Huy Vịnh (gần đây, theo gia phả họ Phan Huy, người ta ghi tên dịch giả là Phan Huy Thực), phần lớn các truyện nôm khuyết danh như *Hoàng Trừu, Phương Hoa, Phạm Tải Ngọc Hoa, Phan Trần, Bích câu kỳ ngộ* (bản in lần sau cùng là năm 1958), *Nhị độ mai* (bản in sau cùng năm 1960). Tất cả những nhà thơ cung đình thuộc triều Nguyễn đều bị bức tử: Tự Đức, Tùng Thiện Vương, Tuy Lý Vương, Mai Am công chúa. Đó là chưa kể toàn bộ tác phẩm của những người có công lao bậc nhất trong việc truyền bá chữ quốc ngữ và nền văn học bằng quốc ngữ ở nước ta vào cuối thế kỷ 19, đầu thế kỷ 20: Trương Vĩnh Ký, Huỳnh Tịnh Của, Phạm Quỳnh, Nguyễn Văn Vĩnh, Nguyễn Bá Học, Phan Kế Bính, Thượng Tân Thị, Đoàn Như Khuê, Nguyễn Trọng Thuật... Không có bất cứ tác phẩm nào của họ được in lại ở miền Bắc. Trong các công trình nghiên cứu về văn học sử Việt Nam, họ bị tảng lờ như không có mặt hoặc thỉnh thoảng được nhắc tới thì cũng chỉ với mục đích xuyên tạc một cách bỉ ổi. Điều đặc biệt, ngay cả một người từng hợp tác với Hồ Chí Minh với rất nhiều thiện chí từ năm 1945 cũng bị cộng sản vùi dập: Huỳnh Thúc Kháng với tác phẩm nổi tiếng *Thi tù tùng thoại!*

Nhìn một cách tổng quan như vậy, chúng ta bỗng phát hiện ra một điều bất ngờ: té ra, trước năm 1975, ở miền Nam, công việc dịch thuật và xuất bản các tác phẩm văn học cổ điển của dân tộc không phải ít, chắc chắn là không ít hơn ở miền Bắc: tất cả những tác phẩm bị cấm đoán hoặc bị hạn chế ở miền Bắc đều được ấn hành rộng rãi và có lúc nhiều lần ở miền Nam. Chỉ có thực tế cần phải công nhận: công việc chú giải, hiệu đính có tính chất văn bản học ở miền Bắc thường kỹ lưỡng hơn ở miền Nam. Ở miền Nam, chúng ta cũng không có những dự án lớn. Các tác phẩm văn học cổ thường được xuất bản, riêng, rời, lẻ tẻ. Không có ai nghĩ đến việc thực hiện những công trình toàn tập hoặc ít nhất, tuyển tập của một tác giả cho tiện tham khảo. Cũng không có ai hy sinh thì giờ để tổng hợp các văn bản lại dưới hình thức một hợp tuyển bao gồm nhiều tác phẩm, nhiều tác giả thuộc nhiều thời đại văn học khác nhau. Về những công trình tổng hợp như thế, ở miền Nam, trước năm 1975, chúng ta vẫn sử dụng lại các quyển hợp tuyển đầy dẫy thiếu sót và rất mực sơ sài của Dương Quảng Hàm *(Việt Nam thi văn hợp tuyển),* của Ngô Tất Tố *(Văn học đời Lý và Văn học đời Trần),* của Trần Trọng Kim *(Việt Thi)* và của Trần Trung Viên *(Văn đàn bảo giám),* Về hình thức từ điển, ở miền Nam trước đây, chúng ta cũng có nhiều, ít nhất là ba tập: *Văn học từ điển* của Thanh Tùng (1974), *Việt Nam danh nhân từ điển* của

Nguyễn Huyền Anh (in lần ? năm 1972), *Từ điển danh nhân thế giới cần biết* của Trịnh Chuyết (in lần ba 1970)... Tuy nhiên, đây chỉ là những nỗ lực của một người, do đó, không tránh khỏi những thiếu sót trầm trọng, chưa vươn tới tầm vóc một quyển từ điển theo đúng nghĩa của nó.

Về các công trình nghiên cứu văn học sử, miền Bắc ít hơn miền Nam. Ở miền Nam từ năm 1954 đến năm 1975, có các bộ văn học sử đồ sộ: *Việt Nam văn học giản ước tân biên* (ba tập) của Phạm Thế Ngũ, *Bảng lược đồ văn học Việt Nam* (hai tập) của Thanh Lãng, *Văn học Việt Nam* và *Việt Nam văn học giảng bình* của Phạm Văn Diêu, *Việt Nam thi văn giảng luận* của Hà Như Chi, *Văn học phân tích toàn thư* của Thạch Trung Giả, *Việt văn* của Võ Thu Tịnh, *Văn học sử đại cương* của Nguyễn Hữu Lợi, *Việt Nam văn học toàn thư* (hai tập) của Hoàng Trọng Miên... tổng cộng, có ít nhất là mười công trình nghiên cứu có tính chất văn học sử hoặc hoàn toàn là văn học sử như thế. Nếu tính thêm những công trình nghiên cứu về từng thời kỳ văn học như *Văn học đời Lý*, *Văn học thời kháng Pháp 1858-1945* của Lê Văn Siêu, *Văn học Hà Tiên* của Đông Hồ, *Văn học miền Nam* của Phạm Việt Tuyền, *Văn chương Nam bộ* của Nguyễn Văn Sâm... con số sẽ tăng lên rất nhiều. Ở miền Bắc, mặc dù tài liệu dồi dào, nhân sự đông đảo và được nhà nước trợ cấp hoàn toàn, những công trình nghiên cứu toàn diện về lịch sử văn học vẫn hiếm hoi, thường có tính chất giáo khoa để dùng trong nhà trường. Tổng cộng, đến nay, có bốn bộ: *Sơ thảo lịch sử văn học Việt Nam* của nhóm Văn Sử Địa (1957), *Lược thảo lịch sử văn học Việt Nam* của nhóm Lê Quý Đôn (1958), *Giáo trình lịch sử văn học Việt Nam* của Trường Đại học Sư phạm Hà Nội (1963), và *Văn học Việt Nam* của Trường Đại học Tổng hợp Hà Nội. Hầu hết các công trình trên đều của nhiều tác giả. Sau năm 1975, Viện Văn học Hà Nội dự định hoàn thành bộ lịch sử văn học Việt Nam gồm nhiều tập, tuy nhiên chỉ mới xuất bản được tập 1 vào năm 1982. Rồi thôi. Dự định trên có nhiều triển vọng bị chìm vào quên lãng.

Dĩ nhiên, trong sáng tác cũng như trong nghiên cứu, vấn đề không phải ở số lượng đầu sách hay ở số trang, số tập của mỗi đầu sách. Vấn đề là ở chất lượng, ở cách nhìn, cách phân tích, cách đánh giá, cách hệ thống hoá các dữ kiện văn học khác nhau. Ở khía cạnh này, các bộ văn học sử miền Bắc nói chung không có sự khác biệt nào sâu sắc. Chúng vẫn bám sát vào các quan điểm văn học của cộng sản: ít nhiều đồng nhất lịch sử văn học với lịch sử dân tộc, nhìn văn học chủ yếu từ góc độ chính trị và xã hội. Sự khác biệt giữa các bộ văn học sử thường chỉ ở tiểu tiết và ở cách trình bày.

Hầu hết các nhà nghiên cứu văn học ở miền Nam đều loại trừ bộ phận văn học chữ Hán ra khỏi lịch sử văn học Việt Nam. Hầu hết các nhà nghiên cứu văn học ở miền Bắc, ngược lại, đều công nhận là lịch sử văn học Việt Nam gồm hai bộ phận, một bộ phận viết bằng chữ Hán, và một bộ phận viết bằng chữ Nôm. Đây là một vấn đề phức tạp và tế nhị. Các nhà nghiên cứu văn học miền Nam có lý ở điểm: văn học là nghệ thuật ngôn ngữ, yếu tố ngôn ngữ phải được coi trọng hàng đầu. Các nhà nghiên cứu văn học miền Bắc có lý ở điểm: văn học là nghệ thuật bằng ngôn ngữ, tuy nhiên, điều quan trọng nhất trong văn học là tâm tình con người.

Về cách phân kỳ trong lịch sử văn học Việt Nam, giới nghiên cứu miền Bắc thoạt đầu chia thành bốn thời kỳ như sau:

Thời kỳ 1 từ thế kỷ 10 đến đầu thế kỷ 15.

Thời kỳ 2 từ giữa thế kỷ 15 đến năm 1858.

Thời kỳ 3 từ năm 1858 đến năm 1930.

Thời kỳ 4 từ năm 1930 đến nay.

Thời kỳ thứ nhất được gọi là thời kỳ khẳng định độc lập dân tộc. Thời kỳ thứ hai được chia ra làm ba giai đoạn nhỏ: giai đoạn đầu từ thế kỷ 15 đến đầu thế kỷ 18 là giai đoạn khẳng định nhà nước phong kiến; giai đoạn giữa từ nửa sau thế kỷ 18 đến đầu thế kỷ 19 là giai đoạn nhân đạo chủ nghĩa; giai đoạn cuối từ khoảng năm 20 đến 1858 là giai đoạn củng cố quyền lực phong kiến. Thời kỳ thứ ba được gọi là thời kỳ văn học yêu nước và cách mạng. Thời kỳ văn học thứ tư, từ 1930 đến nay được gọi là văn học cách mạng.

Sau năm 1975, khi thảo luận để biên soạn cuốn *Thông sử văn học Việt Nam,* giới nghiên cứu miền Bắc lại thay đổi ý kiến. Theo họ, văn học Việt Nam có ba thời kỳ lớn là:

Thời kỳ 1: từ thế kỷ X đến 1858 là văn học dưới thời phong kiến.

Thời kỳ 2: từ 1858 đến 1945 là văn học dưới thời thực dân nửa phong kiến.

Thời kỳ 3: từ năm 1945 đến nay là văn học dưới thời cách mạng.

Cả hai cách phân chia trên hoàn toàn xuất phát từ góc độ chính trị. Không phải không đúng. Lịch sử văn học Việ

Nam vốn ít biến động. Trong một xã hội ngưng đọng, tư tưởng nghệ thuật thường lặng lẽ và ổn định. Không thể tìm ra trong lịch sử văn học Việt Nam những trào lưu, những khuynh hướng, những sáng tác mới lạ, thoát ly truyền thống, bắt đầu bằng những tuyên ngôn hùng hồn như ở phương Tây. *Truyện Kiều* vượt lên trên *Hoa Tiên, Nhị độ mai*... không phải ở quan điểm nghệ thuật mà là ở trình độ nghệ thuật. Do đó, lấy tiêu chuẩn nghệ thuật để phân định các thời kỳ văn học, người ta rất dễ bế tắc. Các nhà nghiên cứu trước đây như Dương Quảng Hàm chẳng hạn, cũng xuất phát từ góc độ chính trị để phân chia lịch sử văn học theo các triều đại khác nhau. Ở miền Nam, trong *Bảng lược đồ văn học Việt Nam,* Thanh Lãng cũng dựa vào yếu tố chính trị để chia lịch sử văn học Việt Nam thành hai thời đại lớn: thời đại 1 gọi là thời đại cổ điển với sáu giai đoạn nhỏ: đối kháng Trung Hoa (thế kỷ 13-14), chớm nở đối kháng thời thế (1428-1505), gặp gỡ Tây phương (1592-1729), thời thác loạn (1729-1788), thời hoài Lê (1788-1820), thời suy tôn nhà Nguyễn (1820-1862). Thời đại 2 gọi là thời đại mới bắt đầu từ 1862 đến nay với ba giai đoạn: thế hệ đối kháng (1862-1913), thế hệ liên hiệp (1913-1932), thế hệ đoạn tuyệt (1932-1945).

Đối với văn học cổ điển, việc phân chia các thời kỳ và các giai đoạn giữa giới nghiên cứu miền Bắc và miền Nam không có sự khác biệt nào lớn lao. Khác, thường chỉ khác ở chi tiết và ở cách định danh. Mâu thuẫn chỉ thực sự gay gắt bắt đầu từ thời kỳ cận và hiện đại, đặc biệt từ đầu thế kỷ 20 tại đây. Chắc chắn cách phân chia hai giai đoạn và hai thế hệ liên hiệp (1913-1932) và đoạn tuyệt (1932-1945) của Thanh Lãng có phần hợp lý hơn cách gộp chung thành một giai đoạn với tên gọi là văn học yêu nước và cách mạng, hoặc chia thành hai giai đoạn nhỏ mà giai đoạn đầu gọi là văn học yêu nước và cách mạng, giai đoạn sau tiếp tục kéo dài đến hiện nay gọi là văn học cách mạng như ở miền Bắc. Gọi văn học đầu thế kỷ thứ 20 là văn học cách mạng, giới nghiên cứu miền Bắc xuất phát từ quan điểm coi thơ văn của Phan Bội Châu, Phan Chu Trinh, Huỳnh Thúc Kháng, Ngô Đức Kế... và giới cầm bút cộng sản sau này như Nguyễn Ái Quốc, Tố Hữu, Xuân Thuỷ, Hải Triều, Hải Khách... là trọng tâm. Quan điểm này thực chất là sự xuyên tạc lịch sử. Nền văn học cộng sản lúc ấy, nếu có, chỉ mới manh nha, còn ít ỏi về số lượng và kém cỏi về chất lượng, tuyệt đối không gây một ảnh hưởng nào, dù nhỏ nhoi, đối với lịch trình phát triển của nền văn học dân tộc. Cả thơ văn của các chí sĩ cách mạng cũng thế. Trừ Phan Bội Châu, những người còn lại như Phan Chu Trinh, Huỳnh Thúc Kháng, Nguyễn Thượng Hiền... đều không phải là những tác giả lớn. Họ lớn ở phương diện khác, phương diện lịch sử, nhưng lại không lớn ở phương diện văn học. Ngay thơ văn Phan Bội Châu cũng chỉ tác động về phương diện lịch sử hơn là tác động về phương diện văn học. Hiện tượng đột xuất trong sinh hoạt văn học đầu thế kỷ 20 dẫn đến sự phát triển rực rỡ của giai đoạn 32-45 là sự ra đời của *Đông Dương Tạp chí* (số đầu tiên ra ngày 14.5.1913) và *Nam Phong Tạp chí* (số đầu tiên ra tháng 7.1917). Hai tạp chí này có chủ trương tương tự nhau: tạm thời liên hiệp với Pháp về phương diện chính trị để đầu tư công sức vào việc xây dựng văn hoá đất nước. Chủ trương ấy đúng hay sai là thuộc phạm trù lịch sử. Mức độ thành công hay thất bại trong tham vọng xây dựng văn hoá của họ mới thuộc phạm trù văn học. Vũ Ngọc Phan đánh giá sự đóng góp của hai tạp chí này một cách xác đáng: *"Quốc văn bắt đầu thịnh, bắt đầu có cái giọng hoa mỹ, dồi dào và chú trọng về tư tưởng, là công mà các nhà biên tập hai tờ tạp chí ở Bắc hà: Đông Dương Tạp chí và Nam Phong Tạp chí".*[101]

Người ta có thể phân kỳ lịch sử văn học bằng các biến cố chính trị. Tuy nhiên, sự phân kỳ ấy chỉ hợp lý khi các biến cố chính trị ấy phải thực sự tương ứng với các biến cố văn học. Trường hợp lịch sử chính trị và lịch sử văn học không đồng nhất với nhau, người ta phải ưu tiên chọn lựa lịch sử văn học. Để xác định diện mạo một giai đoạn văn học, người ta chỉ có hai tiêu chuẩn: một là dựa vào các sinh hoạt văn học nổi bật nhất, có ảnh hưởng nhất; hai là dựa vào bản sắc của những tác giả lớn, có tầm vóc nhất.

Với cả hai tiêu chuẩn ấy, dù người ta có thích Nguyễn Văn Vĩnh và Phạm Quỳnh hay không, người ta cũng không thể phủ nhận những cống hiến xuất sắc của *Đông Dương Tạp chí* và *Nam Phong Tạp chí*. Tất cả những tác giả văn học lớn nhất của 30 năm đầu thế kỷ cũng đồng thanh xác định cách phân chia của Thanh Lãng là đúng đắn: Tản Đà, Đoàn Như Khuê, Dương Bá Trạc, Đông Hồ, Tương Phố… về thơ: Nguyễn Văn Vĩnh, Phạm Quỳnh, Nguyễn Bá Học, Phạm Duy Tốn, Hồ Biểu Chánh, Nguyễn Trọng Thuật, Hoàng Ngọc Phách… về văn: tất cả đều chủ trương tạm thời tập trung tâm huyết vào sự nghiệp xây dựng văn hoá.

Giai đoạn 1930-45 cũng vậy. Đây là giai đoạn của Tự Lực văn đoàn và của Thơ Mới. Đem mấy bài thơ ngập ngọng của Tố Hữu, của Lê Đức Thọ, của Xuân Thuỷ… được sáng tác lén lút trong các nhà tù, viết nghệch ngoạc trên mấy tờ giấy quyến vấn thuốc lá, không có độc giả nào

---

[101] Vũ Ngọc Phan, *Nhà văn hiện đại*, tập 1, Đại Nam tái bản, không ghi năm, tr. 49.

khác ngoài mình, vợ mình và một dúm bạn bè mình... ra tranh công với Nhất Linh, với Khái Hưng, với Xuân Diệu, với Hàn Mặc Tử, Nguyễn Bính, Thạch Lam, Nguyễn Tuân... không những là một việc làm nhảm nhí mà còn là một điều bất lương.

Sự sai lầm trong việc phân chia các thời kỳ và các giai đoạn văn học của giới nghiên cứu miền Bắc xuất phát từ hai nguyên nhân: một là âm mưu đề cao, phóng đại ảnh hưởng của đảng Cộng sản; hai là, lợi dụng văn học làm một thứ công cụ kích động tâm lý quần chúng. Theo các nhà nghiên cứu miền Bắc, văn học Việt Nam từ xưa đến nay, có ba nội dung chính: chủ nghĩa yêu nước, chủ nghĩa anh hùng và chủ nghĩa nhân đạo. Gần đây, người ta có khuynh hướng gộp chủ nghĩa yêu nước và chủ nghĩa anh hùng làm một, coi chủ nghĩa anh hùng chỉ là biểu hiện của chủ nghĩa yêu nước, do đó, văn học Việt Nam còn hai nội dung cơ bản: chủ nghĩa yêu nước và chủ nghĩa nhân đạo.

Cách nhận định như thế có vẻ thoả mãn được lòng tự ái dân tộc và phục vụ được nhiều ý đồ chính trị song lại không hoàn toàn trung thực đối với lịch sử.

Lòng yêu nước và lòng yêu người quả thực là một truyền thống lớn lao và đẹp đẽ trong tâm hồn và trong văn chương Việt Nam. Tuy nhiên, cường điệu lòng yêu nước và yêu người lên thành hai nội dung chủ đạo trong lịch sử văn học thì có phần hơi hơi đại ngôn. Vừa không chính xác vừa hẹp hòi.

Lấy văn học đời Lý và đời Trần làm ví dụ. Giới nghiên cứu văn học miền Bắc vẫn gọi đây là nền văn học yêu nước. Đúng. Nhưng thiếu. Và thiếu nghiêm trọng. Để chứng minh vị trí độc tôn của dòng văn học yêu nước ở thời kỳ này, giới nghiên cứu miền Bắc chỉ đưa ra được một số lượng cực kỳ khiêm tốn những tác phẩm cụ thể: *Thiên đô chiếu* của Lý Thái Tổ, *Lộ bố văn* và *Nam quốc sơn hà Nam đế cư* của Lý Thường Kiệt, *Tụng giá hoàn kinh sư* của Trần Quang Khải, *Hịch tướng sĩ văn* của Trần Hưng Đạo, *Bạch Đằng Giang phú* của Trương Hán Siêu, *Quá Hàm Tử quan* của Trần Lâu… và một vài bài thơ, bài phú nữa. Là hết. Trong khi đó, dựa theo số tác phẩm còn lại, riêng đời Lý, đã có khoảng 20 tác giả, trong đó, trừ Lý Thái Tổ, Lý Thái Tông, Lý Thường Kiệt và Đoàn văn Khâm, tất cả những người khác đều là thiền sư và thơ văn của họ đều đậm đà phong vị Thiền. Đời Trần có khoảng 60 tác giả, trong đó chỉ có Trần Hưng Đạo, Trần Quang Khải, Sử Hy Nhan, Trương Hán Siêu, Nguyễn Bá Thông và Trần Lâu là có ít nhiều sáng tác liên quan đến vấn đề vận mệnh dân tộc, hoặc ca ngợi những chiến công hiển hách, hoặc hân hoan trước nền thái bình thịnh trị của tổ quốc, hoặc thổi bùng lên hùng khí trong lòng mọi người trước nguy cơ xâm lược của ngoại bang. Tỉ lệ những tác phẩm có nội dung như thế so với toàn bộ tác phẩm của thời Trần quá ít. Phần lớn thơ văn đầu đời Trần đều phảng phất chút Thiền vị; cuối đời Trần man mác tâm sự bi kịch trước thời thế, hoặc nhẹ nhàng hơn, ước muốn tìm lãng quên và thích thảng trước thiên nhiên. Người ta có thể thông cảm với giới nghiên cứu miền Bắc về việc đánh giá cao vị trí của dòng văn học yêu nước đời Lý, đời Trần, tuy nhiên, không thể chấp nhận việc coi dòng văn học yêu nước ấy là chủ đạo, thậm chí, duy nhất, để xoá nhoà bao nhiêu hương sắc khác có ý nghĩa thẩm mỹ đôi lúc lớn lao hơn nhiều.

Hay trong nền văn học đầu thế kỷ 19 (1820-1858), cách đánh giá của giới nghiên cứu miền Bắc cũng tương tự.

Khuếch đại tính chất chống lại triều đình nhà Nguyễn, người ta chỉ căn cứ trên một tác giả duy nhất: Cao Bá Quát. Và một số các bài phú, bài vè khuyết danh khác. Người ta trâng tráo làm như không biết đến những khuynh hướng văn học khác, chẳng hạn khuynh hướng ca tụng nhà Nguyễn qua các bài văn tế của Đặng Đức Siêu, của Nguyễn Văn Thành, qua các tác phẩm của Tùng Thiện Vương, Tuy Lý Vương, Mai Am, Lý Văn Phức, Nguyễn Hàm Ninh, Hà Tôn Quyền, Nguyễn Văn Siêu…; qua các tác phẩm gọi là "ngự chế" của Thiệu Trị, Minh Mạng, Tự Đức. Khuynh hướng thoát ly và hoài cổ rất độc đáo trong giai đoạn này với những tên tuổi như bà huyện Thanh Quan, Đinh Nhật Thận… cũng bị bỏ qua. Dựa trên tinh thần chung của số đông tác giả và tác phẩm, người ta thấy quan niệm của Thanh Lãng gần sự thực hơn: dòng chủ lưu trong giai đoạn này là dòng văn học suy tôn nhà Nguyễn.

Xuyên suốt cả lịch sử văn học kéo dài suốt ngàn năm, với hàng mấy trăm tác giả, hàng mấy ngàn tác phẩm, cố gắng phát hiện và khái quát lên thành một vài đặc trưng cơ bản nhất luôn luôn là điều khó khăn, cần thời gian và công phu nghiên cứu của nhiều người. Cho đến nay, mọi nỗ lực nhận diện bản chất văn học Việt Nam đều khiến người đọc ít nhiều phân vân. Hà Như Chi trong *Việt Nam thi văn giảng luận* tập 2, cho là văn học Việt Nam có ba đặc điểm chính: tôn sùng cổ nhân, tôn trọng luận lý và trọng lý tưởng. Phạm Văn Diêu, trong *Văn học Việt Nam* cho là "*Từ* Chinh phụ ngâm *đến thơ Hồ Xuân Hương, từ* Cung oán ngâm khúc *đến* Tự tình khúc, Hoài cổ ngâm, *từ* Đoạn trường tân thanh, Mai đình mộng ký *đến* Tỳ bà hành, Thu dạ lữ hoài ngâm, *đến thơ Tú Xương, thơ Trần Tuấn Khải, thơ Tản Đà, mỗi văn tài lại có thể xem như là một đối lập với cái tinh thần duy lý của Nho giáo và toàn là những*

tiếng kêu rên trong thương nhớ xa xưa" (tr. 45). Thanh
Lãng, trong *Bảng lược đồ văn học Việt Nam* tập 1 cho là
*"văn thơ từ thế kỷ 13 đến năm 1862 có ba loại đề tài: rút
ở Nho giáo, Phật giáo, Lão giáo, nghĩa là xuất phát từ
Trung Hoa (Nho, Lão), truyền đạt từ Trung Hoa (Phật).
Khuôn mẫu suy tư của nhà văn Việt Nam trong gần bảy
thế kỷ theo tam giáo, đề tài văn học không vượt khỏi ảnh
hưởng của Khổng, Phật, Lão"*.

Tất cả những quan niệm trên tuy không sai lầm nhưng bất
cập. Đọc, người ta cứ băn khoăn: chẳng lẽ văn học Việt
Nam dài gần ngàn năm chỉ đơn giản vậy thôi sao? Cũng
dễ hiểu. Thực tế càng phong phú bao nhiêu, công việc trừu
tượng hoá thành một số đặc điểm càng khó khăn và phức
tạp bấy nhiêu.

Sự quy kết văn học Việt Nam vào hai đặc điểm: yêu nước
và yêu người cũng vấp phải tình trạng bất cập như những
quan niệm trên. Có điều, điều đáng bị phê phán là, giới
nghiên cứu miền Bắc, với sự hỗ trợ của một đảng phái
chuyên quyền, đã khẳng định luận điểm của họ một cách
cứng nhắc và thô bạo. Hơn nữa, họ biến chủ nghĩa yêu
nước và chủ nghĩa nhân đạo thành hai cái khung để từ đó,
gò ép mọi hiện tượng văn học dân tộc. Hai cái khung ấy
cũng là tiêu chuẩn để họ đánh giá mọi tác giả và mọi tác
phẩm: tác giả, tác phẩm nào nằm gọn trong khung đều
được coi là tốt, là hay; ngược lại, đều bị coi là lạc hậu,
phản động hoặc xấu xa.

Đối với những tác giả và tác phẩm nằm vừa vặn trong
khuôn khổ của chủ nghĩa yêu nước và chủ nghĩa nhân đạo,
việc phân tích của giới nghiên cứu miền Bắc thường đơn
điệu, máy móc, cả trăm bài nghiên cứu đều hao hao như

nhau, tất cả đều theo một lối kết cấu đã hoá thạch từ bao nhiêu năm nay. Có thể phác hoạ kiểu kết cấu đó như sau:

I. *Về tư tưởng yêu nước:*

1.- Yêu: yêu đất nước trong tất cả các khía cạnh của nó như quý nền độc lập, yêu nhân dân, yêu cảnh non sông gấm vóc trên quê hương mình, trân trọng văn hoá và ngôn ngữ dân tộc, tự hào về truyền thống oanh liệt của lịch sử.

2.- Ghét: ghét ngoại xâm và tất cả các thế lực phản động trong nước.

3.- Hạn chế: thường là chủ nghĩa trung quân, một ít trường hợp là hạn chế về phương thức giải quyết đấu tranh trong khuôn khổ của chế độ phong kiến.

II. *Về tư tưởng nhân đạo:*

1.- Yêu: yêu đồng loại, yêu đồng bào, đặc biệt tầng lớp bình dân trong xã hội, mơ ước cho cuộc sống của họ mỗi ngày một hạnh phúc hơn, tươi sáng hơn.

2.- Ghét: ghét mọi thứ quyền lực đè nén và chà đạp lên con người.

3.- Hạn chế: không ai "nghĩ" ra được là, muốn cứu vớt những người bất hạnh trong xã hội cũ, cần phải thay đổi triệt để từ ngay trong bản chất của chế độ phong kiến vốn đã lỗi thời.

Không có bài viết văn học sử nào ở miền Bắc thoát khỏi lối kết cấu cứng nhắc đó. Lịch sử văn học Việt Nam, do đó, trở thành nghèo nàn đến thảm hại. Ở đâu, lúc nào, với ai, cũng chỉ thấy hoặc là yêu nước hoặc là yêu người. Mà những người yêu nước thì hầu hết đều giống nhau, với ba đặc điểm: yêu nước trong cái nghĩa rộng rãi nhất của nó, từ lãnh thổ đến văn hoá, đến đồng bào, đến lịch sử và sự độc lập; yêu nước phải gắn liền với tinh thần căm ghét ngoại xâm, cương quyết đấu tranh chống ngoại xâm; nhưng ngay cả khi anh dũng chống ngoại xâm, người xưa cũng không thể tránh khỏi những bế tắc vốn gắn liền với sự bế tắc của bản thân ý thức hệ phong kiến. Những người nhân đạo chủ nghĩa cũng giống nhau ở ba đặc điểm: một là yêu thương con người, trân trọng những giá trị cao đẹp của con người, hai là, căm ghét tất cả mọi thứ bạo lực độc ác chà đạp lên con người, và ba là, dừng lại trong bế tắc, dằn vặt với những tình cảm nhân đạo chủ nghĩa trừu tượng và bất lực của mình. Cứ thế. Luôn luôn như thế. Người này khác người kia thường chỉ ở một vài chi tiết hoạ hoằn.

Ngay cả Hoài Thanh, một người nổi tiếng viết văn cẩn thận, trong những bài viết về các tác giả và các tác phẩm cổ điển được chọn in trong *Tuyển tập Hoài Thanh* tập 2 (1982) vẫn không thoát khỏi cái lối kết cấu gượng gạo, tẻ nhạt đó. Viết về *Truyện Kiều*, Hoài Thanh khái quát thành bốn nội dung chính: *một tiếng kêu thương, một lời nguyền rủa, một giấc mơ và một cái nhìn bế tắc* (tr. 126). Viết về *Văn chiêu hồn* cũng của Nguyễn Du, cũng vậy. Theo Hoài Thanh, trong *Văn chiêu hồn*, Nguyễn Du thương yêu con người, *"đặc biệt xót thương những người yếu đuối nhất, bị đoạ đày nhất"* (tr. 139). Nhưng *"thương thì đã vậy, còn oán?"* (tr. 141). Lòng oán giận của Nguyễn Du rất mơ hồ, *"thật ra, Nguyễn Du không biết oán ai, mặc dù có lời trách những kẻ "bài binh, bố trận": "Dãi thây trăm họ làm công một người"* (141). Tóm lại, qua *Văn chiêu hồn*, Nguyễn Du cũng loay hoay trong bế tắc, hơn nữa, *"hoàn toàn bế tắc"* (tr. 43). Viết về Nguyễn Đình Chiểu cũng vậy. Là, *"Lục Vân Tiên chính là một cách lên tiếng của* ông (tức Nguyễn Đình Chiểu, NHQ chú). *Trước hết đó là một tiếng chửi* (tr. 146-147)… *"Nhưng trong Lục Vân Tiên không phải chỉ có tiếng chửi. Lục Vân Tiên còn là một lời ca, ca ngợi những con người hay thương người, biết quên mình vì nghĩa"* (tr. 150). Và bài viết về Phan Bội Châu cũng vậy. Y như vậy. Hoàn toàn. Cũng yêu nước. Cũng ghét ngoại xâm. Cũng bế tắc *"vì Phan chưa từng có điều kiện tham gia hoạt động cách mạng theo phương hướng của chủ nghĩa Mác-Lênin"* (tr. 179).

Trong quyển *Lịch sử văn học Việt Nam,* tập 3, của Trường đại học Sư phạm Hà Nội (1978), phần viết về Nguyễn Du do Lê Trí Viễn chấp bút. Lê Trí Viễn là một giáo sư kỳ cựu, một trong vài giáo sư nổi tiếng và có thẩm quyền nhất về văn học Việt Nam ở miền Bắc. Bài viết về Nguyễn Du là một trong vài bài viết nhiều tâm huyết nhất của ông. Nhưng đọc, người ta vẫn thấy như một bản chụp mờ bài viết của Hoài Thanh. Bài viết của Lê Trí Viễn chia làm ba phần: phần một về thân thế và sự nghiệp của Nguyễn Du, phần ba về đặc điểm nghệ thuật của Truyện Kiều, phần hai với tiêu đề *"Nguyễn Du và xã hội phong kiến"* thực chất là phần phân tích tư tưởng của Nguyễn Du. Theo Lê Trí Viễn *"xã hội phong kiến dưới mắt Nguyễn Du là một xã hội đầy những bọn "nhai thịt người ngọt xớt", đầy khốn khổ cho những kẻ bị áp bức, yếu hèn. Thái độ Nguyễn Du là đồng tình và thông cảm sâu sắc với những người này, còn đối với những người kia, thì thái độ của ông mới đến chỗ khinh bỉ, oán ghét, nhiều nhất là bi phẫn, chứ chưa căm thù phẫn nộ. Đây chưa bàn đến hạn chế trong thế giới quan, nhưng cũng cần thấy rằng Nguyễn Du nhận thức được cuộc đời dưới chế độ phong kiến có nhiều bất công, đau khổ, nhưng trong nhận thức, ông vẫn có nhiều điểm tiêu cực và siêu hình"* (tr. 128-129). Lại thêm:

"Trong hoàn cảnh đau thương ấy, Nguyễn Du đã đem lại một ước mơ đẹp đẽ: ước mơ hạnh phúc, ước mơ yêu thương và ước mơ tháo cũi sổ lồng" (tr. 129). Lê Trí Viễn đã dùng hơn 31 trang trong phần thứ hai để chứng minh và khai triển cho các luận điểm trên. Thực chất của các luận điểm ấy là gì? Là Yêu – Ghét – Ước mơ – Bế tắc. Hay nói theo cách nói của Hoài Thanh, là *"một tiếng kêu thương, một lời nguyền rủa, một giấc mơ và một cách nhìn bế tắc"*.

Giới thiệu tập *Thơ chữ Hán Nguyễn Du* (1978), Trương Chính cũng không hề nhận định khác Hoài Thanh và Lê Trí Viễn: *"Không thể phủ nhận được, những bài thơ đó (tức những bài thơ chữ Hán của Nguyễn Du, NHQ chú) có những yếu tố tích cực nhưng lại chìm đi trong một triết lý tiêu cực, bi quan. Nguyễn Du đã nhìn thấy những nỗi đau khổ của quần chúng bị áp bức, đã vạch trần cái thối tha bỉ ổi của giai cấp thống trị, nhưng khi muốn tìm một lối thoát thì ông lại lạc vào con đường mòn của Đào Tiềm, Lý Bạch, và tuy ông không theo gót Lão Trang, Thích Ca, nhưng ông đã nhiễm phải nhiều nọc độc của họ"* (tr. 47).

Đến đây, có thể rút ra một số kết luận: Một là, quan điểm coi chủ nghĩa yêu nước và chủ nghĩa nhân đạo là hai dòng chủ lưu trong lịch sử văn học Việt Nam không hoàn toàn có sức thuyết phục. Hai là, đem chủ nghĩa yêu nước và chủ nghĩa nhân đạo làm khuôn mẫu để từ đó phân tích tư tưởng của tất cả những tác giả "tiến bộ" trong lịch sử là việc làm có tính chất tiên nghiệm, áp đặt, kết quả chỉ dẫn đến sự khiên cưỡng ở một số trường hợp và giả tạo ở phần lớn các trường hợp khác. Ba là, coi hai khái niệm chủ nghĩa yêu nước và chủ nghĩa nhân đạo với cách hiểu theo lối duy danh định nghĩa như trên, như là một đề cương tổng quát để nghiên cứu mọi tác giả và mọi tác phẩm, vô hình trung, các nhà nghiên cứu miền Bắc luôn luôn trùng lặp nhau khi đề cập đến một vấn đề giống nhau. Khác, chỉ ở tiểu tiết, ở cách viết, ở cách cảm thụ từng câu thơ cụ thể. Điều này, một mặt, tạo nên tính chất đơn điệu, máy móc, tẻ nhạt ở tất cả những công trình gọi là nghiên cứu văn học ở miền Bắc, mặt khác, khiến cho ưu thế của các nhà văn, nhà thơ, nhà phê bình nổi bật hẳn lên trên các nhà nghiên cứu: nhận định giống nhau, tư tưởng giống nhau, giá trị cao thấp của bài viết sẽ tuỳ thuộc chủ yếu vào tài hoa cảm thụ và cách diễn đạt của từng người. Không phải ngẫu nhiên mà ở miền Bắc, dù có một số nhà nghiên cứu văn học thực sự uyên bác song không ai có được một công trình đặc sắc. Ngược lại, ở nhiều lãnh vực, thành công hơn cả lại là các văn nghệ sĩ. Ở miền Bắc, ai là người viết hay nhất về Nguyễn Du? – Hoài Thanh; ai là người viết hay nhất về Nguyễn Trãi, Cao Bá Quát và Nguyễn Khuyến? – Xuân Diệu; ai là người viết hay nhất về Tú Xương? – Nguyễn Tuân. Các nhà nghiên cứu văn học trở thành những kẻ chuyên cung cấp tư liệu và soạn sách giáo khoa.

Dĩ nhiên, thiệt thòi nhất vẫn là các nhà văn, nhà thơ cổ điển. Để cho một số thiên tài trong lịch sử văn học nằm gọn lỏn trong cái khung tiền chế là chủ nghĩa yêu nước và chủ nghĩa nhân đạo, giới nghiên cứu văn học miền Bắc không ngần ngại đẽo gọt tất cả những góc cạnh tài hoa và sắc sảo nhất của họ. Nhằm mục đích biến Nguyễn Trãi thành một nhân vật thuần tuý yêu nước, tuyệt đối tích cực, người ta giả tảng như không hề có những cảm xúc tiêu tao, u nhàn và bi quan chan chứa trong thơ Nôm của ông. Để cho Nguyễn Du trở thành một nhà nhân đạo chủ nghĩa tiêu biểu và toàn diện, người ta mặc nhiên xoá bỏ những tư tưởng phóng dật, yếm thế phảng phất đầy trong thơ chữ

Hán của ông. Để cho Nguyễn Đình Chiểu trở thành nhà thơ của giai cấp nghèo khó, Xuân Diệu bình chữ "ừ" trong Lục Vân Tiên:

Vân Tiên ngó lại rằng: Ừ!
Làm thơ cho kịp chừ chừ chớ lâu.

Vân Tiên là học trò nghèo, Nguyệt Nga là con gái quan phủ, Vân Tiên dè dặt là phải, và có hơi cộc lốc, đó có thể là cái giữ ý của giai cấp mình – giai cấp bình dân.[102]

Chỉ một tiếng "ừ" quen thuộc và rất phổ biến ở miền Nam, dưới ngòi bút Xuân Diệu, tự nhiên biến thành một ý thức đấu tranh giai cấp. Không phải chỉ là một sự xuyên tạc. Nó là điều hài hước.

Thái độ rập khuôn, đẽo gọt và xuyên tạc ấy làm hạ thấp tầm vóc của mọi tài năng văn học lỗi lạc trong quá khứ. Không có người nghệ sĩ nào có thể giữ vững giá trị khi bị tước bỏ toàn bộ những nét riêng tây, độc đáo nhất của họ. Hồ Xuân Hương sẽ không là gì cả nếu không có cá tính sắc cạnh, thậm chí phá phách của mình. Bà huyện Thanh Quan sẽ không là gì cả nếu không có cái tâm trạng bâng khuâng trước không gian và ngậm ngùi trước thời gian. Tản Đà sẽ không là gì cả nếu mất đi cái vẻ say và vẻ ngông cố hữu. Dù người ta có nghĩ tính chất anh hùng trong con người Nguyễn Công Trứ ít nhiều cường điệu, cá nhân chủ nghĩa, thì sự thực, tính chất anh hùng đó vẫn là một trong những yếu tố quan trọng nhất làm nên diện mạo đặc sắc của Nguyễn Công Trứ, biến ông thành nhà thơ độc nhất có giọng thơ cứng cỏi, mạnh mẽ trong lịch sử văn học Việt Nam.

---

[102] Xuân Diệu, *Các nhà thơ cổ điển Việt Nam,* tập **2,** nxb Văn Học, HN, 1982, tr. 313.

Tội nghiệp nhất là có vô số những tác giả bị cộng sản vùi dập, xoá bỏ từ tác phẩm đến tên tuổi. Phạm Thái, bà huyện Thanh Quan, Hoàng Quang, Trần Danh Án, Phạm Quý Thích, Nguyễn Hành... bị coi là thuộc *"khuynh hướng bi quan, tiêu cực và bảo thủ phản động"*.[103] Dương Khuê, Dương Lâm, Chu Mạnh Trinh, Học Lạc... bị liệt vào *"xu hướng thoát ly"*.[104] Trương Vĩnh Ký, Nguyễn Văn Vĩnh, Phạm Quỳnh... bị coi là phản động. Thơ Mới thời 1930-45 cũng bị coi là đồi trụy, tiêu cực. Hoài Thanh viết:

> Nhìn chung, thơ mới chìm đắm trong buồn rầu, điên loạn, bế tắc. Đó là chưa nói đến phần hiển nhiên là sa đoạ. Nguy hiểm nhất là nó lại tạo ra một thứ say sưa trong đó. Hình như không buồn rầu, không điên loạn, không bế tắc thì không hay, không sâu. Bế tắc đã biến thành một thứ lý tưởng.[105]

Ở miền Bắc từ năm 1954 đến 1975, không có quyển sách nào của Tản Đà được in lại. Người ta giả vờ như ông không hề có. Quyển *"Thơ Tản Đà"* do Xuân Diệu viết lời giới thiệu được ấn hành lần đầu tiên dưới chế độ cộng sản là vào năm 1982, tức là 37 năm sau khi cộng sản nắm chính quyền.

Quan điểm đánh giá văn học cổ điển của giới nghiên cứu cộng sản đầy dẫy những sai lầm và phiến diện. Thứ nhất, giới nghiên cứu miền Bắc không có ý niệm rõ ràng về sự

---

103 *Lịch sử văn học Việt Nam*, tập 3, Đại học sư phạm Hà Nội, nxb Giáo Dục, HN, 1978, tr. 22.

104 *Lịch sử văn học Việt Nam*, sđd, tập 4A, tr. 15.

105 *Tuyển tập Hoài Thanh*, tập 2, sđd, tr. 301.

khác nhau giữa văn học và chính trị: họ lược quy giá trị văn học vào giá trị chính trị. Thứ hai, quan niệm về chính trị của cộng sản cũng hẹp hòi cứng nhắc. Đề cao Tây Sơn là một phong trào khởi nghĩa của nông dân, cộng sản coi phản ứng ủng hộ hay chống đối Tây Sơn là tiêu chuẩn đánh giá từng nhà văn, từng nhà thơ thời ấy. Đòi hỏi đã yêu nước thì phải sử dụng bạo lực chống giặc ngoại xâm, cộng sản không chấp nhận bất cứ biểu hiện yêu nước nào khác ngoài việc cầm gươm hay cầm súng.

Đồng nhất phạm trù chính trị và phạm trù văn học luôn luôn là một việc làm thô bạo. Chính trị có tiêu chuẩn của chính trị. Văn học có tiêu chuẩn của văn học. Không thể chấp nhận quan điểm đánh giá văn học theo cách mà Đinh Gia Khánh phát ngôn khi viết về văn học đời Lý: *"Văn học Thiền tông có một vị trí nhất định trong văn học đời Lý. Dù sao thì nó cũng gắn liền với triết lý Phật giáo và đóng góp không nhiều lắm vào nhiệm vụ xây dựng đất nước mà lịch sử đề ra lúc bấy giờ"*.[106]

Không hiểu Đinh Gia Khánh và giới nghiên cứu văn học miền Bắc hiểu khái niệm "xây dựng đất nước" là thế nào? Hẳn chỉ đơn thuần là việc cầm gươm và thúc giục người khác cầm gươm. Đầu óc hẹp hòi, cộng sản không thể hiểu được việc phát triển một nền văn học, khuếch trương một hệ tư tưởng cũng là một yêu cầu bức thiết để xây dựng đất nước. Nhưng sai lầm quan trọng và nguy hiểm nhất của quan điểm trên là ở chỗ: đánh giá một nền văn học dựa vào mức độ đóng góp của nó đối với "nhiệm vụ xây dựng

---

[106] *Văn học Việt Nam*, tập 1, nxb Đại học và Trung học chuyên nghiệp, HN, 1978, tr. 97.

đất nước mà lịch sử đề ra". Theo quan điểm ấy, một lá truyền đơn xúi giục người khác bạo động sẽ có giá trị văn học hơn là một áng văn chương xuất sắc; bài vè nôm na của Quang Trung *"Đánh cho để dài tóc. Đánh cho để đen răng..."* sẽ có giá trị văn học hơn hẳn *Truyện Kiều;* và tờ báo *Người cùng khổ* của Nguyễn Ái Quốc viết và in nhem nhuốc ở Paris rồi lén lút chuyển về Việt Nam mỗi lần vài ba số là có giá trị văn học vượt xa *Nam Phong Tạp chí* và *Đông Dương Tạp chí* có công thổi sinh khí vào một nền văn học vốn èo uột, chưa định thành hình dáng lúc bấy giờ.

Lẫn lộn văn học và chính trị, đặc biệt thứ chính trị giáo điều, chật hẹp của mình là một hành động huỷ diệt văn học.

PHẦN BỐN

Văn học đổi mới: từ phản tỉnh đến phản kháng (1986-1990)

Phản tỉnh và phản kháng

Có thể tóm tắt toàn bộ đặc điểm của nền văn học cộng sản vào một chữ: chữ MỘT. Đó là nền văn học mà tất cả những người cầm bút đều chịu MỘT sự lãnh đạo: sự lãnh đạo của Đảng; đều đứng trong MỘT tổ chức: Hội Nhà văn Việt Nam; đều có MỘT thế giới quan: chủ nghĩa Mác-Lênin; đều sử dụng MỘT phương pháp: chủ nghĩa hiện thực xã hội chủ nghĩa; đều có chung một phong cách: dễ hiểu, giản dị, thậm chí giản đơn; đều nhắm tới MỘT mục đích: khẳng định vai trò lãnh đạo độc tôn, tuyệt đối của Đảng, ca ngợi lãnh tụ, ca ngợi chủ nghĩa xã hội; đều có MỘT tính chất: tính chất chính trị.

Đó cũng là một nền văn học nghèo nàn và đơn điệu, chỉ quanh quẩn trong một số những giáo điều và công thức cứng nhắc, cũ kỹ, hoàn toàn giả tạo.

Ngay thời kháng chiến chống Pháp, vào khoảng những năm 1950-51, tại Thanh Hoá, luật sư Nguyễn Mạnh Tường đã lên tiếng phê phán gay gắt, cho đó chỉ là một cái chuồng chật chội mà người ta mưu toan đặt ra để giam nhốt giới văn nghệ sĩ.[107]

Sau Nguyễn Mạnh Tường, đã nhiều lần, những người cầm bút chân chính dưới chế độ cộng sản vùng dậy đấu tranh đòi hỏi tự do. Cuộc đấu tranh được nhiều người biết nhất là cuộc đấu tranh của nhóm Nhân Văn - Giai Phẩm vào

---

[107] *Cách mạng kháng chiến và đời sống văn học*, tập 1, sđd, tr. 187.

những năm 56-57 ở miền Bắc. Cuộc đấu tranh, cuối cùng, đã bị đàn áp khốc liệt: Nguyễn Hữu Đang, Trần Thiếu Bảo và Thuỵ An bị kết án 15 năm tù giam;[108] tất cả những người còn lại đều bị trục xuất ra khỏi hội nghề nghiệp của mình và bị tước đoạt quyền sáng tác suốt mấy chục năm liền.

Những biện pháp trấn áp độc đoán và thô bạo của cộng sản khiến cho giới cầm bút kinh hãi. Nhiều người lại ngoan ngoãn cúi đầu phục tùng Đảng và cam phận quanh quẩn trong cái chuồng tù túng, thiếu dưỡng khí của cái gọi là văn học hiện thực xã hội chủ nghĩa. Lâu nay lại có người giẫy giụa phản kháng. Lâu lâu lại nổ ra "vụ án văn học". Theo Từ Sơn, trên tạp chí *Cộng sản* số tháng 5-1988, từ năm 1960 đến năm 1988, tại Việt Nam, dưới chế độ cộng sản, đã có tới 73 vụ án như vậy, ở đó, hầu hết nạn nhân đều là những kẻ thành thực, muốn nói lên tiếng nói tâm huyết của mình thay vì chỉ làm một cái ống loa rè khuếch âm sự dối trá của Đảng. Có điều, những nỗ lực vùng vẫy, tháo cũi sổ lồng ấy đều có tính chất cá nhân, lẻ tẻ, rời rạc và rất dễ bị vùi dập.

Chỉ đến những năm gần đây, cụ thể là từ năm 1986, trước luồng gió dân chủ đang thổi rạt rào trên thế giới, những người cầm bút Việt Nam mới thực sự đứng dậy, đồng loạt và dữ dội gào thét đòi hỏi dân chủ. Chưa bao giờ, tại Việt Nam, dưới chế độ cộng sản, sinh hoạt văn học lại xôn xao, sôi nổi đến như vậy. Ngỡ như các nhà văn, các nhà thơ đang xuống đường, bằng giấy, bằng bút, sôi sục lên án cái chế độ suốt bao nhiêu năm đã vùi dập mình. Họ cũng đòi

---

[108] 106. 107. 108. Nhân Dân ngày 21-1-1960.

đọc cả lời ai điếu cho nền văn học mà chính họ đã ra sức xây dựng trong quá khứ, cái nền văn học "minh hoạ" đường lối và chính sách của Đảng.

Bắt đầu là một nỗ lực "đổi mới" văn học, giới cầm bút đã nhanh chóng trở thành những kẻ phản kháng. Có thấy sự chuyển biến này, người ta mới hiểu được tại sao, cuối năm 1988, nhà cầm quyền Hà Nội đột ngột thay đổi thái độ, đóng sầm cánh cửa đổi mới lại, quay qua kết tội và đàn áp những người thực hiện đến cùng quan điểm đổi mới.

$$*$$

$$*\quad\quad*$$

Ở trong nước cũng như ở ngoài nước, người ta thường lầm lẫn khi nhận định chính đảng Cộng sản là kẻ khai sinh ra phong trào đổi mới trong văn học. Đó chỉ là một ngộ nhận, một ngộ nhận do vô tình và phần nào, do cố ý nữa. Vô tình mà ngộ nhận là giới cầm bút ở hải ngoại: thiếu tài liệu, thiếu thông tin, người ta chỉ thấy được những dấu mốc lớn là các chỉ thị, các nghị quyết của trung ương đảng Cộng sản mà không thấy được những nỗ lực tranh đấu âm thầm nhưng vô cùng gay gắt và dũng cảm của một số văn nghệ sĩ dù sống dưới chế độ cộng sản và dù, có khi là đảng viên đảng Cộng sản, vẫn giữ được chút "thiên lương", nói theo chữ của Tản Đà, để biết đau đớn, tủi nhục về cái thân phận cá chậu chim lồng của mình, để biết hướng tới cái khát vọng dùng ngòi bút gửi gắm cho đời không phải những bọt bong bóng xà phòng hư ảo mà là những điều tâm huyết nhất trước những sự thật tối tăm, cùng quẫn và nhức nhối nhất. Cố ý mà ngộ nhận là giới cầm bút trong nước: khôn ngoan, người ta lùi lại phía sau, nhường cho trung ương đảng cầm lá cờ đổi mới, nép đằng sau các bản nghị quyết của Bộ Chính trị để tránh né những đòn tấn công phũ và ác của bọn *"lính gác trên trận địa văn học"*, nói như Mai Ngữ trong bài *Về một thời kỳ đã qua,*[109] hay, *"những tên lính làm thuê"*, *"những kẻ ngụy trá văn nghệ sĩ và trí thức, thực chất là lớp công chức thuộc địa"*, nói như Dương Thu Hương trong bài *Đôi điều suy nghĩ về nhân cách của người trí thức.*[110]

Khó nói được đâu là tác phẩm đầu tiên đánh dấu quá trình đổi mới trong nền văn học hiện thực xã hội chủ nghĩa Việt Nam. Dư luận thường ghi công cho hai tác phẩm: *Thời xa vắng* (1986) của Lê Lựu và *Bên kia bờ ảo vọng* (1987) của Dương Thu Hương. Thật ra, cùng chiều hướng sáng tác với *Thời xa vắng* và *Bên kia bờ ảo vọng*, đã có tiểu thuyết *Mùa lá rụng trong vườn* của Ma Văn Kháng xuất bản năm 1985 và được Hội Nhà văn tặng thưởng loại A cùng năm. Trước *Mùa lá rụng trong vườn*, nhiều truyện ngắn của Nguyễn Minh Châu, nhiều bài thơ của Nguyễn Duy, từ đầu thập niên 1980, đã có đầy đủ những tính chất gọi là đổi mới sau này.

Đi xa hơn nữa, có thể coi bài báo *Viết về chiến tranh* của Nguyễn Minh Châu đăng trên tạp chí *Văn Nghệ Quân Đội* số tháng 11-1978 và đặc biệt, bài báo *Về một đặc điểm của văn học nghệ thuật ở ta trong giai đoạn vừa qua* của Hoàng Ngọc Hiến đăng trên tuần báo *Văn Nghệ* tại Hà Nội

---

[109] Tạp chí Văn nghệ quân đội số tháng 7-1988.

[110] Tạp chí Đất Nước, Tây Đức, số tháng 11-1987.

số ra ngày 9-6-1979 là những mầm mống đầu tiên của quá trình đổi mới văn học ở Việt Nam.

Qua hai bài viết trên, cả Nguyễn Minh Châu lẫn Hoàng Ngọc Hiến đều bày tỏ một thái độ : thái độ phản kháng trước những đường lối hẹp hòi, thô thiển và thô bạo của cộng sản đối với văn học; đều bày tỏ một quan niệm: quan niệm phủ nhận những giá trị hư huyễn mà cộng sản cố sức vẽ vời lên trên nền văn học "minh hoạ" và "phải đạo" của họ; đều bày tỏ một ước mơ: ước mơ được phản ánh chân thực cuộc đời, thể hiện trung thực những gì mình ấp ủ.

Thời ấy, hầu hết những cán bộ lãnh đạo đảng và lãnh đạo văn hoá, văn nghệ của đảng đều lên tiếng phê phán gay gắt quan điểm của Nguyễn Minh Châu, của Hoàng Ngọc Hiến cũng như của những người đồng tình và ủng hộ họ.

Những tiếng nói chính trực có thể bị dập tắt, tuy nhiên, dư âm của nó thì cứ ngân vang mãi trong lòng giới cầm bút, trở thành những bất mãn, những suy tư, những trăn trở của cả một lớp người đông đảo, để rồi, gần mười năm sau, như Nguyễn Văn Bổng nhận định trong bài: *Nghĩ về cái mới trong tiểu thuyết của ta hiện nay* đăng trên báo *Nhân Dân* số ra ngày 22-5-1988, chính những bất mãn, những suy tư, những trăn trở ấy đã *"thúc đẩy sự ra đời của nghị quyết của Bộ Chính trị về văn nghệ, nay là chỗ dựa đáng yên tâm của họ!"*.

Nghị quyết về văn nghệ mà Nguyễn Văn Bổng vừa nhắc là nghị quyết số 05 được công bố vào đầu tháng 12-1987 mang tựa đề *"Đổi mới và nâng cao trình độ lãnh đạo, quản lý văn học, nghệ thuật và văn hoá, phát huy khả năng sáng tạo, đưa văn học, nghệ thuật và văn hoá phát triển lên một bước mới"*.

Nội dung chính của nghị quyết 05 tập trung chủ yếu vào đoạn dưới đây:

> Tự do sáng tác là điều kiện sống còn để tạo nên giá trị đích thực trong văn hoá, văn nghệ, để phát triển tài năng... Tác phẩm văn nghệ không vi phạm pháp luật, không phản động (chống lại dân tộc, chống lại chủ nghĩa xã hội, phá hoại hoà bình) và không đồi trụy (truyền bá tội ác, sự sa đoạ, phá hoại nhân phẩm) đều có quyền được lưu hành và đặt dưới sự đánh giá, phân xét của công luận và sự phê bình. Đảng và nhà nước khuyến khích thảo luận, tranh luận công khai để tìm chân lý. Cần tạo một không khí hồ hởi trong sáng tác, khêu gợi nhiều cảm hứng sáng tạo nghệ thuật, trong việc phát triển các loại hình và thể loại nghệ thuật, các hình thức biểu hiện.[111]

Trước khi bản nghị quyết trên ra đời, trong cuộc gặp gỡ hơn một trăm văn nghệ sĩ tại Hà Nội vào hai ngày 6 và 7 tháng 10 năm 1987, Nguyễn Văn Linh, Tổng bí thư đảng Cộng sản Việt Nam, đã tuyên bố chính sách đổi mới của đảng trong lãnh vực văn học nghệ thuật, bằng cách, một mặt, thừa nhận, trong mấy chục năm qua, đảng đã vấp phải nhiều sai lầm nghiêm trọng, chủ yếu là *"đánh giá thấp vai trò vị trí của văn học nghệ thuật"*, sự lãnh đạo *"thiếu dân chủ, trói buộc văn nghệ sĩ, nhiều khi độc đoán, sát phạt"*, đảng đã có một *"cơ chế quản lý không đúng, nhiều chính sách bất công"*; mặt khác, tuyên bố *"cởi trói"* giới văn nghệ sĩ, kêu gọi văn nghệ sĩ *"phải nói lên sự thật, dù là sự thật phũ phàng"*, *"dù thế nào các đồng chí cũng không nên uốn cong ngòi bút của mình"*.[112]

---

111 Sài Gòn Giải phóng ngày 6-12-1987.

112 Văn Nghệ, HN, 17-10-1987.

So sánh thời điểm xuất hiện của những tác phẩm có nội dung đổi mới và các văn kiện nói về sự đổi mới như trên, chúng ta thấy ngay, giữ vai trò tiên phong trong việc đổi mới văn học nghệ thuật tại Việt Nam trong mấy năm vừa qua là các văn nghệ sĩ chứ không phải là đảng Cộng sản.

Vai trò của đảng Cộng sản, ở đây, chỉ dừng lại trong việc thừa nhận sự đổi mới rồi sau đó ít lâu, vào cuối năm 1988, nhất là vào đầu năm 1989, khai tử sự đổi mới, trù dập những người nói thẳng, nói thật.

*

* *

Cuộc vận động đổi mới diễn ra trên cả ba lãnh vực: sáng tác, phê bình và lý luận.

Cuộc vận động đổi mới trong lãnh vực sáng tác khởi sự khá sớm và kéo dài khá lâu. Tuy nhiên, số cây bút tham gia và thực sự thành công tương đối ít. Cũng dễ hiểu. Đổi mới trong sáng tác có nghĩa là đổi mới cả một nếp cảm xúc trong con người. Nhiều nhà văn, nhà thơ ở Việt Nam tự ví mình như những con gà công nghiệp, sau một thời gian dài bị nhốt trong chuồng, nay được thả ra giữa sân, mắt lóa nắng, đi đứng lạng quạng, gặp cái gì cũng ngỡ ngàng, không biết bới rác và không biết về đâu đến đâu.

Với những mức độ khác nhau, có thể coi những tên tuổi sau đây ít nhiều đổi mới sáng tác của mình. Về văn xuôi, có Nguyễn Minh Châu, Dương Thu Hương, Lê Lựu, Xuân Cang, Phạm Thị Hoài, Nguyễn Huy Thiệp, Phùng Gia Lộc... Về thơ, có Nguyễn Duy, Ý Nhi, Xuân Quỳnh, Trần Vàng Sao, Trần Mạnh Hảo...

Có thể tóm gọn sự đổi mới của họ vào bốn điểm:

- Thứ nhất, họ chấp nhận có mâu thuẫn trong nội bộ giai cấp vô sản và trong bản thân chủ nghĩa xã hội.

- Thứ hai, vì chấp nhận có mâu thuẫn nên họ cũng chấp nhận có bi kịch.

- Thứ ba, họ chấp nhận, trong văn học, có một khu vực khá rộng rãi dành cho cái "tôi", cái riêng của con người, những con người bình thường, tầm thường.

- Và thứ tư, họ chấp nhận sự hiện diện của những yếu tố "vô hại" trong nền văn học hiện thực xã hội chủ nghĩa.

Bốn điểm gọi là mới trên, so với lịch sử văn học dân tộc nói chung, là những cái cũ mèm, tuy nhiên, so với lịch sử văn học cộng sản, từ năm 1945 đến nay, là những cách tân độc đáo và cực kỳ quan trọng.

Suốt mấy chục năm, nghiệt ngã vô cùng, cộng sản chỉ cho phép ấn hành những tác phẩm trực tiếp có ích cho cuộc chiến đấu. Văn học là vũ khí. Cái câu thơ *"Nay ở trong thơ nên có thép / Nhà thơ cũng phải biết xung phong"* của Hồ Chí Minh được coi là cương lĩnh sáng tác của mọi người. Tất cả những gì không phải là vũ khí đều bị vất bỏ. Thơ Tố Hữu: *"Dẫu một cây chông trừ giặc Mỹ / Hơn nghìn trang giấy luận văn chương"*. Cái có ích được đề cao, đè bẹp cái đẹp, vốn là bản chất của văn học. Xuân Quỳnh: *"Em đang tập làm thơ có ích"*. Chính cái quan điểm này khiến cho cộng sản cấm đoán và mạt sát thơ tiền chiến không tiếc lời. Hoài Thanh, người có công nhất trong việc giới thiệu Thơ Mới trước đây, quay lại chửi bới Thơ Mới thậm tệ. Chế Lan Viên thì coi thời mình sáng tác tập *Điêu tàn* là một điều đáng ân hận: *Thơ xuôi tay như nước chảy xuôi giòng*. Vô số những tác phẩm văn học cổ điển không được in lại chỉ vì quan điểm này. Vô số những tác phẩm văn học hiện đại bị kết án cũng chỉ vì quan điểm này.

Từ năm 1986, người ta bắt đầu rón rén phục hồi giá trị cho nhiều cây bút tài hoa và nhân bản, trong đó có cả những người thuộc nhóm Tự Lực văn đoàn và Thơ Mới. Điều này có nghĩa là biên giới của cái lãnh thổ văn học mà cộng sản quản lý được nới rộng hơn: bên cạnh những yếu tố có ích, đã có sự hiện diện của những yếu tố vô hại đối với cộng sản.

Ba sự thay đổi đầu có ý nghĩa quan trọng hơn. Trước, có một luận điệu được coi là nguyên tắc: chế độ xã hội chủ nghĩa là chế độ của dân, vì dân, do nhân dân làm chủ. Trong chế độ ấy không có mâu thuẫn, đối kháng. Mọi người cùng chung một lý tưởng, một tư tưởng, một quyền lợi. Tất cả những gì xấu xa đều bị lùa hết sang phía... địch. Chỉ có địch mới biết tham ô, mới biết ngoại tình, mới biết ức hiếp nhân dân. Chỉ có địch mới bán nước, mới giết người, mới làm những chuyện bỉ ổi, nhố nhăng.

Thế giới bị cắt làm đôi: một bên là cách mạng và một bên là phản cách mạng.

Nhân vật trong thơ, trong truyện, theo đó, cũng bị chia thành hai tuyết: tuyến nhân vật tiến bộ và tuyến nhân vật phản động. Kết cấu của mọi truyện ngắn, truyện dài, mọi vở kịch, mọi bài thơ tự sự dưới chế độ cộng sản trước đây đều được xây dựng trên căn bản đối nghịch giữa hai tuyến nhân vật này.

Những sáng tác thuộc xu hướng đổi mới đã cố gắng phá vỡ cái nhìn đơn giản, chật chội cũ kỹ ấy để tập trung khai thác những mâu thuẫn trong nội bộ giai cấp vô sản và chủ nghĩa xã hội. Giang Minh Sài, trong quyển tiểu thuyết *Thời xa vắng* của Lê Lựu, chẳng hạn, không phải chỉ đối đầu với "địch" trên chiến trường mà còn phải thường xuyên đối đầu với đồng bào, đồng chí của anh ta. Giữa những người được coi là cùng chung một lý tưởng xã hội chủ nghĩa, có biết bao là khoảng cách dẫn đến những xung khắc trầm trọng. Ngay trong cuộc sống gia đình, Giang Minh Sài cũng gặp cơ man những mâu thuẫn: anh ta có hai đời vợ: người vợ đỡ đầu do bố mẹ ép lấy, anh ta không yêu nhưng cũng không dám bỏ; người vợ sau anh ta rất yêu nhưng tính tình lại đỏng đảnh, hư hỏng nên cuối cùng cũng không có hạnh phúc.

Những mâu thuẫn được khai thác triệt để trong *Mảnh đất tình yêu*, tiểu thuyết của Nguyễn Minh Châu, xuất bản năm 1987, cũng là những mâu thuẫn trong lòng "cách mạng", những mâu thuẫn giữa *"cái bọn vừa dốt nát, tham lam, vừa lắm quỷ kế, lắm thủ đoạn có quyền nhân danh cách mạng"*, *"vu khống, dọa dẫm khiến người ta phải són đái ra, từ đó mà khuất phục, mua chuộc"* với những người dân hiền lành, chất phác, suốt đời chỉ biết lui cui lao động, giống như những con dã tràng *"lúc nào cũng mắt trước mắt sau, nhớn nhác, hốt hoảng, chực chạy"*.

Sự mâu thuẫn gắn liền với sự tồn tại của cái xấu. Trước đây, trong văn học cộng sản, không ai dám mô tả cái xấu của những "con người mới xã hội chủ nghĩa". Sự thoái hoá, sự lạc hậu, nếu có, chỉ tập trung vào thành phần địa chủ, tư sản, tiểu tư sản chưa chịu học tập cải tạo. Đảng viên và cán bộ, càng cao cấp bao nhiêu, càng tốt lành và sáng suốt bấy nhiêu. Họ có khả năng hoá giải được mọi mâu thuẫn, mọi khó khăn. Trả lời cuộc phỏng vấn đăng trên báo *Văn Nghệ* số ra ngày 3.12.1988, Nguyễn Minh Châu thú nhận:

> Là những nhà văn hiền lành, vô sự, chỉ biết ca ngợi, cả đời chúng ta không làm hại ai, không làm điều ác với ai. Nhưng cái lỗi lầm lớn nhất của mỗi người chúng ta là khiếp hãi trước cái xấu và cái ác. Và lâu dần dường như không làm gì được thì chúng ta coi như không có nó – cuộc đời không có cái xấu và cái ác đang hoành hành, đang chi phối số phận con người, coi như cuộc đời không còn oan khiên, oan khuất.

Hiện nay, ngược lại, một số cây bút đã thẳng thắn vạch trần những cái xấu xa dơ dáy và độc ác trong xã hội. Trong quyển tiểu thuyết *Ngày thứ bảy u ám* của Trần Văn Tuấn, người ta thấy có cả những con người gọi là cách mạng nhưng bản chất rất đỗi xấu xa và hung bạo, thế mà, cuối cùng, cũng ngoi lên tới chức... thứ trưởng. Những văn nhân tài tử trong quyển tiểu thuyết *Bên kia bờ ảo vọng* của Dương Thu Hương chỉ là những *"kẻ dối trá, ti tiện"* (tr. 6), những kẻ *"hèn mọn và thảm hại"* (tr. 335). Không có ai là thần thánh: *"Thần thánh chỉ sống trong trí tưởng tượng của loài người thuở sơ khai. Bây giờ, con người đã đủ khôn để hiểu rằng vĩ nhân nào cũng có ba mươi phần trăm sự siêu phàm còn bảy mươi phần trăm kia dành cho kiếp sống trần tục. Bởi lẽ đó, họ cũng giật mình khi gió giông sấm sét, sẽ đau đớn dày vò khi mất mát quyền lợi riêng, sẽ có những ngộ nhận và lầm lẫn"* (tr. 8). Cũng chiều hướng này, Nguyễn Huy Thiệp còn đi xa hơn Dương Thu Hương nhiều. Phần lớn nhân vật trong các truyện ngắn của Nguyễn Huy Thiệp, nói như Mai Ngữ trong bài *Cái tâm và cái tài của người viết* đăng trên báo *Quân Đội nhân dân* số ra ngày 27.8.1988, chỉ là *"những con người trần trụi, lõa thể trong tư duy cũng như trong hình hài"*, những con người hiện hữu như những đống rác trôi lềnh bềnh trên mặt nước đục ngầu là cái xã hội chủ nghĩa khốn khó. Đặc biệt, gây ồn ào trong dư luận nhất là chùm truyện ngắn *Vàng lửa, Kiếm sắc và Phẩm tiết*. Ở cả ba truyện này, Nguyễn Huy Thiệp đụng đến ba nhân vật thuộc loại lớn nhất trong lịch sử Việt Nam: Quang Trung, Nguyễn Du và Gia Long.

Quang Trung, trong truyện *Phẩm tiết*, chỉ là một kẻ yếu đuối về tình cảm, *"nhà vua thấy Vinh Hoa, thốt nhiên rùng mình, hoa mắt, đánh rơi cốc rượu quí cầm tay"*, hơn nữa, còn là một người cục cằn: *""Thằng Khải kia... Tao cho mày ăn cứt, xem mày có chê lợm không". Nói rồi nhà vua cầm phất trần quất ngang miệng Khải, quát tả hữu nọc ra đánh nhét cứt vào mồm, lột truồng đuổi Khải về nhà"*.

Nguyễn Du, trong truyện *Vàng lửa*, chỉ là người *"mặt nhàu nát vì đau khổ... Ông hơn người khác ở nhân cách nhưng nhân cách ấy có giá trị gì khi cuộc đời thực ông xúi xó, túng kiết?"*, *"lòng tốt của ông là thứ lòng tốt nhỏ, không cứu được ai"*.

Ngược hẳn với quan điểm chính thống của cộng sản, Nguyễn Huy Thiệp, trong truyện *Vàng lửa*, qua lời nhân vật Phăng, khen ngợi vua Gia Long là một *"khối nguyên liệu vô giá"*, *"ông làm cho lịch sử sinh động hẳn lên. Đấy là lòng tốt lớn của nhà chính trị. Lòng tốt lớn của nhà chính trị không chỉ là làm việc thiện với một bộ phận đơn lẻ mà còn là sức đẩy của ông đối với cộng đồng... Không có một sức đẩy mạnh, cả cộng đồng sẽ mọc rêu, mủn nát".*

Dĩ nhiên, chủ tâm của Nguyễn Huy Thiệp không cốt hạ bệ Nguyễn Du và Quang Trung để thần thánh hoá Gia Long. Chủ tâm của ông có lẽ nhắm tới hai điều: thứ nhất là phá đổ mọi thần tượng. Quang Trung là một thần tượng. Nguyễn Du là một thần tượng. Mọi thần tượng đều giả dối. Lời vua Gia Long: *"Vinh quang nào chẳng xây trên điếm nhục"* (Vàng lửa). Thứ hai là cổ xúy cho một quan điểm đạo đức mới: đề cao những hành động chính trị có hiệu quả lớn đối với dân tộc. Trong *Vàng lửa*, nhân vật Phăng phát biểu: *"Những hoạt động kinh tế cù lần chỉ đủ sức cho một dân tộc sống khắc khoải. Vấn đề ở chỗ phải đứng lên vươn mình thành một cường quốc. Làm điều đó, phải có gan chịu đựng sự va xiết trong quan hệ với cộng đồng nhân loại. Thói hủ nho và thủ dâm chính trị sẽ không bao giờ tạo được những quan hệ trong sáng, lành mạnh. Sẽ đến lúc nền chính trị thế giới giống như món nộm suồng sả, khái niệm thanh khiết ở đấy vô nghĩa".*

Những người công kích Nguyễn Huy Thiệp tại Việt Nam chỉ tập trung vào luận điểm cho là Nguyễn Huy Thiệp xúc phạm đến những bậc anh hùng dân tộc. Những người bênh vực Nguyễn Huy Thiệp vịn cớ là văn học khác với sử: viết sử thì phải trung thực, phải chính xác; viết văn có thể bịa đặt, có thể hư cấu.

Cả những người chê lẫn những người khen đều né tránh một điều: khi chủ trương phá đổ mọi thần tượng, dĩ nhiên Nguyễn Huy Thiệp không hề có ý chừa lại Hồ Chí Minh, nếu không muốn nói, vì muốn phá vỡ thần tượng Hồ Chí Minh nên ông mới viết *Vàng lửa, Kiếm sắc* và *Phẩm tiết*.

So với quan niệm về một nền "đạo đức lớn" của Nguyễn Huy Thiệp thì những mớ son phấn người ta trét lên hình ảnh Hồ Chí Minh như cần, kiệm, liêm, chính, như giữa khuya thức dậy đi dém chăn cho từng người du kích, như mỗi bữa ăn dành lại nửa lon gạo cho… đồng bào, chỉ là những sự lố bịch. Đó chỉ là biểu hiện của "thói hủ nho và thủ dâm chính trị".

Hồ Chí Minh đã không đáp ứng được hai yêu cầu tiên quyết của một nhà chính trị lớn, theo ý của Nguyễn Huy Thiệp: một là trở thành một "sức đẩy" đối với cộng đồng; hai là biến đất nước "thành một cường quốc".

Cho dù Nguyễn Huy Thiệp không hề có ý định nhắm vào Hồ Chí Minh thì nỗ lực phá đổ thần tượng nói chung của ông cũng là một cú đấm khủng khiếp giáng vào những nguyên tắc căn bản trong việc xây dựng chế độ cộng sản, một chế độ có tham vọng trở thành một tôn giáo mà thần thánh là những lãnh tụ, những Lênin, những Mao Trạch Đông, những Hồ Chí Minh…

Một Nguyễn Huy Thiệp trong lãnh vực thơ ca: Nguyễn Duy.

Nguyễn Duy làm thơ khá sớm, từ đầu thập niên 1970, đã có thơ đăng trên báo chí miền Bắc, từng đoạt giải nhất trong cuộc thi thơ của báo *Văn Nghệ* tại Hà Nội năm 1972-1973, nhưng chỉ từ đầu thập niên 80 trở đi mới định hình thành một phong cách độc đáo, hừng hực, dữ dội. Nhiều bài thơ của ông đã bị cấm phổ biến.[113] Bài *Nhìn từ*

---

[113] Theo Nguyễn Quang Sáng, trong lời bạt tập *Mẹ và em*, thơ Nguyễn Duy, nxb Thanh Hoá, 1987, tr. 95.

xa... Tổ quốc đăng trên tạp chí *Sông Hương* số 37 ra tháng 4, 5-1989 là một tột đỉnh của sự bất mãn và phản kháng của Nguyễn Duy. Mai Quốc Liên, trên báo *Nhân Dân* số ra ngày 11.9.1989, kết tội Nguyễn Duy, qua bài thơ này, *"thoá mạ Tổ quốc không tiếc lời, chửi bới hung hãn đến nỗi nói về chiến đấu chống Mỹ bằng những lời mỉa mai cay độc".*

Thật ra, Nguyễn Duy không hề "thoá mạ Tổ quốc". Nguyễn Duy chỉ thoá mạ những anh hùng, những lãnh tụ được đảng đánh bóng, đặt lên bàn thờ:.

> *Thần tượng giả xèo xèo phi hành mỡ*
> *Ợ lên thum thủm cả tim gan*

Nguyễn Duy chỉ thoá mạ những lời lẽ tự hào huênh hoang về tính chất ưu việt không có thật của chủ nghĩa xã hội:

> *Thời hậu chiến ta vẫn người trong cuộc*
> *Xứ sở phì nhiêu sao thật lắm ăn mày?*

Nguyễn Duy chỉ thoá mạ những mưu toan nguỵ biện đòi hỏi đổi mới cơ chế, đòi hỏi đổi mới tư duy để né tránh một sự đổi mới cần thiết và bức bách nhất: đổi mới chế độ:

> *Chả lẽ bốc thang cỏ khô nhai lại*
> *lạy ông-cơ-chế, lạy bà-tư-duy*
> *xin đừng hót những lời chim chóc mãi.*

Nguyễn Duy chỉ thoá mạ cái nền văn học minh hoạ của bọn "công chức thuộc địa", nói theo chữ của Dương Thu Hương, đầy dẫy ở Việt Nam, dưới chế độ cộng sản:

> *Ngày càng hiếm câu thơ tuẫn tiết*
> *ta là gì?*
> *ta cần thiết cho ai?*

Thoá mạ. Rồi hoài nghi. Hai câu thơ này của Nguyễn Duy như hai lời tiên tri:

Đổi mới thật chăng hay giả vờ đổi mới?
máu nhiễm trùng ta có thể thay chăng?

Hoài nghi. Và nghẹn ngào. Hình ảnh Tổ quốc, thông qua hình ảnh lương tâm của nhà thơ, chập chờn trong suốt bài thơ, não nề biết mấy, lúc thì như cái *"bóng máu bầm đen, sóng soài nền nhà"*, lúc thì như *"vết bầm đen đấm ngực"*, lúc thì như *"vết bầm đen quều quào giơ tay"*, lúc thì như *"vết bầm đen còng còng dấu hỏi"*. Động tác thay đổi, nhưng bản chất là một: một vết máu bầm đen.

Thử so sánh với hình ảnh Hà Nội trong bài thơ *Nhất định thắng* của Trần Dần thời Nhân Văn - Giai Phẩm *"không thấy phố, không thấy nhà; chỉ thấy mưa sa trên màu cờ đỏ"*, người ta còn thấy rõ hơn tính chất phản kháng dữ dội toát lên từ bài thơ trên của Nguyễn Duy.

Sự tồn tại của những cái xấu, cái ác tất yếu dẫn đến sự tồn tại của những bi kịch. Văn học cộng sản trước đây hoàn toàn loại trừ tiếng khóc. Ngay trong chiến tranh khốc liệt, nước mắt cũng không thấm được vào trang sách. Thơ văn chỉ viết về chiến thắng, chỉ nhằm ca ngợi chiến thắng. Huy Cận: *"Vai mang súng lòng mang tiếng hát"*. Chế Lan Viên: *"Mỗi câu thơ đều dội tiếng ta cười"*. Xuân Diệu: *"Chặt cái bùi ngùi, dẫm nó dưới chân"*. Cứ thế, cứ thế. Văn thơ cộng sản hoàn toàn hờ hững quay lưng lại với những đau thương chất ngất của con người.

Chỉ với phong trào đổi mới văn học bộc phát mạnh mẽ từ năm 1987 trở đi, các nhà văn, các nhà thơ cộng sản mới bắt đầu thảng thốt nhận ra, ngay bên cạnh mình, có khi, ngay là chính bản thân mình, hình ảnh của một nàng Kiều, một mẹ Lê, một anh Pha, một thằng Chí Phèo đau khổ, đầm đìa nước mắt.

Ngoài những bi kịch có tính chất nhân loại như những bi kịch trong tình yêu, trong chiến tranh, trong những biến động dữ dằn của thiên nhiên, giới cầm bút tại Việt Nam thời gian gần đây còn chú ý đến hai loại bi kịch đầy tính chất thời sự: bi kịch trước sự nghèo đói và bi kịch trước những bất công của xã hội.

Bao nhiêu hình ảnh người nghèo, người đói đột nhiên xuất hiện nhan nhản trong thơ, trong truyện Việt Nam, đặc biệt trong năm 1988. Lê Đình Cảnh viết về người *"cất lời nước mắt lần đầu ăn xin"*. Đỗ Trung Quân viết về người thầy giáo ngồi bán thuốc lá cũ dọc đường, *"vành nón sụp che mắt nhìn mỏi mệt"*, chối từ tất cả, chối từ những lời chào hỏi của học trò, *"chối từ những lời giảng dạy con người đứng thẳng"*. Trần Vàng Sao viết về đứa bé đói quá phải lén ra nghĩa trang ăn trộm cơm cúng, *"ăn cả tàn hương vào bụng"*; viết về người đàn ông bốn mươi ba tuổi *"thường không có một đồng trong túi"*, *"chân tay rã rời, đầu óc đau nhức, không muốn làm gì hết"*, và những bạn bè của anh, những con người cùng cảnh ngộ như anh

> *đứa không có được một cái áo lành*
> *đứa đi kinh tế mới ba bảy tám năm*
>   *trở về xách một cái bị lát*
> *mặt cắt không có một hột máu*
> *đứa đạp xe thồ ngồi vắt chân ăn củ sắn*
>   *chờ khách ở bến xe*
> *đứa vô tích sự ở nhà không có việc chi làm*
> *có đứa râu tóc dài che kín mặt*
> *có đứa tàng không nhớ mình tên chi*
> *có đứa chịu không nổi dắt vợ con vào nam*
>   *ăn đường ngủ chợ*

mỗi lần gặp nhau mở to mắt cười
hút một điếu thuốc lá lắc đầu
hết chuyện nói...

Sự xuất hiện của những cái xấu, cái ác và của những nỗi đau trong văn học Việt Nam gần đây gắn liền với sự xuất hiện của một thể loại văn học từ lâu bị khai tử dưới chế độ cộng sản: thể phóng sự.

Những bài viết mạnh mẽ nhất, gây nhiều xôn xao nhất có lẽ là những bài phóng sự. Chính qua những bài phóng sự, các nhà văn đã vạch trần những tội ác man rợ của cộng sản đối với dân chúng, bất kể là ai, từ nông dân đến công nhân, đến giới trí thức và văn nghệ sĩ. Mỗi bài phóng sự như một bản cáo trạng: *Lời khai của bị can* của Trần Huy Quang (*Văn Nghệ* số 37 ngày 12.9.1987), *Cái đêm hôm ấy... đêm gì* của Phùng Gia Lộc (*Văn Nghệ* số 4, 5, 6, tháng 8-1988), *Tiếng đất* của Hoàng Hữu Các (*Văn Nghệ* ngày 11.6.1988), *Sự nghiệt ngã của nghề nghiệp* của Hà Văn Thùy (*Văn Nghệ* ngày 20.8.1988), *Chuyện như đùa* của Mai Ngữ (*Văn Nghệ* ngày 21.11.1987)...

Cuộc sống của người dân dưới chế độ xã hội chủ nghĩa, trong những bài phóng sự này, như một địa ngục, chỉ biết đói khổ, bị hành hạ, bị dập vùi.

Một số người, như Dương Thu Hương trong quyển truyện vừa *Những thiên đường mù* (1989), Ninh Đức Định trong bút ký *Ôi, cam mà sao đắng* (*Văn Nghệ* 18-2-1989), Ngô Ngọc Bội trong tiểu thuyết *Ác mộng* (1990), quay trở lại quá khứ với những cuộc đấu tố, giết người một cách man rợ trong phong trào cải cách ruộng đất vào những năm giữa thập niên 1950 ở miền Bắc.

Lịch sử đảng Cộng sản Việt Nam, dưới ngòi bút của họ, trở thành lịch sử của một tội ác.

Từ việc tố cáo tội ác đến việc thể hiện những bi kịch trong cuộc sống, giới cầm bút Việt Nam dần dần tiếp cận một lãnh vực từ lâu họ bị cắt lìa: lãnh vực của cái "tôi", cái riêng tư và cái bình thường của mọi người. Đối tượng của văn học không phải là những anh hùng hay những thần thánh nữa, mà là những con người với những niềm vui và những nỗi buồn rất người.

Trước đây, trong quan niệm chính thống của cộng sản, văn học là để phản ánh cái chung. Cái "tôi", cái riêng tư bị coi như một cái gì bất hợp pháp. Từ năm 1986, tình hình đổi khác. Vẫn có nhiều người tiếp tục đi theo con đường cũ, con đường cụt, tuy nhiên, bên cạnh đó, ở những người cầm bút nhiệt tâm, khao khát sáng tạo, tính chất chung chung, công thức ồn ào và khoa trương cũ đã giảm đi nhiều. Từ giã những chiến trường, những nông trường, những công trường, người ta quay về cuộc đời thường nhật với những đề tài tình yêu đầy xôn xao, đầy hạnh phúc, hoặc đầy thất vọng muôn thuở của con người. Nếu trước kia, Tố Hữu từng nghiêm khắc phê phán tình yêu mê muội của Mỵ Châu đối với Trọng Thuỷ:

Anh kể em nghe chuyện Mỵ Châu
Trái tim lầm chỗ để trên đầu

thì hiện nay, Vương Trọng lại "triết lý":

Đã yêu thì yêu như Tiên Dung
Đẳng cấp sang hèn không tính đến
Đã yêu thì yêu như Mỵ Châu
Dù đầu rơi cũng không sai hẹn
Đã yêu thì yêu như Trương Chi
Thân dù tan hồn lặn vào đáy chén

(Triết lý khi yêu)

Và tình yêu cũng không phải chỉ là chút hương thầm cứ bay dịu nhẹ như trong thơ Phan Thị Thanh Nhàn ngày nào. Tình yêu bây giờ, dưới ngòi bút của những tác giả đổi mới là một cái gì thật cụ thể, đôi khi trần tục. Như trong bài *Tan vỡ* của Dư Thị Hoài, một nhà thơ trẻ mới được chú ý từ một hai năm nay:

> *Mở ngăn kéo rồi anh bỏ ngỏ*
> *Bút viết xong không đậy nắp bao giờ*
> *Ôi anh yêu lơ đễnh đến là*
> *Con nai rừng của em*
>
> *Tất cả rồi dễ qua đi qua đi*
> *Chúng mình sẽ thành chồng thành vợ*
> *Nếu không có một lần...*
> *Một lần như đêm nay*
> *Sau phút giây*
> *Êm đềm trên ghế đá*
> *Anh không cài lại khuy áo ngực cho em...*
> (Văn Nghệ 7.5.1988)

Theo Tô Hà, trên báo *Văn Nghệ* số 10 ra ngày 11.3.1989, *"80 phần trăm số thơ gửi toà soạn báo "Người Hà Nội" gần đây mà tôi được đọc toàn là những bài anh anh em em"*.

Ở phương diện này, phương diện khai thác tính chất trữ tình, cá nhân, cho đến nay, ở Việt Nam, chưa có ai đạt được thành công nào lớn lao. Có lẽ, nói như ai đó, quá quen hát hùng ca, người ta đâm ra bỡ ngỡ và vụng về khi trở lại những bản tình ca êm ái. Dù vậy, đây cũng là một xu hướng đúng: nó giúp người ta thoái ra khỏi những khuôn mẫu tiền chế cứng nhắc để càng lúc càng cận nhân tình hơn.

*

* *

So với lãnh vực sáng tác, sự đổi mới trên lãnh vực phê bình và lý luận văn học sôi nổi hơn, gây nhiều sóng gió hơn, khiến cho giới lãnh đạo cũng như giới bảo thủ căm giận hơn và sau đó, phản công kịch liệt.

Bùng nổ, thực sự là một sự bùng nổ của những nỗi công phẫn từ lâu dồn nén trong lòng giới văn nghệ sĩ vào năm 1987 lúc Nguyễn Văn Linh tuyên bố chính sách "cởi trói". Chưa bao giờ, trong nền văn học cộng sản, người ta viết phê bình và viết lý luận một cách hậm hực, cay đắng và dữ dội đến như vậy. Phê bình như là một sự nổi giận. Phê bình trở thành phê phán.

Mất cả thói quen e dè thường lệ, lúc Nguyễn Văn Linh hỏi có phải nền văn học cộng sản từ sau năm 1975 nghèo nàn đi không, phần lớn những người cầm bút đều đáp: "Vâng". Vâng, văn học rất nghèo nàn. Vâng, văn học đã nghèo, càng lúc càng nghèo nàn hơn nữa.[114] Không còn ai dám phổng mang trợn mắt huênh hoang là văn học hiện thực xã hội chủ nghĩa là đỉnh cao của nền thi thư văn hiến Việt Nam như trước. Mọi người đều đồng loạt nhìn lại cái tài

---

[114] Văn Nghệ, HN, 17-10-1987.

sản văn học ố m o mình gầy dựng dưới sự lãnh đạo của đảng suốt gần nửa thế kỷ.

Trên báo *Văn Nghệ* số ra ngày 16.7.1988, Lê Ngọc Trà "vui vẻ" ghi nhận:

> *Thế là rốt cuộc sau nhiều do dự, thì thầm, lần đầu tiên chúng ta đã có can đảm nói to lên, nói công khai một sự thật: Văn học cách mạng của chúng ta còn nghèo nàn.*

Nghèo. Còn dở. Nó còn chẳng có chút gì gọi là văn học nữa. Theo Mai Quốc Liên, trong bài *Đôi điều bàn lại* đăng trên báo *Nhân Dân* số ra ngày 9 và ngày 11 tháng 9.1989, nhiều người đã gọi nền văn học hiện thực xã hội chủ nghĩa bằng nhiều tên khác nhau và tên nào cũng thể hiện một sự căm ghét, khinh bỉ sâu sắc: nào là "văn học minh hoạ", "văn học thông tấn", nào là "văn học xướng ca", "văn học tụng ca", nào là "văn học xi rô", "văn học cung đình", thậm chí, gay gắt hơn, nhiều người còn gọi đó là nền "văn học tiểu ngữ", "văn học xú ngữ". Mai Quốc Liên không nêu tên những người phát biểu, tuy nhiên, nên nhớ: tất cả đều là những nhà văn, nhà thơ chính thống của cộng sản, những người suốt mấy chục năm qua đã trực tiếp góp phần gầy dựng nên nền văn học cộng sản.

Người ta đua nhau đọc lời ai điều, đòi đào huyệt chôn lấp cho vĩnh viễn khuất mắt cái thời kỳ văn học điếm nhục ở đó họ chỉ la những con vẹt lải nhải lặp lại những lời nói dối trá, ngu muội của đảng, của nhà nước.

Nguyên nhân làm cho nền văn học hiện thực xã hội chủ nghĩa nghèo nàn, chỉ toàn "tiểu ngữ" và "xú ngữ" dĩ nhiên không phải do giới cầm bút. Dù đứng ở bất cứ quan điểm nào mà xét, không ai có thể chối cãi được những tên tuổi như Xuân Diệu, Huy Cận, Chế Lan Viên, Nguyễn Tuân,

Nguyên Hồng, Nguyễn Công Hoan... không phải là những tài năng lớn. Ngay từ trước năm 1945, lúc còn rất trẻ tuổi, họ đã khẳng định được tài năng một cách xuất sắc. Trong số những tên tuổi mới xuất hiện sau này, dưới chế độ cộng sản, cũng không phải chỉ là một đám cỏ lau hèn mọn. Thế mà, suốt mấy chục năm, không có ai làm được một cái gì thật đẹp, có giá trị thực sự và lâu dài. Tại sao?

Trả lời câu hỏi này, người ta đụng đến một vấn đề căn bản và cực kỳ gai góc: sự lãnh đạo của đảng.

Theo Nguyễn Khắc Viện, sự lãnh đạo của đảng đối với văn nghệ *"nhiều lúc còn thô sơ, tỉa cành bắt sâu, trong một vườn hoa quý lại dùng dao búa làm rừng khai hoang"*. Theo Lưu Quang Vũ, đó là một sự lãnh đạo độc tài: *"chỉ cần một người suy nghĩ cho mọi người, một cái đầu tối cao suy nghĩ cho mọi cái đầu"*. Rồi ông nhấn mạnh: *"Một tình trạng độc đoán về tư tưởng như vậy tất yếu bóp chết mọi sáng tạo, làm khô kiệt văn học nghệ thuật"*. Nhà biên kịch Tất Đạt, nữ đạo diễn Phạm Thị Thành, hai nghệ sĩ Ái Vân và Xuân Thanh đều cho là: *"vấn đề tự do sáng tạo bị cản trở, thậm chí có khi bị chà đạp vì những quan niệm lãnh đạo ấu trĩ, thô bạo, sai trái"*.[115]

Chua chát và đau xót nhất là lời phát biểu của nhà phê bình văn học Nguyễn Đăng Mạnh: *"Lãnh đạo khinh bỉ sâu sắc văn nghệ sĩ"*.[116]

---

[115] Văn Nghệ, HN, 17-10-1987.

[116] Văn Nghệ, HN, 17-10-1987.

Ý kiến này, trước đó, Nguyễn Đăng Mạnh đã phát biểu hai lần. Một lần, trong bài viết *Phê bình văn học trong trong tình hình mới* đăng trên báo *Văn Nghệ* số ra ngày 29.8.1987: *"Người ta thích nói một cách chung chung, nền văn học của ta đã trưởng thành, văn nghệ sĩ của ta là những chiến sĩ, những anh hùng, nhưng đối với văn nghệ sĩ thì coi như con nít"*. Lần khác, trong một cuộc hội thảo bàn tròn do báo *Văn Nghệ* tổ chức cũng được tường thuật trên số báo vừa dẫn: *"Nhà văn cũng bị coi là con nít: sợ họ hư nên người ta thích bật đèn đỏ, đèn vàng, chứ ít khi bật đèn xanh cho văn nghệ phát triển"*.

Ý kiến của Nguyễn Đăng Mạnh được nhà văn Mai văn Tạo đồng tình: *"Chưa bao giờ văn nghệ sĩ bị rẻ rúng như bây giờ"*.[117]

Nhà văn Nguyễn Minh Châu, trong bài *Hãy đọc lời ai điếu cho một giai đoạn văn nghệ minh hoạ* đăng trên báo *Văn Nghệ* số kép 49-50 ra ngày 5.12.1987 có lẽ cũng nghĩ tương tự, mặc dù ông không dùng chữ "khinh bỉ" hay "rẻ rúng", khi cho là, sự lãnh đạo hẹp hòi và thô bạo của đảng đã khiến cho người cầm bút phải chấp nhận một tình trạng *"rất thảm đối với nhân cách của một người văn nghệ sĩ"*: hễ cầm bút là phải nghĩ đến né tránh, che chắn, rào đón, đối phó". Nguyễn Minh Châu viết tiếp, uất hận và nghẹn ngào: *"Văn chương gì mà muốn viết một câu trung thì phải viết một câu nịnh? Hèn, hèn chứ? Nhà văn nước mình tận trong tâm can ai mà chẳng thấy mình hèn? Cái sợ nó làm mình hèn"*.

---

[117] Dẫn theo Nguyễn Trọng Tín, Văn Nghệ, HN, 3-7-1988.

Cảm giác đau nhục ấy khiến Nguyễn Minh Châu, một nhà văn mang quân hàm đại tá trong quân đội, đâm ra ghen tị với Nam Cao, một nhà văn bần cùng, nhếch nhác, lam lũ sống và viết chủ yếu trước năm 1945, lúc Việt Nam còn là một thuộc địa của Pháp:

> Có lúc tôi lại đem công việc của chúng ta so sánh với công việc của các nhà văn tiền chiến cầm bút trước cách mạng, gọi là các nhà văn hiện thực phê phán, ví dụ như ông Nam Cao chẳng hạn, có lần ông ấy la lối, hô hoán ầm lên rằng thiên hạ vít hết lối của ngòi bút ông ấy, viết cây chuối, hay con chó hoặc kẻ say rượu đều phạm huý, đều có kẻ đe đánh, đe đốt nhà. Bị o ép đến vậy tưởng không viết được gì, thế là cuối cùng, cả một đời cầm bút của Nam Cao trước cách mạng số năm có là bao nhiêu đâu, vậy mà đủ để lại khá nhiều, nhất là có thể có cái quyền viết rất thực, bao nhiêu lẽ đời, sự đời, bao nhiêu khuôn mặt người thực đến thế. Chí Phèo thực đến thế. Thật là vừa được viết, vừa được nói.

Chế độ thực dân luôn luôn bị lịch sử lên án là một tội ác. Thế nhưng, theo ý Nguyễn Minh Châu, ít nhất trong lãnh vực văn học nghệ thuật, chế độ thực dân dù sao cũng dễ thở hơn chế độ cộng sản vì ở đó, người ta *"có thể có cái quyền viết rất thực"*, *"vừa được viết vừa được nói"*, còn dưới chế độ cộng sản thì không, Nguyễn Minh Châu tiếp:

> Mấy chục năm qua, tự do sáng tác chỉ có đối với lối viết minh hoạ, văn học minh hoạ, với những cây bút chỉ quen với công việc cài hoa, kết lá vờn mây cho những khuôn khổ có sẵn, cho chữ nghĩa những văn bản vốn đã có sẵn mà chúng ta quy cho đấy đã là tất cả hiện thực đời sống đa dạng và rộng lớn. Nhà văn chỉ được giao phó công việc như một cán bộ tuyên huấn truyền đạt đường lối, chính sách bằng hình tượng văn học sinh động.

Hậu quả là gì? Một là biến nhà văn, nhà thơ thành những kẻ hèn nhát và hèn hạ như đã dẫn ở trên. Hai là biến nền văn học hiện thực xã hội chủ nghĩa dưới chế độ cộng sản trở thành *"công thức và sơ lược"*, *"nó nhạt và người đọc càng ngày càng thấy rõ ở những tác phẩm minh hoạ và ca ngợi một chiều một sự giả dối không thể nào bào chữa nổi, đắp đậy nổi, so với cuộc đời thực bên ngoài"*.

Những lời phê bình bốc lửa của các nhà văn, nhà phê bình ở trên gợi ra hai vấn đề thuộc phạm vi lý luận văn học: thứ nhất, chủ nghĩa hiện thực xã hội chủ nghĩa có phải là một phương pháp sáng tác có giá trị ưu việt như đảng đã nói? Thứ hai, thực chất mối quan hệ giữa văn nghệ và chính trị là gì?

Ngay từ năm 1943, trong bản *Đề cương văn hoá* và đặc biệt từ năm 1948, trong bản báo cáo *Chủ nghĩa Mác và văn hoá Việt Nam* do Trường Chinh soạn và đọc tại Đại hội văn hoá lần thứ hai, đảng Cộng sản đã chủ trương đề cao phương pháp sáng tác hiện thực xã hội chủ nghĩa. Đến những năm cuối cùng của thập niên 1950, ở miền Bắc, cộng sản đi xa hơn, coi phương pháp sáng tác này như một phương pháp sáng tác độc nhất được phép sử dụng.

Nội dung chủ yếu của phương pháp sáng tác hiện thực xã hội chủ nghĩa có thể tóm gọn vào hai điểm: một là, văn học phải "phản ánh hiện thực" hai là, mục đích của việc phản ánh ấy không phải nhắm tới sự phê phán như là chủ nghĩa hiện thực (phê phán), trước đây, mà cốt để ca ngợi, để biểu dương, để khẳng định vai trò của cộng sản, xu thế tất yếu của lịch sử dân tộc và lịch sử nhân loại là tiến lên chủ nghĩa xã hội.

Theo Lê Ngọc Trà, trong bài *Về vấn đề văn học phản ánh hiện thực* đăng trên báo *Văn Nghệ* số 16-7-1988, chính cái quan niệm nông cạn và sai lầm về chức năng của văn học được trình bày trong khái niệm hiện thực xã hội chủ nghĩa là một trong những nguyên nhân *"dẫn đến tình trạng suy tư tưởng của khá nhiều tác phẩm văn học trong mấy chục năm vừa qua"*. Lê Ngọc Trà viết:

> Lâu nay nhiệm vụ đặt ra đối với người sáng tác chủ yếu là phản ánh đời sống cho chân thực và phù hợp với quan điểm của đảng. Về sau này, đối với phần lớn nhà văn đã thành quen thuộc, nên cũng không khó lắm. Còn lại chỉ là làm sao tránh được ba điều là: mô tả có tính chất "tô hồng", "bôi đen" hoặc "tự nhiên chủ nghĩa". Nhưng cái đó đối với người khôn ngoan sau đôi lần vấp ngã đã trở nên "có kinh nghiệm" thì cũng dễ tránh thôi. Rốt cuộc, người sáng tác – cố ý hoặc không cố ý – phần đông đều chọn cách viết an toàn nhất, mà lại "đúng" nữa, là tập trung ghi chép, mô tả, kể cho thật nhiều về đời sống, miễn sao là đừng chạm vào mấy điểm kể trên, còn cái quan trọng là bản thân anh, chính anh, riêng anh nghĩ gì, đau gì thì hoặc là lờ đi, giấu biến đi, hoặc thành thật tin một cách ngây thơ là nó nhỏ bé, vô nghĩa, không đáng thể hiện. Hình như đảng nghĩ là đủ, đảng nói rồi thì nói lại. Cứ thế nhà văn thì được "an toàn", còn văn học thì lại nghèo đi.

Lê Ngọc Trà viết tiếp:

> Trên bình diện lý luận nghệ thuật (khác với trên bình diện lý luận phản ánh), văn học trước hết không phải là phản ánh hiện thực mà là sự nghiền ngẫm về hiện thực. Tác phẩm nghệ thuật thể hiện cách nhìn của nhà văn về sự sống, sự khao khát công lý xã hội: nó là lời tâm sự hay sám hối, là tiếng nói của tình yêu, cái đẹp không đạt được, là gánh nặng ưu tư về lẽ đời, lẽ còn mất của nhân sinh và vũ trụ. Văn học chủ yếu không phải là ghi chép, mô tả hiện thực mà là hành

động tự nhận thức của nhà văn, nhờ đó tác phẩm nghệ thuật trở thành mảnh đất nuôi dưỡng tình cảm con người, thành khu vườn nơi tâm hồn con người đơm hoa kết trái, như hình thức tồn tại và phát triển độc đáo của đời sống tinh thần nhân loại.

Hoàng Ngọc Hiến còn mạnh bạo hơn Lê Ngọc Trà. Ông không thèm cãi vã về những điều đối với nhân loại – trừ cộng sản – đã thành hiển nhiên. Ông chỉ tuyên bố thẳng thừng:

> Hiện thực xã hội chủ nghĩa... là một khái niệm giả đã gây đau khổ kéo dài cho cả nghệ sĩ, cả nhà nghiên cứu, lãnh đạo. Nó lúc ban đầu được nêu lên như một ngọn cờ và đã có tác dụng tập hợp vẫy gọi. Nhưng tai hại là ở chỗ từ ngọn cờ người ta lại định biến nó thành một khái niệm học thuật để làm sang cho nó, chứng minh nó là phương pháp sáng tác, biến nó thành vạn năng. Sự luận chứng này là vô bổ.[118]

Trong bài *Hiện thực xã hội chủ nghĩa có phải là của giả không?* đăng trên báo *Nhân Dân* số ra ngày 5.5.1989, Đỗ văn Khang có nhắc lại ý kiến của ai đó, ông không nêu tên, cho rằng: *"Khái niệm hiện thực xã hội chủ nghĩa chỉ là sự bày đặt của một số nghệ sĩ, một số nhà lý luận"*.

Những quan điểm phủ nhận chủ nghĩa hiện thực xã hội chủ nghĩa xuất hiện mạnh mẽ và chiếm được sự đồng tình của đông đảo giới cầm bút tại Việt Nam đến nỗi Viện Văn học tại Hà Nội phải triệu tập một cuộc hội nghị về vấn đề này vào tháng 7-1989, sau đó, tường thuật trên tạp chí *Văn Học* số tháng 1-1989. Cuộc hội nghị, cuối cùng, không dẫn đến một kết luận nào chung quyết và chính thức cả.

---

118 Văn Nghệ, HN, 5-3-1988.

Dù sao, vấn đề đánh giá phương pháp sáng tác hiện thực xã hội chủ nghĩa cũng ít nguy hiểm cho cộng sản hơn là vấn đề xét lại mối quan hệ giữa văn nghệ và chính trị.

Có thể nói, nền tảng của lý thuyết cũng như của mọi chính sách của cộng sản đối với văn học nghệ thuật là đồng nhất văn nghệ và chính trị, coi văn nghệ là một phương tiện truyền bá chính trị, bắt văn nghệ phải phục tùng và phục vụ chính trị. Quan điểm này là cơ sở để từ đó đảng Cộng sản duy trì quyền lực lãnh đạo, quản lý văn nghệ sĩ.

Từ năm 1955-6, ở miền Bắc, nhóm Nhân Văn - Giai Phẩm, khởi đầu là Trần Dần và Hoàng Cầm, đã đặt lại vấn đề này và đã đòi hỏi văn nghệ phải được độc lập với chính trị. Yêu sách đúng đắn của họ đã bị cộng sản vùi dập, hơn nữa, trả thù một cách man rợ.

Trong cuộc đổi mới văn học từ năm 1986, một lần nữa, giới văn nghệ sĩ Việt Nam lại lên tiếng đòi hỏi sự độc lập và sự tự do, trước hết là độc lập và tự do đối với chính trị. Trong cuộc họp tại Hà Nội vào tháng 10-1987, trước mặt Nguyễn Văn Linh, nhiều người lên tiếng khẳng định: *"Văn nghệ có tính độc lập với chính trị".*[119]

Nhà phê bình văn học Lã Nguyên phân biệt: *"Chính trị là vì lợi trước mắt, văn nghệ lại vô tư"*, *"chính trị là pháp quyền, là cả một cơ chế quan phương, chính thống, trong khi đó nghệ thuật lại là ý thức phi quan phương, là sự tự ý thức của nhân dân".*[120] Ý thức chính trị và ý thức nghệ

---

[119] Văn Nghệ, HN, 17-10-1987.

[120] Văn Nghệ số 10-1988.

thuật, do đó, không thể đồng nhất, thậm chí, khó có thể song hành với nhau.

Nhà phê bình văn học Lại Nguyên Ân, trên báo *Văn Nghệ* số 9 ra ngày 27.2.1988 và trên tạp chí *Sông Hương* số 31 ra tháng 5 và 6.1988 cũng quan niệm tương tự. Ông viết, chế độ cộng sản *"đã biến văn nghệ sĩ thành cán bộ nhà nước, thành viên chức ăn lương để làm văn nghệ - một tình trạng na ná "tao đàn" của văn nghệ quan phương"*. Theo Lại Nguyên Ân, mục tiêu của văn nghệ quan phương *"bao giờ cũng phục tùng, phục vụ những nền tảng, những yêu cầu của việc xây dựng và củng cố chế độ"*, do đó, nó *"khó mà có giá trị cao, vì nó gắn liền với cảm hứng nhà nước. Trong khi đó, nghệ thuật chân chính phải phát ngôn ý thức nhân dân, ý thức thời đại. Những nghệ sĩ trung bình có thể sống yên ổn trong ý thức quan phương, còn những nghệ sĩ lớn bao giờ cũng "bung ra" khỏi ý thức ấy"*.

Trên báo *Văn Nghệ* số ra ngày 29.8.1987, nhà phê bình văn học Nguyễn Đăng Mạnh nhận định: suốt mấy chục năm qua, *"xu hướng đồng nhất văn nghệ với chính trị là xu hướng chủ đạo, bao trùm. Chính trị cần tuyên truyền thì đẻ ra văn nghệ minh hoạ. Văn nghệ do làm cái việc tình cảm hoá những nội dung chính trị nên không có văn nghệ lớn"*.

Nói như vậy cũng có nghĩa là gián tiếp nói, đảng hãy trả lại quyền lãnh đạo văn nghệ cho văn nghệ sĩ, như cái điều mà Trần Dần, Hoàng Cầm, Phan Khôi, Trương Tửu… đã yêu cầu trước đây trên Nhân Văn và trên Giai Phẩm.

*

* *

Ở trên, tôi đã cố gắng trình bày diễn tiến cũng như nội dung quá trình đổi mới của nền văn học cộng sản tại Việt Nam từ năm 1986 đến nay, đặc biệt là trong hai năm 1987 và 1988.

Có thể đánh giá cuộc vận động đổi mới này trên hai khía cạnh: khía cạnh văn học và khía cạnh chính trị, xã hội.

Từ khía cạnh văn học, cuộc vận động đổi mới, thật ra, chỉ là một cuộc vận động để trở về với những cái cũ, những cái bình thường và sơ đẳng nhất của văn học. Nó chỉ mới đối với cộng sản chứ tuyệt đối không có chút gì gọi là mới so với lịch sử phát triển của nền văn học dân tộc.

Trở về với cái cũ mà gọi là đổi mới? Sự nghịch lý ấy xuất phát từ nguyên nhân: suốt mấy chục năm qua, cộng sản đã đi quá xa vào sự lạc hậu, sự thoái hoá. Không phải chỉ ở lãnh vực văn học, tất cả những lãnh vực khác trong xã hội cộng sản cũng đều ở trong tình trạng tương tự. Quyền tư hữu, kinh tế thị trường, chế độ đa đảng và pháp trị, những mục tiêu mà nhiều quốc gia Đông Âu đang ra sức thực hiện như là một tột đỉnh của cái gọi là đổi mới, chỉ là những nguyên tắc xây dựng xã hội từ nhiều thế kỷ trước!

Năm 1988, trong một chuyến đi thăm Pháp, Lech Walesa, chủ tịch Công đoàn Đoàn Kết tại Ba lan, đã nêu lên một nhận định rất hay: *"Chủ nghĩa cộng sản là con đường dài nhất đi từ Tư bản đến Tư bản"*.

Dài vì phải đi vòng quanh. Một khúc quanh đẫm máu, gập ghềnh kéo dài non nửa thế kỷ một cách vô ích. Hoàn toàn vô ích.

Văn học nghệ thuật, rốt cuộc, cũng chịu chung số phận đi vòng quanh bi thảm ấy. Văn học truyền bá chính trị của cộng sản thực chất chỉ là biến thái của quan niệm "văn dĩ tải đạo" đã có từ đời Hán, đời Đường bên Trung Quốc. Văn học gắn liền với chính trị, phục vụ chính trị của nhà cầm quyền là một đặc điểm của thời kỳ phong kiến, nói như Lại Nguyên Ân, là của nền văn học quan phương, văn học cung đình. Cái gọi là phương pháp sáng tác hiện thực xã hội chủ nghĩa thực chất chỉ là sự kết hợp khiên cưỡng giữa chủ nghĩa cổ điển và chủ nghĩa hiện thực ở phương Tây hồi thế kỷ 18 và 19.

Trong bài *Văn học Việt Nam trong bước ngoặt chuyển mình* đăng trên báo *Văn Nghệ* số 45 ra ngày 5.11.1988, Lã Nguyên nhận định:

> Trong nhiều trường hợp, tư duy nghệ thuật của nhà văn Việt Nam… đành dừng lại ở trình độ tư duy của thế kỷ 19, thậm chí có cả khuynh hướng quay ngược trở về kiểu tư duy của thế kỷ 17.

Do tình trạng lạc hậu như vậy cho nên có nhiều luận điểm rất cũ vẫn được giới cầm bút Việt Nam xem như là một dấu hiệu của sự đổi mới đầy táo bạo, chẳng hạn, luận điểm: *"văn học là sự nghiền ngẫm về hiện thực", "là hành động tự nhận thức của nhà văn"* mà Lê Ngọc Trà nêu ra, được dẫn ở trên, từng làm xôn xao dư luận trong giới nghiên cứu Việt Nam, chỉ là một luận điểm bình thường, hầu như hiển nhiên, ngay từ xưa, cha ông ta đã từng biết: văn học chủ yếu là để nói cái "chí", cái "tình", cái "điều đau đớn lòng" trong "cõi người ta". Lê Ngọc Trà cũng biết điều này khi ông dẫn lại một câu viết của Lê Quí Đôn hai trăm năm trước: *Ta thường làm cho thơ có ba điều chính: một là tình, hai là cảnh, ba là sự... lấy tình tham cảnh, lấy cảnh hội việc, gặp việc thì nói ra lời, thành tiếng".* Rồi Lê Ngọc Trà bình luận: quan điểm đề cao chức năng phản ánh hiện thực của cộng sản *"là một bước thụt lùi so với cách nghĩ của cha ông ta xưa".*

Trong lãnh vực sáng tác văn học, trừ Nguyễn Minh Châu, Nguyễn Huy Thiệp và Phạm Thị Hoài ít nhiều có cố gắng cách tân bằng cách tiếp nhận một số thủ pháp nghệ thuật của phương Tây, còn lại hầu hết những người khác, kể cả Dương Thu Hương, Lê Lựu, Ma Văn Kháng… đều chưa vượt được Nguyên Hồng, Nguyễn Công Hoan, Vũ Trọng Phụng, Nam Cao hồi thập niên 30 về phương tiện kỹ thuật hay tư tưởng mà chính là cái hiện thực ê chề rớm máu lần đầu tiên được phanh phui trong xã hội xã hội chủ nghĩa.

Ý nghĩa lớn nhất của cuộc vận động đổi mới văn học tại Việt Nam trong mấy năm qua là ở khía cạnh chính trị, xã hội.

Nhờ ngọn gió dân chủ đang trở thành bão táp trên thế giới, đặc biệt trong các nước cộng sản Đông Âu, nhiều nhà văn, nhà thơ Việt Nam giật mình nhìn lại mình, đâm ra xót xa phẫn nộ trước thân phận bị kiểm tỏa ngặt nghèo của mình, đâm ra đau đớn tủi hận trước những tác phẩm nghèo nàn đến thảm hại của mình. Người ta bắt đầu tự phản tỉnh. Thoát ra ngoài quỹ đạo tuyên truyền dối trá của nhà cầm quyền để đối diện với thực chất cuộc đời họ, sự nghiệp họ. *"Hèn, hèn chứ? Nhà văn nước mình tận trong tâm can ai mà chẳng thấy mình hèn?"* Còn gì bẽ bàng hơn? Mà đâu phải chỉ một mình Nguyễn Minh Châu thú nhận điều này. Nhiều, thật nhiều, trên báo chí Việt Nam, những lời thú nhận đầy cay đắng, đầy thương tủi như vậy.

Nếu trước kia, lúc đang say sưa ăn miếng bánh vẽ do đảng ban phát, người ta ngây ngất tự hào bao nhiêu thì sau này, khi đã phản tỉnh, tự nhìn lại mình bằng con mắt thật của mình, người ta lại thẹn thùng, nghẹn ngào bấy nhiêu. Những giọt nước mắt tuôn rơi lã chã của một nhà văn đàn anh nào đó, nhiều người đoán là Nguyễn Tuân, mà Nguyễn Minh Châu kể trong bài *"Hãy đọc lời ai điếu cho một giai đoạn văn nghệ minh hoạ"* cũng là những giọt nước mắt chung cho cả một thế hệ nhiệt tâm và tài hoa bị lừa dối.

Sự phản tỉnh ấy tất nhiên dẫn đến sự phản kháng.

Không nên đòi hỏi những người cầm bút tại Việt Nam, những kẻ đang đứng trước cánh cửa ngục tù rộng mở, đứng trước họng súng AK đen ngòm, đứng trước bao nhiêu nguy hiểm trùng trùng vây quanh, phải tuyên bố thẳng thắn chống cộng như những người cầm bút tự do ở hải ngoại. Dù muốn hay không, trong hoàn cảnh thường trực bị đe dọa, người ta phải chọn những cách nói quanh co, vừa có tác dụng đập phá lại vừa có một chút kín đáo để ẩn nấp. Đó là chuyện đương nhiên.

Điều đáng ghi nhận là, cho dẫu buộc lòng viết vài câu nịnh giữa những câu trung, theo cách nói của Nguyễn Minh Châu, những người cầm bút thuộc khuynh hướng đổi mới vẫn thể hiện rõ rệt được thái độ của mình: phản kháng bạo quyền. Chưa bao giờ, tại Việt Nam, ngay cả thời Nhân Văn - Giai Phẩm, người cầm bút lên tiếng tố cáo những cảnh bất công, thối nát, độc địa và dơ dáy trong xã hội cộng sản một cách nghiêm khắc và dữ dội đến như thế. Những tội ác ấy không giới hạn trong một vài cá nhân lẻ tẻ mà là một hiện tượng phổ biến, gắn liền với chế độ, từ lúc chế độ ấy được thành hình đến lúc nó phát triển và hoàn bị. Những thế lực gây ra đau khổ tột cùng cho người dân được miêu tả trong *Tiếng đất*, trong *Cái đêm hôm ấy... đêm gì*, trong *Sự nghiệt ngã của nghề nghiệp*, trong *Chuyện thật ở Thanh Hoá...* là cả một hệ thống, cán bộ, đảng viên nhiều cấp, nhiều bậc, trùng trùng điệp điệp trong xã hội. Chúng chính là Đảng.

Không phải ngẫu nhiên mà trong truyện vừa *Những thiên đường mù*, một quyển tiểu thuyết khá mỏng, Dương Thu Hương lại cho nhân vật hoạt động trong một môi trường thời gian rất rộng, từ thời cải cách ruộng đất cho đến tận bây giờ. Chỉ có một lý do duy nhất cắt nghĩa sự chọn lựa này: chứng minh tội ác của cộng sản là một cái gì có tính chất truyền thống. Nó không phải chỉ là biểu hiện của một giai đoạn khủng hoảng nhất thời. Nó gắn liền với bản chất của một chế độn được xây dựng trên những tiền đề phi lý và phi nhân.

Trong buổi nói chuyện tại Huế vào chiều ngày 15.4.1989, được tường thuật trên tạp chí *Sông Hương* số 37 ra tháng 4 và 5 cùng năm, nhà văn Nguyên Ngọc, sau khi bị cách chức Tổng biên tập báo *Văn Nghệ* của Hội Nhà văn đã thẳng thắn tuyên bố: cái chủ nghĩa xã hội ở Việt Nam cũng như ở Liên xô, đã *"không chứng minh được tính ưu việt đối với chế độ nó thay thế"* (tr. 82).

Trước đây mấy năm, người ta có thể cho những lời phát biểu như trên chỉ là một sự vờ vĩnh, hoặc chỉ nhắm tới lý tưởng hoàn thiện chủ nghĩa xã hội, tuy nhiên, từ năm 1989 đến nay, trước những sự sụp đổ nhanh chóng của các nước xã hội chủ nghĩa Đông Âu, sự nghi ngờ ấy rõ ràng không còn đứng vững được nữa. Kinh nghiệm tại các nước Đông Âu cho ta thấy: không có khát vọng dân chủ nào không dẫn đến một thái độ đập phá toàn bộ nền móng của chủ nghĩa xã hội, của chế độ cộng sản.

Kết luận

Theo dõi nền văn học Việt Nam dưới chế độ cộng sản, từ năm 1945 đến nay, người ta dễ thấy, những tác phẩm tương đối thành công của họ đều thuộc một trong hai chủ đề: hoặc thể hiện lòng yêu nước hoặc thể hiện khát vọng tự do, dân chủ.

Những tác phẩm mang chủ đề thứ nhất xuất hiện chủ yếu trong hai giai đoạn: giai đoạn đầu của cuộc kháng chiến chống Pháp và giai đoạn gọi là "chống Mỹ cứu nước". Đặc điểm của hai giai đoạn: chiến tranh.

Những tác phẩm mang chủ đề thứ hai xuất hiện chủ yếu trong hai giai đoạn: giai đoạn cộng sản củng cố quyền bính ở miền Bắc sau Hiệp định Genève và giai đoạn cộng sản cưỡng chiếm miền Nam, trở thành kẻ thống trị độc tôn trong cả nước sau năm 1975. Đặc điểm của hai giai đoạn: hoạ độc tài.

Sự xuất hiện của hai chủ đề trên, như vậy, có tính chất chu kỳ, gần gần như là một quy luật: cộng sản chỉ có thể tập họp, động viên tinh thần của giới cầm bút trong hoàn cảnh có chiến tranh; đến lúc tiếng súng đã tắt, hoà bình trở lại, ngọn cờ đấu tranh giải phóng dân tộc hoặc thống nhất đất nước rơi xuống, cộng sản hiện nguyên hình là một bạo chính, giới cầm bút lại trở thành những kẻ phản kháng, ào ạt lên tiếng đòi hỏi tự do và dân chủ.

Một điều cần để ý: cả lòng yêu nước lẫn khát vọng tự do, dân chủ đều là những yếu tố có tính chất phi xã hội chủ nghĩa. Là một chế độ chuyên chính, cộng sản không những không dung hợp mà còn, hơn nữa, thù nghịch với tất cả những khát vọng tự do, dân chủ. Là một ý thức hệ đặt căn bản trên tinh thần giai cấp và tinh thần quốc tế vô sản, cộng sản chỉ coi lòng yêu nước là một chiêu bài, dần dần sẽ bị triệt tiêu.

Do đó, suốt mấy chục năm qua, nhà cầm quyền cộng sản không ngừng can thiệp để, một là, ngăn chận dòng văn học thể hiện khát vọng tự do, dân chủ; hai là, làm lệch hướng dòng văn học thể hiện lòng yêu nước bằng cách gắn liền khái niệm yêu nước với khái niệm yêu chủ nghĩa xã hội.

Chính vì thế, cộng sản không những chỉ trấn áp những người cầm bút khát khao tự do, dân chủ mà còn, một cách kín đáo, trù dập cả những người cầm bút chỉ khăng khăng yêu nước, không thừa nhận khẩu hiệu "yêu nước là yêu chủ nghĩa xã hội" do cộng sản đưa ra. Nắm bắt điều này, chúng ta hiểu được tại sao cộng sản cố đẩy vào bóng tối những tài năng cao ngất và những tấm lòng sáng vằng vặc như Hồ Dzếnh, như Quang Dũng, như Văn Cao… Những người không chống lại cộng sản nhưng cũng không chịu đồng nhất tổ quốc với một thể chế chính trị nào.

Bởi vậy, sẽ là một sự lừa bịp trơ trẽn, nếu có ai đó tuyên dương thành tựu của nền văn học cộng sản bằng cách căn cứ vào sự thành công của một số tác phẩm, một số tác giả yêu nước hoặc ước mơ tự do và dân chủ. Lý do đơn giản là, những tác giả ấy, những tác phẩm ấy hoàn toàn nằm ngoài quỹ đạo của nền văn học hiện thực xã hội chủ nghĩa.

Ngược lại, cũng sẽ là một bất công to lớn, nếu có ai đó gộp chung các nhà văn, các nhà thơ yêu nước, yêu tự do và yêu dân chủ vào thế giới văn học cộng sản để phê phán, đả kích và phủ nhận: họ không phân biệt thủ phạm và nạn nhân.

Cái gọi là văn học cộng sản, thật ra, không phải là một cái gì thuần nhất. Nó có sắt, có thép, nhưng cũng có nước mắt nữa. Nó inh ỏi những tiếng gào thét giết người hung tợn. Nhưng nó cũng có cả những tiếng khóc thầm.

Làm sao chúng ta có thể cầm lòng được trước cái hình ảnh mà Nguyễn Minh Châu kể, một nhà văn đàn anh nào đó, nhiều người đoán là Nguyễn Tuân, nâng ly rượu lên trước đám đàn em, vừa cười vừa khóc, nước mắt cứ tuôn rơi lã chã, giọt đổ xuống đất, giọt đổ vào lòng?

Ở Việt Nam, từ năm 1945 đến nay, dưới chế độ cộng sản, đã có bao nhiêu giọt nước mắt như thế đổ xuống trên nền đất đen đặc bóng tối?

Tài liệu tham khảo chính

SÁCH

Boudarel, Georges, *Dissidences intellectuelles au Vietnam*, nxb Michel de Maule Paris, 1989.

Bộ Văn hoá, *Nhiệm vụ văn hoá văn nghệ trong tình hình mới*, Hà Nội, không ghi năm (đoán là năm 1988).

Bộ Văn hoá, *Văn hoá nghệ thuật 1987-1988*, tài liệu lưu hành nội bộ, tháng 1-1989.

Chế Lan Viên, *Suy nghĩ và bình luận*, nxb Văn Học, HN, 1970.

Chế Lan Viên, *Thơ văn chọc lọc*, Sở Văn hoá thông tin Nghĩa Bình xuất bản, 1988.

Chế Lan Viên, *Ngoại vi thơ*, nxb Thuận Hoá, 1987.

Đào Khương, *Gặp gỡ 27 nhà văn*, Sở giáo dục Hà Ninh Bình, 1987.

Đặng Thai Mai, *Trên đường học tập và nghiên cứu*, nxb Văn Học, HN, 1969.

Đông Hoài, *Qua những chặng đường văn học*, nxb Văn Học, HN, 1970.

Hà Huy Giáp, *Hiện thực cách mạng và văn học nghệ thuật*, nxb Văn Học, HN, 1970.

Hà Minh Đức, *Thời gian và trang sách*, nxb Văn Học, HN, 1987.

Hà Xuân Trường, *Đường lối văn nghệ của Đảng, vũ khí – trí tuệ – ánh sáng*, nxb Sự Thật, HN, in lần 2, 1977.

Hà Xuân Trường, *Văn học, cuộc sống, thời đại*, nxb Văn Học, HN, 1986.

Hà Xuân Trường, *Tiếp tục đấu tranh xoá bỏ tàn dư văn hoá thực dân mới*, nxb Sự Thật, HN, 1979.

Hồ Chí Minh, Lê Duẩn, Trường Chinh, Phạm Văn Đồng, Võ Nguyên Giáp, Nguyễn Chí Thanh, *Bàn về văn hoá và văn nghệ*, nxb Văn hoá Nghệ thuật, HN, 1963.

Hoài Anh, Thành Nguyên, Hồ Sĩ Hiệp, *Văn học Nam bộ 1900-1954*, nxb Thành phố Hồ Chí Minh, 1988.

Hoàng Trung Thông, *Cuộc sống thơ và thơ cuộc sống*, nxb Văn Học, HN, 1979.

Hoàng Văn Chí, *Trăm hoa đua nở trên đất Bắc*, Quê Mẹ tái bản, Paris, 1983.

Hội Nhà văn Việt Nam, *Văn học trong sự nghiệp đổi mới của cách mạng* (Dự thảo báo cáo của Ban chấp hành Hội Nhà văn Việt Nam tại Đại hội lần thứ IV của Hội), HN, 1989, tài liệu lưu hành nội bộ.

Hồng Chương, *Mãi mãi đi theo đường lối văn nghệ của Chủ tịch Hồ Chí Minh*, nxb Văn Học, HN, 1971.

Lê Đình Ky, *Nhìn lại tư tưởng văn nghệ thời Mỹ Ngụy*, nxb Thành phố Hồ Chí Minh, 1987.

Lê Trí Viễn, *Đặc điểm lịch sử văn học Việt Nam*, nxb Đại học và Trung học chuyên nghiệp, HN, 1987.

Nam Mộc, *Luyện thêm chất thép cho ngòi bút*, nxb Văn Học, HN, 1978.

Nguyễn Đăng Mạnh, *Nhà văn, tư tưởng và phong cách*, nxb Văn Học, HN, 1983.

Nguyễn Đăng Mạnh (chủ biên), *Các nhà văn nói về văn*, nxb Tác Phẩm Mới, HN, tập 1 (1985), tập 2 (1986).

Nguyễn Văn Bổng, *Bên lề những trang sách* nxb Tác Phẩm Mới, HN, 1982.

Nguyễn Văn Hạnh, *Suy nghĩ về văn học,* nxb Văn Học, HN, 1979.

Nhị Ca, *Dọc đường Văn học,* nxb Quân độ i nhân dân, HN, 1972.

Như Thiết, *Quán triệt tính Đảng trong mỹ học và trong nghệ thuật,* nxb Khoa học xã hội, HN, 1973.

Nhiều tác giả, *Những chặng đường báo Cứu Quốc,* nxb Hà Nội, HN, 1987.

Nhiều tác giả, *Ra sức phấn đấu theo đường lối văn nghệ của Đảng,* nxb Sự Thật, 1980.

Nhiều tác giả, *40 năm văn học,* nxb Tác Phẩm Mới, HN, 1986.

Nhiều tác giả, *Một thời đại văn học mới,* nxb Văn Học, HN, 1987.

Nhiều tác giả, *Một chặng đường văn hoá,* nxb Tác Phẩm Mới, HN, 1985.

Nhiều tác giả, *Nhà thơ Việt Nam hiện đại,* nxb Khoa học xã hội, HN, 1984.

Nhiều tác giả, *Cách mạng kháng chiến và đời sống văn học,* nxb Tác Phẩm Mới, HN, tập 1 (1985), tập 2 (1986).

Nhiều tác giả, *Về lý luận và phê bình văn học nghệ thuật,* nxb Sự Thật, HN, 1984.

Nhiều tác giả, *Tác giả lý luận phê bình nghiên cứu văn học Việt Nam (1945-1975),* tập 1, nxb Khoa học xã hội, HN, 1986.

Nhiều tác giả, *Bọn Nhân Văn - Giai Phẩm trước toà án dư luận,* nxb Sự Thật, HN, 1959.

Nhiều tác giả, *Từ điển văn học,* nxb Khoa học xã hội, HN, tập 1 (1983), tập 2 (1984).

Nhiều tác giả, *Lịch sử Việt Nam 1945-1975*, nxb Giáo Dục, HN, 1987.

Nhiều tác giả, *Địa chí văn hoá thành phố Hồ Chí Minh*, tập 2, nxb Thành phố Hồ Chí Minh, 1988.

Nhiều tác giả, *Văn học Việt Nam chống Mỹ cứu nước*, nxb Khoa học xã hội, HN, 1979.

Nhiều tác giả, *Lý luận Văn học*, nxb Giáo Dục, HN, tập 1 (1986) và tập 2 (1987).

Nhiều tác giả, *Thơ kháng chiến 1945-1954*, nxb Tác Phẩm Mới, HN, 1986.

Nhiều tác giả, *Thơ Việt Nam 1945-1985*, nxb Giáo Dục, HN, 1985.

Nhiều tác giả, *Thơ Việt Nam 1945-1985*, nxb Giáo Dục, HN, 1987.

Nhiều tác giả, *Thơ Việt Nam 1980-1985*, nxb Tác Phẩm Mới, HN, 1985.

Nhiều tác giả, *Truyện ngắn Việt Nam 1945-1985*, nxb Văn Học, HN, 1985.

Phạm Văn Đồng, *Tổ quốc ta, nhân dân ta, sự nghiệp ta và người nghệ sĩ*, nxb Văn Học, HN, 1969.

Phạm Văn Đồng, *Xây dựng nền văn hoá văn nghệ ngang tầm vóc dân tộc ta, thời đại ta*, nxb Sự Thật, HN, 1976.

Phan Cự Đệ và Hà Minh Đức, *Nhà văn Việt Nam*, nxb Đại học và Trung học chuyên nghiệp, HN, tập 1 (1979) và tập 2 (1983).

Phan Cự Đệ, *Tiểu thuyết Việt Nam hiện đại*, nxb Đại học và Trung học chuyên nghiệp, HN, hai tập, 1978.

Phan Cự Đệ, *Cuộc sống và tiếng nói nghệ thuật*, nxb Văn học, HN, 1971.

Phan Kế Hoành – Vũ Quang Vinh, *Bước đầu tìm hiểu lịch sử kịch nói Việt Nam 1945-1975*, nxb Văn Hoá, HN, 1982.

Phong Lê, *Mấy vấn đề văn xuôi Việt Nam 1945-1970*, nxb Khoa học xã hội, HN, 1972.

Tố Hữu, *Xây dựng một nền văn hoá lớn xứng đáng với nhân dân ta, với thời đại ta*, nxb Văn Học, HN, 1973.

Trần Độ, *Đổi mới và chính sách xã hội văn hoá*, nxb Thành phố Hồ Chí Minh, 1988.

Trần Trọng Đăng Đàn, *Văn học thực dân mới Mỹ ở miền Nam những năm 1954-1975*, tập 1, nxb Sự Thật, HN, 1988.

Trần Trọng Đăng Đàn, *Văn hoá văn nghệ phục vụ chủ nghĩa thực dân mới Mỹ tại Nam Việt Nam 1954-1975*, nxb Thông tin, Long an, 1990.

Trường Chinh, *Chủ nghĩa Mác và văn hoá Việt Nam*, nxb Sự Thật, in lần 2, 1974.

Các tuyển tập do nhà xuất bản Văn Học tại Hà Nội thực hiện từ năm 1982 đến 1990: Tuyển tập Xuân Diệu (hai tập), Hoài Thanh (hai tập), Nguyễn Tuân (hai tập), Tế Hanh, Anh Thơ, Lưu Trọng Lư, Nguyễn Bính, Chế Lan Viên (hai tập), Nguyên Hồng (ba tập), Nguyễn Công Hoan (ba tập), Tô Hoài (ba tập), Bùi Hiển, Chu Văn (ba tập), Nguyễn Huy Tưởng (ba tập)...

BÁO VÀ TẠP CHÍ:

Các báo *Nhân Dân, Quân Đội Nhân Dân, Sài Gòn Giải phóng* từ năm 1982 đến năm 1990.

Các báo *Đại Đoàn Kết, Lao Động* từ năm 1985 đến 1990.

Báo *Hà Nội Mới* từ năm 1986 đến 1990.

Báo *Văn Nghệ* từ 1984 đến 1990.

Tạp chí *Học Tập* từ 1970 đến 1975.

Tạp chí *Cộng Sản* từ 1976 đến 1990.

Tạp chí *Văn Học* (Hà Nội) các năm 1985, 1986 và 1989.

Tạp chí *Văn* (thành phố Hồ Chí Minh) từ 1987 đến 1990.

Tạp chí *Tác Phẩm Văn Học* từ 1987 đến 1989.

Tạp chí *Sông Hương* từ 1985 đến 1990.

Tạp chí *Thông Tin Văn Hoá Văn Nghệ* số 4b 1988.

Tạp chí *Văn Nghệ* (Hà Nội) số 11 (ra tháng 4-1958) và số 12 (ra tháng 5-1958) (hai số đặc biệt về vụ án Nhân Văn Giai Phẩm).

Bảng tra cứu (tên tác giả)